சட்டப் பேரவையில்
சோ. அழகர்சாமி

தொகுப்பு
கே. ஜீவபாரதி

நியூ செஞ்சுரி புக் ஹவுஸ் (பி) லிட்.,
41-பி, சிட்கோ இண்டஸ்டிரியல் எஸ்டேட்,
அம்பத்தூர், சென்னை - 600 050.
☎ : 044 - 26251968, 26258410, 48601884

Language : Tamil
Satta Peravaiyil So. Azhagarsamy
Compiled by: **K. Jeevabharathi**
NCBH First Edition : July, 2024
Copyright: Author
No.of Pages: 254
Publisher :
New Century Book House Pvt. Ltd.,
41-B, SIDCO Industrial Estate,
Ambattur, Chennai - 600 050.
Tamilnadu State, India.
Email: info@ncbh.in
Online: www.ncbhpublisher.in

ISBN : 978 - 81 - 975959 - 8 - 1
Code No. A 5116
₹ 280/-

Branches
Ambattur 044 - 26359906 **Spenzer Plaza (Chennai)** 044-28490027
Trichy 0431-2700885 **Pudukkottai** 04322- 227773 **Thanjavur** 04362-231371
Tirunelveli 0462-4210990, 2323990 **Madurai** 0452 2344106, 4374106
Dindigul 0451-2432172 **Coimbatore** 0422-2380554 **Erode** 0424-2256667
Salem 0427-2450817 **Hosur** 04344-245726 **Krishnagiri** 04343-234387
Ooty 0423 - 2441743 **Vellore** 0416-2234495 **Villupuram** 04146-227800
Pondicherry 0413-2280101**Nagercoil** 04652 - 234990

சட்டப்பேரவையில் சோ.அழகர்சாமி
தொகுப்பு: **கே.ஜீவபாரதி**
என்.சி.பி.எச். முதல் பதிப்பு: ஜூலை, 2024

அச்சிட்டோர்: **பாவை பிரிண்டர்ஸ் (பி) லிட்.,**
16 (142), ஜானி ஜான் கான் சாலை, இராயப்பேட்டை, சென்னை - 14
☎: 044-28482441

All rights reserved. No part of this book may be reprinted or reproduced or utilised in any form or by any electronic, mechanical, or other means, now known or hereafter invented, including photocopying and recording, or in any information storage or retrieval system, without permission in writing from the publishers.

விடுதலைப் போராட்ட வீரரும்
நெல்லை மாவட்டத்தில் கம்யூனிஸ இயக்கத்திற்காக
பாடுபட்டவருமான என்னுடைய பெரியப்பா
பூதலபுரம் ஆர். வேலுச்சாமித் தேவர் அவர்களின்
அர்த்தமுள்ள வாழ்க்கைக்கு இந்த நூல்
காணிக்கை

முதல் பதிப்புக்கான அணிந்துரை

இந்தியக் கம்யூனிஸ்ட் கட்சியின் தலைவர்களில் ஒருவரும் தமிழ்நாடு விவசாயிகள் சங்கத் தலைவருமான தோழர் சோ.அழகர்சாமி, தூத்துக்குடி மாவட்டம் கோவில்பட்டி சட்டமன்றத் தொகுதியிலிருந்து ஐந்துமுறை தேர்ந்தெடுக்கப்பட்டார்.

சட்டமன்ற விவாதங்களில் நிதிநிலை அறிக்கைகளின் மீதும், துறைவாரி மானியங்களின்மீதும் சோ.அழகர்சாமி அவர்களின் பேச்சுக்கள் சட்டமன்றக் குறிப்புகளில் பதிவு செய்யப்பட்டிருக்கின்றன. கவிஞர் ஜீவபாரதி அக்குறிப்புகளைத் தேடிப் பார்த்து பல்வேறு தலைப்புகளில் ஆவணப்படுத்தியிருக்கிறார்; தொகுப்பு நூலாக வெளி வந்திருக்கிறது.

21 வயதுள்ள அனைவருக்கும் வாக்குரிமை என்ற குடியரசின் அரசியல் அடிப்படைச் சட்டத்தில் அறிவிக்கப்பட்டது; அனைவருக்கும் வாக்கு என்ற அடிப்படையில் நடந்த முதல் தேர்தலில் சென்னை மாநிலத்தில் காங்கிரஸ் கட்சி அதிகாரத்துக்கு வரமுடியவில்லை; விடுதலை இந்தியாவில் முதல் முதலில் கட்சி மாறுதல் சூழ்ச்சியால் பார்லிமெண்ட் ஜனநாயகத்தில் கறுப்புமை தடவப்பட்ட முதல் சூழ்ச்சியாகும்.

தேர்தலில் போட்டியிடாத ஒதுங்கியிருந்த இராஜாஜி அவர்களை அழைத்து வந்து முதல்வராக அமரச் செய்தவர்கள், மாணிக்கவேல் நாயக்கர் போன்ற சிலரை பதவி கொடுத்து அணிமாறச் செய்தார்கள். ஆட்சியைக் கைப்பற்றினார்கள். ஒரே ஆண்டில் இராஜாஜி அம்பலமாகி விட்டார். காமராஜர் முதலமைச்சரானார்; 1967வரை காங்கிரஸ் கட்சியே தமிழகத்தை ஆண்டது.

1967 பொதுத் தேர்தலில் காங்கிரஸ் தோற்றது; திமுக வெற்றி பெற்றது; திமுக தலைவர் சி.என். அண்ணாதுரை முதல்வரானார்;

ஆங்கிலேயர் ஆட்சியில் வறட்சியும், பஞ்சமும் மக்களை வாட்டி வதைத்தது; தாதுவருடப் பஞ்சம், தக்காணப் பஞ்சம் போன்ற தொடர்

பஞ்சங்களில் கோவில்பட்டியைப் போல வறண்ட வட்டாரங்களில் மக்கள் காக்கை குருவிகளைப்போல் செத்து மடிந்தார்கள்.

எட்டயபுரத்தில் பிறந்த புதுயுகக் கவிஞன் பாரதி, "பஞ்சமும் நோயும் நின்மெய்யடியார்க்கோ?" என்று கதறிக் கதறிக் கவிதை பாடினான்; இப்பாடலே தமிழ் மக்களைத் தன்னிலையை உணரச் செய்தது; அந்நிய ஏகாதிபத்திய ஆட்சியை எதிர்த்து நிற்கும் துணிச்சலைக் கொடுத்தது.

பாரதி பிறந்த மண்ணில், எட்டயபுரத்துக்கருகில் உள்ள, இராமனூத்து எனும் சிற்றூரில் பிறந்தவர்தான் தோழர் சோ.அழகர்சாமி.

சிறுவயது முதலே பாரதியின் கவிதைகளில் ஊறித் திளைத்தார்; மக்கள் உழைப்பிலும் உணர்விலும் ஒன்றிணைந்து வாழ்ந்து வந்தார்; பள்ளியில் படித்து முடித்து சிறிது காலம் ஆசிரியராகப் பணியாற்றினார்; கரைபடாத கதராடையைப் போல், உள்ளமும் வெள்ளையானவர்; கொடுமையைக் கண்டு சீறும் குணசீலராக வாழ்ந்து காட்டியவர். அரசியலில் துவக்கத்தில் காங்கிரஸ் சோஷலிஸ்ட்டாக இருந்தார்; இரண்டாவது உலகப் போரின்போது, உணவு நெருக்கடி இருந்தது; அந்நிய ஆட்சியாக இருந்தாலும் முதன் முதலில் நியாய விலைக் கடைகள் திறக்கப்பட்டன; முறையான விநியோகத்துக்காக அமைக்கப் பட்ட உணவுக் கமிட்டியில் அழகர்சாமியும் உறுப்பினராக்கப்பட்டார்.

விடுதலை இந்தியாவில் இந்தியக் கம்யூனிஸ்ட் கட்சி 1948இல் தடைசெய்யப்பட்டது; தலைவர்களைத் தேடி வேட்டையாடத் தொடங்கியது; இராமநாதபுரம் மாவட்டத்திலிருந்த கம்யூனிஸ்ட் தலைவர்கள் உலகநாதன், ஆர்.எச்.நாதன் போன்றோருக்கு அழகர்சாமி இராமனூத்துக் கிராமத்தில் அடைக்கலம் கொடுத்தார்; அவர்களுடைய எளிய வாழ்க்கையும், தியாகமும், அரசியல் உறுதியும் தோழர் அழகர்சாமியைப் பெரிதும் கவர்ந்தது; அடக்குமுறை காலத்திலேயே, இந்தியக் கம்யூனிஸ்ட் கட்சியின் உறுப்பினரானார்.

1952இல் இந்தியக் கம்யூனிஸ்ட் கட்சியின் மீதிருந்த தடை நீக்கப் பட்டது; சட்டமன்றத்துக்கும் தலைவர்கள் தேர்ந்தெடுக்கப்பட்டார்கள். தோழர் அழகர்சாமியும் மக்களோடு நெருங்கிய தொடர்பு கொண்டு தீவிரமான அரசியலில் ஈடுபடத் துவங்கினார்.

1965-இல் கோவில்பட்டி, விளாத்திகுளம், குறுக்குச்சாலை ஒட்டப்பிடாரம் வட்டாரங்களில் வறட்சி தொடர்ந்தது; ஆடு மாடுகளுக்குக் கூட தண்ணீர் கிடையாது; பூமி வறண்டாலும், ஆட்சியாளர்களின் அணுகுமுறையில் மாற்றம் ஏற்படவில்லை; கிராமப் பதிவேட்டில்

பதிந்தபடி நிலவரி வசூல் செய்வதென்று பிடிவாதம் காட்டினார்கள். அந்நிய ஆட்சியின் விதிப்படி (Famine Code)- பஞ்சகாலத்தில் செய்ய வேண்டிய வரி ரத்து, நிவாரணப் பணிகளைக்கூட அரசு செய்ய மறுத்தது; 'வருவாய்த்துறை நிலை ஆணைச் சட்டவிதிக்கு மாறாக (Board standing order) ஏர்மாடுகளையும் ஜப்திசெய்து பவுண்டுகளில் அடைத்தார்கள்; கதவு நிலைகளைக்கூட விட்டு வைக்கவில்லை;

நிலவரி பாக்கிக்காகவும், பயிர்க் கடனுக்காகவும் தாய்மார்களின் கழுத்தில் கிடந்த 'தாலி'யைக் கூடக் கழற்றியெடுத்தார்கள்;

நாச்சியார்புரம் வி. ரெங்கசாமியின் ஏர்மாடுகளை ரெவினியூ அதிகாரிகள் ஜப்தி செய்தார்கள். சுதந்திர நாட்டில் விவசாயிகளை மதிக்காத ஆட்சியாளர்களை எதிர்த்து, வறண்ட பூமியின் புத்திரர்கள் கொதித்தெழுந்தார்கள். விவசாயிகளிடம் ஜப்திசெய்த கதவு மற்றும் பொருள்களையும், ஏர்மாடுகளையும் இரண்டு வாரத்துக்கொருமுறை பகிரங்கமாக ஏலம் விடுவதாக விளம்பரப்படுத்தப்பட்டது.

ஏலத்தைத் தடுத்து நிறுத்த தோழர் அழகர்சாமி தலைமையில் விவசாயிகள் அணிதிரண்டனர்.

பிரிட்டிஷ் கம்பெனிக்காரர்களை எதிர்த்து, "வானம் பொழியுது; பூமி விளையுது; மன்னவன் காணிக்குத் தீர்வை ஏதடா?" என்று கேட்ட வீரபாண்டிய கட்டபொம்மனின் வாரிசுகளாகத் திரண்டார்கள்; நூறு நாட்கள் போராட்டம் நீடித்தது; ஏலம் எடுப்பதற்கு நாதியில்லை; ஆட்சி பணிந்தது; வானரம்பட்டி பவுண்டிலிருந்து மாடுகள் விடுவிக்கப்பட்டன; அழைத்துச் செல்லுங்கள் என்று அதிகாரிகள் இறங்கி வந்தார்கள்; மாடுகளைப் பிடித்து வந்த ரெங்கசாமியின் தொழுவத்திலேயே கொண்டு விடச்செய்த வீரம் செறிந்த போராட்டத்தின் தளபதியாக தோழர் அழகர்சாமி விளங்கினார்.

விவசாயிகளின் பேரெழுச்சிக்குத் தலைமை தாங்கிய தர்மாவேசத் தலைமைப் பண்பில் இன்றுவரை எள்ளளவும் குறையாமல் காணப்படுகிறார்;

இப்பேரெழுச்சியின் தாக்கமே 1967-ல் நடந்த தேர்தலில் கோவில் பட்டித் தொகுதியில் இந்தியக் கம்யூனிஸ்ட் கட்சியின் வேட்பாளராக நின்ற தோழர் சோ. அழகர்சாமியைக் கதிர் அரிவாள் சின்னத்தில் வெற்றிபெறச் செய்தது.

சட்டமன்றத்தில் ஐந்துமுறை உறுப்பினராக இருந்தார்; அதிகாரச் சக்கரத்தில் ஒரு கருவியாகக் கருதப்பட்ட சட்டமன்ற உறுப்பினர்களிடம்- அதிகாரமும் அந்தஸ்தும் புதிய மோஸ்தரைக் கொடுத்தது; இப்புதிய

சூழலிலும், மக்களின் தொண்டனாகவே சட்டமன்றத்தில் பணியாற்றி வந்தார்; ஆட்சியாளர்களின் நிதிநிலை அறிக்கையின்மீதும், பல துறைவாரி மானியக் கோரிக்கைகளின்மீதும், உழைக்கும் மக்களின் குரலாகவே கம்யூனிஸ்ட் கட்சியின் கருத்தை வெளிப்படுத்தி வந்தார்;

அறிஞர் அண்ணா முதலமைச்சராக இருந்தபோது 1964 டிசம்பர் 25-ல் கீழவெண்மணிப் படுகொலை நடந்தது; முதலமைச்சர் அண்ணாவே கண்கலங்கினார்.

தோழர் அழகர்சாமியின் பேச்சு உள்ளக் கொதிப்பை வெளிப்படுத்தியது;

"முதலாவதாக, சென்ற மாதம் தஞ்சை மாவட்டத்தில் நடந்த ஒரு சம்பவம் நம்முடைய தமிழகத்தையே தலைகுனிய வைத்த சம்பவம் ஆகும். அந்தச் சம்பவத்திலே சுட்டு எரிக்கப்பட்டவர்கள் 44 பேர்கள். அந்த 44 பேர்களும் சாதாரண அரிஜன வகுப்பைச் சார்ந்தவர்கள் என்பதாலும், அவர்கள் விவசாயத்திலே ஈடுபட்டிருக்கக்கூடிய கூலிகள் என்பதாலும் தான் இன்று அது அவ்வளவு முக்கியத்துவம் வாய்ந்ததாக நமக்குப் படவில்லை. இந்தச் சம்பவம், மேல் வர்க்கத்தின் மத்தியிலோ அல்லது மேல் ஜாதிக்காரர்களின் மத்தியிலோ இப்படி 44 பேர்கள் கூட அல்ல. 4 பேர்கள் எரிக்கப்பட்டிருந்தால் கூட இன்று இந்த நாடே எந்த நிலையில் இருக்கும் என்பதை இந்தச் சபை சற்று சிந்திக்க வேண்டும்.

இந்தச் சம்பவத்திற்கு அவர்கள் ஆளாகியிருந்தார்கள் என்றால், தஞ்சை மாவட்டம் பூராவும் குடிசைகள் பிய்த்தெறியப்பட்டிருக்கும், அழிக்கப்பட்டிருக்கும். இந்தச் சம்பவம் இரவு 7 மணிக்கு ஆரம்பித்து 10 மணிவரை நடந்திருக்கிறது. அந்த வட்டாரத்திலே எந்தச் சம்பவம் நடந்தாலும் தடுத்து நிறுத்துவதற்கு உண்டான போலீஸ் ஏற்பாடுகள் இருக்கிறது என்று ஐ.ஜி. அவர்கள் அறிக்கை விட்டதைப் பத்திரிகைகளில் பார்த்தேன். இரண்டு மைல் தூரத்தில் போலீஸ் ஸ்டேஷன் இருந்தும், 3 மணி நேரமாக அந்தப் பச்சிளங் குழந்தைகளும், தாய்மார்களும் வேதனைப்படும் நேரத்தில் போலீஸ் அந்த இடத்திற்கே போகவில்லை.

அது மட்டுமல்லாமல், மறுநாள் காலை 10 மணிக்குத்தான் ராமையா வீட்டில் செத்துக்கிடந்த 44 பிணங்களைப் பார்க்க முடிந்தது. சம்பவம் நடந்த 12 மணி நேரத்திற்குப் பிறகுதான் அதைப் பார்க்க முடிந்தது என்பதை இந்தச் சபை சிந்தித்துப் பார்க்க வேண்டும். அது மட்டுமல்ல, சம்பந்தப்பட்ட சட்டமன்ற உறுப்பினர் சர்க்காருக்கு முன் கூட்டியே பல தகவல்களை இம்மாதிரி கொலைகள் உண்டாவதற்கான

பயங்கரம் ஏற்பட்டுக் கொண்டிருக்கிறது என்று தெரிவித்தும், சர்க்கார் காலாகாலத்தில் அது நடக்காமல் இருக்க முயற்சி செய்யவில்லை. நம்முடைய போலீஸ் திறமைக் குறைவானது என்று சொல்லவில்லை. நம்முடைய மாநில போலீஸ் திறமையான போலீஸ்தான். அப்படியிருந்தும் இந்தச் சம்பவம் நடப்பதற்கு ஏன் அனுமதித்துக் கொண்டிருந்தது? அதைத் தடுப்பதற்கு ஏன் முயற்சி செய்யவில்லை? என்று சிந்தித்துப் பார்க்க வேண்டும்."

தோழர் அழகர்சாமியின் உருக்கமான பேச்சு பலரை நெகிழ வைத்தது; அன்று மாலை அனைத்துக் கட்சிகளைச் சேர்ந்த தலித் உறுப்பினர்கள் பலர் நேரில் வந்து அவரிடம் பேசினர். கம்யூனிஸ்ட் கட்சித் தலைவராகிய உங்களால்தான் இப்படிப் பேசமுடிந்தது என்று தங்கள் உள்ளக் குமுறலை வெளிப்படுத்தினார்கள்.

விவசாயிகளுக்கு வழங்கப்படும் கூட்டுறவுக் கடனுக்கு வட்டி, அபராதவட்டி, தண்டவட்டி, வசூல் கட்டணம் எல்லாம் சேர்ந்து லேவாதேவிக் கொள்ளை போலாகிவிடுகிறது என்று பலமுறை சட்டமன்றத்தில் பேசியிருக்கிறார்; பயிர்க்கடன் வட்டியை 7 சதவீதமாகக் குறைக்க வேண்டுமென்று 1972-80-வது ஆண்டுகளில் வலியுறுத்திப் பேசியிருக்கிறார்.

மத்திய அரசும், இப்போதுதான் 4 சதவீத வட்டி என்று நிர்ணயிக்கப்படும் என்று இறங்கி வந்திருக்கிறது.

கூட்டுறவுக் கடன் கெடுபிடி வசூல் பற்றி விவாதிப்பதற்காக விவசாயிகள் சங்கங்களின் பிரதிநிதிகளை அன்றைய முதல்வர் எம்.ஜி.ஆர். அழைத்திருந்தார்; அக்கூட்டத்திற்கு தோழர் அழகர்சாமியோடு தோழர் ஆதிமூலமும் நானும் சென்றிருந்தோம். அன்றைய சூழலில் திரு நாராயணசாமி நாயுடுவையும் அழைக்க வேண்டுமென்றும், அவரையும் அழைத்து வருவதாக முதல்வரிடம் நாங்கள் தெரிவித்ததன் அடிப்படையில்தான் இக்கூட்டம் ஏற்பாடு செய்யப்பட்டது.

நீண்ட விவாதத்துக்குப் பின்னர் மொத்தக் கடனில் 4-ல் 1 பங்கு செலுத்த ஒத்துக் கொண்டால் கெடுபிடி வசூலை நிறுத்திவிடலாமென்று முதல்வர் அறிவித்தார்.

இறுதியில் தோழர் அழகர்சாமி எழுந்து 4-ல் 1 பகுதியைக் கொடுத்து விடுகிறோம். இத்தொகை அசல் பாக்கியில் வரவு வைக்கப் படுமா? வழக்கம்போல் வசூல் செலவிலும், அபராத வட்டியிலும் கழிக்கப்படுமா? என்ற கேள்வியை எழுப்பினார்; அழகர்சாமி நீங்கள் சட்டமன்றத்திலும் பேசினீர்கள்; இங்கும் பேசுகிறீர்கள்; இதுபற்றி

யோசித்து முடிவு சொல்கிறோம் என்று கூறிவிட்டு, கூட்டத்தை முடித்துவிட்டார்.

விவசாயம், கூட்டுறவு அமைப்புகள், நீர்ப்பாசனம் மற்றும் மக்கள் பிரச்சினைகள் பற்றி சம்பந்தப்பட்ட மானியங்களில் பேசும்போது, அத்துறை சம்பந்தப்பட்ட அதிகாரிகள் தனிக்கவனம் செலுத்துவார்கள்; ஏனென்றால் அவருடைய பேச்சில் ஒளிவு மறைவிருக்காது; பிரச்சினைகள் பீறிட்டுவரும் என்று கருதுவார்கள்; இருபதாண்டுகளிலும் இதே சீரான அணுகுமுறை இருந்து வந்தது; தடம் புரளவில்லை; சட்டமன்ற சபலங்கள் அவர் உள்ளத்தை நெருங்கவில்லை.

கோவில்பட்டி நகருக்கு சீவலப்பேரியிலிருந்து தண்ணீர் கொண்டு வரவேண்டும்; பாரதி பிறந்த மண்ணில் மகளிர் பாலிடெக்னிக் திறக்க வேண்டும்; பாரதியின் அப்பா ஜின்னிங் பேக்டரி துவங்க எடுத்த முயற்சி தோல்வி கண்டதை நினைவுபடுத்தி பாரதி நூற்றாண்டு விழாவில் பஞ்சாலை துவங்க வேண்டும் என்று கோரிக்கை வைத்தார்; நிறைவேற்றப்பட்டன.

எல்லாவற்றுக்கும் மேலாக அமரர் ஜீவாவின் விருப்பம் எட்டயபுரத்தில் பாரதியின் முற்போக்குக் கருத்துக்களை மனங்குளிரப் பேச வாய்ப்பும் வேண்டும்; தனி அமைப்பு ஏற்படுத்த வேண்டும் என்றார். அதை நிறைவேற்றுவதற்கு பாரதி வாலிபர் சங்கம் துவங்கினார் தொடர்ந்து செயல்பட்டு வருகிறது.

தோழர் சோ. அழகர்சாமியின் சட்டமன்ற உரையின் தொகுப்பைப் படித்தால், நிறைவேற்றப்பட்டவைகளும், நிறைவேற்றப்படாதவை களும் நன்கு தெரியமுடியும். மக்கள் பணியில் ஈடுபட்டிருக்கும் இளைஞர்களுக்காக நிர்வாக பொது அமைப்புகளில் பணியாற்றும் இளைஞர்களிடம் இத்தொகுப்பு பயன்படும் என்று உறுதியாக நம்புகிறேன்.

நூலைத் தொகுத்து வழங்கிய கவிஞர் ஜீவபாரதிக்கு நெஞ்சம் நிறைந்த பாராட்டுக்களைத் தெரிவித்துக் கொள்கிறேன்.

சென்னை - ஆர். நல்லகண்ணு
15.8.2007

முதல் பதிப்புக்கான சிறப்புரை

தோழர்களின் தோழன்

தோழன் என்ற சொல், ஆழமான பொருள் செறிவுடையது. இச்சொல், இதர உறவுகளைக் குறிக்கப் பயன்படும், அண்ணன், தம்பி, நண்பன், மைத்துனன்... என்றழைக்கப்படுவதைவிட பிரிக்க முடியாத, ஆழமான அன்பை அடிப்படையாகக் கொண்ட அருமையான சொல். இதை ஆங்கிலத்தில் 'காம்ரேட்' என்றழைக்கின்றனர். பண்டைய இலக்கியங்களிலும் பயன்படுத்தப்பட்டு வந்த தொன்மையான, பண்பட்ட சொல் இது.

இது கம்யூனிஸ்டுகளால், கம்யூனிஸ்டுக் கட்சியினருக்காக வலிந்து உருவாக்கிக் கொண்ட ஒரு புதிய சொல் அல்ல.

தொன்மைக் காலத்திலிருந்து பண்பட்டு, செழுமை பற்றிய சொல்லை, கம்யூனிஸ்டுகள் பற்றிக் கொண்டனர். இதைத் தமிழ்நாட்டில் பெருமளவில் மக்களைப் பயன்படுத்த வைத்த முதல் மனிதர் தந்தை பெரியார். "தோழர் என்ற சொல்லையே, ஆண், பெண் பால் பிரிவுகள் காட்டாமல் பயன்படுத்த வேண்டும்" என ஒரு மாநாட்டில் தீர்மானமாக தி.க.வினர், பெரியார் வழிகாட்டுதலில் நிறைவேற்றினர்.

அதை அதிகமாகவும், விடாப்பிடியாகவும் பயன்படுத்தியதால், கம்யூனிஸ்டுகளின் தனியுடமை போல ஆகிவிட்டது.

கம்ப இராமாயணத்தில், இந்தச் சொல், மிக அருமையாக கவி நயத்துடன் பயன்படுத்தப்பட்டுள்ளது. இராமன் கங்கையைக் கடக்க, படகோட்டி குகன் உதவுகிறான். தோழன் ஆகிறான். பின்னர், ராமனுக்கு எதிராக, பரதன் படைகொண்டு வருவதாக எண்ணி, ஆத்திரமடைந்து பேசும்போது, தோழன் என்ற சொல்லைப் பயன்படுத்துகிறான்.

குகன் பேசுவதாக எழுதிய கம்பன் - குகன் படகோட்டியாக வாழும் உழைக்கும் பிரிவைச் சேர்ந்தவன்.

- நாட்டை, அதிகாரத்தை இழந்து காடு நோக்கி வந்தவனுக்கு உதவுகிறவன்.

- படை திரண்டு வருவது கண்டு அஞ்சாது, முழங்கும் போராளியாக நிற்கும் போதுதான்,

"ஆழ நெடுங்கடல், ஆறு கடந்திவர் போவாரோ?
வேழநெடும் படைகண்டு விலகிடும் வில்லாளோ?
தோழன் என்று சொல்லிய சொல் ஒருசொல் அன்றோ?
ஏழமை வேடன் இறந்திலன் என்றெனை ஏசாரோ?"

- என்பது கம்பனின் கவிதை.

"தோழன் என்று சொல்லிய சொல், ஒரு சொல் அன்றோ", "ஏழமை வேடன் இறந்திலன் என்று எனை ஏசாரோ" என்கிறான். தோழன், தோழனுக்கு உதவிட உயிரையும் விடுபவனாக இருப்பான். அவனுக்குத் தான் தோழன் என்ற சொல் பொருந்தும் என்பதை இதைவிட நயத்துடன், வலிமையுடன், பொருள் பொதிந்த உண்மையுடன் கவிச் சக்கரவர்த்தியே கூறிவிட்டான் அல்லவா?

உழைப்பாளி, அநியாயம் கண்டு பொங்குகிறவன், தன் தோழமைக்காக உயிரையும் கொடுப்பவனே தோழன் என்றால், இதற்கு இணையான பிறிதொரு சொல் ஏது? இந்த அர்த்தத்தோடு தோழர்களைப் பார்க்க முயல்வது உண்டு.

நான் கலை இலக்கியப் பெருமன்றத்திற்கு பொதுச் செயலாளர் **'ஆக்கப்பட்ட'** பிறகு, முதல் தடவையாக, எட்டையபுரம் பாரதி விழாவிற்காகச் சென்றேன். ஜீவா இருந்த காலம்.

கண்காட்சி, வில்லுப்பாட்டு, கவியரங்கம், பட்டிமன்றம், கருத்தரங்கம் என மக்கள் திரண்ட விழாவாக நடந்தது. இரவு முழுவதும் நடக்கும். விடிந்த பின் மக்கள் 'வேலைக்காக' கலைந்து செல்லும் கோலாகலக் காட்சி.

இதைச் செம்மையாக நடத்திய மனிதர் தோழர் அழகர்சாமி. சிரித்த முகத்துடன், மாநிற உடற்கட்டுடன், கதராடையில் தோன்றிய மனிதர் எடுத்த எடுப்பிலேயே தோழமை விதை தூவி விட்டார். அவருடன் பழகப் பழக, அவரது பண்பாடு, விருந்தோம்பல், கட்சிப் பற்று, மக்கள் சேவை, இயக்கங்களை இயக்குவது எனத் தொடர்ந்த வாழ்க்கையில், இலக்கிய ஈடுபாடும் அவரை இழுத்தது.

சிற்றம்பலக்கவிராயர் எனும், எழுத்தாளர் ரகுநாதன், எழுத்துலக சிந்தனையாளன் ஜெயகாந்தன், வில்லிசை வேந்தன் பிச்சைக்குட்டி, பேராசிரியர் ராமகிருஷ்ணன், புலவர் கீரன், குமரிஅனந்தன், குன்றக்குடி அடிகளார், சிவகாம சுந்தரி... போன்ற பலரையும் எட்டயபுரம் பாரதி விழாவில் பங்கேற்க வைத்தவர் தோழர் அழகர்சாமி. அவருக்கு உதவிடும் நண்பர்கள் பலர் அங்கிருந்தனர் இருக்கின்றனர்.

ஜீவாவுடன் ஓரிரு ஆண்டுகள்தான் எட்டயபுரம் விழாவில் பங்கு பற்றினோம்.

பாரதிக்கு மணிமண்டபம் திறக்கப்பட்ட நிகழ்ச்சியில் ஜீவா பங்கேற்றதை நேரில் கண்டு, கேட்ட சம்பவத்தை சுவைபடக் கூறுவார் அழகர்சாமி.

இலக்கியத்தளத்தில்தான், நான் அவருடன் முதலில் பழகினேன்.

பின்னர், அரசியல் மேடைகளில் சேர்ந்து பங்கேற்றோம். அவர் தமிழ் நாடு சட்டப்பேரவைக்கு சில முறை தேர்ந்து எடுக்கப்பட்டதை நாடறியும்.

விவசாயிகள் போராட்டத்தில் மாடுகள் கைதானது கோவில் பட்டியில்தானே!

எத்தனை வகையான போராட்டங்கள். பல்லாண்டு, சட்டப்பேரவை உறுப்பினராக இருந்தவர், முகதாட்சண்யம் பாராமல் அமைச்சர்களை விமர்சித்தார்.

எதிர்த்து, கோபத்தினால் கூட, தோழர் அழகர்சாமி மீது குற்றம் கூற யாராலும் முடியவில்லை. அவரது உடையில் அழுக்குப் படிந்தது உண்டு. சலவை செய்யப்படும்.

ஆனால், அவரது நெடுங்கால பொதுவாழ்க்கையில், ஒரு சிறு துரும்பு கூட, அவர்மீது பட்டது இல்லை என்பதுதான், அவரை 'என் தோழர்களின் தோழன்' என்று நான் அழைக்கக் காரணமாயிற்று.

எங்களைப் பேசவிட்டு, அவர் கேட்டு ரசிப்பார். குறைகண்டால், உடனே சுட்டிக்காட்டி விடுவார்.

அவர் ஆற்றிய சட்டமன்றப் பேச்சுக்களைத் தொகுத்துள்ளார் ஜீவபாரதி. அதைப் படித்தால், மக்களுக்காகப் பேசிய மக்களின் பிரதிநிதி என்பது புலப்படும்.

இந்நூலை வெளிக்கொணர இடைவிடாது வற்புறுத்தியது தோழர் இ.எல். ராமர்தான்.

அவரது இடைவிடாத முயற்சியும், தூண்டுதலும், உதவியும், இப்பொழுது கனிந்து, உங்களிடம் நூல் வடிவில் வருகிறது. கட்டாயம் வாங்கிப் படியுங்கள்.

கரிசல் காட்டிலிருந்து புரட்சிக் கீதங்கள் இசைக்கப் பாரதிப் புலவன் வந்தான்.

அதே கரிசல் காட்டிலிருந்து ஒரு போராளி, தோழர் அழகர்சாமியாக வந்துள்ளார்.

அவர் மனநிறைவுடன், ஆரோக்கியத்துடன் நெடுநாட்கள் வாழ வாழ்த்துகிறேன்.

இப்புத்தகத்தை வெளிக்கொணர்வதில் பங்கு கொண்ட கவிஞர் ஜீவபாரதி உள்ளிட்ட அனைவரையும் வாழ்த்துகிறேன்.

– தா. பாண்டியன்

முதல் பதிப்புக்கான என்னுரை
உள்ளே புகுமுன்...

கரிசல்மண் பூமி... மழை பெய்தால் காலில் பூட்ஸ் போட்டது போல் ஒட்டிக் கொள்ளும் களிமண்... எங்கோ எப்போதோ செல்லும் வாகனங்கள்... தெருவிளக்கு இல்லாத தெருக்கள்... கண்மாயில் தேங்கியிருக்கும் தண்ணீரை நம்பிவாழும் ஜீவன்கள்... மழை பெய்தால் இந்தக் கரிசல்பூமி பச்சைகளை ஆடைகளாகச் சூடிக் கொள்ளும் இல்லையெனில் வெட்டுத் தழும்புகளைப் போன்று அந்தக் கரிசல்மண் வரிவரியாகப் பிளந்து கிடக்கும். இதுதான் பழைய கோவில்பட்டி வட்டாரத்தின் அமைப்பு. இந்தப் பின்தங்கிய பூமியில்தான் பாரதி பிறந்தான். அவனுக்குப் பின்பும் அடித்தட்டு மக்களுக்காகவும் தேசவிடுதலைக்காகவும் பலர் களம் இறங்கினர். அவர்களில் பலர் இன்று இல்லை. அவர்கள் பதித்துச் சென்ற காலடிச் சுவடுகள்கூட மெல்ல மெல்ல மறைந்து வருகிறது.

எனக்கு விவரம் தெரிந்த நாட்களில் சுற்று வட்டாரக் கிராமங்களில் செங்கொடி மட்டுமே பறக்கும். ஏதாவதொரு கிராமத்தில் கம்யூனிஸ்ட் கட்சித் தலைவர்கள் கூட்டம் நடக்கும். பாவலர் வரதராஜனின் கச்சேரிக்கும் பிச்சைக்குட்டி வில்லுப் பாட்டுக்கும் சிவகிரி கார்க்கியின் கிராமியப் பாடல்களுக்கும் இந்தப் பகுதி மக்கள் தங்களை இழந்தனர். கிராம பஞ்சாயத்துத் தலைவர்களாக கம்யூனிஸ்டுகளே பதவி வகித்தனர். அடித்தட்டு மக்கள் பிரச்சினையிலிருந்து அமெரிக்க நாட்டு அரசியல்வரை இந்தப் பகுதி மக்கள் அறிந்திருந்தனர். மொத்தத்தில் மக்களின் பாதுகாவலராக இந்தப் பகுதி கம்யூனிஸ்டுகள் திகழ்ந்தனர்.

இத்தகைய வரலாற்றுச் சிறப்புமிக்க கரிசல் மண்ணில் தோன்றிய தோழர் அழகர்சாமி கம்யூனிஸ்டுக் கட்சியில் இணைவதற்கு என்னுடைய சித்தப்பா தியாகி பாலகிருஷ்ணன் அடித்தளமிட்டவர். இந்த பாலகிருஷ்ணன் கம்யூனிஸ்டாவதற்குக் காரணமானவர் என்னுடைய பெரியப்பா தியாகி பூதலபுரம் ஆர். வேலுச்சாமித் தேவர்.

தோழர் அழகர்சாமியுடன் பூதலபுரம் சண்முகம் பிள்ளை, மந்தித்தோப்பு எம்.ஏ. செங்கையா, நாகலாபுரம் குருசாமி பிள்ளை,

பட்டித் தேவன்பட்டி அய்யனு, சிவகுருநாதன், குறுக்குச்சாலை நாகையா திம்மு ரெட்டியார், சுப்பாராஜ், காளியப்பன், வேடநத்தம் குருசாமி, மருதன்வாழ்வு ஏ.கே. அண்ணாசாமி, கோதண்டு, ஆசிரியர் முத்துசாமி எம்.ஆர். வரதராஜன், ஏ.ஜி. பெருமாள், கோடங்கல் கிருஷ்ணசாமி, ராஜகோபால், கசவன்குன்று முத்தையா, கழுகுமலை அழகிரி, கல்லூரணி சன்னாசி, அழகிரிசாமி, ஈராட்சி பரமசிவம், வன்னிக்காளை, இடைசெவல் நடராஜன், பால்ராஜ், குருசாமி, பிதப்புரம் சுப்பையா போன்றோர் இணைந்து பணியாற்றி கரிசல் பூமியில் பொதுவுடைமை இயக்கம் வளர பாடுபட்டு வாழ்ந்து முடிந்தனர்.

தோழர் அழகர்சாமியுடன் பாடுபட்ட வி.வி.ரெங்கசாமி, எல்.அய்யலுசாமி Ex. MLA, கே.வி. ராமசாமி, எழுத்தாளர் சதாசிவம், என்.ராமசுப்பு, இ.எல்.ராமர், எஸ்.எஸ்.தியாகராஜன், காசி விஸ்வநாதன், பொன்னு, பிதப்புரம் ராமசுப்பு போன்றவர்கள் இன்றும் வாழ்ந்து வரலாறு படைத்துக் கொண்டிருக்கிறார்கள். தோழர் அழகர்சாமியின் சாதனைகளை நினைக்கும்போதெல்லாம் மேலே குறிப்பிட்டவர்களும் நினைவுக்கு வருவர். ஒருசிலர் விடுபட்டிருக்கலாம். இருந்தாலும் கரிசல் பூமியில் உழைத்த - உழைக்கும் அந்த மகத்தானவர்களை நெஞ்சில் நிறுத்த வேண்டியது அவசியமாகும்.

தோழர் நல்லகண்ணு அவர்களின் 80-வது பிறந்தநாள் விழாவிற்கான ஏற்பாடுகள் நடந்து கொண்டிருந்தபோது பாலன் இல்லத்திற்குச் சென்றிருந்தேன். அப்போது, "தோழர் இ.எல்.ராமர், சட்டமன்றத்தில் தோழர் அழகர்சாமி ஆற்றிய உரைகளை நீங்கள் தொகுத்து நூலாக்கினால் சிறப்பாக இருக்கும் என்றார். நீங்கள் அதைச் செய்ய வேண்டும்" என்றார்.

அதன்பின் சென்னை வந்து என்னைச் சந்தித்த தோழர் இ.எல்.ராமர், இந்த நூலைத் தயாரிப்பதற்கு அடிப்படைச் செலவுக்கான பணத்தையும் கொடுத்து, விரைந்து பணியை முடிக்க வேண்டினார். இருப்பினும் ஏற்கெனவே நான் ஒத்துக் கொண்ட பணிகளால் இந்த நூலைத் தயாரிப்பதில் காலதாமதம் ஏற்பட்டது.

நான் கட்சி அலுவலகத்திற்குச் செல்லும்போதெல்லாம் தோழர்கள் ஆர்.என்.கே.யும், தா.பா.வும் இந்த நூலைப் பற்றியே விசாரிப்பர். அடிக்கடி தொலைபேசியில் தொடர்பு கொண்டு தோழர் இ.எல்.ராமர் இந்த நூலைப் பற்றி நினைவுபடுத்துவார். இப்படியாக தொடர் விசாரிப்பினால் இந்த நூல் இப்போது வெளிவருகிறது!

1952-இல் நடந்த முதல் பொதுத் தேர்தலில் கோவில்பட்டி தொகுதியில் இந்தியக் கம்யூனிஸ்ட் கட்சி வேட்பாளராக பூதலபுரம்

சண்முகம் பிள்ளை போட்டியிட்டுத் தோற்றார். 1957,1962 தேர்தல்களில் கம்யூனிஸ்ட் கட்சி வேட்பாளராக கோவில்பட்டி தொகுதியில் போட்டியிட்ட தோழர் அழகர்சாமியும் தோல்வியைத் தழுவினார். 1967 தேர்தலில் கம்யூனிஸ்ட் கட்சி வேட்பாளராக கோவில்பட்டி தொகுதியில் தோழர் அழகர்சாமி களம் இறங்கியபோது, காங்கிரஸ் கட்சி வேட்பாளராக கப்பலோட்டிய தமிழன் வ.உ. சிதம்பரனாரின் மகன் ஆறுமுகம் பிள்ளை போட்டியிட்டார். இந்தத் தேர்தலில் வெற்றி பெற்றார் தோழர் அழகர்சாமி.

அண்ணா முதல்வராக இருந்தபோது தமிழக சட்டப்பேரவையில் ஒலித்த தோழர் அழகர்சாமியின் குரல், கலைஞர் கருணாநிதி, எம்.ஜி.ஆர். முதல்வர்களாக இருந்தபோதும் வலுவாக ஒலித்தது. விவசாயிகளின் அவலநிலை, அரிசனங்கள்மீது நடந்த தாக்குதல், தொழிலாளர்களின் குமுறல் என சட்டப்பேரவையில் நுழைந்ததிலிருந்து இறுதிவரை தோழர் அழகர்சாமியின் குரல் கொள்கை முழக்கமாக ஒலித்தது.

என்னுடைய தேடலுக்கு தோழர் அழகர்சாமியின் சில உரைகள் அகப்படவில்லை. இருப்பினும் கிடைத்தவற்றைத் தொகுத்து, ஒவ்வொரு உரைக்கும் தலைப்புக் கொடுத்து இந்த நூலை உருவாக்கி யிருக்கிறேன். கரிசல்மண்ணில் பிறந்த எனக்கு கரிசல்மண் கதாநாயகனின் சட்டமன்ற உரைகளை நூலாக்கும் வாய்ப்புக் கிடைத்தமைக்கு பெரிதும் மகிழ்கிறேன்.

இந்த நூலை வெளியிட வேண்டுமென்று நான் சொல்லியதும் அதை மகிழ்வுடன் ஏற்று விரைந்து நூலாக்கிய ராஜகுமாரி பப்ளிகேஷன் உரிமையாளர் தோழர் என்.கே. கிருஷ்ணமூர்த்தி.

அணிந்துரை, சிறப்புரை வழங்கிய தோழர்கள் ஆர். நல்லகண்ணு, தா. பாண்டியன்,

பிழை திருத்தம் செய்து கொடுத்த இந்தியக் கம்யூனிஸ்ட் கட்சியின் கட்டுப்பாட்டுக் குழு உறுப்பினர் தோழர் எஸ். சோமசுந்தரம்,

சிறந்த முறையில் ஒளி அச்சுச் செய்த முரளி, அழகிய முகப் போவியம் வரைந்த ஓவியர் நாதன் ஆகியோருக்கு இந்த வேளையில் நன்றி சொல்லி மகிழ்கிறேன்.

1, கிழக்கு சர்க்குலர் சாலை, சாந்தோம், சென்னை - 600 028.

என்றும் அன்புடன்
கே.ஜீவபாரதி

என்.சி.பி.எச் முதல் பதிப்புக்கான முன்னுரை

அறிவுத் தொழிற்சாலையான நியூ செஞ்சுரி புத்தக நிறுவனத்தில் நான் பதினைந்தாண்டுகள் பணியாற்றினேன். என் மனைவி இருபதாண்டுகள் பணியாற்றினார். இந்தக் காலகட்டம் நியூ செஞ்சுரி புத்தக நிறுவனம் வளர்ச்சிப் பாதையில் வேகம் எடுத்துக் கொண்டிருந்த காலகட்டம். மிகக் குறைவான ஊதியத்தில் அங்கு பணியாற்றிய அனைவரும் தியாக உணர்வுடன் பணியாற்றினோம். ஏனெனில் அங்கு பணியாற்றிய பலரும் கட்சிக் குடும்பத்தில் இருந்து வந்தவர்கள்.

நான் நியூ செஞ்சுரி புத்தக நிறுவனத்தில் பணியாற்றிக் கொண்டிருந்த போது என்னுடைய 'ஒரு முடிவுக்கு வாருங்கள்!' என்ற கவிதை நூலை நியூ செஞ்சுரி புத்தக நிறுவனம்தான் வெளியிட்டது. இதுதான் அச்சில் வந்த என்னுடைய முதல் நூலாகும்.

நியூ செஞ்சுரி புத்தக நிறுவனத்திலிருந்து நான் விடுபட்டு, இயக்குநர் மணிவண்ணனிடம் உதவி இயக்குநராக 11 படங்களில் பணியாற்றினேன். அதனால் அந்தக் காலகட்டத்தில் எழுத்துப் பணியில் என்னால் கவனம் செலுத்த இயலவில்லை. அங்கிருந்து நான் விடுபட்டு, எழுத்தை முழு நேரத் தொழிலாகக் கொண்டபோது என்னுடைய 'உலகப்பன் : காலமும் கவிதையும்' என்ற ஆய்வு நூலை நியூ செஞ்சுரி புத்தக நிறுவனம்தான் வெளியிட்டது. இந்த நூல் தமிழ்நாடு அரசின் தமிழ் வளர்ச்சித் துறையிடமிருந்து முதல் பரிசைப் பெற்றது. அதன்பின் நீண்ட இடைவெளி. இருப்பினும் பல்வேறு பதிப்பகங்களில் தொடர்ந்து என் நூல்கள் வெளிவந்து கொண்டுதான் இருந்தன. அந்த வகையில் இதுவரை 114 நூல்கள் வெளிவந்திருக்கின்றன.

சிறுவயதிலிருந்தே என் மீதும் என் எழுத்தின் மீதும் பேரன்பு கொண்ட நியூ செஞ்சுரி புத்தக நிறுவனத்தின் தலைவர் தோழர் த.ஸ்டாலின் குணசேகரன்; எந்த நிகழ்வையும் இயக்க வளர்ச்சியோடு ஒப்பிட்டுப் பார்த்து, சமரசமற்ற முடிவுகளை எடுக்கும் நியூ செஞ்சுரி புத்தக நிறுவனத்தின் மேலாண்மை இயக்குநர் தோழர் க. சந்தானம் ஆகியோரின் அணுகுமுறையும், சீரிய அரசியல் பார்வையும் இந்த நூலின் மூன்றாம் பதிப்பான இந்தப் பதிப்பு வெளிவரக் காரணமாயின. அவர்களுக்கும், நிறுவனத்தில் பணியாற்றும் அனைவருக்கும் என் நன்றி என்றும் உண்டு.

நான் பயின்ற பல்கலைக் கழகமான நியூ செஞ்சுரி புத்தக நிறுவனத்திலிருந்து என்னுடைய நூல்கள் வெளி வருவதைக் கண்டு பெரிதும் மகிழ்கிறேன்.

22.07.2024 என்றும் அன்புடன்
கே.ஜீவபாரதி

C -5, இரண்டாவது தளம்,
டர்ன்புல்ஸ் 3-வது குறுக்குத் தெரு,
நந்தனம்,
சென்னை - *600 035.*
செல் : *9445419088*

பொருளடக்கம்

1) தமிழக முதல்வராக அண்ணா... (1967-1969 ஜனவரி)

- ★ உழைப்போருக்கு எதிராக போலீஸ் — 25
- ★ பாரதி பெயரில் நூற்பாலை — 27
- ★ நிலவரி மீது நியாயம் தேவை! — 28
- ★ ஆட்சி மாற்றமும் விவசாயிகள் எதிர்பார்ப்பும் — 29
- ★ அனைத்துக் கல்விக் கூடங்களையும் அரசே ஏற்று நடத்துக! — 33
- ★ கட்டுமரம், வலைகள் ஆகியவற்றை அரசே வாடகைக்கு விட வேண்டும். — 37
- ★ டாக்டர் இருந்தால் மருந்து இல்லை; மருந்து இருந்தால் டாக்டர் இல்லை! — 39
- ★ அனைத்து அதிகாரமும் பஞ்சாயத்திற்கே! — 43
- அரிசன மக்கள் வாழ்க்கையும் அரசாங்க உதவியும் — 47
- ★ மூடிய ஆலைகளும் வாடும் தொழிலாளர்களும் — 50
- ★ கூட்டுறவு சங்கங்களில் கடன்பெற எத்தனை எத்தனை சிக்கல்கள்? — 53
- ★ விவசாயப் பொருள்களுக்கு அரசே விலை நிர்ணயம் செய்ய வேண்டும்! — 58
- ★ விவசாயம் செழிக்க மின்சாரம் தேவை! — 59
- ★ நிலத் தகராறும் போலீஸார் அத்துமீறலும் — 62
- ★ வெண்மணிக் கொடுமையும் வேடிக்கை பார்த்த போலீசும்! — 65

2) தமிழக முதல்வராக கலைஞர்... (1969 மார்ச் 1971)

- ★ பள்ளி கல்லூரி பெயர்களில் சாதிப்பெயரை நீக்குக! — 69
- ★ நில உச்சவரம்புச் சட்டத்தில் அடிப்படை மாற்றம் தேவை! — 72

- ★ அலுமினியத் தொழிற்சாலைக்குச் சலுகை! விவசாயிகளுக்குக் கொடுமை! — 75
- ★ பஸ் தேசியமயமாக்கலும் வேலை இழக்கும் தொழிலாளர்களும் — 78
- ★ நிலம் இல்லா விவசாயிகளுக்கு நிலம் வழங்குக! — 79
- ★ வாங்கும் கடனும் வட்டி விகிதமும் — 80
- ★ ஊராட்சி ஒன்றியத் தலைவர்களை நேரடியாகத் தேர்ந்தெடுக்க வேண்டும்! — 83
- ★ நில உச்ச வரம்பில் காங்கிரஸ் ஆட்சியும் கழக ஆட்சியும்! — 85
- ★ நிலமீட்சிக் கிளர்ச்சியும் அரசின் அணுகுமுறையும் — 89

3) தமிழக முதல்வராக கலைஞர்... (1971 - 1977)

- ★ வருவாய்த் துறையின் செயல்பாடுகளை மாற்றுக! — 91
- ★ கூட்டுறவுத் துறையின் ஒழுங்கீனங்களும் கடனில் சிக்கிய விவசாயிகளும்! — 95
- ★ கூட்டுறவு சங்கங்களில் சந்தானம் கமிட்டி சிபாரிசை அமல் நடத்துக! — 101
- ★ விவசாயிகளின் உற்பத்திப் பொருள்களில் கொள்ளை இலாபமடிக்கும் இடைத்தரகர்கள் — 104
- ★ ஆட்சிகள் மாறினாலும் போலீசாரின் போக்கில் மாற்றமில்லை! — 106
- ★ பாசன வசதிகளை அரசே செய்து தருக! — 109
- ★ நிலவள வங்கியும் நெஞ்சுருகும் விவசாயிகளும் — 113
- ★ அமைச்சரை அழைக்காததால் கடன்வழங்க மறுப்பு! — 116
- ★ கால்நடை வளர்ப்பும் பால் உற்பத்தியும் — 119
- ★ தண்ணீர் இறைக்கும்போதே மாடுகள் ஜப்தி! — 123
- ★ விவசாயிகள் மீது ஆளுவோரின் அடக்குமுறை! — 125
- ★ விவசாய நிலங்களும் வரிவிதிப்புக் குழப்பமும்! — 130
- ★ வருமானம் இல்லாத விவசாயிக்கும் வரியா? — 132
- ★ திருத்தத்தைத் திருத்த வேண்டும்! — 136
- ★ உச்சவரம்பும் மிச்ச நிலமும் — 138

4) தமிழக முதல்வராக எம்.ஜி.ஆர்... (1977 - 1980)

- ஆளுநர் உரையும் விடுபட்ட திட்டங்களும் — 141
- சிறு விவசாயிகளுக்காக சிந்திக்க வேண்டும்! — 149
- ஊழியர்கள் போராட்டமும் முதலமைச்சர் அணுகுமுறையும் — 153
- மக்களுக்காகச் சட்டமா? சட்டத்திற்காக மக்களா? — 157
- இந்த ஆட்சியின்மீது ஏன் நம்பிக்கை இல்லை? — 159

5) தமிழக முதல்வராக எம்.ஜி.ஆர்... (1980 - 1984)

- உரத்தைப் பரிந்துரைக்கும் அதிகாரிகள் நியாயமான விலையைச் சொல்லுவதில்லை! — 179

6) தமிழக முதல்வராக கலைஞர்... (1989 - 1991)

- வேலையை இழக்கிறான் தொழிலாளி
  வேதனையில் வாடுகிறான் விவசாயி — 189
- மரம் இல்லையேல் மழை இல்லை
  மழை இல்லையேல் வளம் இல்லை — 201
- கல்வி என்பது வியாபாரமாகி விட்டது! — 215
- உபதேர்தலுக்கு அமைச்சர்கள் செல்லக் கூடாது! — 224
- மார்க்கெட் கமிட்டிகள் வியாபாரிகளின் தரகர்கள் — 230
- சங்கம் அமைப்பதைத் தடுக்கலாமா? — 241
- ரெடிமேட் துணிகளும் விற்பனை வரியும் — 247
- பயனாளர்கள் கூடக்கூட பணியாளர்களையும்
  அதிகரிக்க வேண்டும்! — 248

1. தமிழக முதல்வராக அண்ணா...
(1967 - 1969 ஜனவரி)

உழைப்போருக்கு எதிராக போலீஸ்*

மதிப்பிற்குரிய உதவி சபாநாயகர் அவர்களே, 'போலீஸ் இலாகா மானியக் கோரிக்கையின் மீது என்னுடைய கருத்துக்களைச் சொல்கிறேன். இன்றைய போலீஸ் இலாக்காவின் நடவடிக்கைகளைப் பற்றி மதிப்பிற்குரிய சக உறுப்பினர்கள் பலபேர் சொன்னார்கள். அதாவது ஜனநாயக நாட்டுக்கு உகந்த முறையில் அந்த நடவடிக்கை இல்லை என்பதைத்தான் அது காட்டுகிறது. அதுவும் குறிப்பாக உழைக்கக் கூடிய ஏழை எளிய மக்கள் போலீஸ் இலாகாவின் மூலம் பலவிதமாக தொந்தரவுகளுக்கு ஆளாகப் போகிறார்கள்.

ஆங்கிலேயர் ஆட்சியில் போலீஸ் இலாகா மக்களை அடக்கி ஒடுக்கு வதற்காக அமைக்கப்பட்டது. அதே முறைகள்தான் இன்னமும் தொடர்ந்து நடைபெற்று வருகின்றன. குற்றம் செய்தவர்கள் உண்மை யாகக் கண்டு பிடிக்கப்பட்டு தண்டிக்கப்படுவதில்லை. குறிப்பாக ஹரிஜனங்கள் வசிக்கக் கூடிய பகுதிகளுக்கு வந்து பார்த்தால் தெரியும். ஒரு குற்றமும் செய்யாத தாழ்த்தப்பட்ட மக்களைப் பிடித்து பொய்யாகப் பல கேஸ்கள் அவர்கள் மீது போட்டு வதைக்கிறார்கள். கள் குடித்தார் என்றோ, சாராயம் காய்ச்சினார் என்றோ ஏழை எளிய மக்கள் தண்டிக்கப்படுகிறார்கள்.

இப்போது சமீப காலமாக தஞ்சை மாவட்டத்தில் நிலச்சுவான்தார் களுக்கு அனுசரணையாக அவர்களது குடியிருப்பு மனையைக் காலி செய்வதாக அவர்களைவிட்டே எழுதித்தரச் சொல்லி வாங்கி வருவதாக தகவல்கள் வந்து கொண்டிருக்கின்றன. அதே மாதிரியாக இராமநாதபுரம் மாவட்டத்தில் தேவதானம் என்கிற தேவஸ்தானத்திற்கு உட்பட்ட நிலங்களில் சாகுபடி செய்கிற விவசாயிகளை, பெரிய மனிதர்களின்

★ போலீஸ் மானியக் கோரிக்கை மீது 1967 ஜூலை 5 அன்று பேசியது.

தூண்டுதல் பேரில் அவர்களுடைய சாகுபடி நிலங்களில் மகசூலை கொள்ளையடிப்பதாக தகவல் வந்திருக்கிறது.

இப்படி சாதாரண ஜனங்களின் வாழ்க்கையில் போலீஸ் குறுக்கிடுகிற போது, அதை எடுத்துச் செல்ல பொதுஜனப் பிரதிநிதிகள் போகிறபோது அவர்களுக்கு கொடுக்க வேண்டிய மரியாதையைக் கொடுப்பதில்லை. சென்ற காலத்தில் இருந்து இப்படி அவர்கள் நடந்து வருவதை மாற்றி, மக்களுடைய பிரதிநிதிகள் நேரிடையாக போகிற போது அவர்களுக்குரிய மரியாதையைக் கொடுப்பதற்கு வேண்டிய நடவடிக்கைகளை எடுத்துக் கொள்ள வேண்டுமென்று பணிவோடு கேட்டுக் கொள்கிறேன்.

அடுத்தபடியாக, சந்தேகக் கேஸ்கள் என்று போட்டு சாதாரண ஏழை எளிய மக்களுக்கு போலீஸ்காரர்கள் இழைத்து வருகிற கொடுமை சொல்ல முடியாது. திடீரென்று போகிறார்கள். அங்குள்ள வர்கள் அத்தனை பேர்களையும் பிடித்து வந்து விடுகிறார்கள். சந்தேகக் கேஸ்கள் என்று போடுவதைத் தடுத்து நிறுத்த வழிசெய்ய வேண்டும்.

அடுத்தபடியாக, தீ அணைக்கும் படை நமது ராஜ்யத்தில் 55 இடங்களில் இருப்பதாகச் சொல்லப்படுகிறது. குறிப்பாக ஒவ்வொரு தாலுக்கா தலை நகரத்திலும் இந்தப் படையை வைத்தாக வேண்டும். தீ விபத்துக்கள் என்ன காரணத்தினாலே இப்போது அடிக்கடி ஏற்பட்டு வருகின்றன. கோவில்பட்டி பக்கத்தில் கூட சமீபத்தில் ஏற்பட்டது. 80, 90 ஹரிஜன மக்களின் வீடுகள் சேதமாகயிருக்கின்றன. கோவில்பட்டிக்கு 40 மைல் தூரத்திற்குள் தீ அணைக்கும் படையில்லை. ஆகவே, கோவில்பட்டியில் தீ அணைக்கும் படையை நிறுவவேண்டும். ஒவ்வொரு தாலுக்கா தலைநகரத்திலும் ஏற்படுத்த வேண்டுமென்று தெரிவித்துக் கொள்கிறேன்.

அடுத்தபடியாக, போலீஸ்காரர்கள் குறைந்த வருமானத்தினால் கஷ்டப்பட்டுக்கொண்டு வருகிறார்கள். வீட்டு வசதி இல்லாமல் இருக்கிறது. அதையும் கவனிக்க வேண்டுமென்று கேட்டுக் கொள்கிறேன்.

அதுமட்டுமல்லாமல் எல்லா இடத்திலும், எல்லா ஊர்களிலும் டீ கடைகள் மாதிரி அரிஷ்டக் கடைகள் வந்துவிட்டன. மருந்துக்கடை என்று லைசென்ஸ் வாங்கி, போதை தரக்கூடிய வஸ்துக்களை விற்கிறார்கள். இந்த அரிஷ்டக் கடைகளைத் தடை செய்வதற்கான ஏற்பாடுகளைச் செய்ய வேண்டுமென்று கேட்டுக் கொண்டு முடித்துக் கொள்கிறேன்.

பாரதி பெயரில் நூற்பாலை★

மாண்புமிகு உதவி சபாநாயகர் அவர்களே, தொழில் துறை மானியத்தின் மீது என்னுடைய கருத்துக்களையும் சொல்ல விரும்புகிறேன்.

இன்றைக்குக் கிராமங்களில் அதிகமாக ஒரு சில காலங்களில் வேலையில்லாமல் இருக்கிறார்கள். குறிப்பாக அந்த நேரங்களில் அவர்கள் ஈடுபடும் வகையில், உப தொழில்களாகச் சிலவற்றை ஆரம்பித்தால், அந்தக் கிராம மக்கள் நகரத்தை நோக்கிவந்து தொழில் நெருக்கடியை உண்டாக்கும் நிலையைப் போக்க முடியும். இன்றைக்குப் பல தொழில்களைப் பஞ்சாயத்து யூனியன்கள் மூலம் ஆரம்பிக்க ஏற்பாடு செய்திருந்தாலும், ஒன்றிரண்டு இடங்களில் அவை சரியாக நடைபெறவில்லை.

இன்றைக்கு இருக்கும் நிலையில், அலுமினிய ஏனங்களைத் தயாரிக்கும் தொழில், மூங்கில் இவற்றை வைத்துச் செய்யக்கூடிய தொழில் இவற்றை ஆரம்பிக்கலாம். அது மட்டுமல்ல, தீப்பெட்டி செய்ய கிராமங்களில் மேற்கொண்டதன் விளைவாக அவர்களுக்கு வேலை வாய்ப்பு இருந்து வந்தது. இப்பொழுது உள்ள உத்தரவுப்படி, ஏ, பி, ஸி. என்று இருக்கக் கூடியதை மாற்றி, பி வகுப்புக்கு மாற்றப் பட்டிருக்கிறது. அதனால் பல கஷ்டங்கள் ஏற்பட்டிருக்கின்றது. தீப்பெட்டித் தொழில் கிராம மக்களுக்கு நல்ல வேலை வாய்ப்பு கொடுத்துக் கொண்டு வந்தது.

இன்றைக்கு இந்த உத்தரவு காரணமாக, அவர்களுக்கு வேலை வாய்ப்புக் கெடும் ஆபத்து ஏற்பட்டிருக்கிறது. அதைப் போக்க நம்முடைய அரசு மத்திய சர்க்காரை அணுகி வற்புறுத்தி, முன்னால் இருந்த 'ஸி' வகுப்பு சலுகையை தொடர்ந்து அளிக்கும் முறையை மாற்றக்கூடாது என்று முயற்சிக்க வேண்டும் என்று கேட்டுக் கொள்கிறேன். அதே நேரத்தில் இன்று கைத்தறித்தொழில் மிக மோசமாகப் பாதிக்கப்பட்டிருக்கிறது. அதற்குக் காரணம் நம்முடைய மாநிலத்தில் 13 கூட்டுறவு மில்கள் ஆரம்பித்திருந்தும் கைத்தறி நெசவாளர்களுக்கு மலிவாக நூல் கிடைக்காத நிலைமையிருப்பதால்தான்.

ஆகவே, இதைச் சீராகக் கவனித்து இன்று ஏற்பட்டிருக்கும் நெருக்கடியைத் தணித்து அவர்களுக்கு நூல் விலை உயர்ந்து கஷ்ட நிலைமை ஏற்படாதவாறு பார்த்துக் கொள்ள வேண்டும். தொழிலில்

★ 1967-68-ம் ஆண்டிற்கான தொழில் துறை மானியக் கோரிக்கையின் மீது 1967 ஜூலை 8 அன்று பேசியது

ஈடுபட்டிருக்கும் கைத்தறி நெசவாளர் கூட்டுறவு சங்கம் மூலமாகச் சேர்ந்து சங்கத்திலே உற்பத்தி செய்யக்கூடிய காலத்தில் அந்தத் துணி விற்பனை ஆகாத நிலையில், அதை வாங்குவதற்கு மத்தியக் கூட்டுறவுச் சங்கம் அதிகமாக ஒதுக்கித் தராத காரணத்தால் கூட்டுறவுச் சங்கங்களில் தேக்கம் ஏற்பட்டு, அந்தத் தொழில் நடக்க முடியாத நிலைமை, ஒரு மாதத்தில் இரண்டு வாரம், மூன்று வாரம்தான் அந்தத் தொழில் நடக்கும் நிலைமை மாதம் பூராவும் செய்ய முடியாத நிலைமை ஏற்பட்டிருக்கிறது.

எனவே, அந்தக் கூட்டுறவுச் சங்கங்கள் ஜவுளி விற்பனை செய்தது போக மீதியை வாங்கிக் கொள்ளச் செய்ய மத்திய சங்கத்திற்கு அரசாங்கம் அதிக நிதி ஒதுக்கீடு செய்ய வேண்டும். இந்தக் கூட்டுறவுச் சங்கங்கள், அவர்களுக்கு அரசாங்கத்திலிருந்து, வங்கிகளிலிருந்து கொடுக்கப்படும் கடன்கள் முன்னால் வாங்கிய அளவுக்கு வாங்க முடியாத நிலை ஏற்பட்டு, சென்ற காலத்திலே சங்கங்களில் தொடர்ந்து விற்பனை இல்லாமல், தொழில் சரியாக நடக்க முடியாததுமான நிலை ஏற்பட்டது. அதைப் போக்குவதற்கும், அந்தக் கைத்தறியாளர்களுடைய தொழிலுக்குக் குறைந்த விலையில் நூல் கொடுப்பதை கூட்டுறவு மில்களுக்கு மானியமாகவோ அல்லது விற்பதற்கு வேண்டிய உதவியையோ செய்து, கூட்டுறவுச் சங்கங்களுக்கு மலிவாக நூல் கொடுப்பதற்கு அரசாங்கம் ஆவன செய்யுமாறு வேண்டிக் கேட்டுக் கொள்கிறேன்.

தேக்கம் அடையக்கூடிய ஜவுளிகளை வாங்குவதற்கு மத்திய கூட்டுறவுச் சங்கத்திற்கு அதிக நிதி உதவி அளிக்க வேண்டும். கோவில்பட்டி வட்டாரத்தில் இதற்கு முன்னாலுள்ள அரசு கூட்டுறவு நூற்பு மில் ஏற்படுத்துவதாய் ஏற்பாடுகள் செய்து கொண்டு வந்தது. அந்த ஏற்பாட்டின்படி நூற்பு ஆலை எட்டயபுரத்தில் பாரதியின் பெயரால் ஏற்படுத்தி அந்த வட்டாரத்திலுள்ள கைத்தறித் தொழிலில் ஈடுபட்டிருக்கும் அதிகமான நெசவாளர்களுக்கும், அதே நேரத்தில் பருத்தி உற்பத்தியாளர்களுக்கும், ஜமீன் ஒழிப்பினால் பாதிக்கப் பட்டவர்களுக்கும் வேலை வாய்ப்பு அளிக்க வேண்டுமென்று கேட்டுக் கொண்டு என்னுடைய உரையை முடித்துக் கொள்ளுகின்றேன்.

நிலவரி மீது நியாயம் தேவை!*

தலைவர் அவர்களே, இந்தத் திருத்த மசோதாவிலே ஸ்டாண்டர்டு ஏக்கர் என்பதற்குக் கொடுக்கப்பட்ட நிர்ணயிப்பில் சில மாற்றங்கள் கொண்டுவர வேண்டுமென்று விரும்புகிறேன். இது முன்னாலே

---

* நிலவரி மசோதா மீது 1968 பிப்ரவரி 19 அன்று பேசியது.

இருந்த நிர்ணயிப்பை அப்படியே ஏற்றுக் கொள்வதாக இருக்கிறது. ஒன்றரை ரூபாய்க்குக் குறைவாகத் தீர்வை செலுத்தக்கூடிய நிலங்களுக்கு நான்கு ஏக்கர் ஒரு ஸ்டாண்டர்டு ஏக்கர் என்பதற்குப் பதிலாக எட்டு ஏக்கர் ஒரு ஸ்டாண்டர்டு ஏக்கர் என்றும், ஒன்றரை ரூபாய்க்கு அதிகமாகத் தீர்வை செலுத்தக்கூடிய நிலங்களுக்கு மூன்று ஏக்கர் ஒரு ஸ்டாண்டர்டு ஏக்கர் என்பதற்குப் பதிலாக ஆறு ஏக்கர் ஒரு ஸ்டாண்டர்டு ஏக்கர் என்றும் மாற்ற வேண்டுமென்று கேட்டுக் கொள்கிறேன்.

வரி விதிப்பைப் பொறுத்தவரை 20 ஸ்டாண்டர்டு ஏக்கர் வைத்திருக்கின்ற விவசாயி முன்பு ரூ.34.75 வரி செலுத்த வேண்டுமென்றால் இனி ரூ.140.65 வரி செலுத்த வேண்டும். முந்திய வரியை விட நான்கு மடங்கு அதிகமாக இருக்கிறது. விவசாய வருமான வரியைப் பொறுத்த வரையில் பெரிய அளவு நிலம் வைத்திருப்பவர்களைப் பாதிக்கக் கூடிய வகையில் வரியைக் கூட்டுவதை ஆதரிக்கிறேன்.

ஆனால் 20 ஸ்டாண்டர்டு ஏக்கர் வைத்துக் கொண்டு நேரடியாக நிலத்தில் பாடுபடக் கூடிய சாதாரண விவசாயி அதிகமான அளவு வரி செலுத்தக் கூடிய நிலை ஏற்பட்டால் உற்சாகமாக வேலை செய்ய முடியாது. ஆகவே, 20 ஸ்டாண்டர்டு ஏக்கருக்கு உள்ளாக இருப்பவர்களுக்கு வரியைக் குறைக்க வேண்டும். முதல் 12½ ஸ்டாண்டர்டு ஏக்கருக்கு விதிக்கப்பட்ட வரியை ஒரு ஸ்டாண்டர்டு ஏக்கருக்கு 5 ரூபாயாகக் குறைக்க வேண்டும் என்று கேட்டுக் கொள்கிறேன்.

ஸ்டாண்டர்டு ஏக்கர் விகிதங்களைப் பொறுத்தவரை 1½, ரூபாய்க்குக் கீழ் தீர்வை செலுத்தக் கூடிய புஞ்சை நிலங்களில் எந்த விதமான வருமானமும் இல்லாதிருப்பதால் 4 ஏக்கர் ஒரு ஸ்டாண்டர்டு ஏக்கர் என்று இருப்பதை 8 ஏக்கர் என்றும், 1½, ரூபாய்க்கு மேல் இருப்பதற்கு 3 ஏக்கர் என்று இருப்பதை ஆறு ஏக்கர் என்றும் மாற்ற வேண்டுமென்று கேட்டுக் கொள்கிறேன்.

ஆட்சி மாற்றமும் விவசாயிகள் எதிர்பார்ப்பும்★

தலைவர் அவர்களே, முதலமைச்சர் அவர்கள் சமர்ப்பித்த இந்த நிதிநிலை அறிக்கையின் மீது என்னுடைய கருத்துக்களைச் சொல்ல வாய்ப்பளித்தமைக்கு நன்றி. இந்த அறிக்கை இதற்கு முன்னாலே சமர்ப்பிக்கப்பட்ட அறிக்கைகளினின்றும் பூரணமாக மாறுபட்டிருக்கிறது என்று நினைக்கிறேன். இதற்கு முன்னால் ஒவ்வொரு வருஷமும் வரிகள் போட்டுக் கொண்டே வருவது வழக்கம். இப்போது எந்த

★ 1968-69-ம் ஆண்டிற்கான வரவு செலவுத் திட்டத்தின் பொது விவாதத்தில் 1968 மார்ச் 4 அன்று பேசியது.

விதமான வரிகளையும் போடாமல் இருப்பதால் மக்கள் எல்லோரும் மகிழ்ச்சியோடு நல்ல முறையில் இந்த நிதிநிலை அறிக்கைக்கு வரவேற்பை அளித்தார்கள்.

ஆனால், அந்தச் சந்தோஷம் நீங்கக்கூடிய முறையில் மத்திய சர்க்கார் பட்ஜெட் மறுநாளே வந்தது. மக்களை கவலையில் ஆழ்த்தக் கூடிய முறையில் கார்டு, கவர்களில் இருந்து மற்ற பல பொருள் களுக்கும் வரியை உயர்த்தி விட்டார்கள்.

இந்த நிதிநிலை அறிக்கையிலே புதிய அம்சம் என்னவென்றால் பொதுவான நிலைமைகள் நாட்டிலுள்ள நிலைமைகளைப் பற்றிச் சொல்லும் போது மத்திய சர்க்கார் நிதியை ஒதுக்கக்கூடிய நேரத்தில் இன்ன மாதிரி ஒதுக்க வேண்டும், அதிக நிதி மாநிலங்களுக்குக் கிடைக்க வழி செய்ய வேண்டுமென்று கூறிய அதே நேரத்தில், மத்திய சர்க்காருக்குக் கொடுக்க வேண்டிய கடன்களும், வட்டியும் நம்முடைய சக்திக்கு மீறிய அளவில் ஏறியிருக்கின்றன என்பதைச் சொன்னதோடு மட்டுமல்லாமல், வருமான வரியை வசூல் செய்யாமல் 550 கோடி ரூபாய்வரை பாக்கி வைத்துக் கொண்டு பாராமுகமாக இருப்பது பற்றியும் அறிக்கையில் குறிப்பிட்டிருப்பது பாராட்டத்தக்கது. பலவிதமான தொழில்கள் ஏற்பட்டு, உற்பத்தி பெருகியிருந்தாலும் கூட மக்களுடைய தேவைகள் பூர்த்தி செய்யப்படாத நிலை இருக்கிறது என்பதையும் சுட்டிக் காட்டியிருக்கிறார்கள்.

நம் நாட்டில் தொழிற்சாலைகளில் உற்பத்தி பெருகினால் கூட விலைகள் நாளுக்கு நாள் ஏறிக்கொண்டேயிருக்கிறது. அதோடு சாதாரண மக்கள் பொருள்களை வாங்கக்கூடிய சக்தியும் நாளுக்கு நாள் குறைந்து கொண்டிருக்கிறது என்ற நிலை ஏற்பட்டிருக்கிறது என்பதையும் இங்கு தெளிவாக குறிப்பிட்டுள்ளார்கள். சென்ற கால மத்திய அரசாங்கத்தின் கொள்கைகளினாலும், புதிய வரிகளினாலும் தொல்லைகள் பல ஏற்பட்டுள்ளன. இன்று வேளாண்மை உற்பத்தி எதிர்பார்த்த அளவில் பெருகவில்லை என்றும் குறிப்பிடப்பட்டிருக்கிறது. அதற்குக் காரணம் விவசாயிகளுக்கும் விவசாயத் தொழிலாளர் களுக்கும் கிடைக்கக் கூடிய வருமானம் குறைந்திருப்பது ஒருபுறமிருக்க, அவர்கள் வாங்கும் பொருள்களின் விலைகள் கூடிக் கொண்டிருப்பது மாகும்.

ஆகவே, தொழிற்சாலைகளில் உற்பத்தி பெருகியிருப்பினும் அப்பண்டங்கள் விற்கப்படாமல் அவை தேங்கிக் கிடக்கும் நிலை ஏற்பட்டிருக்கிறது. அதைப் போக்க மத்திய அரசாங்கத்துடன் கடுமை யாகப் பேசி அக்குறை நிவர்த்திக்கப்பட வேண்டும்.

நம் மாநில அரசாங்கத்தைப் பொறுத்தவரையில், வரி ஆதாரங்களை அதிகப்படுத்த பஸ்களை தேசியமயமாக்கும் காலத்தில் இன்று பேருந்துகளுக்கு ஒரு உச்சவரம்பு நிர்ணயிக்கலாம். பத்து பேருந்து களுக்கு மேல் வைத்திருக்கும் முதலாளிகளின் ரூட்களை சர்க்கார் எடுத்து தேசியமயமாக்க வேண்டும். விற்பனை வரியையும் கறாராக வசூல் செய்தால் நம் வருமானம் அதிகப்படும்.

அடுத்து, விவசாயிகள் இடையே ஒரு பெரிய ஏக்கம் இருக்கிறது. இந்த சர்க்கார் வந்த பிறகு நமக்கு பல சலுகைகள் கிடைக்கும், சென்ற காலங்களில் இருந்த தொந்தரவுகள் நீங்கி வேண்டிய உதவிகள் சாதாரணமாகக் கிடைக்கும் என்று எதிர்பார்த்தவர்கள் இன்று அவை கிடைக்காத நிலையில் ஏக்கத்தோடு இருக்கிறார்கள். சர்க்கார் பலவித உத்தரவுகளைப் போட்டாலும் அதை அமல்படுத்தக்கூடிய அதிகாரிகள் பழைய கால மனப்போக்கில்தான் நடந்து கொண்டு வருகிறார்கள்.

நெல்லை மாவட்டத்தைப் பொறுத்தவரையில் கொள்முதலை எடுத்துக் கொண்டால் ஒரு ஏக்கருக்கு கீழேயுள்ளவர்களிடம் கொள்முதல் செய்வதில்லை என்று அரசு உத்தரவிட்டிருந்தும் கூட ஒரு ஏக்கருக்கு கீழேயுள்ள அரை ஏக்கர் உள்ளவரிடம் இருந்து கூட கட்டாயக் கொள்முதல் செய்து, அவர்களுக்கு தொந்தரவு கொடுக்கிறார்கள். விவசாயிகள், கடன் போன்ற பிற வசதிகளைப் பெற அதிகாரிகளிடம் செல்லும் போது, சென்ற காலத்தில் கடைப்பிடிக்கப்பட்ட அதே கொள்கைப்படிதான் அவர்கள் நடந்து கொள்கிறார்கள். ஸ்டேட் லோன், சிறு சேமிப்பு என்று இப்படி பலவிதமாக வசூல் செய்து வருகிறார்கள்.

ஒரு விவசாயி கிணறு வெட்ட கடனுக்குப் போகும் போது ஸ்டேட் லோனுக்காக 500 ரூபாய் கடன் பத்திரம் வாங்கச் சொல்லி அந்த ரூபாயை வேறு ஒருவரிடமிருந்து பெற இந்த விவசாயி 125 ரூபாய் இனாமாகக் கொடுக்க வேண்டியிருக்கிறது. அதற்கு ரசீது கொடுப்பதில்லை. இப்படிப்பட்ட தொந்தரவுகள் பல இருக்கின்றன. நெல்லை மாவட்டத்தைப் பொறுத்த வரையில், கோவில்பட்டி தாலுகாவில் பல இடங்களில் காலம் தாழ்த்தி மழை பெய்ததால் அதாவது காலம் கடந்து பெய்ததன் காரணத்தினால் புன்செய் பயிர்கள் மிகவும் பாதிக்கப்பட்டிருக்கின்றன. பல இடங்களில் நன்செய் நிலங்கள் கூட பாதிக்கப்பட்டிருக்கின்றன.

நம்பிபுரம் என்ற இடத்தில் ஆயிரம் ஏக்கர் நன்செய் நிலம் சாவியாகப் போயிருக்கிறது. வண்டானம் கண்மாயில் உடைப்பு ஏற்பட்டதால் அங்கும் பயிர் தீய்ந்து போயிருக்கிறது. அதுபற்றி நான் ஒரு தீர்மானம் கொண்டு வந்த போது அங்குள்ள கலெக்டர் அங்கு

நல்லமுறையில் விளைந்திருப்பதாகவும் ஆகவே அங்கு நிவாரண வேலைகள் வேண்டியதில்லை என்று சொல்லி உள்ளதாகவும் அமைச்சர் அவர்கள் கூறினார்கள். அதுபற்றி அந்த வட்டாரத்து மக்கள் இப்போது பல மகஜர்கள் அனுப்பியிருக்கிறார்கள்.

ஆகவே அந்த வட்டாரத்திலுள்ள பொதுஜன ஸ்தாபனங்கள், தேர்ந்தெடுக்கப்பட்ட பொதுஜன ஊழியர்கள் இவர்கள் சொல்லக்கூடிய வார்த்தைகளில் கொஞ்சம் உண்மையிருக்கிறது என்பதை மனதில் கொண்டு அது விஷயத்தில் நடவடிக்கைகள் எடுக்க வேண்டுமென்று கேட்டுக் கொள்கிறேன். அந்த வட்டாரத்தில் அதிகமான விளைச்சல் இருக்கிறது, கஷ்டமில்லை என்று சொன்னால் தான் நல்ல பெயர் எடுக்க முடியும் என்பதற்காக அதிகாரிகள் அப்படிச் சொல்வார்கள் என்று நினைக்கிறேன். ஆக, அந்தந்த வட்டாரங்களில் தகுந்த நிவாரண வேலைகள் செய்வதுடன், விவசாயிகள் கடன்கள் போன்றவைகளை வாங்கும் போது அவர்களின் பேரில் ஒருவித நிர்ப்பந்தமும் செலுத்தக் கூடாது என்று கேட்டுக் கொள்கிறேன்.

அடுத்தபடியாக, திருநெல்வேலி, இராமநாதபுரம் மாவட்டங்களில் குறிப்பாக திருநெல்வேலி மாவட்டத்தில் ரூபாய் முப்பது லட்சம் அளவிற்கு கைத்தறி ஜவுளித் தேக்கம் ஏற்பட்டிருக்கிறது. அங்குள்ள 130 கூட்டுறவுச் சங்கங்களில் 45 சங்கங்கள்தான் திரும்பக் கடன் பெறும் நிலையிலும் மேலும் இயங்கும் நிலையிலும் இருக்கின்றன. ஆகவே, அங்குள்ள நெசவாளர்கள் வேலையில்லாமல் பாதிக்கப் பட்டிருக்கிறார்கள். அது விஷயமாக இந்த பட்ஜெட்டில் எந்தவித நிவாரணம் செய்யப்போகிறோம் என்பது பற்றி ஒன்றுமே குறிப்பிடாதது வருந்தத்தக்கதாகும்.

தமிழ் நாட்டில் ஏறத்தாழ 40 லட்சம் மக்கள் அந்தத் தொழிலை நம்பி வாழ்கிறார்கள். அவர்கள் உற்பத்தி செய்துள்ள துணிகளை உடனடியாக அரசாங்கம் வாங்குவதற்கோ அல்லது அந்த சங்கங்கள் மேலும் இயங்குவதற்கு அதிகப்படி நிதி உதவி செய்யவோ வேண்டும். அப்படி ஏதாவது ஏற்பாடு செய்து அந்தத் தொழிலை நம்பி வாழும் தொழிலாளருக்குத் தக்கபடி வாழ்வதற்கேற்ற வசதிகள் செய்து கொடுக்க வேண்டும்.

அடுத்தபடியாக, அரிஜனங்களுக்குப் பல இடங்களில் முன்னால் வீடு கட்டுவதற்கு மனையோ அல்லது அதற்கான பணமோ கொடுக்கப் பட்டு வந்தது. புதிய அரசு ஒன்றைச் செய்ய வேண்டுமென்று கேட்டுக் கொள்கிறேன். மொத்தம் வீட்டு மனை இல்லாத அரிஜன மக்கள் எவ்வளவு பேர்கள் இருக்கிறார்கள் என்று கணக்கு எடுத்து ஒன்றல்லது

இரண்டு ஆண்டுகளுக்குள்ளாக அவர்கள் அனைவருக்கும் வீட்டு மனைகளாவது சொந்தமாக வழங்கப்பட வேண்டும்.

கடைசியாக, கோவில்பட்டி பெரியதொரு நகரம். அங்கு குடிதண்ணீர வசதி ஏற்படுத்திக் கொடுக்க நடவடிக்கைகளை எடுக்க வேண்டும். அந்த நகரத்திற்குப் பக்கத்தில் நல்ல தண்ணீர் கிடையாது. ஆகவே அங்குள்ள குடிநீர் பிரச்சினையைத் தீர்க்க வேண்டுமென்றும் கேட்டுக்கொண்டு என் உரையை முடித்துக் கொள்கிறேன்.

அனைத்துக் கல்விக் கூடங்களையும் அரசே ஏற்று நடத்துக!★

தலைவர் அவர்களே, கல்வி மானியத்தின் மீது என்னுடைய கருத்துக்களைச் சொல்ல விரும்புகிறேன். அரசாங்கக் கல்லூரிகளில் பூராவும் தமிழை பயிற்சி மொழியாகக் கொண்டு வருவதை நாம் அனைவரும் வரவேற்க வேண்டும். அதே நேரத்தில், அரசாங்கக் கல்லூரிகளில் பயிற்சிமொழியைத் தமிழாக ஆக்கிவிட்டு, தனியார் கல்லூரிகளில் ஆங்கிலத்தை வைத்துக் கொள்வதற்கு அனுமதித்தால், கல்வியைப் பொறுத்தவரையில் மாணவர்கள் இரண்டு தரமாகப் பிரிக்கப்பட்டு, தமிழ்க் கல்லூரியில் சேர்ந்து படித்தவர்களுக்கு, ஆங்கிலக் கல்லூரிகளில் சேர்ந்து படித்த மாணவர்களுக்கு உள்ள மதிப்பு தங்களுக்கு இல்லாமல் போய் விடும். வேலைகள் மற்ற வாய்ப்புகளுக்கு தங்களுக்குப் பாதகம் ஏற்பட்டு விடும் என்ற பயம் ஏற்பட்டு, அவர்கள் தமிழை பயிற்சி மொழியாகக் கொண்ட கல்லூரி களில் படிக்க விரும்பாத நிலை ஏற்பட்டுவிடும்.

அமைச்சர் அவர்கள், சென்ற ஆண்டு ஒதுக்கிய இடங்களில் பல இடங்களில் தமிழிலே மாணவர்கள் சேருவதற்கு முன்வரவில்லை. 1,300 இடங்கள் காலியாக இருந்தன என்று சொன்னார்கள். ஆகவே, அரசாங்கக் கல்லூரிகளில் மட்டும் தமிழைப் பயிற்சி மொழியாக்கிவிட்டு நின்றுவிடாமல், தனியார் கல்லூரிகள் உட்பட எல்லா கல்லூரிகளிலும் தமிழைப் பயிற்சி மொழியாக்குவதோடு மட்டுமல்லாமல், அவர் களுக்கு உத்தியோகத்தில் முதல் இடம் கொடுப்பது, அவர்களுக்கு மேலும் பல சலுகைகள் கொடுப்பது, ஸ்காலர்ஷிப் முதலியவைகளுக்கு முதல் இடம் கொடுப்பது போன்ற சலுகைகளையும் அளிக்க வேண்டும் என்று கேட்டுக் கொள்கிறேன்.

அடுத்தபடியாக, தனியார் பள்ளிகளை அரசாங்கமே ஏற்று நடத்துவது. ஆரம்பப் பள்ளிகளையும் மற்ற பள்ளிகளையும் தனியார்

★ *1968-69-ம் ஆண்டிற்கான நிதிக் கோரிக்கைகள் - கல்வி மானியத்தின் மீது 1968 மார்ச் 7 அன்று பேசியது.*

நடத்துவதை அனுமதிக்காமல் அவைகளைச் சர்க்காரே ஏற்று நடத்த வேண்டும். அப்பொழுது தான் சிறு குழந்தைகள் நல்லதோர் பண்புள்ளவர்களாக, திறமைசாலிகளாக வளர்க்கப்படுவார்கள். கல்வி பயிலும் பொழுது, பலதரப்பட்ட கல்வி இல்லாமல், ஒரே சீரான கல்வியாக அமைவதற்கு, எல்லா கல்வியும், பள்ளிகளும் அரசாங்கத்தின் பொறுப்பில் இருக்க வேண்டும். தனியார் பள்ளிகளை அரசாங்கமே ஏற்று நடத்தினால் தான் சரியாக இருக்க முடியும். அப்படிச் செய்ய வேண்டும் என்பதைச் சொல்லிக் கொள்ள ஆசைப்படுகிறேன்.

ஆசிரியர் நியமனத்தைப் பற்றிச் சொன்னார்கள். ஆசிரியர் பயிற்சி பெற்று வந்தவர்கள் வேலை தேடித் தரக்கூடிய ஸ்தாபனத்தில் பதிவு செய்து கொள்கிறார்கள். ஆசிரியர்கள் தேர்ந்தெடுக்கப்பட வேண்டுமென்று சொன்னால், அந்த லிஸ்டைப் பெற்று, அதிலிருந்து தேர்ந்தெடுக்கக்கூடிய நிலைமை இருக்கிறது. அதிலே பல விதமான லஞ்ச ஊழல்களுக்கு இடம் ஏற்படுகிறது. ரூ.1,000, 2,000 என்று லஞ்ச ஊழல் நடந்து கொண்டிருக்கிறது. அதனால் சாதாரணமாக ஏழை எளியவர்களுக்கு வேலை கிடைக்க முடியாத ஒரு நிலை இருக்கிறது. தனியார் பள்ளி நிர்வாகிகள் தங்களுக்கு வேண்டியவர்களுக்கு, தங்கள் சொந்தக்காரர்களுக்கு இப்படி ஆட்களைத் தேடி வேலை கொடுப்பது தான் நடக்கிறதே தவிர, வேறு ஒன்றுமில்லை. அதிகமாக லஞ்சமும் பெறுகிறார்கள். அதனால் மற்ற ஆசிரியர்களுக்கு வேலை வாய்ப்பு கிடைக்காமல் போய் விடுகிறது.

ஆசிரியர் பயிற்சி பெற்றவர்களை அந்த வரிசைப்படி ஒரு லிஸ்டு எடுத்து, மாவட்ட வாரியாக, எந்தெந்த பள்ளியில் எத்தனை எத்தனை ஆசிரியர்கள் வேண்டுமென்று நிர்வாகிகள் கேட்டாலும், யார் கேட்டாலும், அந்த லிஸ்டில் உள்ள வரிசைப்படி ஆட்களை மேலே இருந்து நியமிக்க வேண்டும். அப்படிப்பட்ட ஏற்பாட்டை செய்தால் தான் முதலில் படித்து பயிற்சி பெற்றவர்கள் நீண்ட நாட்களுக்கு வேலை இல்லாமல் இருக்கக்கூடிய நிலைமையை தவிர்க்க முடியும். அப்படியில்லை என்று சொன்னால், வேலை தேடித்தரும் ஸ்தாபனங்களில் பதிவு செய்து கொண்டு பல வருடங்கள் ஆகியும், அவர்களுக்கு எந்தவிதமான வேலையும் கிடைக்காமல், நேற்று பதிவு செய்து கொண்டவர்களுக்கு மறு நாளே வேலை கிடைக்கக்கூடிய ஒரு நிலைமை ஏற்படுகிறது.

வேலை தேடித்தரும் ஸ்தாபனத்தில் வேலை பதிவு செய்து கொண்ட வரிசைப்படி அவர்களுக்கு வேலை கொடுக்கப்படவேண்டும். எந்த ஸ்தாபனத்தில் ஆசிரியர் வேலைக்கு ஆசிரியர்கள் வேண்டுமென்று

சொன்னாலும், பஞ்சாயத்து யூனியன் பள்ளியாக இருந்தாலும் சரி, தனியார் பள்ளியாக இருந்தாலும் சரி, அந்த வரிசைப்படி நியமனம் செய்ய வேண்டும் என்ற ஏற்பாட்டைச் செய்ய வேண்டும் என்று கேட்டுக் கொள்கிறேன்.

அடுத்தபடியாக, ஆரம்பப் பள்ளிகளில் அதிகமாக பெண் ஆசிரியர்களை நியமிக்க வேண்டும். அவர்களுக்கு முதல் இடம் தர வேண்டும். அவர்கள் தான் ஆண்களை விட சிறு குழந்தைகளுக்கு திறமையாகச் சொல்லிக் கொடுக்கக்கூடிய ஆற்றல் பெற்றவர்கள். ஆகவே, ஆரம்பப் பள்ளிகளில் ஆசிரியர்கள் நியமனம் செய்யப்படும் பொழுது பெண் ஆசிரியர்களுக்கு முதல் இடம் கொடுக்க வேண்டும் என்று கேட்டுக் கொள்கிறேன்.

சர்க்கார் உயர்நிலைப் பள்ளிகளில் இப்பொழுது 3 வகுப்புகளில், அதாவது 9, 10, 11 ஆகிய வகுப்புகளில் தான் விசேஷ பயிற்சி கொடுக்கப்படுகிறது மாணவர்களுக்கு. தொழில் ஆசிரியர், டிரில் மாஸ்டர் இப்படி ஒவ்வொன்றுக்கும் தனியாக ஆசிரியர்கள் இருக்கிறார்கள். அவர்களுக்கு வாரத்தில் ஒன்றிரண்டு பீரியட்கள் தான் வேலை இருக்கிறது. சர்க்கார் உயர்நிலைப் பள்ளிகள் 6-வது வகுப்பிலிருந்து 11-வது வகுப்பு வரை இருக்க வேண்டும். இவைகளைச் சொல்லிக் கொடுக்க வேண்டும். 6-வது வகுப்பிலிருந்து இவைகளைப் பயிற்றுவிப்பதற்கு ஏற்பாடு செய்தால் தான் அதிகமான குழந்தைகள் இவற்றைக் கற்றுக் கொள்வதற்கு வசதியாக இருக்கும். இப்பொழுது ஒவ்வொரு இடத்தில் மூன்று வகுப்புகளிலும் 100 பிள்ளைகள் தான் இருக்கிறார்கள்.

ஆனால், ஒவ்வொரு பாடத்திற்கும் தனியாக ஆசிரியர் நியமிக்க வேண்டி யிருக்கிறது. வாரத்திற்கு ஒன்றிரண்டு பீரியட் தான் அவர்கள் பிள்ளைகளுக்குச் சொல்லிக் கொடுக்கக்கூடிய சந்தர்ப்பம் கிடைக்கிறது. ஆகவே, சர்க்கார் உயர்நிலைப் பள்ளிகளில் இப்படிப்பட்ட பயிற்சியை 6-வது வகுப்பிலேயே ஆரம்பிக்க வேண்டும். அப்பொழுது தான் அரசாங்கத்திற்கு பணமும் மிச்சமாகும். கல்வியின் தரமும் உயரும்.

தனியார் சில இடங்களில் ஆரம்ப உயர்நிலைப் பள்ளிகளை வைத்துக் கொண்டு, சர்க்கார் உயர் நிலைப் பள்ளிகளில் 6-வது வகுப்பு ஆரம்பிப்பதற்கு எதிர்ப்புத் தெரிவிக்கிறார்கள். இதுமாதிரி நெல்லை மாவட்டத்தில் 13 சர்க்கார் உயர்நிலைப்பள்ளிகளில் சென்ற ஆண்டு 6-வது வகுப்பு ஆரம்பிக்கப்பட்டு, ஒரு மாதம் நடந்து, மறுபடியும் அந்த ஏற்பாட்டைத் திரும்பப் பெற்றுக் கொள்ளக்கூடிய நிலைமை ஏற்பட்டது. ஆகவே, சர்க்கார் உயர்நிலைப் பள்ளிகளில் 6-வது

வகுப்பிலிருந்து 8-வது வகுப்பு வரையில் உள்ள பிள்ளைகளையும் சேர்த்து, இந்தப் பாடங்களை நடத்துவதற்கு ஏற்பாடு செய்ய வேண்டுமென்று கேட்டுக் கொள்கிறேன்.

அடுத்தபடியாக, பஞ்சாயத்து யூனியனைச் சேர்ந்த பள்ளிகள் பற்றி சில வார்த்தைகள் கூற விரும்புகிறேன். என்னுடைய நெல்லை மாவட்டத்தில் கோவில்பட்டி தாலுகாவில், அந்த வட்டாரத்தில் 3,4 பஞ்சாயத்து யூனியன் ஆரம்பப் பள்ளிகள் இருக்கின்றன. அங்கே ஆரம்பப் பள்ளிகள் 2,3 வருடங்களாக நடந்தும் கூட, அந்த வட்டாரத்து மக்கள் நிதி உதவி செய்து, கட்டடம் கட்டி பள்ளி நடத்தப்பட்டு வந்தாலும் கூட, ஒரு மைலுக்குப் பக்கத்தில் பள்ளி இருக்கிறது என்று சொல்லி, அந்தப் பள்ளிகளை மூடவேண்டுமென்ற நிலை இருக்கிறது.

சிறு குழந்தைகள் வெகுதூரம் போக முடியாது. பள்ளிக்கு வேண்டிய மாணவர்கள் அந்த இடத்தில் இருந்தும் கூட அங்கீகாரம் மறுக்கப்படுகிறது. சிறு குழந்தைகள் ஒரு மைல், அரை மைல் நடந்து போவது என்பது முடியாத காரியம். ஒரு ஆசிரியருக்குத் தேவையான பிள்ளைகள் இருந்தால் பள்ளிகளுக்கு அங்கீகாரம் கொடுக்க வேண்டும். ஒரு மைல், அரை மைல் என்று தூரத்தை வைத்துக் கொண்டு பக்கத்தில் பள்ளியிருப்பதால் அங்கீகாரம் மறுக்கப்படுவது என்ற நிலை மாற வேண்டும். அப்பொழுதுதான் சிறு குழந்தைகள் பள்ளிகளுக்குச் செல்வதற்கு உதவியாக இருக்கும் என்பதைத் தெரிவித்துக் கொள்கிறேன்.

ஆரம்ப பள்ளிகளுக்கு ஆசிரியர்கள் கோட்டா, வருஷத்திற்கு ஒரு பள்ளியில் 10 பிள்ளைகள் அதிகரித்துக் கொண்டே வந்தாலும் கூட 100 குழந்தைகள் உள்ள பள்ளிகளுக்கு 4, 5 வருஷங்களுக்கு ஆரம்ப ஆசிரியர்கள் கோட்டா கிடைப்பதில்லை. 10, 10 பிள்ளைகளாகச் சேர்ந்தால், கோட்டா கிடைப்பதில்லை. இப்பொழுதிருக்கிற நிலைமையில் ஒரு பள்ளியில் ஒரு வருஷத்தில் 20 பிள்ளைகள் அதிகரித்தால் தான், ஆசிரியர் நியமனக் கோட்டா கிடைக்கிறது. வருஷத்திற்கு 10 பிள்ளைகள் சேர்ந்தாலும், கிராமப்புறத்திலுள்ள பள்ளிகளுக்கு அந்த ஆசிரியர்கள் நியமிக்கப்பட வேண்டும். இந்த நியமனக் கோட்டாவில் உள்ள சிக்கல் நீக்கப்பட வேண்டும் என்று கேட்டுக் கொள்கிறேன்.

ஆசிரியர்கள் பயிற்சி பெற்றவர்கள் 6 வருஷத்திற்குள்ளாக இரண்டு உதவி வருஷம் ஆசிரியராக வேலை செய்யாவிட்டால் அவர்கள் பெற்ற பணத்தைத் திருப்பிக் கொடுத்துவிடவேண்டும் என்ற நிலைமை இருக்கிறது. ஆசிரியர்கள் பல ஆண்டுகளுக்கு வேலை இல்லாமல் இருந்து கொண்டிருக்கிறார்கள். அவர்களுக்கு வேலை கிடைக்காமல்

இருப்பதால், அவர்கள் உதவிய பணத்தைத் திருப்பிக் கொடுக்க வேண்டும் என்ற உத்தரவை திரும்பப் பெற்று கொள்ள வேண்டும் என்று கேட்டுக் கொள்கிறேன்.

கட்டுமரம், வலைகள் ஆகியவற்றை அரசே வாடகைக்கு விட வேண்டும்!★

தலைவர் அவர்களே, இந்த மானியக் கோரிக்கையின் மீது என்னுடைய கருத்துக்களைச் சொல்ல முன் வருகிறேன். மீனவ வளர்ச்சி சம்பந்தமான திட்டங்களின் கீழ் சர்க்காரால் கொடுக்கக்கூடிய உதவிகளை மீனவ மக்கள் பெறமுடியாமல் இருக்கிறார்கள். அவர்களுடைய தேவை என்ன என்பன உணர்ந்து அவர்களுக்கு உதவக்கூடிய முறையில் திட்டத்தை வகுத்தால் பயனுள்ளதாக இருக்கும். அவர்களுக்காக வீடுகள் கட்டிக் கொடுக்கப்பட்டிருக்கின்றன.

அந்த வீடுகளில் அவர்கள் குடியேறாமல் இருப்பதாக அறிகிறோம். அதே போன்று விசைப்படகுகள் வாங்குவதற்காகக் கடன் வசதிகள், உதவிகள் செய்து கொடுத்தாலும் கூட அதைப் பெற முடியாமல் இருக்கிறார்கள்.

அந்தத் தொழிலில் ஈடுபட்டிருக்கும் மீனவர்கள் தனியார் கட்டு மரங்களையும், வலைகளையும் வாடகைக்கு எடுத்துத் தங்கள் தொழிலைச் செய்கிறார்கள். அதனால் அவர்களுக்கு அவர்களுடைய தொழிலிலே நியாயமான பங்கு கிடைக்காமல் போகிறது. ஆகவே, அரசாங்கமே சிறு கட்டணத்தில் கட்டுமரம், வலைகள் ஆகியவற்றை அவர்களுக்கு வாடகைக்குக் கொடுத்தால் அவர்கள் பிடிக்கும் மீன்களால் ஏற்படக்கூடிய பலனில் பெரும் பகுதியை அவர்களே அடைய முடியும். மீனவர்களுடைய வாழ்வைச் சீராக்குவது பற்றி பரிசீலனை செய்வதற்கு ஒரு குழுவை ஏற்படுத்தினால் நேரடியாகப் பார்த்து பயனுள்ள காரியங்களைத் திட்டமிட்டுச் செய்ய முடியும்.

கால்நடைகளைப் பொறுத்தவரை மேய்ச்சல் காடுகள் இல்லாமல் அவற்றின் தரம் குறைந்து வரக்கூடிய நிலைமை இருக்கிறது. ஒவ்வொரு வட்டாரத்திலும் வாய்ப்புள்ள இடங்களில் எல்லாம் மேய்ச்சல் காடு களை அமைத்துப் பாதுகாக்க வேண்டியது மிகவும் அவசியம். பஞ்சாயத்து யூனியன்கள் மூலமாக மேய்ச்சல் காடுகளை அமைக்க ஏற்பாடு செய்ய வேண்டும். ஆடுகள் பரிவர்த்தனை என்று இனவிருத்திக்காக செய்யப்படுகிறது. இதனால் பிரயோசனம் ஏற்படுவதில்லை.

★ 1968-69-ஆம் ஆண்டிற்கான நிதிக் கோரிக்கைகள் - மானியத்தின் மீது 1968 மார்ச் 9 அன்று பேசியது.

அவ்வாறு தனியார்களுக்குக் கொடுக்கப்படுகிறது. ஒரு இனத்தைக் கொடுத்து பழைய இனங்களைத் திரும்பப் பெறுகிறார்கள். அதைப் பெறுகின்ற தனியார் அது சரியில்லை என்று சொல்லி உடனே விற்று விடுகிறார்கள். ஆகவே, அந்த மாதிரி கிடாய்களைக் கொடுக்கும் போது அந்தந்த பஞ்சாயத்துக்கு பத்து பதினைந்து கிடாய்களைக் கொடுத்தால், அது எப்போதும் அங்கேயே இருக்கும் நிலைமை இருக்கும். அதனால் பயன் ஏற்படக் கூடும்.

ஆடுகளை அபிவிருத்தி செய்வதற்காக கடனும், மானியமும் கொடுக்கப்படுகிறது. அதனால் எந்தப் பயனும் ஏற்படுவதில்லை. ஆடுகள் வைத்திருப்பவர்களிலே செல்வாக்குப் படைத்தவர்கள் 500 ரூபாய் கடனாகவும், 500 ரூபாய் மானியமாகவும் பெற்று புதிதாக ஆடுகளை வாங்காமல் பழைய ஆடுகளையே காண்பித்து விடக்கூடிய நிலைமை இருக்கிறது. ஆகவே, இதற்கு மானியம் கொடுப்பது எந்த வகையிலும் விரயமாகத்தான் போய் விடுகிறது. ஆகவே இதற்காக மானியம் கொடுக்காமல் கடன் மட்டுமே கொடுக்க வேண்டும்.

கால்நடைகளுக்கு வைத்திய வசதி போதாது. திடீரென்று நோய் ஏற்பட்டுவிட்டால் 10, 15 மைல் தூரம் போக வேண்டி இருக்கிறது. அங்கு கூட சரியான முறையில் மருத்துவ வசதி கிடைப்பதில்லை. மருத்துவர் இருப்பதில்லை. அந்தந்த வட்டாரங்களிலேயே கால்நடை வைத்திய வசதிக்கு ஏற்பாடுகள் செய்ய வேண்டும்.

கால்நடைகளுக்காக இன்ஷூரன்ஸ் வசதியை செய்து தர வேண்டும். இன்று ஒரு ஜோடி மாட்டின் விலை ஆயிரம், இரண்டாயிரம் ரூபாய்களுக்கு மேல் ஆகிறது. மாடுகள் திடீரென்று இறந்து விட்டால் பெருத்த நஷ்டம் ஏற்படுகிறது அதே போன்று ஆடுகளுக்கு நோய் வந்தாலும் 100, 200 ஆடுகள் மொத்தம இறந்து விடுகின்றன. ஆகவே, கால்நடைகளுக்குக் கட்டாயமாக இன்ஷூரன்ஸ் வசதியைச் செய்து தரும் திட்டத்தை கொண்டு வர வேண்டுமென்று கேட்டு கொள்கிறேன்.

கோவில்பட்டி வட்டாரத்தின் மத்திய பகுதியில் உள்ள எட்டயபுரத்தில் கால்நடை ஆஸ்பத்திரி ஒன்றை நிறுவி வைத்திய வசதிக்கு வழி செய்து கொடுக்க வேண்டும். இப்போது கொடுக்கப்படும் காங்கேயம் மாடுகள் பலமான மாடுகளே தவிர, பால் அதிகமாகக் கறப்பதில்லை என்று கூறப்படுகிறது. ஆகவே அதிக பால் தருகிற இனத்தை விருத்தி செய்வதற்கு வழி செய்ய வேண்டும்.

வனத்துறையைப் பொறுத்தவரை, சாகுபடிக்கு லாயக்கான நிலங்களை எல்லாம் எடுத்து விவசாயத்துறைக்குக் கொடுத்து, விவசாயத் தொழிலாளர்களுக்கு அந்த நிலங்களைப் பிரித்துக்

கொடுப்பதின் மூலம் உணவு உற்பத்தியைப் பெருக்க ஏற்பாடு செய்ய வேண்டும். காடுகள் பராமரிப்பு போதாது மரங்களை தனியார் வெட்டுகிறார்கள். அதைத் தடுக்கவேண்டிய ஏற்பாடுகளை செய்ய வேண்டும். வேதாரண்யம் பக்கத்தில் கோடிக்காடு என்ற இடத்தில் மரங்களை வெட்டுவதோடு மட்டுமல்லாமல் வனவிலங்குகளையும் வேட்டையாடுகிறார்கள் இந்த மாதிரி நிலைமைகளையெல்லாம் தடுக்க ஏற்பாடு செய்ய வேண்டுமென்று கேட்டுக்கொண்டு என்னுடைய பேச்சை முடித்துக் கொள்கிறேன்.

டாக்டர் இருந்தால் மருந்து இல்லை!
மருந்து இருந்தால் டாக்டர் இல்லை!*

தலைவர் அவர்களே, இந்த மருத்துவத்துறை பொது சுகாதாரத்துறை மானியக் கோரிக்கைகளில் ரூபாய் 100 குறைக்க வேண்டும் என்ற வெட்டு பிரேரணையை நான் கொடுத்திருந்தாலும், இவற்றிற்காக ஒதுக்கப்பட்ட தொகை போதாது, அதிகரிக்கப்பட வேண்டும் என்பது தான் என்னுடைய முக்கியமான வேண்டுகோள் ஆகும். மருத்துவத்திற்காக ரூபாய் 13,46,99,600 பொது சுகாதாரத்திற்காக ரூபாய் 5,25,34,200 என்று சொல்வது மிகவும் குறைவு என்று நான் கருதுகிறேன்.

ஏனென்றால், பொதுவாக நாட்டிலே சுகாதார வசதிகள், வைத்திய வசதிகள் அதிகரிக்கப்பட வேண்டியது அவசியம் என்பதை ஒவ்வொரு அங்கத்தினரும் கூறினார்கள். 'நோயற்ற வாழ்வே குறைவற்ற செல்வம்' என்று சொல்வதுண்டு. இப்போது நாட்டில் பல நோய்கள் ஏற்படுவதற்குக் காரணம், கிராமப் பகுதிகளில் சுகாதார வசதி போதாது என்ற நிலையும் நகரங்களில் பல இடங்களில் சுகாதார வசதி அறவே இல்லை என்ற நிலையும்தான் என்பதை நாம் தெரிந்திருக்கிறோம். ஆகவே, இதற்காக அதிகப்பணம் ஒதுக்கியிருக்க வேண்டும். இருந்தாலும், இப்போது பொதுவான ஓரிரண்டு விஷயங்களைக் குறித்துச் சொல்ல விரும்புகிறேன்.

குடிநீர் வசதியைப் பொறுத்தவரையில், கிராமங்களிலும், நகரங்களிலும் பல இடங்களில் இன்னும் அத்தகைய வசதி இல்லாமல் இருக்கிறது. கிராமப்புறங்களில் பல இடங்களில், இன்னும் நாலைந்து மைல் தூரம் அலைந்து சென்றுதான் நல்ல தண்ணீரை எடுத்து வரவேண்டிய நிலை இருக்கிறது. பல நகரங்களிலும், குடிநீருக்கான நெருக்கடி இன்னும் இருந்து கொண்டிருக்கிறது. ஆகவே, இந்த துறையில் அதிகப்பணம் செலவழிக்க வேண்டியிருக்கிறது.

---

* 1968-69ஆம் ஆண்டிற்கான நிதிக் கோரிக்கைகள் - மருத்துவத்துறை மானியத்தின் மீது 1968 மார்ச் 12 அன்று பேசியது.

ஆகவே, குடிதண்ணீர் வசதிக்காகவென்று தனியாக ஒரு போர்டு நியமித்தால் நல்லதாக இருக்கும். மின்சாரக் குழுவை ஏற்படுத்தி எல்லா இடங்களிலும் மின்சாரம் வழங்குவது மாதிரியே, குடிதண்ணீர் வசதிக்காகவும் ஒரு தனி போர்டு நிறுவி, அதன் கையில் பணம் கொடுத்து எல்லா இடங்களிலும் குடி தண்ணீர் வசதிகளைச் செய்து கொடுப்பதற்கு ஏற்பாடு செய்தால் நன்றாக இருக்கும். அதை அரசாங்கம் ஆலோசிக்கலாம்.

இப்போதுள்ள நிலையில், சுகாதார வசதியும், மருத்துவ வசதியும் கிராமப் பகுதிகளில் உள்ள மக்களுக்குக் கிடைக்கின்றனவா என்று பார்த்தால், அது மிகவும் கஷ்டமான காரியமாகவே இருக்கிறது. பத்து, பனிரண்டு மைல்களுக்குக் கூட ஒரு ஆஸ்பத்திரி இல்லாத பல இடங்கள் இருக்கின்றன. பல மைல்கள் அலைந்து திரிந்து ஒரு ஆஸ்பத்திரிக்குச் சென்றாலும், அங்கே சேர்க்கப்படுவது மிகவும் கஷ்டமாக இருக்கிறது.

ஒரு நோயாளியை ஆஸ்பத்திரியில் சேர்ப்பதற்குப் பலவிதமான கஷ்டங்கள் இருக்கின்றன. பிரசவ கேசாக இருந்தாலும் கூட, அதைக்கூட உடனடியாகச் சேர்க்க முடியாத நிலைமை இருக்கிறது. அதற்குக் காரணம் டாக்டர் இல்லாமல் இருக்கிறார்கள் என்பது. டாக்டர் இருந்தால் மருந்து இல்லாமல் இருக்கிறது. இப்படிப்பட்ட குறைகளும், மருந்துகள் இல்லை என்ற குறையும் அறவே இல்லாமல் இருக்க வேண்டும் என்று கேட்டுக் கொள்கிறேன்.

சாதாரண ஏழை மக்கள் ஆஸ்பத்திரியில் சேர வேண்டுமென்றால், நல்ல வைத்திய வசதி பெற வேண்டுமென்றால், அதற்காக லஞ்சம் கொடுக்க வேண்டியிருக்கிறது. லஞ்சம் கொடுக்காவிட்டால், சரியாக கவனிக்கப்படுவதில்லை. அவர்கள் புறக்கணிக்கப்படுகிறார்கள் என்ற குறை எல்லா இடங்களிலும் இருக்கிறது. இதை இப்போதுள்ள அரசு உடனடியாகப் போக்க நடவடிக்கை எடுக்க வேண்டும். நாட்டிலுள்ள பெரும்பகுதி மக்கள் தமக்கு இந்த அரசின் மூலம் பலவிதமான கஷ்டங்கள் போகும். இந்த குறைகளெல்லாம் நிவர்த்தியாகும் என்ற நம்பிக்கையோடு இருக்கிறார்கள் அந்த நம்பிக்கைக்குத் தகுந்த முறையில், இம்மாதிரியான கஷ்டங்களை போக்க முயற்சிக்க வேண்டும்.

அரசாங்க ஆஸ்பத்திரிகளுக்கு டாக்டர் கிடைப்பது கஷ்டம் என் கூறுகிறார்கள். கிராமப்பகுதிகளில் ஆஸ்பத்திரிகளை ஏற்படுத்த வேண்டுமானால், அதற்கு டாக்டர்கள்.வரமாட்டார்கள் என்று சொல்லப் படுகிறது. ஆகவே, வைத்தியக் கல்லூரியில் தேர்ச்சி பெறக்கூடிய டாக்டர்களை கட்டாயமாக ஐந்து ஆண்டுகளுக்கு கிராமப்பகுதிகளில்

போய் அங்கு சேவை செய்ய வேண்டும் என்ற உத்தரவாதத்தை அவர்களுக்கு ஒரு 'கண்டிஷனாக'ப் போட வேண்டும். அப்படியிருந்தால் தான், பட்டம் பெற்று வந்தவுடன் கிராம புறங்களுக்கு அவர்கள் வருவார்கள். அது மட்டுமல்ல, தனியாக ஆஸ்பத்தி வைத்தால், இதைவிட அதிகமான வருமானம் பெற முடியும் என்று அவர்கள் நினைக்கிறார்கள்.

அத்துடன், ஆஸ்பத்திரிகளில் வேலை பார்க்கும் டாக்டர்கள் தனியா ஆஸ்பத்திரி வைக்கக் கூடாது. தனியாக வைத்தியம் செய்யக் கூடாது என்ற விதியையும் ஏற்படுத்த வேண்டும். ஆஸ்பத்திரிக்கு வரக் கூடியவர்களிடம், "இங்கே மருந்து இல்லை தனியாக வீட்டுக்கு வாருங்கள்" என்று டாக்டர்க சொல்லி அனுப்பிவிடக் கூடிய நிலைமை இருக்கிறது. ஆகவே டாக்டர்கள் 'தனியாக வைத்தியம்' செய்யக்கூடாது என்ற விதியை ஏற்படுத்த வேண்டுமென்று கேட்டுக் கொள்கிறேன்.

கிராமங்களிலுள்ள மக்கள் சுகாதார வசதியற்ற தண்ணீரைத்தான் குடித்து வருகிறார்கள். பல இடங்களில் கிராமமக்கள் தரைக் கிணறுகளில் தண்ணீர் இறைத்துத்தான் குடித்து வருகிறார்கள். இன்னும் பல இடங்களில் மழைக் காலங்களில் தேங்கிக் கிடக்கும் நீரைக் குடித்து வருகிறார்கள். மழையில்ல காலங்களில் சுமார் நான்கைந்து மைல்தூரம் சென்று தேடியலைந்து தண்ணீர் எடுத்து வருகிறார்கள். ஆகவே, குடிநீர் வசதி திட்டத்தின் கீழ் கிராம மக்களுக்கு நல்ல குடிநீர் வசதியை ஏற்படுத்த வேண்டுமென்று அரசாங்கத்தை கேட்டு கொள்கிறேன்.

குடிநீர் திட்டத்திற்கு கிராமப்பஞ்சாயத்து அதிகப் பணம் செலவிட வேண்டியிருக்கிறது. பஞ்சாயத்துக்கு வரக்கூடிய வருமானம் மிக மிகக் குறைந்த நிலையில் இருக்கின்றது. ஆகவே, அரசாங்கம் குடிதண்ணீர் திட்டத்திற்காக கிராமப் பஞ்சாயத்துக்களுக்கு சுமார் 75 சதவிகிதம் மானியமோ, அல்லது முழுத்தொகையும் மானியமாகவோ கொடுத்து கிராம மக்களுக்கு குடிதண்ணீர் வசதியை ஏற்படுத்தித் தர வேண்டுமென்று கேட்டுக் கொள்கிறேன்.

அதே போல, நகரசபைகள் குடிதண்ணீர் திட்டத்திற்காகப் பெறும் தொகையில் 50 சதவிகிதம் மானியமாகவும் 50 சதவிகிதம் கடனாகவும் கொடுத்து உதவ வேண்டும். நகரசபைகளுக்குக் கொடுக்கப்பட்டு வந்த மானியம் நிறுத்தப்பட்டிருக்கிறது. இதனால் நகர சபைகளின் வருமானத்தில் பெரும்பகுதி கடனைத் திருப்பி கட்டுவதற்கே போய்விடுமாதலால், குடிதண்ணீர் பிரச்சினையை சரிவர தீர்க்க முடியாது. ஆகவே, அரசாங்கம் நகர சபைகளுக்கும் மானியம் வழங்கி, மக்களுக்கு நல்ல குடிதண்ணீர் கிடைக்க வழிவகை செய்ய வேண்டும் என்று கேட்டுக் கொள்கிறேன்.

அடுத்தபடியாக, கிராமப்புறங்களிலே சாக்கடைத் திட்டத்திற்காகப் பணம் ஒதுக்கப்பட்டு, செலவழிக்கப்பட்டு வந்தது. ஆனால், இப்போது அந்தத் தொகை நிறுத்தப்பட்டிருக்கிறது. கிராமங்களில் தெருக்களில் ஓடும் நீரை ஒழுங்குபடுத்தி வழிந்தோடச் செய்வதற்குப் பஞ்சாயத்துக் களுக்குப் போதுமான பணத்தை அரசாங்கம் கொடுக்க வேண்டும் என்று கேட்டுக் கொள்கிறேன். இப்போது கிராமப் பகுதிகளுக்குச் சாக்கடைத் திட்டம் போன்ற சுகாதாரத் திட்டங்களுக்கு எந்தப் பணமும் ஒதுக்கப்படவில்லை என்பதைத் தெரிவித்துக் கொள்கிறேன். இந்தப் பணம் ஒழுங்காக பஞ்சாயத்துக்களுக்குக் கிடைக்க வழிவகை செய்ய வேண்டும்.

குடும்பக் கட்டுப்பாடு சம்பந்தப்பட்டமட்டில் ஏஜெண்டுகளுக்கு 10 ரூபாய் கமிஷன் தரும் ஏற்பாடு சரியல்ல என்பதைத் தெரிவித்துக் கொள்கிறேன். ஏஜெண்டுகள் பணத்திற்கு ஆசைப்பட்டுக் கொண்டு.55 வயதிற்கு மேற்பட்டவர்களைக் கூடக் கொண்டுவந்து அறுவை சிகிச்சை செய்ய வைத்து விடுகிறார்கள். இன்னும் பலவாறான பொய்களைச் சொல்லி கிராம மக்களை ஏமாற்றி விடுகிறார்கள். மேலும் ஒவ்வொரு பஞ்சாயத்து யூனியனிலும், இத்தனை பேர்களை ஒவ்வொரு கிராம சேவைக்கும் குடும்பக் கட்டுப்பாடு திட்டத்தில் சேர்க்க வேண்டுமென்று ஒரு கணக்கு இருந்து வருகிறது.

ஆகவே ஏஜெண்டுகளுக்கு 10 ரூபாய் கமிஷன் கொடுப்பதற்குப் பதிலாக, குடும்பக் கட்டுப்பாடு திட்டத்தில் பங்கு கொண்டவர்களை மேலும் ஒருவாரம் அல்லது ஒரு மாதம் வரைக்கும் ஆஸ்பத்திரியில் வைத்திருந்து அவர்களுக்கு நல்ல வகையான ஊட்டச்சத்துள்ள ஆகாரம் கொடுத்தால் பலன் ஏற்படும் என்பதைத் தெரிவித்துக் கொள்கிறேன். இதன்மூலம் குடும்பக் கட்டுப்பாடு திட்டம் நல்ல பலனை அளிக்கும் என்ற என் ஆலோசனையைத் தெரிவித்துக் கொள்கிறேன்.

கடைசியாக என்னுடைய தொகுதியைப் பற்றி ஒரு சில வார்த்தை களை மட்டும் கூறிக்கொள்ள சிறியதாக இருக்கிறது. அந்த ஆஸ்பத்திரியை விஸ்தரிக்க வேண்டுமென்ற எண்ணத்தில் அங்கிருந்த டாக்டர் அவர்கள் பொது மக்களிடத்தில் இரண்டு ஆண்டுகளுக்கு முன்னால் பணம் வசூலித்து வைத்திருந்தார்கள். பொது மக்களும் பணம் கொடுத்தனர். அந்தப் பணம் ஒரு பாங்கில் போடப் பட்டிருக்கிறது. எட்டையபுரம் ஆஸ்பத்திரி சுமார் பத்துப் பதினைந்து கிராமங்களுக்கு மையமாக இருக்கிறது. ஆகவே, அரசாங்கம் எட்டையபுரம் ஆஸ்பத்திரியை அபிவிருத்தி செய்து அப்பகுதி மக்களுக்கு உதவ வேண்டும் என்று கேட்டுக் கொள்கிறேன்.

அடுத்து, கோவில்பட்டி குடிதண்ணீர் திட்டம் அரசாங்கத்தினுடைய பரிசீலனையில் இருக்கிறது. அரசாங்கம் உடனடியாக இத்திட்டத்தை ஏற்படுத்தித் தரவேண்டும். இந்தத் திட்டத்திற்காகும் பாதித் தொகையை மானியமாகவும், மீதியைக் கடனாகவும் கொடுத்து குடிதண்ணீர்ப் பிரச்சினையைத் தீர்த்து வைக்க வேண்டும் என்று கூறி, இத்துடன் என் உரையை முடித்துக் கொள்கிறேன்.

அனைத்து அதிகாரமும் பஞ்சாயத்திற்கே!*

தலைவர் அவர்களே, இப்போதுள்ள இந்த மானியக் கோரிக்கையின் மீது என்னுடைய கருத்துக்களைச் சொல்லிக் கொள்கிறேன்.

பஞ்சாயத்து யூனியன்களுக்கு இப்போதுள்ளதை விட அதிக அதிகாரங்கள் கொடுக்க வேண்டுமென்பதை நான் வலியுறுத்திக் கூறிக் கொள்கிறேன். காரணம், இப்போதுள்ள இந்தச் சமுதாய நல வேலைகள், ஏழை கிராம மக்களுக்குச் சுகாதார வசதிகள், ஆரம்பக் கல்வி, குடிநீர் வசதிகள் எல்லாம் கொடுப்பதற்கும், அவர்களுடைய வேலைகளைத் திறமையாகச் செய்து முடிப்பதற்கும் இப்போதுள்ள அதிகாரத்தைக் கொண்டு அவர்களால் செய்ய முடியவில்லை.

அது மட்டும் அல்ல, சில வேலைகளைச் செய்யும் போது ரெவின்யூ இலாகாவினுடைய தலையீடு காரணமாக, அந்த வேலைகள் காலாகாலத்தில் செய்யப்படாமல், அவர்களால் செய்ய முடியாமல் கடுமையான பாதகம் ஏற்படுகிறது என்பதைச் சொல்லிக் கொள்கிறேன்.

உதாரணமாக ஒரு பஞ்சாயத்து யூனியன் கிராமத்திலே ஒரு காவலாளி நியமிக்க வேண்டுமென்று சொன்னால் இப்பொழுது கலெக்டருடைய அனுமதியும், ரெவின்யூ அதிகாரிகளுடைய அனுமதியும் வேண்டுமென்று காரணம் காட்டி, அனுமதி கொடுக்காமலேயே எவ்வளவு காலம் கடத்தப்பட முடியுமோ, அவ்வளவு காலம் கடத்தப் படுகிறது என்று சொல்லிக் கொள்ள விரும்புகிறேன்.

அதுமட்டும் அல்ல, இன்று பஞ்சாயத்தினுடைய அதிகாரங்களில் ரெவின்யூ இலாகா அதிகாரிகளுடைய குறுக்கீடுகள் மிக அதிகமாக இருப்பதால் ஒரு சிறு சுகாதார வசதியைக் கூட ஏற்படுத்திக் கொடுக்க முடியாத சூழ்நிலை இருக்கிறது. ஒரு கிணற்றைச் சுற்றி இருக்கிற மரங்களிலிருந்து இலைகள் விழுந்து அழுகி, அதனால் சுகாதாரக் கேடு ஏற்படக்கூடிய நிலையில் கூட, அந்த இடத்தில் உள்ள மரங்களை வெட்ட வேண்டுமென்று பஞ்சாயத்து யூனியன் கமிஷனரும்,

---

* 1968-69-ம் ஆண்டிற்கான நிதிகோரிக்கைகள் - பஞ்சாயத்து மானியக் கோரிக்கைகள் மீது 1968 மார்ச் 13 அன்று பேசியது.

பஞ்சாயத்து யூனியனும் தீர்மானம் போட்டால் கூட, ரெவினியூ இலாகா தாசில்தார்கள் அல்லது ஆர்.டி.ஓ போன்ற ரெவினியூ இலாகா அதிகாரிகள் அதை வெட்ட அனுமதி கொடுக்காமல், அந்த மரங்கள் வெட்டப்படாமலேயே இருக்கின்றன. இதனால் சுகாதாரம் பாதிக்கப் படுகிறது.

சிறு சிறு விஷயங்களுக்குக் கூட பஞ்சாயத்து யூனியன் கமிஷனர்கள் ரெவினியூ இலாகா அதிகாரிகளிடம், தாசில்தார்களிடம் செல்ல வேண்டிய நிலை இருக்கிறது. ரெவினியூ சம்பந்தப்பட்ட விஷயங்களில் தாசில்தார்களுக்கு உள்ள அதிகாரங்களை பஞ்சாயத்து யூனியன் கமிஷனர்களுக்குக் கொடுத்து விட்டால் ரெவினியூ சம்பந்தப்பட்ட விஷயங்கள் காலாகாலத்தில் நடை பெறுவதுடன், அதனால் வசதிகளையும் அதிகமாகச் செய்து கொடுக்க முடியும் என்று சொல்லிக் கொள்கிறேன்.

இன்று, மாவட்ட வளர்ச்சிக் கவுன்சிலுக்கு கலெக்டர் தலைவராக இருக்கக்கூடிய ஒரு நிலைமை இருக்கிறது. கலெக்டர் தலைவராக இருப்பதால் நாங்கள் நினைத்ததைச் சொல்ல முடியவில்லை. அது மட்டும் அல்ல, ஏதாவது ஒரு காரியத்தைப் பற்றி கலெக்டரிடம் கேள்வி கேட்டால், பதில் சொன்னாலும் சொல்வார், சொல்லாமலும் போய்விடுவார். ஆகவே, நாம் ஏதாவது சம்பந்தப்பட்ட விஷயங்ளைக் கேள்வி கேட்க முடியவில்லை. பாசனத்தைப் பற்றி கவுன்சிலிலே கேட்டு எங்களுக்குச் சொல்லுங்கள் என்று மக்கள் என்னிடம் சொன்னால், நான் அதைப் பற்றி டிஸ்டிரிக்ட் கவுன்சிலிலே கேட்டால், கலெக்டர் அவர்கள் அதைப்பற்றிப் பதில் சொல்லாமல் கூட போய் விடுகிறார்.

அதைப் பற்றிக் கூட நமது மதிப்பிற்குரிய முதலமைச்சர் அவர்கள் சொன்னார்கள். இந்த டிஸ்டிரிக்ட் டெவலப்மெண்டு கவுன்சிலைப் பற்றி அவருடைய அனுபவத்தையும் சொன்னார்கள். ஆகவே, கலெக்டர் தலைவராக இருப்பதற்குப் பதிலாக, அவர்களுக்குள்ளாகவே, ஒருவரை தலைவராகத் தேர்ந்தெடுக்க வேண்டுமென்ற நிலையை ஏற்படுத்தினால் சரியாக இருக்கும் என்றும் என்னுடைய அபிப்பிராயத்தைச் சொல்லிக் கொள்ள விரும்புகிறேன்.

இன்று, கல்வியைப் பொறுத்தவரையிலே, பஞ்சாயத்து யூனியனிலே திறக்கப்பட்ட பள்ளிகளுக்கு அங்கீகாரம் கொடுக்கப்படாத நிலை இருக்கிறது. அதோடு, இந்த கல்வி துணை தணிக்கை ஆய்வாளர் களையும் மற்ற விஸ்தரிப்பு அதிகாரிகளைப் போல் பஞ்சாயத்து யூனியனோடு இணைத்தால் மிக நலமாக இருக்கும் என்றும் என்னுடைய கருத்தைச் சொல்லிக் கொள்கிறேன்.

இன்று, பஞ்சாயத்து யூனியன்களுக்கு நிதி ஒதுக்கீடு விஷயத்தில், வருஷ ஆரம்பத்தில் ஒதுக்கப்படாமல், வருஷக் கடைசியில், ஜனவரி பிப்ரவரி மாதங்களில் ஒதுக்கி, மார்ச் மாதத்திற்குள்ளாக அவசர அவசரமாகச் செலவழிக்கின்ற நிலை இருக்கிறது. இந்த மாதிரி அவசர அவசரமாக செலவழிக்கப்படுவதால், வேலைகள் நல்ல முறையில் நடக்கப் பெறுவதில்லை. அதனால் பணம் விரயமாவதோடு, வேலையையும் திறமையாகச் செய்ய முடியாத நிலை ஏற்படுகிறது. ஆகவே, நிதி ஒதுக்கும் போது அந்த வருஷ ஆரம்பத்திலேயே ஒதுக்க வேண்டுமென்றும் தெரிவித்துக் கொள்கிறேன்.

அடுத்தபடியாக, இன்று பஞ்சாயத்து யூனியன்களிலே இருக்கின்ற ஜீப்புக்கு பெட்ரோல் கொடுக்கும்போது அந்த பஞ்சாயத்து யூனியன் ஏரியா வினுடைய விஸ்தீர்ணத்தைப் பார்த்து பெட்ரோல் கொடுக்கப் படுவதில்லை. 50 மைல் விஸ்தீரணம் உள்ள பனியனுக்கு 300 லிட்டர் பெட்ரோல் செலவழிக்கின்ற நிலைமை இருக்கிறது. ஆனால், 300 மைல் விஸ்தீரணம் உள்ள பஞ்சாயத்து யூனியனுக்கும் 300 லிட்டர் அளவுதான் பெட்ரோல் செலவழிக்கலாம் என்ற நிலைமை இருக்கிறது. ஏரியாவினுடைய அளவில் பெட்ரோல் செலவழிக்கலாம் என்று அவர்களுக்கு அனுமதி இருந்தால்தான் ஏழைகளுக்குச் சேவை செய்வதற்கு உபயோகமாக இருக்கும் என்று சொல்லிக் கொள்கிறேன்.

இன்றைய தினம் பஞ்சாயத்து யூனியன்களில் சாலைகள் இருக்கின்றன. அந்த சாலைகள் பஸ்களுக்குக் கூட உபயோகமாக இருக்கின்றன. அந்த சாலைகளைப் பராமரிப்பதற்கு பஞ்சாயத்து யூனியன்களுக்குப் போதுமான நிதிவசதி இல்லாத நிலைமை இருக்கிறது. எனவே, அந்தச் சாலைகளை அரசாங்கம் எடுத்துக் கொண்டு பராமரித்தால் அந்தப் பஞ்சாயத்து யூனியன்களுக்குக் கொஞ்சம் சாதகமாக இருக்கும் என்றும் அதைச் செய்வதற்கு ஏற்பாடு செய்ய வேண்டுமென்றும் அரசினரைக் கேட்டுக் கொள்கிறேன்.

அடுத்து, பஞ்சாயத்து யூனியன்களிலே வேலைகள் நடக்கும் பொழுது முன்பு போட்ட மதிப்பீட்டை விட இப்பொழுது அதிகமாக செலவு ஆகிறது. காரணம், சாமான்களின் விலைகள் எல்லாம் உயர்ந்து விட்டன என்பதுதான். முன்னால் 3,000 ரூபாயில் செய்ய வேண்டிய வேலையை இன்று செய்வதானால் 5,000 ரூபாய்க்கு மேல் ஆகிறது. ஆனால் பஞ்சாயத்து யூனியன் கமிஷனர்களுக்கும் பொறியாளர் களுக்கும் 3,000 ரூபாய் வரை தான் செலவு செய்யலாம் என்ற வகையில் அந்த அளவு எஸ்டிமேட்டுக்குத் தான் அனுமதி வழங்கலாம் என்ற

நிலை இருக்கிறது. அதை 5,000 ரூபாயாக ஆக்குவதன் கைவேலைகள் மூலம் காலதாமதம் ஆகாமல் வேலைகள் நடப்பதற்கு ஏதுவாக இருக்கும். கிணறு வெட்டுவது போன்ற காரியங்களுக்குக் கமிஷனருக்கு 3,000 ரூபாய் செலவான கிணற்றுக்கு இப்பொழுது 5,000 ரூபாய் செலவாகிறது. ஆனால், பஞ்சாயத்து யூனியன் கமிஷனருக்கு 3,000 ரூபாய் வரைதான் வழங்க அதிகாரம் இருக்கிறது.

ஆகவே, அந்தத் தொகையை 5,000 என்று ஆக்கினால், 5,000 ரூபாய் வரை அவர் அனுமதிக்கலாம் என்ற அந்த அதிகாரம் இருந்தால் காலதாமதம் ஆகாமல் காரியங்கள் நடைபெறும் என்று தெரிவித்துக் கொள்கிறேன். இப்பொழுது 5,000 ரூபாய்க்கு அனுமதி வாங்க வேண்டுமானால், ஆர்.டி.ஓ.வுக்குப் போய், ரெவின்யூ இலாகாவுக்குப் போய் காலதாமதம் ஏற்படுகிற காரணத்தாலே செய்ய வேண்டிய வேலைகளையும் செய்ய முடியாமல் போய்விடுகிறது. ரெவின்யூ இலாகாவினுடைய குறுக்கீடால் பலவிதமாக பஞ்சாயத்து யூனியனுக்கு வரவேண்டிய பணங்களும் குறைந்து விடுகிறது என்று தெரிவித்துக் கொள்கிறேன்.

கண்மாய்கள் உள்ள ஒரு சில இடங்களில் மரங்களையும் மற்றவைகளையும் பஞ்சாயத்து யூனியன்களே பாதுகாத்து வந்தாலும் கூட அந்த மரங்களை ஏலம் விடுவதாக இருந்தால், ரெவின்யூ இலாகாவுக்கோ அல்லது தாசில்தாருக்கோதான் அந்த அதிகாரங்கள் இருக்கின்றன. அதனால், பஞ்சாயத்து யூனியனுக்கு ரூ.5,000, ரூ.6,000 வரக்கூடிய வருமானத்தைக் கூட ரூ.400, 500 என்று பஞ்சாயத்து யூனியனுக்குத் தெரியாமலே ஏலம் விடக்கூடிய அதிகாரங்கள் ரெவின்யூ இலாகாவிற்கு இருக்கிறது. ஆகவே அந்த மாதிரி அதிகாரங்களை எல்லாம் பஞ்சாயத்து யூனியனுக்கு மாற்ற வேண்டும். பஞ்சாயத்து யூனியன்களுக்கு அதிகமாக அதிகாரங்கள் கொடுக்க வேண்டுமென்று இந்த நேரத்தில் தெரிவித்துக் கொள்கிறேன்.

அடுத்து, பஞ்சாயத்து யூனியன் தேர்தலைப் பற்றிச் சொல்லுகின்ற பொழுது சென்ற காலத்திலே பஞ்சாயத்து யூனியன் தலைவரை நேரிடையாகத் தேர்ந்தெடுக்காமல் மெம்பர்களால் தேர்ந்தெடுப்பதால், பல கிராமங்களிலே சண்டைகளும் சச்சரவுகளும் ஏற்படுகிறது. அதனால் பெரிய போட்டி, பூசல்களும் கிராமமே இரண்டாக பிரியும் நிலையும் ஏற்படுகிறது. இந்த நிலை மாறுவதற்கு பஞ்சாயத்துத் தலைவர் தேர்தலையும் பஞ்சாயத்து யூனியன் தலைவர் தேர்தலையும் நடத்துகிற பொழுது மக்களே நேரிடையாக அவர்களைத் தேர்ந்தெடுக்கிற வகையில் வழி செய்ய வேண்டுமென்று கூறி முடித்துக் கொள்கிறேன்.

அரிசன மக்கள் வாழ்க்கையும் அரசாங்க உதவியும்!★

மதிப்பிற்குரிய தலைவர் அவர்களே, அரிசன மானியத்தின் மீது ஒன்றிரண்டு கருத்துக்களைச் சொல்ல விரும்புகிறேன். நாட்டிலே பெரும் பகுதியான அரிசன மக்கள் பொருளாதார நிலையில் பிற்பட்டவர்களாக, அடிமைகளாக மிகவும் பின்தங்கிய நிலையில் கஷ்டப்படக்கூடிய நிலையில் இருக்கிறார்கள். மகாத்மா காந்தி அவர்கள் அரிசன மக்கள் படுகின்ற துன்பங்களையும் கஷ்டங்களையும் கண்டு அவற்றைப் போக்குவதற்காகப் பாடுபடுவதில் அதிதீவிரமாக இருந்தார்கள்.

ஆனால், அவர்களுக்குப் பிறகு இந்த நாட்டை ஆண்டுகொண்டு வந்தவர்கள் மேலெழுந்தவாரியாகத்தான் அரிசன மக்களுக்கு ஏதாவது செய்கிறார்களே தவிர அடிப்படையாக அவர்களுடைய பொருளாதார நிலையை மாற்றியமைக்க வழி செய்தார்களா என்றால் இல்லை. அவர்கள் பொருளாதார நிலையை மாற்றியமைக்காமல் இருந்ததால் தான் அவர்கள் ஆடுமாடுகள் போகும் இடங்களுக்குக் கூட இவர்கள் போய் தண்ணீர் எடுக்க முடியாத நிலையிலும் பொதுக்கிணறுகளிலே தண்ணீர் எடுக்க முடியாத நிலையிலும் இருக்கிறார்கள்.

அவர்களுக்கு முன்னமேயே புறம்போக்கு நிலங்களையும், சாகுபடி செய்யக்கூடிய நிலங்களையும் கொடுத்து இருந்தார்களானால் ஓரளவுக்கு அவர்களுடைய பொருளாதார நிலையில் அவர்கள் மேம்பாடு அடைந்திருக் முடியும். சென்ற அரசு அதைச் செய்யவில்லை. இந்த அரசு அவர்களுக்கு சாகுபடி செய்யக் கூடிய நிலங்களைச் சொந்தமாக்கக் கூடிய முறையில் ஏற்பாடுகளைச் செய்ய வேண்டுமென்று கேட்டுக் கொள்கிறேன்.

பல இடங்களில் வீட்டு மனைகள் இல்லாத கஷ்ட நிலைமை இருக்கிறது அவர்கள் குடியிருக்கிற இடங்கள் பல இடங்களில் பண்ணையாருக்கே சொந்தமாக இருப்பதால் அவர்களுக்கு கஷ்டமான நிலைமை இருக்கிறது. நம்முடைய அரசு அவர்களுக்கு ஒரு சிறப்புத் திட்டத்தைத் தயாரித்து அதன்மூலம் மனை இல்லாத சகல அரிசன மக்களுக்கும் 1972-ம் ஆண்டிற்குள் வீட்டுமனைகளைக் கொடுப்பதற்கு ஏற்பாடு செய்ய வேண்டுமென்று கேட்டுக் கொள்கிறேன்.

அரிசன மக்களுக்கு அவர்கள் குடியிருப்புக்களில் மின்சாரம், குடிநீர் இல்லாதது பற்றிச் சொன்னார்கள். பஞ்சாயத்து யூனியன்

★ *1968-69-ம் ஆண்டிற்கான நிதிக்கோரிக்கைகள் - அரிசன மான்யத்தின் மீது 1968 மார்ச் 15 அன்று பேசியது.*

மூலமாக அவை நிறைவேற்றப்படக் கூடிய திட்டமாக இருந்தாலும், பஞ்சாயத்தில் மெஜாரிட்டியாக எல்லோரும் இருக்கிற காரணத்தினால் அரிசன மெம்பர் ஒருவர்தான் இருப்பார். அப்படியிருக்கின்ற காரணத்தினால் மெஜாரிட்டி உள்ளவர்கள் அவர்கள் இஷ்டம்போல் தீர்மானம் நிறைவேற்றி அவர்களுடைய தெருக்களுக்கு மட்டும் குடிநீர், மின்சாரம் போன்றவற்றை ஏற்பாடு செய்து கொள்கிறார்கள்.

என்னுடைய தாலுகாவைப் பொறுத்தவரையில் இதைப் பற்றிப்பல புகார்கள் வந்திருந்து, அதைப் பற்றி அவர்களிடத்தில் எடுத்துச் சொன்னாலும் கூட அவர்கள் அரிசன மக்கள் குடியிருப்புக் களில் மின்சாரம், குடிநீர்க் குழாய்கள் போட தீர்மானம் போட்டுக் கொடுக்க மறுப்பதோடு மட்டுமல்லாமல், அதைப்பற்றி பஞ்சாயத்து யூனியனிடம் சொன்னால் அவர்கள் பஞ்சாயத்துக்கள் எந்த எந்த இடங்களில் அவை செய்யப்படவேண்டுமென்று அவர்கள் தீர்மானிக் கிறார்களோ அங்கேதான் போடலாம். நாங்கள் இதில் ஏதும் செய்வதற்கில்லை என்று சொல்கிறார்கள். ஓவர்ஹெட் டாங்க் வைத்து குடிநீர் வரும் பல கிராமங்களில் குழாய்கள் மூலம் அரிசன குடியிருப்புப் பகுதிக்குப் போகவில்லை. பெரும்பகுதியினராக இருக்கக்கூடிய மெஜாரிட்டி சமூகத்தார் இருக்கக்கூடிய பகுதிகளுக்குத்தான் போகிறது. இதற்கு நான் ஒரு யோசனை சொல்ல விரும்புகிறேன்.

அரிசனக் குடியிருப்புகளுக்கு மின்சாரம், குடிநீர் சம்பந்தப்பட்ட வரையில் இரண்டையும் அரிசன நலத்துறையே நேரடியாக கவனிக்க வேண்டும். பொருளாதார முன்னேற்றத்தை ஏற்படுத்துவதற்காக அவர் களுக்குச் சிறு தொழில்களுக்கு கடன்கள் மற்ற வசதிகள் செய்வதாகச் சொல்லப்பட்டிருக்கிறது. கைத்தொழில் கூட்டுறவுச் சங்கங்கள் ஏற்படுத்தப் போவதாகச் சொல்லப்பட்டது. அது ஒன்றிரண்டு இடங்களில் தான் இருக்கிறது. அதை வாய்பகுதிகளிலும் விஸ்தரிப்பதற்கு ஏற்பாடு செய்ய முயற்சிக்க வேண்டும். அவர்களுக்குப் பொருளாதார முன்னேற்றத்திற்கு கிணறுகளை வெட்டுவதற்கும் மாடுகள் வாங்கு வதற்கும் சீட்டுக் குலுக்கிப் போடக்கூடிய முறையில் கொடுக்கப்பட்டு வருகிறது.

1,500 ரூபாய் கிணறு வெட்டுவதற்காகக் கொடுக்கப்படுகிறது. அதை கொண்டு கிணறு வெட்ட முடியாத நிலைமை இருக்கிறது. 2 ஏக்கர், 4 ஏக்கர் வைத்து இருக்கும் விவசாயிகள் பஞ்சாயத்து யூனியன்கள் மூலமாகக் கடன் பெறக்கூடிய நேரத்திலே அவர்கள் பெற முடியாத நிலைமை இருக்கிறது. கிணற்றுக்காக் கடன் கேட்டால் அதற்கு சொத்து ஜாமீன் கேட்கிறார்கள். ஜாமீன் கொடுப்பதற்கு வேறு

யாரும் முன்வர மாட்டார்கள். இந்த நிலையில் அவர்கள் மிகவும் கஷ்டப்படுகிறார்கள். இனாம் என்று சொல்லக்கூடிய 1,200 ரூபாய்க்கு சீட்டு குலுக்கு முறைப்படி கொடுக்கப்படுவதால் ஒன்றிரண்டு பேர்களுக்குத் தான் அது கிடைக்கிறதே தவிர எல்லா விவசாயிகளும் உற்பத்தியைப் பெருக்குகின்ற அளவில் விவசாயம் செய்து அவர் களுடைய குடும்பத்தைக் காப்பாற்றுவதற்கான நிலைமை இல்லை.

ஆகவே, அப்படியில்லாமல் கிணறு வெட்டக் கடன் கேட்டால் தகுதியான நிலமாக இருந்தால் எந்த விதமான ஜாமீனும் கேட்காமல் மொத்தத் தொகையில் 1,500 ரூபாய் இனாமாகக் கொடுத்துவிட்டு மீதியைக் கடனாகக் கொடுப்பதற்கு ஏற்பாடு செய்ய வேண்டும். மற்றவர்களுக்குக் கொடுக்கின்ற அளவிலேயே கடன் கொடுத்து அதில் 1,500 இனாமாகக் கொடுத்தது போக மீதியை கடனாக கொடுக்க வேண்டும்.

அடுத்ததாக, நகரங்களை துப்புரவு செய்கிறவர்கள் நகரங்களைத் துப்புரவு செய்தாலும் அவர்கள் இருக்கக்கூடிய இடங்களைப் பார்த்தால் சாக்கடை ஓரத்திலே சிறு குடிசைகளிலே வாழ்கிறார்கள். மிகவும் பரிதாபகரமான நிலையில் இருக்கிறார்கள். நகரசபைகளிலே அதற்கான திட்டம் இருக்கிறது. நகரசபை பாதியும் சர்க்கார் பாதியும் இதற்காகக் கொடுக்கிறது.

ஆனால் நகரசபையிலே வேறு பல திட்டங்கள் நிறைவேற வேண்டியிருப்பதால் அவர்களால் இந்தத் தொகையைக் கொடுக்க முடியவில்லை. ஆகவே, சர்க்கார் கட்டாயமாக அவர்களுக்காக வீடு கட்டிக் கொடுக்க வேண்டும். அப்படிக் கட்டும் பொழுது அவர்கள் இருக்கும் பகுதிகளிலேயே கட்ட வேண்டும். ஒரு மைல், அரை மைல் தூரத்திலே அவர்களுக்குக் கட்டிக் கொடுக்கப்படுகிறது. அப்படி யில்லாமல், ஊரையொட்டியே அவர்கள் இருக்கிற பகுதிகளிலே கட்டிக் கொடுக்க வேண்டும்.

அடுத்தபடியாக, படிப்புக்காக ஸ்காலர்ஷிப் கொடுக்கப்படுவதில் முன்னால் இருந்த முறையே நல்லது. அந்தந்த ஜில்லா மட்டத்தில் அரிசன நல இலாகா அதிகாரிகள் படிப்புக்காக உதவித் தொகை கொடுக்கும் போது கொஞ்சம் தகுதி குறைவாக இருந்தாலும் அவர் களாகவே பார்த்து கொடுக்கக் கூடிய நிலை இருந்தது. இப்போது சர்க்காருக்கு அனுப்ப வேண்டிய நிலை இருக்கிறது. ஆகவே, முன்பு இருந்த முறையில் அந்தந்த மாவட்ட நல அதிகாரிகளே தகுதியைப் பார்த்து உதவித் தொகை கொடுப்பதற்கு முடிவு செய்வது நலமாக இருக்கும்.

இன்று அரிசன நலத்துறைப் பள்ளிகளில் மட்டும் மாணவர்களுக்கு உடையும், புத்தகங்களும் இனாமாக வழங்கப்படுகின்றன. மற்ற பள்ளிகளில் பயிலக்கூடிய அரிசன பிள்ளைகளுக்கும் உடையும், புத்தகமும் இனாமாகக் கொடுக்க வழி செய்ய வேண்டுமென்று கேட்டு முடித்துக் கொள்கிறேன்.

மூடிய ஆலைகளும் வாடும் தொழிலாளர்களும்★

தலைவர் அவர்களே, தொழிலாளர் நலன், தொழிற்சாலை என்ற மானியத்தின் மீது நான் ஒன்றிரண்டு கருத்துக்களைச் சொல்ல ஆசைப் படுகிறேன். குறிப்பாக, இன்று நாட்டிலே தொழிற்சாலைகளிலே ஈடுபட்டிருக்கும் தொழிலாளர்கள் பெரிய நெருக்கடியை எதிர்நோக்கிக் கொண்டிருக்கிறார்கள் என்று தான் சொல்ல வேண்டும். ஒவ்வொரு தொழிற்சாலையிலும் தங்களுடைய சிறு சிறு கோரிக்கைகளுக்குக் கூட பெரிய போராட்டத்தில் ஈடுபட்டுத்தான் அந்தக் கோரிக்கைகளைப் பெற வேண்டிய நிலை இருக்கிறது.

பஞ்சாலைத் தொழிலை எடுத்துக் கொண்டால் ஏப்ரல் மாதம் 1-ம் தேதியிலிருந்து 15 மில்களை மூடப்போவதாக அறிவித்திருக்கிறார்கள். அதோடு 50 மில்களை 15 தினங்கள் மூடி வைக்கப் போவதாகச் சொல்லிக் கொண்டு வருகிறார்கள். செங்கோட்டையில் பாலராமவர்மா என்ற மில் ஒரு வருஷகாலமாக மூடப்பட்டு அங்குள்ள சுமார் 700 தொழிலாளர்கள் பஞ்சம் பட்டினியால் அவதிப்பட்டுக் கொண்டிருக் கிறார்கள். மில்லைத் திறக்க வேண்டுமென்று போராட்டம் நடத்திய 200-க்கும் அதிகமான தொழிலாளர்கள் கைது செய்யப்பட்டிருக்கிறார்கள். மானேஜ்மெண்டுக்குள்ளாகவே ஏற்பட்ட தகராறின் காரணமாகத்தான் மில்லை நடத்தாமல் மூடி விட்டார்கள். மானேஜ் மெண்ட் மாறிய பிறகும் கூட பேச்சு வார்த்தைக்காக கமிஷனரோ கலெக்டரோ கூப்பிட்டாலும் கூட அந்த முதலாளிகள் வருவதில்லை. அந்த தொழி லாளர்களைப் பட்டினி போட்டு வதைக்கிறார்கள்.

ராஜபாளையம் ஜானகிராம் ஸ்பின்னிங் மில் என்று இருக்கிறது. அதிலே 350 தொழிலாளர்கள் இருக்கிறார்கள். அவர்களுக்கு அந்தந்த மாதச் சம்பளம் அந்தந்த மாதமே கொடுக்கப்படுவதில்லை. மூன்று மாதம் கழிந்த பிறகுதான் சம்பளத்தைக் கொடுக்கின்ற பழக்கம் இருந்து வருகிறது. மாதா மாதம் கொடுக்கும்படி கேட்டால் கொடுப்பதில்லை. இதற்காக நடவடிக்கை எடுக்க தொழிலாளர்கள் முயன்றால் இவைகள் எல்லாம் கோர்ட்டுக்கு வந்து தீர்ப்புக் கிடைக்க எத்தனை மாதம்

★ 1966-68-ம் ஆண்டிற்கான நிதிக் கோரிக்கைகள் - தொழிற்சாலை மானியத்தின் மீது 1968 மார்ச் 19 அன்று பேசியது.

ஆகுமோ தெரியாது. இந்த மாதிரி நெருக்கடிகளைப் போக்க வேண்டுமென்று சொன்னால் தொழிலாளர்கள் பக்கம் தைரியமாக நின்று முதலாளிகளை நிர்ப்பந்தபடுத்த வேண்டும்.

மில்களை மூடிவிடுவதால் முதலாளிகளுக்கு பாதகம் இல்லை. தொழிலாளர்கள்தான் தங்களுடைய வாழ்க்கைக்கு வழி இல்லாமல் தவிக்கிறார்கள். யாருடைய தூண்டுதலாலோ தொழிலாளர்கள் போராட்டத்தில் ஈடுபடுவதில்லை. போராட்டத்தில் ஈடுபட்டால் தங்களுடைய வாழ்க்கை நிலை பாதிக்கப்படும் என்பதைப் பற்றியெல்லாம் நன்கு சிந்தித்துப் பார்த்து வேறு வழி இல்லாமல் நிர்ப்பந்தத்தின் காரணமாகப் போராட்டத்தில் இறங்குகிறார்கள். பிறர் தூண்டி விடுவதன் காரணமாகப் போராட மாட்டார்கள், போராட முடியாத இந்தப் பிரச்சினைகளில் எல்லாம் அரசாங்கம் சீக்கிரமாகத் தலையிட்டு அந்தத் தகராறுகளை உடனுக்குடன் தீர்க்க முயற்சிக்க வேண்டும்.

இன்னும் சில தொழிற்சாலைகளில் இடைக்கால நிவாரணம் அமல் நடத்தப்படாமல் இருக்கிறது, இன்ஜினியரிங் தொழிற்சாலைகளில் பல முதலாளிகள் இடைக்கால நிவாரணம் கொடுக்க வேண்டுமென்பதை அமல் நடத்தாமல் இருக்கிறார்கள்.

அடுத்தபடியாக, தொழிலாளர்களுக்கும் முதலாளிகளுக்கும் இடையில் ஏற்படும் தகராறுகளின் போது போலீஸ் தலையிட்டு துப்பாக்கிப் பிரயோகம் வரை ஏற்படும் நிலைமை இருக்கிறது. இந்த நிலை அறவே கூடாது. எதிர் காலத்திலே இந்த மாதிரி நிலைமைகள் ஏற்படாமல் தடுக்க வேண்டும். துப்பாக்கிப் பிரயோகங்கள் நடந்த இடத்தில் கூட நீதிபதியை நியமித்து விசாரணை நடத்துவதோடு கூட சம்பந்தப்பட்ட குடும்பங்களுக்கு நஷ்டஈடு வழங்க வேண்டுமென்றும் தெரிவித்துக் கொள்கிறேன்.

இன்று மில்களில் பெரிய நெருக்கடி ஏற்பட்டிருக்கும் நேரத்தில் அது முதலாளிகளுக்கு ஏற்பட்ட நெருக்கடி என்று சொல்வது சரியல்ல. தகராறு செய்யக்கூடிய நிலையில் உள்ள முதலாளிகள் நடத்துகின்ற மில்களை அரசு ஏற்று நடத்த வேண்டுமென்று ஒரு தீர்மானத்தை இந்த மன்றத்தில் கொண்டு வந்து நிறைவேற்றி அதை மத்திய அரசுக்கு அனுப்ப வேண்டும். அதற்கு நம்முடைய முதலமைச்சர் அவர்கள் முயற்சி எடுத்துக் கொள்ள வேண்டும். ஏப்ரல் 1-ம் தேதியிலிருந்து பஞ்சாலைகளை மூடுவது என்று முடிவு செய்திருக்கும் நிலையில் ஏற்பட்டுள்ள நெருக்கடியைத் தீர்க்க மாண்புமிகு முதலமைச்சர் அவர்கள் தொழிலாளர்கள், முதலாளிகள் இரு தரப்பினரையும் கூட்டி

வைத்துப் பேசி மில்களை மூடுவதை நிறுத்த நடவடிக்கை எடுத்துக் கொள்ள வேண்டுமென்று தெரிவித்துக் கொள்கிறேன்.

அடுத்தபடியாக, மோட்டார் தொழிலாளர்களுக்கு 12½, ரூபாய் இடைக்கால நிவாரணம் கொடுக்க வேண்டுமென்ற சம்பள போர்ட் தீர்ப்பை மத்திய அரசு ஏற்றுக் கொண்டிருக்கிறது. அதை நம் அரசும் ஒப்புக் கொண்டு அவர்களுக்கு இடைக்கால நிவாரணம் கிடைப்பதற்கான நடவடிக்கைகளை எடுக்க வேண்டும். ஹைகோர்ட் தீர்ப்பு பற்றி பல உறுப்பினர்கள் சொன்னார்கள். அத்தீர்ப்பு தொழிலாளர்களுக்கு விரோதமான தீர்ப்புதான். தொழிலாளர்கள் தங்கள் உழைப்பின் மூலம் உற்பத்தி செய்யும் பண்டங்களை அவர்களுக்குள் உள்ள தகராறு தீராதபோது வெளியில் எடுத்துச் செல்வது நியாயமில்லை. தகராறு தீராத நிலையில் அப்பண்டங்களை வெளியில் எடுத்துச் செல்லும் போது மறியல் செய்ய அல்லது போராட்டம் நடத்த அவர்களுக்கு உரிமை உண்டு.

அந்த ஹைகோர்ட் தீர்ப்பை எதிர்த்து அப்பீல் செய்ய அரசாங்கம் முயற்சிக்க வேண்டும். அதை மதிப்பிற்குரிய தொழில் அமைச்சர் அவர்களும் மற்ற தொழிற் சங்கத் தலைவர்களை அழைத்துப் பேசும் போது அப்பீல் செய்வது என்பது சரிதான், செய்ய வேண்டும் என்று ஒப்புக் கொண்டிருக்கிறார்கள். ஐ.என்.டி.யு.சி. தலைவர் மட்டும் அதை ஒத்துக் கொள்ளவில்லை என்று அறிந்தேன். அத்தீர்ப்பை எதிர்த்து அப்பீல் செய்ய அரசாங்கம் முயற்சிக்க வேண்டும். தோல் பதனிடும் தொழிலாளர்கள், பீடித் தொழிலாளர்கள், உப்பளத் தொழிலாளர்கள் இவர்கள் பற்றிய அறிக்கை வந்தும் அது கெஜட்டில் பிரசுரிக்கப்படாமல், அதன் மீது நடவடிக்கைகள் எடுக்கப்படாமல் இருக்கின்றன. அது பற்றியும் நடவடிக்கைகள் எடுக்கப்பட வேண்டும்.

தோட்டத் தொழிலாளர்கள் சம்பள ஆக்டில் பல விதிகள் அமல் செய்யப்படாமல் இருக்கின்றன. அதையும் செய்ய வேண்டும். கைத்தறித் தொழிலாளர்களுக்கு நெருக்கடி அதிகமாக இருக்கிறது.

ஏப்ரல் 1-ம் தேதியில் இருந்து பரமக்குடியில் நெசவாளர்கள் மத்திய அரசாங்கத்தின் ரயில்வே காரியாலயங்கள் போன்றயிடங்களில் மறியல் போராட்டம் நடத்தத் திட்டமிட்டிருப்பதாகத் தெரிகிறது. பெரிய பாக்டரிகள் வைத்து நெசவாளர்களுக்கு வேலை வாய்ப்பு கொடுக்கும் பாக்டரி முதலாளிகள் கூட மிக மிகக் குறைந்த கூலி கொடுக்கிறார்கள். அவர்களுக்கு நிரந்தரமான வேலையும் கொடுப்ப தில்லை. அவர்களுக்கு வேறு வசதிகளும் செய்து கொடுப்பதில்லை. ஆகவே கைத்தறி நெசவுத் தொழிலாளர்களுக்காக ஒரு சட்டம்

கொண்டு வந்து அவர்களுக்குத் தக்க பாதுகாப்பு அளிக்கும் வகையில் தக்க ஏற்பாடுகள் செய்ய வேண்டும்.

கடைசியாக, லேபர் கமிஷனர் ஆபீசிலிருந்து லேபர் கெஸட் என்று வெளியிடுகிறார்களாம். 1967 ஜனவரியில் போடப்படும் கெஸட் 1968 ஜனவரியில் தான் வருகிறது. 1967 பிப்ரவரியில் போடப்படும் கெஸட் 1968 பிப்ரவரியில் தான் வருகிறது. ஆகவே அந்த அந்த மாத கஸட் அந்த அந்த மாதத்தில் வெளிவரும் வகையில் ஒரு திருத்தத்தைச் செய்ய வேண்டுமென்று கேட்டுக் கொண்டு என் உரையை முடித்துக் கொள்கிறேன்.

கூட்டுறவு சங்கங்களில் கடன் பெற எத்தனை எத்தனை சிக்கல்கள்?*

மதிப்பிற்குரிய தலைவர் அவர்களே, மாண்புமிகு கூட்டுறவு அமைச்சர் அவர்கள் கொண்டு வந்திருக்கும் கூட்டுறவு மானியத்தின் மீது சில கருத்துக்களைச் சொல்ல ஆசைப்படுகிறேன்.

கிராமப் பகுதிகளில் இருக்கும்படியான கூட்டுறவுச் சங்கங்களில் பெரும் பகுதி வேறு எந்தவிதமான சேவையையும் செய்யவில்லை என்றாலும் கூட, அதிகமான கடனை வழங்குவதில் முழுப் பங்கை ஏற்று நடத்தி வருகிறது. நகரக் கூட்டுறவு ஸ்டோர்களும் ஓரளவு பலன் அளித்து வருகிறது.

ஒரு சில இடங்களிலுள்ள கூட்டுறவு நில அடமான பாங்குகள், சென்ற காலத்தில் அதிகமான கடன் பளுவில் முங்கிக் கஷ்டத்தில் இருந்த விவசாயிகளை மீட்பதற்குக் கடன் கொடுத்து உதவி செய்திருக்கிறது. இருந்தாலும் கூட கடன்கள் கிடைப்பதிலே இருக்கக்கூடிய சிரமங்களையும், காலதாமதத்தைப் பற்றியும், நமது அரசு மாற்றங்களைக் கொண்டு வரவேண்டுமென்ற என்னுடைய கருத்தைச் சொல்ல விரும்புகிறேன்.

எதிர்காலத்திலே விவசாயிகளுக்குச் சர்க்கார்மூலம் கொடுக்கக்கூடிய கடன்கள் எல்லாம், கிணறு வெட்டக் கடன், பம்ப் செட் கடன், டிராக்டர்கள் வாங்கக் கடன் ஆகிய அத்தனைக்கும் இனிமேல் கூட்டுறவு நில அடமான பாங்கு மூலமாகத்தான் கொடுக்க வேண்டுமென்று நம்முடைய அரசு சொல்லியிருக்கிறது. அந்த அடிப்படையில் கொடுக்கக்கூடிய காலத்தில், இப்போதுள்ள நம்முடைய கூட்டுறவுத்

---

* 1968-69 ஆண்டிற்கான நிதிக்கோரிக்கைகள் - கூட்டுறவு மானியத்தின் மீது 1968 மார்ச் 21 அன்று பேசியது.

துறையால் வழங்கப்படுகிற கடன் குறிக்கோள் நிறைவேறவில்லை என்பதைப் புள்ளி விவரங்களோடு தெரிவிக்க விரும்புகிறேன்.

நான்காவது ஐந்தாண்டுத் திட்டத்தில் குறிக்கோள் 80 கோடி என்று சொல்லப்படுகிறது. 1966 -67-ம் ஆண்டு குறிக்கோள் 50 கோடி ரூபாய் குறுகிய காலக் கடன் கொடுக்கப்பட வேண்டுமென்பது. ஆனால் கொடுத்த அளவு 1966-67-ல் ரூ.31 கோடி 41 இலட்சந்தான். 1967-68-ல் குறிக்கோள் அளவு 58 கோடி, கொடுத்தது 27 கோடி 92 இலட்சம். கடன் கொடுக்கப்படாததற்கான காரணம், கடன் பெறக் கூடியவர்கள் இல்லை என்று நினைக்க முடியாது. இப்போது கடன் பெறுவதில் உள்ள நிபந்தனைகள் அதிகமாக இருப்பதால் கடன் வாங்குவது குறைவாக இருக்கிறது. கிராம சொஸைட்டிகளில் வாங்கக்கூடிய கடன்களுக்கு டெப்பாஸிட் தொகை அதிகரித்திருப்பதும் ஒரு காரணம். வட்டி விகிதத்தைக் கூட்டியிருப்பது மற்றொரு காரணம். பங்குத் தொகைகளையும் உயர்த்தியிருக்கிறார்கள்.

எனக்குமுன் பேசிய உறுப்பினர்கள் கூறியதுபோல் பெரும்பகுதி மக்கள் தாங்கள் பெற்ற கடன்களைத் திருப்பிச் செலுத்தியிருந்தாலும், ஒரு சிலர் செலுத்தாததால் கடனைத் திரும்பச் செலுத்தியவர்கள் கூட திரும்பக் கடன் பெற முடியாத நிலை இருக்கிறது. ஒரு சங்கத்தின் நிர்வாகஸ்தர், அதன் தலைவர், அல்லது அதன் செயலாளர் - எல்லா இடங்களிலும் இப்படி இருக்கிறது என்று நான் சொல்லவில்லை- பினாமி லோன்கள் போட்டு, பல பேர்களின் பெயர்களில் லோன்கள் போட்டு அவற்றைப் பெற்று அவற்றைத் திருப்பிக் கட்டாததால் - இப்படிப் பல ஊழல்கள் நடப்பதால் - பலர் கட்டியிருந்தும் கூட திரும்ப அந்தச் சங்கங்களுக்குக் கடன் கிடைக்காததொரு நிலை இருக்கிறது.

ஒரு சிலர் கடன்களைத் திரும்பக் கொடுக்காததால், பலர் கடனைத் திரும்பக் கொடுத்தும் கூட விவசாயிகள் கிராமக் கூட்டுறவுச் சங்கங்களிலிருந்து கடன் பெற்று விவசாய வேலைகளை, விவசாய அபிவிருத்தி வேலைகளை கவனிக்க முடியாமல் இருக்கிறார்கள். அதற்காக இப்பொழுது அமைக்கப்பட்டிருக்கும் கமிட்டி சில மாறுதல் களைச் செய்யும் என்று நினைக்கிறேன்.

மாறாக, சில அடமான பாங்குகள் மூலம் புதிதாகப் பல கடன்கள் கொடுக்கப் போகிறோம். நில அடமான பாங்குகளில் இருந்து கடன்கள் வாங்குவதில் பல கஷ்டங்கள் இருக்கின்றன. சர்க்காரிலிருந்து வாங்க வேண்டுமென்றால், தாசில்தாரிடமிருந்து ஒரு சர்டிபிகேட் வாங்கிக் கொடுத்து, வில்லங்க சர்டிபிகேட்ஸ் 12 ஆண்டுகளுக்கு வாங்கிக்

கொடுத்தால், இவ்வளவு பெறுமானமுள்ள சொத்து இருக்கிறது என்று கணக்குக் கொடுத்தால் சர்க்காரிலிருந்து லேசாக கடன் பெற முடிகிறது.

ஆனால் கூட்டுறவு சங்கத்திலிருந்து 5,000 ரூபாய் கடன் பெற ஒரு மனுப் போட்டால் அவர்கள் போடக்கூடிய நிபந்தனைகளைப் பூர்த்தி செய்வதில் மிக அதிகமான கஷ்டங்கள் இருக்கின்றன. அந்த நிலம் நமக்கு எப்படிச் சொந்தம் என்பதை ரிக்கார்ட் பூர்வமாக நிரூபிக்க வேண்டும். பன்னிரண்டு ஆண்டுகளுக்குள்ள வில்லங்க சர்டிபிகேட்டுகள் போதாது. நீங்கள் யாரிடத்திலிருந்து வாங்கினீர்கள், அவர்களுக்கு அது எப்படி சொந்தம், அவர்கள் குழந்தைகளில் எத்தனை பேர் பெண்கள், அவர்களுக்கு அதில் பாத்தியதை இருக்கிறதா என்றெல்லாம் கேட்கிறார்கள். அவற்றையெல்லாம் பூர்த்தி செய்வதில் பல கஷ்டங்கள் ஏற்படுகின்றன.

ஆகவே சர்க்கார் நிபந்தனைகள் இருப்பதுபோல் அதையும் செய்ய வேண்டும். பன்னிரெண்டு ஆண்டு வில்லங்க சர்ட்டிபிகேட்டுகள், நிலத்தின் மதிப்பு என்ன என்பதைப் பார்த்து அந்த அந்தப் பஞ்சாயத்து அல்லது அந்தந்தக் கிராமத்தில் நடைமுறையில் இருக்கும் விலையை அனுசரித்துக் கடன்கள் விரைவில் கிடைக்க வழிசெய்ய வேண்டும். அப்படிச் செய்யவில்லை என்றால் எவ்வளவு கடன் கொடுக்க வேண்டுமென்று நாம் டார்கெட் போட்டாலும் அது நிறைவேறாது. ஆகவே நில அடமான பாங்குகளில் இருந்து கடன்கள் கொடுக்கும் விதிகளில் சில மாற்றங்கள் செய்யப்பட வேண்டும்.

அதோடு, சர்க்கார் கடனை வசூல் செய்வதில் எப்படி முதல் உரிமை இருக்கிறதோ அதேபோல் கூட்டுறவுச் சங்கங்களிலிருந்து கொடுக்கப்படும் கடன்களை வசூலிப்பதில் சர்க்கார் கடனுக்கு அடுத்தபடியாக இரண்டாவது உரிமை இருக்க வேண்டும். இப்போது மூன்றாம் மனிதர் கடன் கொடுத்து வசூலிப்பது போல்தான் கூட்டுறவுச் சங்கங்களும் வசூலிக்க வேண்டியிருக்கின்றன. முன்னால் யாரிடமாவது வில்லங்கங்கள் இருந்தால் அது போகத்தான் மீதி கிடைக்கிற நிலை இப்போதிருக்கிறது. ஆகவே, சர்க்கார் கடன் வசூலிப்பதற்கு முதல் உரிமை வழங்கப்படுவது போல், அதற்கு அடுத்த உரிமை இந்தக் கூட்டுறவுச் சங்கங்களில் இருந்து பெற்றுள்ள கடன்களை வசூலிப்பதற்குக் கொடுக்க வேண்டும். அப்போதுதான் கூட்டுறவு சங்கங்கள் தாங்கள் கொடுக்கக்கூடிய கடன்களை எளிதில் வசூலிக்க முடியும்.

அடுத்தபடியாக, கூட்டுறவு ஸ்டோர்கள், கட்டுப்பாடு பொருள்கள் எல்லாம் தனியார் கடைகளில் கிடைப்பதை விட கூட்டுறவு சங்கங்களில் ஓரளவு எல்லோருக்கும் இருக்கிறது. கூட்டுறவு சங்கங்கள் பல

இடங்களில் நஷ்டத்திலும் நல்லமுறையில் நடக்காமல் இருப்பதற்கும் காரணம், தனியார் துறையில் அதாவது தனியார் கடைகளில் பல சரக்குகள் வரி இல்லாமல் விற்கப்படும் நிலையிலிருப்பதுதான். தனிப்பட்ட ஒருவர், ஒரு மூட்டை பொருளை 200 ரூபாய்க்கு வாங்கி விற்கிறார் என்று வைத்துக் கொள்வோம். அவர் வரி ஒன்றும் கொடுக்காது, விற்பனை வரியும் விதிக்காது விற்றுவிடுவதால் நான்கு ரூபாய் குறைத்துக் கொள்ள முடிகிறது.

ஆனால், கூட்டுறவு சங்கங்களில் பொருள்களை விற்பனை செய்யும் பொழுது வாங்குபவரிடத்திலும் வரி செலுத்தி, அதை விற்கும் போது விற்பனை வரியும் விதிக்க வேண்டியிருப்பதால் நான்கு ரூபாய் அதிகமாகி விடுகிறது. இவர்கள் கணக்குகளை எழுதி வைக்க வேண்டியிருக்கிறது. ஆகவே நான்கு ரூபாய் குறைவாக இருக்கிறது என்று தனிப்பட்ட வியாபாரிகளிடம் சென்று வாங்குகிறார்கள். ஆகவே கூட்டுறவு ஸ்டோர்களுக்கு விற்பனை வரியிலிருந்து விலக்கு அளிப்பதோடு கூட, அவர்களுக்கு 10,000 ரூபாய்வரை வருமான வரி இல்லை என்றும் செய்ய வேண்டும். அப்படிச் செய்தால்தான் கூட்டுறவு ஸ்டோர்கள் நல்ல முறையில் பணியாற்ற முடியும்.

அடுத்தபடியாக, வீடு கட்டும் கூட்டுறவு சங்கங்கள் ஆங்காங்கு இருந்தாலும், அவை திறமையாகச் செயல்படவில்லை. காரணம் அதிலுள்ள விதிகள், ப்ளான் போட்டு அனுப்புவதில் உள்ள காலதாமதம் இவையே. ஆகவே கிராமங்களில் வீடு கட்ட வீடு கட்டும் கூட்டுறவு சங்கங்களை அமைக்க அரசாங்கம் முயற்சிக்க வேண்டும்.

அடுத்தபடியாக, லேபர் காண்ட்ராக்ட் சொஸைட்டீஸ் ஆரம்பிக்க வேண்டுமென்று சென்ற காலத்தில் ஒரு விதியை ஏற்படுத்தினார்கள். அவை ஆங்காங்கே பெயருக்கு ஆரம்பிக்கப்பட்டு இயங்காமல் அப்படியே நின்று விட்டன. காரணம் ஆங்காங்குள்ள காண்ட்ராக்டர்கள் தங்களுக்கு காண்ட்ராக்ட் கிடைக்காது போய்விடுமே என்று பெயருக்கு அவற்றை ஆரம்பித்து அவை செயல்படாமல் நின்று விட்டன. நான் சொல்வது, ஒவ்வொரு பஞ்சாயத்து யூனியனிலும் ஒரு சங்கம் அமைத்து, பஞ்சாயத்து யூனியன் வேலைகளை எல்லாம் இந்த லேபர் காண்ட்ராக்ட் சொஸைட்டிகளே செய்ய வேண்டும் என்ற நிபந்தனை போடப்பட வேண்டும். அப்படிச் செய்து அந்த சொஸைட்டிகளை ஊக்குவிக்க வேண்டும்.

அடுத்தபடியாக, கூட்டுறவுப் பண்ணைகள். கூட்டுறவுப் பண்ணைகள் பலயிடங்களில் ஆரம்பிக்கப்பட்டும் அவை சரியானபடி இயங்கவில்லை. கூட்டுறவுப் பண்ணை ஆரம்பிக்கக்கூடிய காலத்தில்

சென்ற கால அரசு ஒன்றை அறிவித்தது. இவ்வளவு மானியம், இவ்வளவு கடன் கொடுக்கப்படும் என்று அறிவித்தவுடனே, நியாயமாக கூட்டுறவுப் பண்ணை ஆரம்பித்து அதன் மூலம் உற்பத்தியைப் பெருக்க வேண்டும் என்ற நோக்கத்தைக் கொண்டவர்கள் அதை அமைக்காது சர்க்காரிலிருந்து மானியம் கிடைக்கிறது. கடன் கிடைக்கிறது என்பதற்காக சிலர் அம்மாதிரிப் பண்ணைகளை ஆரம்பித்து கிடைப்பதை பங்கு போட்டுக் கொள்ள வேண்டும் என்று ஆரம்பித்ததினால் தான் அம்மாதிரிப் போய் விட்டது.

ஆகவே, தரிசு நிலங்கள் உள்ள இடங்களை நியாயமாக பாடுபடக்கூடிய மக்களிடம் கொடுத்து, விவசாயிகள் குடியானவர்கள் கூட்டுறவுச் சங்கங்களை ஆரம்பித்து அவற்றிற்கு விசேஷ சலுகைகளை அளித்து கூட்டுறவுப் பண்ணைகள் சிறந்த முறையில் பணியாற்றும் விதத்தில் நடவடிக்கைகள் மேற்கொள்ளப்பட வேண்டும். விவசாயிகளை கூட்டாகச் சேர்த்து சங்கங்கள் அமைக்கப்பட வேண்டும். சிறிய விவசாயிகளினால் ட்ராக்டர் வாங்க முடியாது. ஆனால், பழைய முறையில் இனி நாம் விவசாயம் செய்ய முடியாது. நவீன விஞ்ஞான முறைகளைக் கையாண்டால்தான் நாம் அபிவிருத்தி அடைய முடியும். ஆகவே அந்த முறையில் விவசாயிகள் சேர்ந்து கூட்டுறவு பண்ணைகள் ஆரம்பித்து அவர்களுக்கு ட்ராக்டர் வசதி போன்ற வசதிகளை அளிக்கவும் விசேஷ சலுகைகள் அளிக்கவும் தற்போதுள்ள ஷரத்துக்களை மாற்ற வேண்டும். அப்படிப்பட்ட சங்கங்கள் ஆரம்பிக்க ஏற்பாடுகள் செய்யப்பட வேண்டும்.

அடுத்து, நெசவாளர்கள் கூட்டுறவு சங்கங்கள், இன்று அதில் இருப்பவர்கள் கடன் பெறுவதில் பல கஷ்டங்கள் இருக்கின்றன. அவர்கள் கடன் பெற செல்லும் போது, ஆஸ்தி கணக்கிடும் போது அவர்கள் வேறு மில்களில் அல்லது வேறு தொழில்களில் மூலதனம் போட்டிருந்தாலும் அதை கணக்கில் எடுத்துக் கொள்ள மாட்டேன் என்கிறார்கள். ஒரு லட்சம் ரூபாய் பெறுமானமுள்ள கட்டிடம் இருந்தாலும் அதற்கு 60,000 ரூபாய் கூட மதிப்பு போடுவதில்லை. இப்படிப்பட்ட நிலையிருப்பதால் அதிலுள்ளவர்கள் கடன் பெறுவதில் பல கஷ்டங்கள் இருக்கின்றன. அதனால், பல கூட்டுறவு சங்கங்கள் படுத்து விட்டன. அந்த நிபந்தனைகளை மாற்ற வேண்டும்.

கடைசியாக சூப்பர் மார்க்கெட்ஸ், அவை இப்போது எல்லா நகரங்களிலும் ஆரம்பிக்கப்பட்டு வருகின்றன. அங்கு சென்றால் சரியானபடி வருபவர்களைக் கவனிக்க ஆட்கள் இல்லை. தனிப்பட்டவர் கடைக்குச் சென்றால் தங்கள் வியாபாரம் பெருக வேண்டுமென்று

விசேஷமாகக் கவனிப்பார்கள் அதேபோல் இங்கும் அக்கறை செலுத்தப்படவேண்டுமென்று கேட்டுக் கொண்டு என் உரையை முடித்துக் கொள்கிறேன். வணக்கம்.

விவசாயப் பொருள்களுக்கு அரசே விலைநிர்ணயம் செய்ய வேண்டும்!★

தலைவர் அவர்களே, சட்டப் பேரவையின் 42-வது விதியின்படி கீழ்க்கண்ட அவசரமும் பொது முக்கியத்துவமும் வாய்ந்த விஷயத்தைப் பற்றி விவாதிக்க மற்ற நடவடிக்கைகளை ஒத்தி வைக்க வேண்டுமென்று முன்னறிவிக்கை கொடுத்திருக்கிறேன்:

நெல்லை, இராமநாதபுரம் மாவட்டங்களில் பிரதான பணப் பயிரும் ஏற்றுமதி மூலமாக சர்க்காருக்கு அன்னியச் செலாவணி சம்பாதித்துக் கொடுக்கும் மிளகாய் வற்றலும், அதிமுக்கிய மூலப்பொருளான பருத்தியும் இவ்வாண்டு விலை மிகவும் குறைந்த நிலையிலும் கொள்வாரற்றுக் கிடப்பதால் மேற்கண்ட பொருள்களுக்கு நியாயமான அடிப்படை விலை நிர்ணயித்து சர்க்காரே கொள்முதல் செய்ய வேண்டும். மார்க்கெட்டிங் சொசைட்டிகளுக்கு மட்டிலுமே மிளகாய் வற்றல் ஏற்றுமதி லைசென்ஸ் வழங்கி வெளிநாடுகளுக்கு ஏற்றுமதி செய்ய வேண்டிய நடவடிக்கைகளை எடுக்க வேண்டும்.

அதோடு, இந்த விஷயம் எப்படி அவசரப் பொது முக்கியத்துவம் வாய்ந்தது என்று சொல்ல விரும்புகிறேன். இந்த இரண்டு வட்டாரத்தையும் பொறுத்தமட்டில் விவசாயிகளுக்கு இந்தப் பணப்பயிர் மூலம் வரக்கூடிய வருவாய் பெரிதும் பாதிக்கப்பட்டிருக்கிறது. சென்ற ஆண்டு ஒரு குவிண்டால் பருத்தி 250 ரூபாய் என்றால் இவ்வாண்டு ரூ.140, ரூ.150 ஆகக் குறைந்திருக்கிறது. அதுபோலவே வற்றல் ரூ.600, ரூ.700 விற்றது என்றால் இன்றைக்கு பழைய வற்றல் ரூ.100-க்கும், புதிய வற்றல் ரூ.140-க்கும் மேல் கேட்கவில்லை. வாங்கக்கூடிய ஆட்களும் வருவதில்லை.

கூட்டுறவு மார்க்கெட்டிங் சொசைட்டி மூலமாக முன்பு வெளிநாடு களுக்கு அனுப்பினார்கள். இப்போது ஒரு தனி நபருக்கு ஏற்றுமதி லைசென்ஸ் கொடுக்கப்பட்டிருப்பதால் அவர் அதிக விலை கொடுத்து வாங்க - போட்டி இல்லாத காரணத்தினால் - முன்வரவில்லை. இந்த இரண்டு பொருள்களுமே பணப்பயிர்களாக இருக்கின்றன. அதுவும்

★ நெல்லை, இராமநாதபுரம் மாவட்டங்களில் மிளகாய் வற்றலுக்கும் பருத்திக்கும் நியாயமான அடிப்படை விலையை நிர்ணயித்தல் பற்றி 1968 மார்ச் 30 அன்று பேசியது.

விற்காமல் இருப்பதால் விவசாயிகள் வாங்கியிருக்கக்கூடிய கடனைக் கூடத் திருப்பிக் கொடுக்க முடியாமல் கஷ்டப்படுகிறார்கள்.

ஆகவே, அரசாங்கமே இவற்றை வாங்கி வெளிநாடுகளுக்கு ஏற்றுமதி செய்ய வேண்டும். மில்களுக்குப் பருத்தியைக் கொடுக்க வேண்டும். இதைப்பற்றி விவாதிக்க இந்த அவையின் நடவடிக்கை களை ஒத்திவைக்கக் கோருகிறேன்.

மாண்புமிகு பேரவைத் தலைவர்: மாண்புமிகு உறுப்பினர் கொண்டு வந்துள்ள காரியம் அரசின் சாதாரண நிர்வாகத்திற்கு உட்பட்டதாகையால் அதற்கு அனுமதி மறுக்கப்படுகிறது.

விவசாயம் செழிக்க மின்சாரம் தேவை!★

மாண்புமிகு பேரவைத் துணைத் தலைவர் அவர்களே, மின்சார வாரியத்தின் 1968-69-ம் ஆண்டுக்கான நிதிநிலை அறிக்கையின் மீது என்னுடைய கருத்துக்களைச் சொல்ல விரும்புகிறேன்.

தமிழக மின்சார வாரியத்தினுடைய சாதனைகள் மிகவும் பாராட்டப்பட வேண்டியவை. குறிப்பாக வேறு மாநிலங்களுடன் ஒப்பிட்டுப் பார்க்கும் போது, நம்முடைய மாநிலத்தில் மின்சார உற்பத்தியும், அதனுடைய ஊழியர்களுடைய சேவையும் நம்மால் பாராட்டப்பட வேண்டிய ஒன்று என்பதைக் கூறக் கடமைப்பட்டிருக் கிறேன்.

ஆனால் கிராமப்புறங்களிலே, குறிப்பாக, நீர்ப்பாசன வசதியில்லாத இடங்களிலே இறைவைப் பாசனத்திற்கு மின் இணைப்புச் செய்து தர வேண்டியது மிகமிக அவசியாமாகிறது. மின்சார இணைப்பு வசதி இல்லையென்றால் உணவு உற்பத்தி செய்ய முடியாது. ஆகவே காலாகாலத்தில் நாம் பம்புசெட்டுகளுக்கு மின் இணைப்புச் செய்து தர வேண்டுமென்று கேட்டுக் கொள்கிறேன். விவசாயத்திற்குத் தான் மின்சாரம் முதலில் தரப்பட வேண்டும். எல்லா இடங்களுக்கும் மின்சாரம் விஸ்தரிக்க பணம் போதவில்லையென்று பொதுவாகச் சொல்லப்படுகிறது.

அதற்கு என்னுடைய ஆலோசனை என்னவென்றால், தற்போது பெரிய தொழிற்சாலைகளுக்கு மின்சாரம் குறைந்த கட்டணத்தில் அளிக்கப்பட்டு வருகிறது. அந்தக் கட்டணத்தை மாற்றி கொஞ்சம் கூடுதலாக அதிகமான கட்டணம் விதிக்கலாம். மூலதனங்களுக்கு

★ 1968-69-ம் ஆண்டிற்கான தமிழ்நாடு மின்சார வாரியத்தின் நிதிநிலை அறிக்கை மீது 1968 ஆகஸ்ட் 17 அன்று பேசியது.

வட்டி என்ற பெயரால் கொடுத்து வரும் வட்டி விகிதத்தைக் கொஞ்சம் குறைக்க முயற்சி செய்ய வேண்டும். இந்த ஆண்டுகூட மின்சார வாரியத்தின் வருமானத்திலிருந்து 10 கோடிக்கும் அதிகமான தொகையை வட்டியாக கொடுத்திருக்கிறோம். வட்டி விகிதத்தை அரசு கொஞ்சம் குறைத்தால், ஆண்டுக்கு இப்போது 51,746 பம்புசெட்டுகளுக்கு மின் இணைப்பு கொடுப்பதற்குப் பதிலாக ஒரு லட்சம் பம்பு செட்டுகளுக்கு மின் இணைப்புக் கொடுக்கலாம் என்பதைத் தெரிவித்துக் கொள்கிறேன்.

தவிர, மின் இணைப்பு தருவதற்குப் போதிய கருவிகள் இல்லையென்று சொல்லப்படுகிறது. மீட்டர்கள் இல்லை, போஸ்டுகள் இல்லையென்று சொல்லுகிறார்கள், நெல்லை மாவட்டத்தில், கோவில்பட்டி வட்டாரம் பாசனவசதி இல்லாத பகுதி. அந்த இடங்களில் உள்ள பெரும்பகுதி விவசாய மக்கள் தங்களுடைய கிணறுகளிலிருந்து நீரை இறைவைப் பாசனம் செய்து விவசாயம் செய்கிறார்கள். அவர்கள் ஆயில் இன்ஜின் வைத்தோ, மற்றபடியோ தண்ணீரை இறைக்க முடியாத வசதியற்ற நிலையில் உள்ளவர்கள். அந்தப் பகுதி விவசாயிகளுக்கு பம்பு செட்டுகளுக்கு மின் இணைப்புச் செய்து தராவிட்டால் அவர்களுடைய விவசாயம் பாழ்பட்டு விடும்.

ஆகவே, குறைந்தபட்சம் மனுசெய்த மூன்று மாதங்களுக்குள்ளாகவாவது மின்இணைப்புச் செய்து தர வேண்டுமென்று கேட்டுக் கொள்கிறேன் மின்கம்பிகள் வெகு தொலைவில் இருப்பதால், அங்கிருந்து வரக்கூடிய நிலைமை இல்லையென்று சொல்லப்படுகிறது. பக்கத்திலே ஒரு தூண், இரண்டு தூண்கள் இருக்கக்கூடிய பகுதிகளுக்கும் மின் இணைப்புத் தரப்படவில்லை. எப்பொழுது கேட்டாலும், கம்பி இல்லை, மீட்டர் இல்லை, கருவிகள் இல்லையென்று சொல்லப் படுகிறது.

ஆகவே, மின்சார வாரியமே தங்களுக்கு வேண்டிய கருவிகளை உற்பத்தி செய்து கொள்ள வேண்டுமென்று எடுத்துச் சொல்ல விரும்புகிறேன். கருவிகள் உற்பத்தி செய்யும் பொறுப்பை தனிப்பட்ட காண்ட்ராக்டர்களிடம் விடாமல் வாரியமே, வேண்டிய சாமான்களை உற்பத்தி செய்ய வேண்டுமென்று கேட்டுக் கொள்கிறேன்.

அடுத்தபடியாக, மின்சார வாரியத்திற்கு இன்றைய தினம் வருமானமாக ஆறு கோடி ரூபாய்க்கு வந்திருக்கிறது. பல்லாயிரக் கணக்கான ஊழியர்கள் சிரமப்பட்டு வருமானத்தைப் பெருக்க முயற்சி செய்திருக்கிறார்கள். ஆனால், இந்த ஊழியர்களுக்கு 2 லட்சம் ரூபாய் தான் போனஸாகக் கொடுக்கப்பட்டிருக்கிறது. ஊழியர்களுக்குத் தரப்படும் போனஸ் தொகையின் அளவைக் கூட்ட வேண்டும்.

அடுத்தபடியாக, தொழிலாளர்கள் பல வருஷங்களாக வேலை செய்தும் கூட நிரந்தரமாக்கப்படாமல் இருந்து வருகிறார்கள். அவர் களையும் நிரந்தர ஊழியர்களாக ஆக்க முயற்சி எடுத்துக் கொள்ள வேண்டும்.

அடுத்தபடியாக கிராமங்களிலே தெருவிக்குகள் போடப்படும்போது அரிஜனக் குடியிருப்புகளுக்கு, விளக்கு போட முடியாத நிலைமை ஏற்பட்டு விடுகிறது. ஒவ்வொரு பஞ்சாயத்து, பஞ்சாயத்து யூனியன் போன்றவற்றிற்கு பத்துப் பதினைந்து லைட்களுக்கு சாங்ஷன் ஆகிறது. ஒரு கிராமத்திற்கு லைட் போடும் போது அந்தக் கிராமத்திற்கு பத்து லைட்கள் என்றால், கிராமத்திற்கே அவை போதாத நிலையில் இருக்கின்றன. கிராமத்தை விட்டு சற்று ஒதுக்குப் புறமாக இருக்கும் அரிஜனக் குடியிருப்புகளுக்கு லைட் வசதி அளிப்பது என்பது இயலாத காரியமாக ஆகி விடுகிறது. ஆகவே, மின்சார வாரியமே நேரடியாக கிராமத்திலுள்ள அரிஜனக் குடியிருப்புகளுக்கும் லைட்கள் போடும் படியான ஏற்பாடுகளைச் செய்ய வேண்டுமென்று கூறிக்கொள்கிறேன்.

அதற்கடுத்தபடியாக இன்று ஒரு தொழிலுக்கு ஒரே சங்கம் என்ற முறையில் இந்த மின்சார வாரியத்தில் இருக்கும் தொழிலாளர்களின் சங்கங்களில் மெஜாரிட்டி உறுப்பினர்கள் கொண்ட சங்கத்தை அங்கீகரித்து எல்லாத் தொழிலாளர்களும் ஒரு சங்கத்தின் அடிப்படையில் செயல்பட வழிவகை செய்ய வேண்டும். அதோடு தொழிலாளர் களுடைய கோரிக்கைகளை அவ்வப்போது பரிசீலனை செய்து போனஸ் போன்ற மற்ற வசதிகளைக் கொடுத்து அவர்களை ஊக்குவிக்க வேண்டுமென்று கேட்டுக் கொள்கிறேன். அப்போதுதான் இன்னும் நல்ல முறையில் வாரியம் செயல்பட வாய்ப்பு ஏற்படும்.

இப்போது மொத்தமாக மூன்று லட்சத்து நாற்பத்திரண்டாயிரம் பம்புசெட்டுகளுக்குத்தான் கனெக்ஷன் கொடுக்கப்பட்டிருக்கிறது. இன்னும் 7 லட்சம் கிணறுகளுக்கு மேல் கனெக்ஷன் கொடுக்க வேண்டிய நிலைமை இருக்கிறது. எனக்கு முன்னால் பேசிய உறுப்பினர் அவர் களும் சொன்னார்கள். கிராமப்புறங்களில் இருக்கக்கூடிய விவசாயிகள் மனுச் செய்தால் சரியான முறையில் கவனிக்கப்படுவதில்லை. கிராமப்புறங்களுக்குப் போகும்போது இதுதான் எங்களுக்கு உள்ள பிரச்சினை நாங்கள் மனுப்போட்டு நான்கைந்து வருடங்களாகின்றன. பணம் கட்டி இரண்டாண்டுகள் ஆகின்றன. இன்னமும் கனெக்ஷன் கொடுக்கப்படவில்லை என்பது பெரிய புகாராகச் சொல்லப் படுகிறது.

ஆகவே, விவசாய பம்பு செட்டுகளுக்கு முதன்மை இடம் கொடுத்து கனெக்ஷன் கொடுக்கப்பட வேண்டும். நாட்டின் நலனைக் கருதியும்,

விவசாயிகளின் வாழ்வைக் கருதியும், உணவுப்பொருள், மூலப்பொருள் உற்பத்தி அதிகரிக்கச் செய்ய வேண்டும் என்கிற நிலையில் விவசாயக் கிணறுகளுக்கு கனெக்ஷன் கொடுப்பதில் முக்கியத்துவம் கொடுத்தாக வேண்டும் என்று சொல்லி முடித்துக் கொள்கிறேன். வணக்கம்.

நிலத்தகராறும் போலீஸ் அத்துமீறலும்*

மதிப்பிற்குரிய தலைவர் அவர்களே, இந்தத் துணை மானியக் கோரிக்கைகள் மீது நான் இரண்டொரு வார்த்தைகள் கூற விரும்புகிறேன்.

குறிப்பாக இதில், உணவு உற்பத்தியைப் பெருக்க வேண்டுமென்ற நோக்கத்தோடு தஞ்சாவூரிலுள்ள தனியார் மின்நிலையத்தை அரசாங்கம் கையகப்படுத்த வேண்டுமென்ற திட்டத்தை உடனடியாக நிறைவேற்றி யிருப்பதை நான் பாராட்டுகிறேன்.

அடுத்தபடியாக, இன்று ஸ்தலஸ்தாபன ஊழியர்கள், ஆசிரியர்கள் ஆகியோரது பஞ்சப்படியை உயர்த்தி அவர்களுக்கு அதிக ஊதியம் கொடுக்க திட்டமிட்டிருப்பதையும் நான் பாராட்டுகிறேன். அதே நேரத்தில் பொதுவாக கிராமப்புறங்களில் நடக்கும் போலீஸ் நடவடிக்கைகள் பற்றிச் சொல்ல விரும்புகிறேன்.

குறிப்பாக, திருநெல்வேலி மாவட்டத்தில் நொச்சிக்குளம் என்ற கிராமத்தில் விவசாயிகள் மத்தியில் ஏற்பட்ட நிலத் தகராறில் போலீஸ் அனாவசியமாகத் தலையிட்டது. அங்கு மூன்று நான்கு விவசாயிகளைப் போலீஸ் அடித்து துன்புறுத்தியது மட்டுமல்லாமல், துப்பாக்கிப் பிரயோகம் நடந்து ஒருவர் இறந்திருக்கிறார். மறுநாள் அந்தக் கிராமத்திற்குப் போலீஸ் ஒரு படையுடன் சென்று சாதாரண ஹரிஜன விவசாயிகள் மீதும் மற்ற விவசாயிகள் மீதும் கடுமையான தாக்குதலை நடத்தியிருக்கிறார்கள். அந்த விவசாயிகள் வைத்திருந்த நெல், அரிசி இவற்றைக் கொள்ளை அடித்துச் சென்றது மட்டுமல்லாமல், கோழிகள், இரண்டு கிடா இவற்றையும் அடித்துச் சென்று விட்டார்கள். இதுபற்றி தகவல் கொடுக்கப்பட்டு, எல்லாக் கட்சிகளைச் சார்ந்தவர்களும் அதுபற்றி விசாரணை நடத்த வேண்டுமென்று சொன்னதன் பேரில் அந்த ஜில்லாவைச் சேர்ந்த ரெவின்யூ அதிகாரி ஒருவர் விசாரணை செய்வதற்காக அங்கு முகாம் இட்டார்கள். அந்த நேரத்தில் சாட்சி சொல்லக்கூட ஊரில் ஆள் இல்லை. சாட்சி சொல்லக்கூட அவர்கள் பயந்தார்கள்.

★ 1968-69-ம் ஆண்டிற்கான முதலாவது துணை நிதிநிலை அறிக்கை மீது 1968 ஆகஸ்ட் 19 அன்று பேசியது.

பயந்து சென்ற அவர்களை நாங்கள் கண்டு சாட்சி சொல்ல வாருங்கள் என்றால் அவர்கள் பயப்படுகிறார்கள். காரணம், சாட்சி சொன்னால் பின்னர் போலீஸார் நீ சாராயம் வைத்திருந்தாய் என்று சொல்லி கேஸ் போட்டு அடித்து நொறுக்கி விடுவார்களோ என்ற பயம் அவர்களுக்கு. போலீஸ் செய்யும் அடக்குமுறைகளைப் பற்றி அதிகாரிகளிடத்தில் சொல்வதற்குக் கூட அவர்கள் பயந்து போயிருக் கிறார்கள். இந்நிலை பலயிடங்களில் இருக்கின்றன.

கயத்தாரில் ஒரு கொலைக்கேஸ் சம்பந்தமாக விசாரணை நடக்கக்கூடிய காலத்தில் சாட்சி சொல்ல மறுத்த ஒருவரை போலீஸ் ஸ்டேஷனில் வைத்து கடுமையாகத் தாக்கி அதனால் அவர் இறந்து விட்டதாகச் சொல்லப்பட்ட புகார்கள் உள்ளன. பஞ்சாயத்து தலைவர் முதற் கொண்டு, பஞ்சாயத்து போர்டு தீர்மானம் போட்டும், பொது மக்கள் மகஜர் கொடுத்தும் கூட அந்தச் சப்-இன்ஸ்பெக்டரை மாற்றாமல் வைத்துக் கொண்டிருக்கிறார்கள். அவர் அங்கு இருப்பதால் நடந்ததை சாட்சிகள் சொல்ல முடியாமல் இருக்கிறது என்று கூறியும் அவர் மாற்றப்படவில்லை. அப்படி நடந்ததைப் பற்றி சாட்சி சொல்லக் கூட மக்கள் பயப்படுகிறார்கள்.

இம்மாதிரிச் சம்பவங்கள் எல்லாம் இந்த அரசுக்கு ஒரு கெட்ட பெயரை ஏற்படுத்தும். முன்னால் இப்படிப்பட்ட சம்பவங்கள் இருந்தது போன்று குடிசைகள் பிய்த்து எறியப்பட்டாலும், என்ன சீரழிவு செய்தாலும் அதைப் பற்றி சாட்சி கூட சொல்லமுடியவில்லை என்ற நிலை தொடர்ந்து இருப்பது வேதனைக்குரியது.

ஆகவே, இப்படிப்பட்ட சம்பவங்கள் எங்கும் நடக்காமலும், நடந்த இடங்களில் விசாரணை செய்து சம்பந்தப்பட்டவர்கள் மீது தக்க நடவடிக்கைகள் எடுக்க வேண்டுமென்றும் கேட்டுக் கொள்கிறேன். முதலில் அப்படிப்பட்டவர்களை அங்கிருந்து மாற்றுவதற்கு நடவடிக்கைகள் எடுக்க வேண்டும்.

எனது வட்டாரத்தைப் பொறுத்தவரையில், கோவில்பட்டி வட்டாரத்தில் தொடர்ந்து மூன்று நான்கு ஆண்டுகளாக பருவமழை பொய்த்திருப்பதினாலும், சமீபத்தில் இந்த ஓராண்டு காலத்தில் அங்குள்ள விவசாயிகள் உற்பத்தி செய்யும் விவசாயப் பொருள்களின் விலைகள் தலைகீழாக வீழ்ச்சியடைந்திருப்பதாலும் அங்குள்ள விவசாயிகள் பாதிக்கப்பட்டிருக்கிறார்கள். இதை நான் சொல்லும் போது விலைகளை உயர்த்த வேண்டுமென்று சொல்கிறேனோ என்று நினைக்கலாம்.

நான் சொல்வது, எங்கள் பகுதியில் பிரதானமாக விவசாயிகள் உற்பத்தி செய்யும் பொருள்கள், பருத்தி, மிளகாய் வத்தல், மல்லி, நிலக்கடலை போன்றவையாகும். இவைகளின் விலைகளில் திடீரென்று இந்த ஆண்டு வீழ்ச்சியடைந்திருப்பதால் உற்பத்திச் செலவுக்குக் கட்டுப்படியாகாமல் சர்க்காரிடம் வாங்கிய கடன்கள், மற்ற லேவாதேவிக்காரர்களிடம் வாங்கிய கடன்கள் இவற்றைத் திருப்பிச் செலுத்த முடியாமல் இந்த ஆண்டு விவசாயம் செய்ய யாரிடம் கடன் வாங்குவது விவசாயம் எப்படிச் செய்வது? என்ற சிக்கலுக்கு ஆட்பட்டிருக்கிறார்கள்.

காரணம் என்னவென்றால், போன வருஷத்திற்கு முந்திய வருஷங்களிலே மிளகாய் வற்றல் 600, 700, 800 ரூபாய் வரை இருந்தது. போன வருஷம் 100 ரூபாய் 120 ரூபாயாகக் குறைந்து விட்டது. போன வருஷம் விலை அதிகமாகக் கிடைக்க வேண்டுமென்று கூட்டுறவுச் சங்கங்களில் ஈடு வைத்தார்கள். அதை இந்த ஆண்டு திரும்பப் பெற்றுக் கொள்ள ஈடுவைத்திருந்த 10 குவிண்டாலுடன் மேலும் 10 குவிண்டால் இந்த ஆண்டு மிளகாய் வத்தலையும் விற்றுத்தான் கட்ட வேண்டியிருக் கிறது. விலைகளெல்லாம் முன்பு இருந்ததை விட தலை கீழாக விழுந்து விட்டன.

ஆனால், அவர்கள் விற்று முடிந்தவுடன் மறுபடியும் உயர்ந்து விட்டது. இம்மாதிரி அந்த வட்டாரத்திலே, மானம் பார்த்த பூமியிலே உள்ள விவசாயிகளுக்கு நெருக்கடி ஏற்பட்டிருக்கிறது. இதைப் போக்கி, நியாயமாக அவர்களுக்குக் கிடைக்க வேண்டிய பங்கு கிடைக்கும் வகையில் செய்ய அரசாங்கம் ஏதாவது யோசனை செய்ய வேண்டும். ஏனென்றால் உழைப்பின் பலனை அவர்கள் அனுபவிக்காமல் இடையிலேயுள்ள யாரோ அனுபவிக்கிறார்கள். உழைத்த அவர்கள் விற்கும்பொழுது 60 ரூபாய்க்குத்தான் விற்க முடிகிறது.

ஆனால், அதையே அவர்கள் திரும்ப வாங்கு பொழுது 200 ரூபாய் ஆகிவிடுகிறது. அதனால் வாங்கிச் சாப்பிடுபவர்களுக்கும் நியாயம் கிடைக்கவில்லை, உற்பத்தி செய்யக்கூடியவர்களுக்கும் நியாயம் கிடைக்கவில்லை. இடையிலேயிருப்பவர்களுக்குத்தான் அது லாபகரமாக ஆகிவிடுகிறது. இந்த நிலையைப் போக்க வேண்டுமென்று கேட்டுக் கொள்ளுகின்றேன். இது விஷயமாக அந்தப் பொருள்களுக்கு ஒரு நியாயமான குறைந்தபட்ச விலைகளை நிர்ணயித்து அதற்கு மேலே போகாமலும், குறைந்து போகாமலும் பார்த்துக் கொள்ள நடவடிக்கை எடுக்க வேண்டுமென்று கேட்டுக் கொள்ளுகின்றேன்.

கிணறுகள் வெட்ட பல கடன்கள் கொடுக்கப்பட்டிருக்கிறது. அந்தக் கடன்களை வாங்கி வெட்டக்கூடிய நேரத்தில், விவசாயிகள் வெட்டி முடிக்க சில நாட்கள் காலதாமதமாகக் கூடும். குறிப்பிட்ட ஒரு மாத காலத்தில் பார்க்கக் கூடிய நேரத்தில் காலதாமதமாகியிருந்தால் குறிப்பிட்ட காலத்திற்குள் முடிக்கவில்லை என்று கூறி மானியம் இல்லை என்கிறார்கள். அவர்களுக்குக் கொடுத்த கடனை கிணறு வெட்டுவதற்காகவே விவசாயிகள் செலவு செய்திருந்தாலும் கூட அதை உடனே திரும்பச் செலுத்த வேண்டுமென்று டிமாண்ட் நோட்டீஸ் அனுப்பிவிடுகிறார்கள். எந்த நோக்கத்திற்காகக் கடன் கொடுக்கப் பட்டதோ, அந்த நோக்கத்திற்காக பணம் செலவு செய்யப்பட்டிருந் தாலும் கூட, குறிப்பிட்ட காலத்தில் ரிப்போர்ட் அனுப்பவில்லை என்பதாலும்; பத்து நாட்களுக்குப் பின்பு வேலை முடிக்கப்படுகிறது என்பதாலும் மானியம் இல்லை என்று சொல்லப்படுகிறது.

மேலும் 10 வருஷ தவணைக்கு என்று வாங்கியிருப்பதை உடனே திரும்பக் கட்ட வேண்டுமென்றும் நிர்ப்பந்திக்கப்படுகிறது. அதுமாதிரி யில்லாமல், கிணறு வெட்டுவதற்குக் கொஞ்சம் காலதாமதம் ஆனாலும் கூட அதைச் செய்து முடித்திருந்தால் மானியம் கிடைக்க வேண்டும். அது மட்டுமல்லாமல், கடனையும் எத்தனை தவணைகளில் செலுத்த வேண்டுமென்றிருக்கிறதோ, அத்தனை தவணைகளில் தான் வசூலிக்க ஏற்பாடு செய்ய வேண்டுமென்று கேட்டுக் கொண்டு என்னுடைய பேச்சை முடித்துக் கொள்ளுகின்றேன்.

வெண்மணிக் கொடுமையும் வேடிக்கை பார்த்த போலீசும்!★

தலைவரவர்களே, முதலாவதாக நமது பெருமதிப்பிற்குரிய முதலமைச்சரவர்கள் பூரண சுகம் பெற்று, நலம் பெற்று வரவேண்டு மென்ற வாழ்த்தைத் தெரிவித்துக் கொண்டு, ஆளுநர் அவர்களின் உரையின் மீது என்னுடைய சில கருத்துக்களைச் சொல்ல விரும்புகிறேன்.

முதலாவதாக, சென்ற மாதம் தஞ்சை மாவட்டத்தில் நடந்த ஒரு சம்பவம் நம்முடைய தமிழகத்தையே தலைகுனிய வைத்த சம்பவம் ஆகும். அந்தச் சம்பவத்திலே சுட்டு எரிக்கப்பட்டவர்கள் 44 பேர்கள். அந்த 44 பேர்களும் சாதாரண ஹரிஜன வகுப்பைச் சார்ந்தவர்கள் என்பதாலும், அவர்கள் விவசாயத்திலே ஈடுபட்டிருக்கக்கூடிய கூலிகள் என்பதாலும்தான் இன்று அது அவ்வளவு முக்கியத்துவம் வாய்ந்ததாக நமக்குப் படவில்லை. இந்தச் சம்பவம், மேல்

★ ஆளுநரின் பேருரை மீது நடந்த விவாதத்தில் 1969 ஜனவரி 29 அன்று பேசியது.

வர்க்கத்தின் மத்தியிலோ அல்லது மேல் ஜாதிக்காரர்களின் மத்தியிலோ இப்படி 44 பேர்கள் கூட அல்ல. 4 பேர்கள் எரிக்கப்பட்டிருந்தால் கூட இன்று இந்த நாடே எந்த நிலையில் இருக்கும் என்பதை இந்தச் சபை சற்றுச் சிந்திக்க வேண்டும்.

இந்தச் சம்பவத்திற்கு அவர்கள் ஆளாகியிருந்தார்கள் என்றால், தஞ்சை மாவட்டம் பூராவும் குடிசைகள் பிய்த்தெறியப்பட்டிருக்கும், அழிக்கப்பட்டிருக்கும். இந்தச் சம்பவம் இரவு 7 மணிக்கு ஆரம்பித்து 10 மணி வரை நடந்திருக்கிறது. அந்த வட்டாரத்திலே எந்தச் சம்பவம் நடந்தாலும் தடுத்து நிறுத்துவதற்கு உண்டான போலீஸ் ஏற்பாடுகள் இருக்கிறது என்று ஐ.ஜி. அவர்கள் அறிக்கை விட்டதைப் பத்திரிகை களில் பார்த்தேன். இரண்டு மைல் தூரத்தில் போலீஸ் ஸ்டேஷன் இருந்தும், 3 மணி நேரமாக அந்தப் பச்சிளங் குழந்தைகளும், தாய்மார் களும் வேதனைப்படும் நேரத்தில் போலீஸ் அந்த இடத்திற்கே போகவில்லை.

அது மட்டுமல்லாமல், மறுநாள் காலை 10 மணிக்குத்தான் ராமையா வீட்டில் செத்துக்கிடந்த 44 பிணங்களைப் பார்க்க முடிந்தது. சம்பவம் நடந்த 12 மணி நேரத்திற்குப் பிறகுதான் அதைப் பார்க்க முடிந்தது என்பதை இந்த சபை சிந்தித்துப் பார்க்க வேண்டும். அது மட்டுமல்ல, சம்பந்தப்பட்ட சட்டமன்ற உறுப்பினர் சர்க்காருக்கு முன் கூட்டியே பல தகவல்களை இம்மாதிரி கொலைகள் உண்டாவதற்கான பயங்கரம் ஏற்பட்டுக் கொண்டிருக்கிறது என்று தெரிவித்தும், சர்க்கார் காலாகாலத்தில் அது நடக்காமல் இருக்க முயற்சி செய்யவில்லை. நம்முடைய போலீஸ் திறமைக் குறைவானது என்று சொல்லவில்லை. நம்முடைய மாநில போலீஸ் திறமையான போலீஸ்தான். அப்படி யிருந்தும் இந்தச் சம்பவம் நடப்பதற்கு ஏன் அனுமதித்துக் கொண்டிருந்தது? அதைத் தடுப்பதற்கு ஏன் முயற்சி செய்யவில்லை? என்று சிந்தித்துப் பார்க்க வேண்டும்.

அங்கு நிலச்சுவான்தார்கள் காட்டு தர்பார் நடத்தியுள்ளனர். அவர்கள் மீதும், அதற்கு அடியாட்களாக இருந்தவர்கள் மீதும் நடவடிக்கை எடுக்க வேண்டும். எந்த அரசியல் சக்தியின் நிர்ப்பந்தத் திற்கும் செவி சாய்க்காமல் அவர்கள் மீது அரசு கடுமையான நடவடிக்கை எடுக்க வேண்டும். இம்மாதிரி சம்பவங்கள் அடித்தட்டிலே உள்ளவர்கள், ஹரிஜனங்கள், ஏழைக் கூலிகள் கொடுமைக்குள்ளாகும் வேறு பல சம்பவங்கள் பல இடங்களிலும் நடந்து கொண்டு வருகின்றன. அதையெல்லாம் நடக்க விடாமல் தடுக்க வேண்டுமென்று சொல்லிக் கொள்ளுகிறேன்.

அடுத்தபடியாக, பஞ்சாலைத் தொழிலில் 28 மில்கள் நமது மாநிலத்தில் மூடப்பட்டு, 20,000 தொழிலாளர்கள் பாதிக்கப்பட்டிருக்கிறார்கள். ஏறக்குறைய இரண்டு வருஷங்கள் மூடப்பட்ட மில்களும் இருக்கின்றன. ஒரு வருஷத்திற்கு மேல் மூடப்பட்ட மில்களும் இருக்கின்றன. 20,000 தொழிலாளர்களின் குடும்பங்கள் மிகவும் கஷ்டப்பட்டுக் கொண்டு பட்டினியால் பாதிக்கப்பட்டிருக்கின்றன. மில்களைத் திறந்து நடத்துவதற்கு அரசினர் கடன் வழங்குவதற்கு வேண்டிய ஏற்பாடுகள் எல்லாம் செய்தாலும் கூட மில் முதலாளிகள் அவைகளை நடத்தாமல் மூடியிருக்கிறார்கள். அந்த முதலாளிகள் மில்களை மூடியது மட்டுமல்லாமல், தொழிலாளர்களுக்குச் சேர வேண்டிய பிராவிடெண்ட் ஃபண்ட், இன்ஷ்யூரன்ஸ் பணம் ஆகியவைகளைச் செலுத்த வேண்டிய இடங்களில் செலுத்தாமல் மோசடியெல்லாம் செய்திருக்கிறார்கள். அப்படிப்பட்டவர்களின் மீது அரசாங்கம் நடவடிக்கை எடுக்க வேண்டுமென்று கேட்டுக் கொள்ளுகிறேன்.

சில மாநிலங்களில் இப்படி மில்களில் மோசடி செய்தவர்கள் என்று பல நடவடிக்கைகள் எடுக்கப்பட்டிருக்கின்றன. கேரளா, பம்பாய், மத்திய பிரதேசம் ஆகிய மாநிலங்களிலே முதலாளிகளின் மீது நடவடிக்கை எடுக்கப்பட்டிருக்கிறது. இங்கேயும் அவ்வாறு மோசடி செய்தவர்கள் மீது நடவடிக்கை எடுக்க வேண்டும். மாநில அளவிலே பஞ்சாலைக்கழகம் நிறுவ முடிவு செய்துள்ளதாகக் குறிப்பிட்டிருக்கிறது. உடனடியாக அந்த முறையிலே மில்களை அரசாங்கம் ஏற்று நடத்தி பட்டினி கிடக்கும் தொழிலாளர்களைப் பாதுகாக்க வேண்டும்.

அதே நேரத்திலே, எக்சைஸ் வரியிலிருந்து கைத்தறிக்கு ஒரு பகுதி ஒதுக்குகிறார்கள். மீதியிலே ஒரு பகுதியை நாம் பெற்று மில்கள் மூடப்பட்டதால் கஷ்டப்படும் தொழிலாளர்களுக்கு தலைக்கு மாதம் 100 ரூபாய் வீதம் கொடுத்தால் வருஷத்திற்கு 2 கோடி ரூபாய் செலவாகும். அந்த முறையில் மத்திய சர்க்காரை வற்புறுத்தும் தீர்மானத்தை நம்முடைய மன்றம் நிறைவேற்றி, எக்சைஸ் வரியில் கைத்தறிக்குக் கொடுத்ததுபோக மீதியை நாம் பெற முயற்சிக்க வேண்டுமென்று கேட்டுக் கொள்கின்றேன். இம்மாதிரியாகச் செய்து பல மில்கள் வருஷக் கணக்கில் மூடப்பட்டிருப்பவற்றை திறப்பதற்கு வழிகாண வேண்டும்.

விவசாயத்தைப் பொறுத்தவரையில் நம்முடைய மாநிலம் பூராவும் பரவலாக பருவமழை தவறியதால் பாதிக்கப்பட்டிருக்கின்றது.

குறிப்பாக ஆளுநர் உரையில் செங்கற்பட்டு, கோவை, வட ஆர்க்காடு ஜில்லாக்கள் சொல்லப்பட்டு இருக்கின்றன.

மேலும் நம் மாநிலத்திலே திருநெல்வேலி மாவட்டம் கோவில்பட்டி தாலுக்காவின் பெரும் பகுதியிலும் பருவமழை தவறதியதால் விவசாயிகள் பாதிக்கப்பட்டிருக்கிறார்கள். இவ்வாறு பருவமழை குறைந்தால் விவசாயிகள் பாதிக்கப்படாமல் இருக்க பாசனத்திற்கு எந்தவிதமான வசதிகளை ஏற்படுத்தினால், பருவமழை தவறினாலும் பாதிக்கப்படாமல் இருக்குமோ, அதைச் செய்ய வேண்டும். ஆழமான குழாய்க் கிணறுகள் மூலமாகவோ, கிணறுகள் மூலமாகவோ அல்லது அங்கு வீணாக சமுத்திரத்திலே சென்று கலக்கக்கூடிய தண்ணீரைத் தடுத்து நிறுத்தி கண்மாய்ப் பாசன வசதிகளைச் செய்யவோ அரசாங்கம் வழிவகை செய்ய வேண்டுமென்று கூறிக் கொண்டு இத்துடன் என்னுடைய உரையை முடித்துக் கொள்ளுகின்றேன்.

2. தமிழக முதல்வராக கலைஞர்...
(1969 மார்ச் 1971)

பள்ளி கல்லூரி பெயர்களில் சாதிப் பெயரை நீக்குக!★

தலைவர் அவர்களே, கல்வி மானியக் கோரிக்கையின் மீது நான் கொடுத்துள்ள வெட்டுத் தீர்மானத்தினை ஆதரித்து ஒரு சில வார்த்தை களைச் சொல்ல விரும்புகிறேன். நம் பட்ஜெட்டில் போதுமான தொகை, கல்விக்காக 23 சதவிகிதம் ஒதுக்கப்பட்டிருக்கிறது. அதை வரவேற்கிறேன்.

அடுத்து, ஆரம்பப் பள்ளிகளிலிருந்து கல்லூரிகள் வரையில் ஜாதிகளின் பெயரால் பெயர்கள் வைக்கப்பட்டு இருக்கும் முறையை மாற்றுவதற்கு அரசு முயற்சிக்க வேண்டும். அப்படி ஜாதியின் பெயரை மாற்றவில்லையென்று சொன்னால் அவர்களுக்கு நாம் கொடுக்கக்கூடிய மானியத்தை பேர்பாதிக்கு குறைப்பதற்கு முயற்சி செய்ய வேண்டும். கல்லூரிகள் அல்லது பள்ளிகளுக்கு ஜாதியின் பெயர்களை வைத்திருப்பது மாணவர்கள் மத்தியில் ஜாதி உணர்வை போக்க வேண்டுமென்று நினைக்கக் ஜாதி உணர்வை ஊட்டக்கூடிய முறையில் இருக்கிறது.

ஆகவே, இந்த அரசு கண்டிப்பாக ஜாதிகளின் பெயர்களை நீக்குவதற்கு முயற்சிக்க வேண்டும். அப்படி ஜாதிப் பெயரை நீக்குவதற்கு தனியார் துறையினர் விரும்பவில்லை என்று சொன்னால் அவர்களுக்கு கொடுக்கக்கூடிய மானியத்தைக் குறைக்க வேண்டும். இல்லையென்றால் 50 சதவிகிதமாவது மானியத்தைக் குறைத்துக் கொள்ள வேண்டும்.

அடுத்து, ஆசிரியர்கள் நியமனம் சம்பந்தமாக தனியார்துறை பள்ளிகளானாலும் சரி அல்லது பஞ்சாயத்து யூனியன் பள்ளிகளானாலும் சரி தங்களுக்கு வேண்டியவர்களை, தங்கள் சொந்தக்காரர்களை அல்லது தங்களுக்கு சலுகைகள் கிடைக்கக்கூடிய முறையில் அவர்கள் நியமனம் செய்கிறார்கள். பத்தாண்டுகளுக்கு முன்னராக தேர்ச்சி

★ 1969-70 ஆம் ஆண்டிற்கான நிதிக் கோரிக்கைகள் - கல்வி மானியக் கோரிக்கையின் மீது 1969 மார்ச் 12 அன்று பேசியது.

பெற்றவர்களுக்கு வேலை கிடைக்காமல் இருக்கும் போது சிலருக்கு படித்தவுடன் வேலை கிடைக்கிறது. அதிலும் குறிப்பாக ஹரிஜன ஆசிரியர்களுக்கு கட்டாயமாக வேலை கிடைப்பதில்லை என்ற நிலை இருக்கிறது.

ஆகவே பஞ்சாயத்து யூனியன் பள்ளிகளானாலும் சரி அல்லது தனியார் துறை பள்ளிகளானாலும் சரி ஆசிரியர் நியமனம் சம்பந்தமாக மாவட்ட அளவில் தேர்ச்சி பெற்றுள்ளவர்களின் ஒரு லிஸ்டைப் போட்டு அதன் அடிப்படையில், அந்த சீனியாரிட்டி அடிப்படையில் ஆசிரியர்களை நியமிக்கக்கூடிய ஒரு ஏற்பாட்டை செய்வது பற்றி அரசு யோசனை செய்ய வேண்டும்.

அடுத்தபடியாக, ஆரம்பப் பள்ளி ஆசிரியர்களை நியமிக்கும்போது பெண் ஆசிரியர்களுக்கு அதிகப்படியான முக்கியத்துவம் கொடுத்து அவர்களை நியமித்தால் ஆரம்ப வகுப்புகளில் உள்ள குழந்தைகள் நல்ல முறையில் கல்வி கற்க அது வசதியாகயிருக்கும்.

அடுத்து, ஆரம்பப் பள்ளி ஆரம்பிக்கும் போது ஒரு மைல் கண்டிஷன் இருக்க வேண்டும் என்று கல்வி இலாகா ஒரு ஜி.ஓ. அனுப்பியிருக்கிறார்கள். ஒரு மைல் என்று சொல்லும் போது நகரத்தில் அது கஷ்டமாகயிராது நகரங்களில் பத்து அல்லது இருபது கஜத் தூரத்தில் பள்ளிகள் இருக்கின்றன. ஆனால், கிராமங்களைப் பொறுத்த வரையில் இந்த ஒருமைல் கண்டிஷன் அவ்வளவு பொருத்தமாகயில்லை.

300 ஜனத்தொகை என்று இருப்பதை வைத்துக் கொள்ளலாம். கிராமங்களில் போக்குவரத்து வசதிகள் கிடையாது. சின்னக் குழந்தைகள், ஆண் குழந்தைகளும், பெண் குழந்தைகளும் மழைக்காலங்களில் ஒரு மைல் தூரம் பள்ளிகளுக்கு நடந்து போக முடியாத நிலையில் அவர் களின் பள்ளிப் படிப்பு கெட்டு விடுகிறது. காரணம், நடுவில் ஆறு, ஓடை போன்றவைகளைக் கடக்கவேண்டிய நிலை இருக்கிறது.

அடுத்து, எங்கள் தாலூகாவில் பஞ்சாயத்து யூனியனால் திறக்கப்பட்ட ஒரு பத்து பள்ளிகளுக்கு அங்கீகாரம் கிடைக்காமல் மாணவர்கள் ஐந்து வரை படித்து விட்டு மேலும் படிக்க முடியாததொரு நிலை இருக்கிறது. ரிக்கார்ட் ஷீட்ஸ் வாங்க முடியவில்லை. ஆக, இந்த ஒரு மைல் கண்டிஷன் என்பது நீக்கப்பட வேண்டும். 300 ஜனத்தொகை என்ற அடிப்படையில் போதுமான குழந்தைகள் இருந்தால் பக்கத்து மானேஜ்மென்டை பாதித்தாலும் சரி அல்லது யாரைப் பாதித்தாலும் சரி பள்ளிகள் திறப்பதற்கு அங்கீகாரம் அளிக்கப்பட வேண்டும்.

அடுத்து, ஆசிரியர்களை நியமிக்கும் கோட்டா முறை. ஆரம்பப் பள்ளிகளில் ஒரு வருடத்திற்கு பத்து பதினைந்து குழந்தைகள் வீதம் அதிகரித்திருந்தாலும் கூடுதல் ஆசிரியர் நியமிக்கப்படுவதில்லை. அவர்கள் சொல்லக்கூடிய கண்டிஷன், ஒரு வருடத்தில் ஒரு ஆசிரியருக்குள்ள குழந்தைகளை சேர்த்திருந்தால்தான் இந்த வருடக் கோட்டா ஒதுக்க முடியும் என்று சொல்கிறார்கள்.

ஆக, வருடாவருடம் பத்து பதினைந்து குழந்தைகள் என்று அதிகப்படியாக சேர்ந்திருந்தாலும் இரண்டு ஆசிரியர்கள் உள்ள பள்ளியில் நூறு குழந்தைகள் இருந்தாலும் மேற்கொண்டு ஆசிரியர் நியமிப்பதற்கு அனுமதி கிடைப்பதில்லை. ஆகவே, அதிகப்படி ஒரு ஆசிரியருக்கும் போதுமான குழந்தைகள் சேர்க்கப்பட்டிருந்தால் இன்னொரு ஆசிரியரை நியமிக்கும் முறையில் விதிகளை ஏற்படுத்த வேண்டும் என்று கேட்டுக் கொள்கிறேன்.

அடுத்து, மத்திய உணவுத் திட்டம் பற்றி அனைவருக்கும் தெரியும். அதிகாரிகளுக்கும் தெரியும். ஆறு பைசா சர்க்கார் கொடுத்தால் பொது மக்களிடமிருந்தோ அல்லது பஞ்சாயத்துக்கள் நன்கொடை பெற்றோ தலைக்கு பத்து பைசா அளவிற்கு மதிய உணவு போடவேண்டுமென்று சொல்கிறார்கள். எனக்குத் தெரிந்த மட்டில் பலயிடங்களில் ஆசிரியர்கள் முதற்கொண்டு குழந்தைகள் வரையில் பொய் சொல்லி, ஆசிரியர்கள் பொய் கணக்கு எழுதுகிறார்கள். நான்கு பைசா வீதும் நன்கொடை பெற்றுக் கொண்டு விட்டதாக கணக்கு எழுதி வைத்து விடுகிறார்கள். ஆகவே, ஒன்று அரசாங்கமே தலைக்கு பத்து பைசா என்று கொடுப்பதற்கு முயற்சிக்க வேண்டும் அல்லது அவர்கள் கொடுக்கிற கணக்கை அப்படியே எழுத அனுமதிக்க வேண்டும்.

அடுத்து, உயர்நிலைப் பள்ளிகள், உயர்நிலைப் பள்ளி என்பதில் *9, 10, 11* வகுப்புகள் மட்டும் இருப்பதற்குப் பதிலாக ஆறாவது வகுப்பிலிருந்து ஆரம்பிக்க வேண்டும். காரணம், பல ஆசிரியர்களுக்கு, தொழில் ஆசிரியர் மற்ற ஏனைய ஆசிரியர்களுக்கு வேலை குறைவாக இருக்கிறது. ஆகவே, ஆறாவது வகுப்பிலிருந்து உயர்நிலைப் பள்ளியை ஆரம்பிக்க வேண்டும்.

அடுத்து இப்போது பி.யூ.சி.க்குக் கொடுக்கப்பட்டிருக்கும் இலவசக் கல்வியைப் போல் தொழில் கல்விக்கும் சலுகை கொடுக்க வேண்டுமென்று கேட்டுக் கொள்கிறேன்.

அடுத்து, மெடிக்கல் காலேஜ் பரீட்சை எழுதுவதற்கு ஏப்ரல், செப்டம்பர், டிசம்பர் என்று இருந்ததை செப்டம்பர் மாதத்தை நீக்கி விட்டதாகத் தெரிகிறது. ஆகவே, செப்டம்பர் மாதத்திலும் பரீட்சை

எழுதுவதற்கு அனுமதிக்க வேண்டும். எம்.எஸ்.ஸி., எம்.லிட். படிக்கும் மாணவர்களுக்கும் அந்தச் சலுகை வழங்க வேண்டும்.

தனியார் ஆசிரியர் பயிற்சிப் பள்ளிகளுக்கு மாணவர்களைச் சேர்க்கும் போது அவர்கள் இஷ்டம்போல் விடாமல் அதற்கு ஒரு அட்மிஷன் கமிட்டி ஏற்படுத்துவதற்கு அரசு முயற்சிக்க வேண்டும். அதிலுள்ள ஊழல்கள் பற்றி அமைச்சர் அவர்களுக்குத் தெரியும் என்று நினைக்கிறேன்.

அடுத்து, கல்லூரிகளில் பரீட்சை வர இருக்கிறது. ஆனால் பாடங்கள் முடிவுறாமல் இருக்கின்றன என்று தெரிகிறது. ஆகவே, பரீட்சைகளை இரண்டு வாரங்களாவது நீட்டி பின்னால் தள்ளி வைக்க வேண்டுமென்ற யோசனையைத் தெரிவித்துக் கொண்டு முடித்துக் கொள்கிறேன்.

நில உச்சவரம்புச் சட்டத்தில் அடிப்படை மாற்றம் தேவை!*

மதிப்பிற்குரிய பேரவைத் தலைவர் அவர்களே, இந்த வருவாய்த் துறை மானியத்தின் மீது என்னுடைய வெட்டுத் தீர்மானத்தை ஆதரித்து ஒரு சில வார்த்தைகள் சொல்ல முன் வருகிறேன். நமது மாண்புமிகு அமைச்சரவர்கள் இந்த மானியத்தில் சில முற்போக்கான விஷயங்களை எல்லாம், போன சட்டமன்றத் தொடரிலே நாங்கள் சொல்லிய கருத்துக்களை எல்லாம் கொண்டு வந்திருக்கிறார்கள். அதற்காக நான் என்னுடைய பாராட்டுதலைத் தெரிவித்துக் கொள்கிறேன். அதாவது ஜமாபந்தி முறை ஒழிப்பு, அந்த ஜமாபந்தி முறை வேண்டாதது, அதை நீக்கியது மிகவும் வரவேற்கக்கூடிய விஷயம்.

அடுத்தபடியாக, இந்த ரெவின்யூ போர்டை எடுத்துவிட ஒரு ஆலோசனையை அவர்கள் சொல்லியிருக்கிறார்கள். அதுவும் மிகவும் வரவேற்கக்கூடிய விஷயம். அதற்கடுத்தபடியாக, இன்று இந்த மானியத்திலே, கிராமப் பகுதியிலே அடிப்படையான சில மாறுதல் களைக் கொண்டு நம்முடைய வருவதற்காக சில காரியங்களைச் செய்வதற்கு அமைச்சர் அவர்கள் ஆலோசனைகள் தெரிவித்திருக் கிறார்கள்.

இதிலே என்னுடைய ஆலோசனை என்னவென்றால், நில உச்சவரம்பு சட்டத்தைத் திருத்த வேண்டும் என்பது. அதிலே அமைச்சரே கூறி இருக்கிறார்கள், சென்ற காலத்திலே உச்சவரம்புச் சட்டத்தின் மூலம் நாம் எதிர்பார்த்த எந்தவிதமான மிச்ச நிலமும் கிடைக்காதது

---

* 1969-70ஆம் ஆண்டிற்கான நிதிக்கோரிக்கைகள் - வருவாய்த் துறை மானியத்தின் மீது 1969 மார்ச் 14 அன்று பேசியது.

மாத்திரமல்ல, மிகமிகப் பிரயோசனமில்லாத சட்டமாகவும் இது ஆகிவிட்டது என்று. ஆகவே, இந்த உச்சவரம்புச் சட்டத்தில் அடிப்படையாக ஒரு மாற்றத்தைக் கொண்டு வந்து ஒரு குடும்பத்திற்கு 15 ஸ்டாண்டர்டு ஏக்கர்தான் என்று இருக்கக் கூடிய நிலையை, அந்த சட்டம் எந்த நோக்கத்திற்காகக் கொண்டுவரப்பட்டதோ அந்த நோக்கம் நிறைவேற்றக்கூடிய முறையில் திருத்தம் செய்ய வேண்டும். சாதாரண, பாடுபடக்கூடிய மக்களுக்கு, நிலம் இல்லாத ஏழை மக்களுக்கு நிலம் கிடைக்கக் கூடிய முறையில் இந்தச் சட்டத்தைத் திருத்த வேண்டுமென்று கேட்டுக் கொள்ளுகிறேன்.

இப்பொழுது சாகுபடி செய்யக் கூடியவர்களுக்குச் செலவுகள் அதிகமாகி விட்டன. நியாய வாரச் சட்டத்திலே 60, 40 என்று இருக்கிறது. இன்றைக்கு விவசாயிகள் உபயோகிக்கும் இரசாயன உரங்களின் விலைகள் மற்ற செலவுகள் எல்லாம் அதிகரித்து விட்டதால் நிலச்சுவான்தார்கள் வெறும் தீர்வைகள் மட்டும்தான் செலுத்துகிறார்கள். ஆகவே, இந்த நியாயவாரச் சட்டத்தை அடிப்படையிலே திருத்த வேண்டும். 75 பங்கு சாகுபடிதாரர்களுக்கு என்றும் 25 பங்கு நிலச்சுவான்தார்களுக்கு என்றும் திருத்தம் செய்ய அமைச்சரவர்கள் முன்வரவேண்டுமென்று இந்தச் சமயத்திலே தெரிவித்துக் கொள்கிறேன்.

அடுத்தபடியாக, இன்று சர்க்கார் புறம்போக்கு நிலங்கள் விநியோகம் செய்வது சரியாக இருப்பதாக எனக்குத் தெரியவில்லை. புறம்போக்கு நிலங்களை, சர்க்கார் நிலங்களை விநியோகம் செய்கின்ற காலத்தில் நிலம் இல்லாத ஏழை ஹரிஜன விவசாயிகளுக்கு மட்டும் முதல் இடம் கொடுத்து, அடுத்தபடியாக நிலம் இல்லாதவர்களுக்குத் தான் விநியோகம் செய்யப்பட வேண்டும். நிலம் இருப்பவர்களுக்கும் இப்பொழுது புறம்போக்கு நிலங்கள் விநியோகம் செய்யப்படுகிறது. அந்தந்த வட்டங்களிலே, பஞ்சாயத்து அளவிலே சர்வ கட்சிக் குழுக்களை அமைத்து அதன் மூலமாகப் புறம்போக்கு நில விநியோகத்திற்கு ஏற்பாடு செய்ய வேண்டுமென்று தெரிவித்துக் கொள்கிறேன்.

அடுத்தபடியாக, இன்று பல இடங்களில் தண்ணீர்ப் பஞ்சம் உள்ளது. வீணாக சமுத்திரத்திலே விழக்கூடிய தண்ணீரை விவசாயத் திற்குப் பயன் படுத்தினால் கூட, உணவு உற்பத்தியைப் பெருக்குவதற்கு அதைப் பயன் படுத்தினால் கூட, இன்றைக்கு அவர்களுக்குத் தண்டத் தீர்வை போடப் படுகிறது. ஏக்கர் ஒன்றுக்கு ரூ.40, ரூ.50 வரை கூடப் போடப்படுகிறது. அது உணவு உற்பத்தியைப் பாதிக்கிறது என்பது மட்டுமல்ல, விவசாயிகளுடைய ஊக்கத்தையும் குந்தகப்படுத்தக் கூடிய முறையில் இருக்கிறது. எனவே, இந்த தண்டத் தீர்வையை

அறவே நீக்க வேண்டுமென்றும் இந்தச் சந்தர்ப்பத்திலே தெரிவித்துக் கொள்கிறேன்.

இன்று என்னுடைய நெல்லை மாவட்டத்திலே களக்காடு வட்டாரத்தில், அங்கு இருக்கிற ஒரு நிலச்சுவான்தார் ஏழை அரிசனங்களை நிலத்தைவிட்டு வெளியேற்றக்கூடிய முயற்சியைச் செய்கிறார். அமைச்சரவை, சாகுபடியாளர்களைப் பதிவு செய்யும் மசோதாவைக் கொண்டு வந்தது. வருடங்களாக அந்த நிலத்தில் அவர்கள் பாடுபட்டு வந்தும் கூட, நிலத்தின் உரிமை இந்த மசோதாவின் மூலமாக அவர்களுக்குக் கிடைத்து விடும் என்று அவர்கள் அளந்த குத்தகை நெல்லுக்கு ரசீது கொடுக்க மறுத்து இன்று அவர்களை வெளியேற்றிவிட்டு, ஏழை விவசாயிகள் சாகுபடி செய்த நெல்லை வேறு ஆட்களைக் கொண்டு நிலச்சுவான்தார் அறுவடை செய்து கொண்டு போயிருக்கிறார்.

அது மட்டுமல்ல, நியாயமான முறையில், சமாதானமான முறையில் விவசாயிகள் ஆட்சேபணை செய்த பொழுது 92 ஏழை எளிய மக்கள் அரிசன விவசாயிகள் உள்பட கைது செய்யப்பட்டிருக் கிறார்கள். இது சமீபத்தில் மார்ச் மாதம் 8, 9, 10 இந்த மூன்று தினங்களில் நடந்திருக்கிறது. இதில் அமைச்சர் அவர்கள் கவனம் செலுத்தி, ஏழை எளிய விவசாயிகளை விடுதலை செய்வதற்கு நடவடிக்கை எடுக்க வேண்டும். 20 வருஷமாக சாகுபடி செய்து கொண்டுவந்த விவசாயி களுக்கு அந்த உரிமை மீண்டும் கிடைப்பதற்கு வழிவகுக்க வேண்டும் என்பதைத் தெரிவித்துக் கொள்கிறேன்.

அடுத்தபடியாக, கோவில்பட்டி தாலுக்கா மிகுந்த வறட்சியான பகுதி. இந்த மாநிலத்தில் இது சம்பந்தமாக ஒரு குழு போடப்பட்டு, அது பரிசீலனை செய்த காலத்தில், இந்தத் தாலூக்காதான் மிகவும் வறண்ட பிரதேசம் என்று சொல்லப்பட்டிருக்கிறது. அங்கு ஏற்பட்டிருக்கிற பஞ்சம் காரணமாக, சகல விதமான வரிகளையும் ரத்து செய்வதோடு மட்டுமல்லாமல், கடன் வசூலையும் ஒத்திவைக்க வேண்டும். புதிய கடன்கள் அளிக்க வேண்டிய வாய்ப்பையும் ஏற்படுத்த வேண்டும் என்று கேட்டுக் கொள்கிறேன்.

முதியோர் பென்ஷனுக்கு அப்ளிகேஷன் போட்டால் அந்த நபர் இறக்கிறவரைக்கும் கூட பென்ஷன் கிடைப்பதில்லை. முதியோர் பென்ஷன் தகுதியுள்ளோர் அனைவருக்கும் தாமதமில்லாமல் கிடைப்பதற்கு வேண்டிய ஏற்பாடு செய்ய வேண்டும். அதற்கு வேண்டிய தகுதியிருந்தால், குறிப்பிட்ட காலத்திற்குள் மூன்று மாதங் களுக்குள்ளாவது பென்ஷன் கிடைப்பதற்கு வேண்டிய ஏற்பாடுகளைச்

செய்ய வேண்டுமென்று இந்தச் சந்தர்ப்பத்தில் தெரிவித்துக் கொள்கிறேன். இதோடு என் பேச்சை முடித்துக் கொள்கிறேன்.

அலுமினியத் தொழிற்சாலைக்குச் சலுகை!
விவசாயிகளுக்குக் கொடுமை!★

உதவி சபாநாயகர் அவர்களே, துணை மானியக் கோரிக்கைகளின் மீது என்னுடைய கருத்துக்களைச் சொல்லிக் கொள்ள விரும்புகிறேன். வறட்சி நிவாரண வேலைகளுக்காக ஏறத்தாழ 20 கோடி ரூபாய் செலவு செய்யப்பட்டிருக்கிறது. இன்னும் பல இடங்களில் குடிதண்ணீர் கஷ்டங்களும் மற்ற கஷ்டங்களும் தொடர்ந்து இருக்கின்றன.

எனவே, அந்த இடங்களிலே பணிகளைத் தொடர்ந்து செய்ய ஏற்பாடு செய்ய வேண்டும். இராஜபாளையம், சத்திரப்பட்டி ஏரியாவில் 20 கிராமங்களில் குடிநீர் வசதியில்லாமல் அறவே தண்ணீர் இல்லாமல் மக்கள் பாதிக்கப்பட்டிருக்கிறார்கள். அங்கே வறட்சி நிவாரணப் பணியை மேற்கொள்ள வேண்டுமென்று கேட்டுக் கொள்கிறேன்.

அடுத்தபடியாக, விவசாயிகளுக்கு பாதுகாப்பு அளிப்பதற்காக கடன் வசூல்கள் ஏனைய வசூல்கள் நிறுத்தி வைக்கப்படுகின்றன. ஆனால், அடுத்த ஆண்டு வசூல் செய்யும் பொழுது அந்த ஆண்டுக்குரிய தவணையோடு நிறுத்தி வைக்கப்பட்ட தவணையையும் சேர்த்துக் கட்ட வேண்டுமென்று வற்புறுத்துகிறார்கள். ஒரு ஆண்டுக்குரிய தவணையே செலுத்த முடியாமல் இருக்கின்ற நிலைமை இருக்கும் பொழுது இரண்டு தவணைகள் செலுத்த வேண்டுமென்று சொல்வது மிகவும் பாதிக்கிறது.

பத்து வருஷம் தவணை என்றால் பத்தாவது தவணையை 11-வது வருஷம் கட்டவேண்டுமென்று சொல்ல வேண்டும். இப்பொழுது அரசாங்கம் வைத்துள்ள முறையை அறவே மாற்ற வேண்டும். இரண்டு தவணைகளையும் சேர்த்து வசூலித்தால் அவர்களுக்கு மிகவும் கஷ்டம். வரக்கூடிய தவணைகளை ஈவு செய்து வசூல் செய்யக்கூடிய முறையைக் கையாள்வதற்கு அரசு முன்வர வேண்டுமென்று கேட்டுக் கொள்கிறேன்.

ஒரு நாள் தவணை கடந்தாலும் கூட அபராத வட்டியாக ஒரு வருஷ வட்டி வசூல் செய்யப்பட வேண்டுமென்று இரண்டு மூன்று மாதங்களுக்கு முன்னால் ரெவின்யூ போர்டிலிருந்து உத்தரவு

★ 1969-70ஆம் ஆண்டிற்கான கூடுதல் செலவுக்கான இரண்டாம் துணை நிதிக் கோரிக்கைகள் - துணை மானியக் கோரிக்கையின் மீது 1970 ஜனவரி 27 அன்று பேசியது.

வந்ததாகச் சொல்லி வசூல் செய்கிறார்கள். இந்த அபராத வட்டி அநியாய வட்டி. ஒரு நாள் கடந்தால் ஒரு நாள் வட்டிதான் வசூல் செய்ய வேண்டும். ஒரு வருஷவட்டி வசூல் செய்வதை உடனடியாக நிறுத்த வேண்டும்.

விவசாயத்திற்கு அத்தியாவசியமாகத் தேவைப்படுகிற மின் வசதியை 1972-ம் ஆண்டுக்குள்ளாக எல்லா கிராமங்களுக்கும் விவரிக்க வேண்டுமென்ற அரசினரின் முயற்சியை நான் மிகமிகப் பாராட்டு கிறேன். ஆனால், மின் கட்டணத்தை எட்டரை பைசாவிலிருந்து பத்து பைசாவாக உயர்த்தி இருப்பது விவசாய உற்பத்திக்கு உதவியாக இருக்காது. அலுமினியம் தொழிற்சாலைக்கு மின்சாரம் கொடுப்பதில் வருஷம் ஒன்றுக்கு ஒரு கோடி ரூபாய்க்கு மேல் நஷ்டத்தை ஏற்றுக் கொள்ளும் போது விவசாயிகளுக்கு பத்து பைசாவாக உயர்த்தி இருப்பது நியாயமாகாது. ஆகவே, இந்த மின் கட்டணத்தைக் குறைக்க வேண்டுமென்று கேட்டுக் கொள்கிறேன்.

விலைவாசிகள் தற்போது உயர்ந்து கொண்டே போகிறது. விலைவாசி உயர்வை நியாயமான கட்டுதிட்டத்திற்குள் அமைக்க வேண்டும். விவசாய விளைபொருள்களின் விலை தலை கீழாக இருக்கிறது. இன்று மிளகாய் வற்றல் விலை 1500 ரூபாய். அதாவது ஒரு கிலோ 11 ரூபாய் விற்கிறது. அந்த விலை 400, 500 என்றிருந்தால் விவசாயிகளுக்கும் கட்டுப்படியாகக் கூடிய விலையாக இருக்கும், வாங்கிச் சாப்பிடுபவர்களுக்கும் கட்டுப்படியாகும் நிலையிருக்கும். இப்போது ஏற்பட்டு இருக்கின்ற விலை உயர்வினால் உள்ள லாபம் விவசாயிகளுக்குப் போய்ச் சேரவில்லை. உற்பத்தி செய்யக் கூடிய காலத்தில் 150, 200 ரூபாய்க்குத்தான் விவசாயிகளிடமிருந்து பெறப்பட்டது. விவசாய விளை பொருள்களுக்கு கட்டுபடியாகக்கூடிய நியாயமான விலைக்கு உத்தரவாதம் கொடுக்க வேண்டும்.

கிராமப் பகுதிகளில் வேலை வாய்ப்பு மிகமிகக் குறைந்து வருகிறது. இரண்டு, மூன்று மாதங்கள் தவிர மற்ற மாதங்களில் வேலை இல்லாமல் இருக்கிறார்கள். ஆகவே, கிராமப் பகுதிகளிலுள்ள மக்களுக்கு வேலை வாய்ப்பு தரும் வகையில் சிறு தொழில்களை ஆரம்பிக்க வேண்டும். குடிநீர்த் திட்டத்தைப் பற்றி துணை மானியக் கோரிக்கையில் அமைச்சர் அவர்கள் சொல்லியிருக்கிறார்கள். பெரிய நகரங்களுக்கு குடிநீர் வழங்கும் திட்டம் எல்.ஐ.சி.யில் கடன் பெற்று நிறைவேற்றப்படுகிறது. அப்படி நிறைவேற்றப்படும் போது வழியில் உள்ள கிராமங்களுக்கும் குடிநீர் வசதி செய்து கொடுக்க வழி செய்ய வேண்டும்.

கோவில்பட்டி நகரத்திற்கு குடிநீர்த் திட்டத்திற்காக எல்.ஐ.சி.யிலிருந்து ஒரு கோடி ரூபாய் சாங்ஷன் செய்யப்பட்டிருக்கிறது. வழியில் 15 மைல் சுற்றளவில் பல கிராமங்கள் இருக்கின்றன. அவற்றுக்கும் குடிதண்ணீர் வசதி செய்து தரவேண்டுமென்று கேட்டால் “கடனாக வழங்குகிறோம். கடனை திருப்பிச் செலுத்த சக்தியிருக்கிறதா?” என்று கேட்கிறார்கள். கடனாகக் கொடுத்தால் வருஷத்திற்கு *10,000, 15,000* என்று திருப்பித் தர வேண்டியிருக்கும். கிராமங்களின் வருமானம் இரண்டாயிரத்திலிருந்து நாலாயிரத்துக்கு மேல் போக முடியாது. நகரங்களுக்கு வேண்டுமானால் திரும்பிச் செலுத்தும் சக்தி இருக்கலாம். கிராமங்களுக்கு முழுத் தொகையையும் மானியமாக வழங்கி குடி தண்ணீர் வசதிக்கு ஏற்பாடு செய்ய வேண்டும்.

குடியிருப்பு மனைக்காக பல ஊர்களில் அரிசனங்கள் மனுப்போட்டு, மூன்று, நான்கு ஆண்டுகளாகியும் வழங்கப்படாத நிலையிருக்கிறது. இதிலே பல ஜாதிக்காரர்கள் தொந்தரவு கொடுப்பதால் கஷ்டம் இருக்கிறது. எப்படி 1972-ம் ஆண்டுக்குள் எல்லா கிராமங்களுக்கும் மின்வசதி செய்து கொடுக்க வேண்டுமென்று திட்டமிட்டிருக்கிறோமோ அதேபோன்று அரிசனங்களுக்கு வீட்டுமனை வழங்குவதைப் பற்றியும் ஒரு இலக்கை நிர்ணயித்துக் கொள்ள வேண்டும். அந்த முறையில் நடவடிக்கை எடுத்து எல்லா அரிசனங்களுக்கும் வீட்டு மனை வழங்க ஆவன செய்ய வேண்டுமென்று கேட்டுக் கொள்கிறேன்.

சென்ற மாதம் எங்கள் பகுதியில் ஒரு தோட்டியை திடீரென்று போலீஸ் ஸ்டேஷனில் கொண்டு போய் வைத்து விட்டார்கள். அதைப் பற்றி விவரம் கேட்டால் நாங்கள் இவ்வளவு கேஸ் பிடித்தாக வேண்டுமென்ற எண்ணிக்கை இருக்கிறதென்று கூறுகிறார்கள். இதன் காரணமாக அப்பாவி மக்களைப் பிடித்துக் கொண்டு போய் கேஸ் போடும் நிலைமை இன்றும் போலீஸ் இலாகாவில் இருக்கிறது. குற்றம் செய்தவர்களைப் பிடித்துக் கொண்டு போய் கேஸ் போடும் முறை இருக்க வேண்டுமே தவிர இத்தனை கேஸ் பிடிக்க வேண்டுமென்பதற்காக அப்பாவி மக்களை பிடித்துக் கொண்டு போகக் கூடிய நிலை இருக்கக் கூடாது.

முதியோர் பென்ஷன் எந்தவிதமான வசதியுமற்று, குழந்தைகளின் ஆதரவுமில்லாதவர்களுக்கு கொடுக்க வேண்டுமென்பது திட்டம். ஆனால் அதற்கு தற்போது ஒவ்வொரு பகுதிக்கும் ஒரு இலக்கை நிர்ணயித்திருக்கிறார்கள். ஒரு ஊரிலிருந்து இத்தனை பேருக்குத்தான் முதியோர் பென்ஷன் கொடுக்கலாம் என்ற நிலையிருப்பதால் அந்தக் குறிப்பிட்ட ஊரிலிருந்து புதிதாக ஒருவர் பென்ஷன் வேண்டுமென்று

கேட்டால் ஏற்கெனவே பென்ஷன் பெற்று வருபவர்களில் யாராவது இறந்து விட்டால் தான் கொடுக்க முடியும் என்று பதிலளிக்கக் கூடிய நிலைமை இருக்கிறது. இந்த நிலையை மாற்றி எந்த விதமான பாதுகாப்பும் இல்லாத முதியோர்கள் பென்ஷன் கேட்டால் எவ்வளவு பேராக இருந்தாலும் பென்ஷனைக் கொடுக்க வேண்டுமென்கிற முறையில் சட்டத்தைத் திருத்த ஏற்பாடு செய்ய வேண்டுமென்று கேட்டுக் கொண்டு என்னுடைய உரையை முடித்துக் கொள்கிறேன்.

பஸ் தேசியமயமாக்கலும் வேலை இழக்கும் தொழிலாளர்களும்*

பேரவைத் தலைவர் அவர்களே, இந்த மானியக் கோரிக்கையின் மீது என் கட்சியின் சார்பாகக் கொடுக்கப்பட்ட வெட்டுப் பிரேரணையை ஆதரிக்கிறேன். 75 மைல்கள், அதற்கு மேற்பட்ட வழித்தடங்களை தேசிய மயமாக்குவது என்பதற்குப் பதிலாக 20 மைல்கள், அதற்கு மேற்பட்ட வழித்தடங்களை நாட்டுடமை ஆக்க நடவடிக்கை எடுத்துக் கொள்ள வேண்டுமென்று கேட்டுக் கொள்கிறேன்.

அடுத்தபடியாக, இப்போது வழித்தடங்களை அரசு எடுத்துக் கொள்ளும் போது வேலை இழக்கக் கூடிய தொழிலாளர்களை நமது அரசுப் போக்குவரத்து இலாக்காவில் வேலைக்கு அமர்த்திக் கொள்ள வேண்டும். நாம் ஏற்கெனவே எடுத்துக் கொண்ட கம்பெனிகளில் வேலை செய்து கொண்டிருந்தவர்கள் தற்போது வேலை இழந்து இருக்கிறார்கள். ஆகவே நல்ல அனுபவம் பெற்ற இவர்களை அரசு போக்குவரத்திலேயே எடுத்துக் கொள்ள வேண்டுமென்று கேட்டுக் கொள்கிறேன்.

அதற்கடுத்தபடியாக இன்று இந்தத் துறையில் பணியாற்றக் கூடிய தொழிலாளர்கள் உற்சாகமாகப் பணியாற்ற வேண்டுமென்றால் அவர்களுடைய அடிப்படையான கோரிக்கைகள் நிறைவேற்றப்பட வேண்டும்.

குறிப்பாக, இன்றைய தினம் இந்தத் துறை தொழிலாளர்களின் சம்பள போர்டு சிபார்சை எப்போது அமுல் நடத்தப் போகிறார்கள்? முதலாளிகள் இதைப்பற்றி கவனிப்பதாகவே தெரியவில்லையே என்று தொழிலாளர்கள் கேட்டுக் கொண்டிருக்கிறார்கள். ஆகவே சம்பந்தப்பட்ட பஸ் உடைமையாளர்களை அழைத்துப் பேசி சம்பள போர்டு சிபார்சை அமுல்படுத்த அரசு ஆவன செய்ய வேண்டுமென்று கேட்டுக் கொள்கிறேன்.

---

* 1970 - 71ஆம் ஆண்டிற்கான நிதிக் கோரிக்கைகள் - மோட்டார் போக்குவரத்துத் தொழிலாளர் மானியக் கோரிக்கையின் மீது 1970 மார்ச் 21 அன்று பேசியது.

அடுத்தபடியாக, கிராமப்பகுதிகளில் ரோடுகள் இருக்கின்றன. பஸ் உடைமையாளர்கள் பஸ் விடவும் சம்மதிக்கிறார்கள். பொது மக்கள் நகரங்களுக்குப் போய் வர பஸ் விடவேண்டுமென்றும் கேட்டு வருகிறார்கள். ஆனால், ரூட் கொடுப்பதில்தான் அதிகமான காலதாமதம் ஆகிறது. காலா காலத்தில் புதிய ரூட்டுகளுக்கு அனுமதி வழங்க ஏற்பாடு செய்ய வேண்டுமென்று கேட்டுக் கொள்கிறேன்.

புதியதாக பஸ் ரூட் அனுமதி கொடுக்கும்போது வொர்க் ஷீட் இருக்கிறதா? 2 பஸ்களுக்கு மேல் இருக்கிறதா என்றெல்லவாம் பார்த்து மார்க் கொடுப்பதாகச் சொல்லப்படுகிறது. என்னைப் பொறுத்தவரையில் 3 பஸ்களுக்குக் குறைவாக உள்ளவர்களுக்கு புது பஸ் ரூட்டுகள் கொடுக்கப்பட வேண்டும் என்று தெரிவித்துக் கொள்கிறேன்.

அடுத்து இன்று ஆலோசனைக் குழு நியமிக்கப்பட்டிருக்கிறது என்று கூறியிருக்கிறார்கள். ஆனால், ஆண்டுக்கணக்காக கூட்டம் நடத்தப்படவில்லை. அதையும் கவனிக்க வேண்டும். அதேபோல் இந்த ஆலோசனைக் குழுவில் சம்பந்தப்பட்ட தொழிலாளர்களின் பிரதிநிதிகளையும் சேர்த்துக் கொள்ள வேண்டுமென்ற என் கருத்தைக் கூறி இத்துடன் என் பேச்சை முடித்துக் கொள்கிறேன்.

நிலம் இல்லா விவசாயிகளுக்கு நிலம் வழங்குக!★

தலைவர் அவர்களே, தமிழ்நாடு வனத்துறை மானியத்தின் மீது சில கருத்துக்களைச் சொல்ல விரும்புகிறேன்.

காட்டுப் பகுதியை ஒட்டி விவசாயத்திற்கு லாயக்கான சமவெளி யாக இருக்கின்ற வேளாண்மை செய்வதற்குத் தகுதியான நிலத்தை விவசாயத் தொழிலாளர்களுக்கு, நிலம் இல்லாதவர்களுக்கு வாழ்வு அளிப்பதற்காக அளிக்க ஏற்பாடு செய்ய வேண்டும்.

குறிப்பாக, மதுரை மாவட்டம் வருஷ நாடு பகுதியில் பல காலமாக விவசாயம் செய்து வருகிற ஏழைகளுக்கு அந்த நிலத்தை குத்தகைக்கு விடுவதாகத் தெரிகிறது. அவற்றைப் பட்டாவே செய்து கொடுத்தால் அவர்கள் நிலத்தை மேலும் அபிவிருத்தி செய்து நல்ல முறையில் விவசாயம் செய்வதற்கு வசதியாக இருக்கும் என்று தெரிவித்துக் கொள்கிறேன்.

★ *1970 - 71-ம் ஆண்டிற்கான நிதிக் கோரிக்கைகள் - தமிழ்நாடு வனத்துறை மானியத்தின் மீது 1970 மார்ச் 24 அன்று பேசியது.*

காடுகள் வளர்ப்பது என்ற தலைப்பில் கிராமக் காடுகளை வளர்க்க ஒரு திட்டம் அறிக்கையில் சொல்லப்பட்டிருக்கிறது. விவசாயத்திற்கு லாயக்கு இல்லாது, விறகுக் காடுகளை வளர்க்க, புல் காடுகளை வளர்க்கக் கூடிய 50 ஏக்கர், 40 ஏக்கர் என்று ஏற்பாடு செய்தால் மிகவும் உபயோகமாக இருக்கும். கால்நடைகளை வளர்ப்பதற்கும், விறகுப் பஞ்சத்தைப் போக்கவும் பெரிதும் பயன்படும்.

அதற்கடுத்தபடியாக, 55,383 டன் மூங்கில் சேஷசாயி காகிதம், அட்டை தயாரிப்பு நிறுவனத்திற்கு விற்கப்பட்டிருக்கிறது. இப்படி விற்கிற போது குறைந்த விலையில் கொடுப்பதாக அறிகிறேன். இதுபோன்ற காட்டு மூங்கில்கள் ஏல அடிப்படையில் அதிக லாபம் வரக்கூடிய முறையில் விற்கப்பட வேண்டுமென்று தெரிவித்துக் கொள்கிறேன்.

காடுகளில் இருந்து சாதாரண ஜனங்கள் தலைச்சுமையாக பட்ட விறகுகள் பொறுக்கி வருவது பழங்காலம் முதற்கொண்டே இருக்கிறது. தலைச்சுமை எடுத்து வருகிறவர்களை காட்டு இலாக்கா இப்போது கடுமையாகத் தடுத்து வருகிறார்கள். எப்போதும் போல அனுமதிக்க வேண்டுமென்று கேட்டுக கொள்கிறேன்.

வேடந்தாங்கலில் பறவைகள் சரணாலயம் இருக்கிறது. இதைப் போலவே வேதாரண்யம், கோடிக்கரை காட்டிலும் ஒரு பறவைச் சரணாலயம் ஏற்படுத்த வேண்டும். அந்தப் பகுதியிலும் வெளிநாடுகளில் இருந்து பல பறவைகள் வருவதாகத் தெரிகிறது. ஆகவே, அந்தப் பகுதியிலும் ஒரு வனவிலங்கு பறவை சரணாலயம் ஏற்படுத்த வேண்டுமென்று கேட்டுக் கொண்டு என் உரையை முடித்துக் கொள்கிறேன்.

வாங்கும் கடனும் வட்டி விகிதமும்★

தலைவர் அவர்களே, கூட்டுறவு மானியத்தின் மீது எங்கள் கட்சியி சார்பாக கொடுக்கப்பட்ட வெட்டுத் தீர்மானத்தை ஆதரித்து சில கருத்துக்களை சொல்ல முன்வருகிறேன்.

இந்தக் கூட்டுறவு சங்கங்களின் மூலம் கிராமப்புறங்களில் இன்று விவசாயிகளுக்கு ஓரளவு தேவையான கடன்கள் கிடைத்து வருகின்றன என்பதை நாம் அனைவரும் ஒப்புக் கொள்கிறோம். அதே நேரத்தில் ஒரு சில இடங்களில் அது சம்பந்தமாக ஊழல்கள் இருப்பதாகவும் சொல்லப்படுகிறது அவைகளைக் களைவதற்கு வேண்டிய நடவடிக்கைகளை அரசாங்கம் அவ்வப்போது எடுக்க வேண்டும்.

★ *1970-71-ம் ஆண்டிற்கான நிதிக் கோரிக்கைகள் - கூட்டுறவு மானியத்தின் மீது 1970 ஏப்ரல் 2 அன்று பேசியது.*

வேறு பல இலாக்கா, ஸ்தாபனங்களில் இல்லாத ஊழல் இதில் இருப்பதாக நான் கருதவில்லை. இருந்தாலும்கூட இன்று நம்முடைய கிராமப்புறங்களில் கடன்கள் கொடுக்கக்கூடிய அந்த ஸ்தாபனங்கள் இதற்கு முன்னால் 1966-67-ல் 31 கோடி ரூபாய் கொடுத்தது. இன்று ரூ.44 கோடி வரையில் கொடுக்கப்பட்டிருக்கிறது. இனி 1969 -70-ல் அதைவிட அதிகமாக கொடுக்கப்பட திட்டம் இடப்பட்டிருக்கிறது என்று அறிக்கையில் காணப்படுகிறது.

நீண்டகாலக் கடன் 1966-67-ல் ரூ. 3 கோடியாக இருந்தது. இன்று ரூ. 14 கோடி அளவுக்கு உயர்ந்திருக்கிறது. இவ்வாறு விவசாயிகள் கடன் அளவு உயர்ந்து கொண்டே போவது நல்லதா என்று சிந்திக்க வேண்டும். கடன் வாங்கி தொழிற்சாலைகள் ஏற்படுத்தி லாபம் அடைவது போல் அல்ல கடன் வாங்கும் விவசாயிகள் நிலைமை. விவசாயிகள் கடன் வாங்கினால் அவர்களுடைய கடன் பளு அதிகரித்துக் கொண்டே போகிறது. அவன் திருப்பித் தரக்கூடிய சக்தி குறைகிறது.

குறிப்பாக இந்தக் கடன் வழங்குவதில் சென்ற காலத்தில் இருந்த வட்டி விகிதம் இன்று உயர்ந்திருக்கிறது. முன்பு 6.25 சதவிகிதம் வட்டி. இன்று 7.50 முதல் 8.40 சதவிகிதம் உயர்ந்திருக்கிறது. அதுபோல ரூ. 100 கடன் வாங்க வேண்டுமானால் முன்பு பங்குத் தொகை ரூ. 10, இது இப்போது ரூ. 20 வரை உயர்த்தப்பட்டிருக்கிறது. பங்கு கூட ரூ. 11 கோடியாக இருந்தது. 1969-70இல் கிராமச் சங்கங்களில் ரூ. 12 கோடி பங்குத் தொகையாக விவசாயிகள் செலுத்தியிருக்கின்றனர். பங்குத் தொகையின் அளவு ரூ. 10-க்கு மேல் போகக் கூடாது என்று வரையறை செய்ய வேண்டும்.

அதே நேரத்தில் விவசாயிகள் வாங்கும் கடனுக்கு வட்டி வீதம் அதிகமாகக் கூடிக்கொண்டே போவதால் அவர்களால் வட்டியும் கடனும் திருப்பி தரமுடியாத சூழ்நிலை ஏற்படுகிறது. பொதுவாக கிராமச் சங்கங்களில் கடன் வாங்குகிற விவசாயி நிலை அவர்களுடைய கடன் பளு ஒவ்வொரு வருஷமும் ஆயிரத்திலிருந்து இரண்டாயிரம், இரண்டாயிரத்திலிருந்து மூவாயிரம் என்று உயர்ந்து கொண்டே போகிறது. வாங்கிய கடனைத் திருப்பி செலுத்த முடியாத காரணத்தால் வேறு ஒரு லேவா தேவிக்காரரிடம் கந்து வட்டிக்குக் கடன் வாங்கி செலுத்துகிறார்கள். அது முடிந்தவுடன் பாங்கியில் பணம் எடுத்து அவர்களுக்குக் கொடுக்கிறார்கள். குறைந்த வட்டி என்றாலும் கடனைத் திரும்பச் செலுத்த முடியாத சூழ்நிலை கிராமங்களில் இருக்கிறது என்பதை மனதில் கொள்ள வேண்டும்.

அதே நேரத்தில் கடன் வழங்கும் காலத்தில் ஒவ்வொரு மகசூலுக்கும் ஒரு காலத் தவணை நிர்ணயிக்கப்பட்டிருக்கிறது. பருத்தி என்றால் ஒரு வருஷம் தவணை. நிலக்கடலை என்றால் ஆறுமாதம் தவணை. வேறு ஒரு பொருள் என்றால் மூன்று மாதம். சோளம் என்றால் 4 மாதத் தவணை. அப்படி 4, 5 விதமான பயிர்களைச் செய்யும் விவசாயிகளுக்கு 4, 5 விதமான கடன்களை வழங்கினால் அவன் திரும்ப 3, 4 தவணைகளில் செலுத்த வேண்டும் என்பது அவ்வளவு பொருத்தமல்ல என்பதைத் தெரிவித்துக் கொள்கிறேன்.

விவசாயிகள் எத்தனை விதமான பயிர்கள் செய்தாலும் அவைகளை மொத்தமாகக் கணக்கில் கொண்டு ஒரு வருஷத்திற்குத் தேவையான கடனை கணக்கிட்டு அந்தக் கடனை மொத்தமாக பாஸ் புக் முறையில் சாங்ஷன் செய்து விட்டு தேவைப்படும் பொழுது வாங்கிக் கொண்டு எப்போது வேண்டுமானாலும் ஒரு வருடத்திற்குள் செலுத்தக்கூடிய முறையில் வழங்க வேண்டுமே தவிர ஒவ்வொரு பயிருக்கும் ஒரு மாதத் தவணை ஏற்படுத்த அந்தத் தவணைக்குள் குறிப்பிட்ட பயிர் விளையவில்லை என்றால் செலுத்த முடியாத சூழ்நிலை ஏற்பட்டு அபராத வட்டி செலுத்தக்கூடிய நிலைமை ஏற்படுகிறது.

ஆகவே ஒரு விவசாயிக்கு ஒரு வருஷத்திற்கு தேவையான மொத்த கடனைக் கணக்கிட்டு பாஸ் புக் சிஸ்டம் மூலம் கடனை வழங்கி ஒரு வருஷத்திற்குள் திருப்பி செலுத்த ஏற்பாடு செய்ய வேண்டும் என்று யோசனையைச் சொல்லுகிறேன்.

அடுத்து இன்று ரிசர்வ் பாங்கு நம்முடைய கூட்டறவு பாங்குக்கு 3 சதவீதம் வட்டிக்கு கடன் கொடுக்கிறது. ஆனாலும் நம்முடைய விவசாயிகளின் கைக்கு வரும்போது அது 8 சதவீதம் வட்டியாக உயர்ந்து விடுகிறது. 5 சதவீதம் இடையில் உள்ள பாங்குகளுக்கு கமிஷன் என்று எடுத்துக் கொள்ளப்படுகிறது. இது தேவைதானா என்று ஆலோசித்து, இப்படி ரிசர்வ் பாங்கு வழங்கும் கடனை கிராமக் கூட்டுறவுச் சங்கங்களுக்கு தாலுகா மட்டத்தில் ஒரு அமைப்பின் மூலம் கடனாக வழங்கும் ஒரு ஏற்பாட்டைச் செய்தால் 3% வட்டிக்கு கிடைக்கும். கடனுக்கு 4.5 சதவீதம் மேல் விவசாயிகள் வட்டி கொடுக்க வேண்டிய நிலை வராது. இடையில் போகிற 5% வட்டி விவசாயிகள் தலையில் விழாமல் ஓரளவுக்கு பாதுகாப்பு கிடைக்கும் என்று தெரிவித்துக் கொள்கிறேன். அதே நேரத்தில் கூட்டுறவு மேல் பார்வை யூனியன் அமைப்பு தனியாக அவசியம் இல்லையென்று தெரிவித்துக் கொள்கிறேன்.

அடுத்தபடியாக இன்று நிலவள வங்கிகளில் பழைய கடன்களை தீர்க்க கடன் வழங்கப்படுவது இல்லை. ஏற்கெனவே ரிசர்வ் பாங்கு கண்டிஷனை சொல்லுகிறார்க்ள. இதனால் அவர்கள் சர்க்கார் கடனாக இருந்தாலும்.. அடமானமாக இருந்தாலும், ஒத்தியாக இருந்தாலும் அவர்கள் லேவாதேவிக்காரர்களிடம் போய் கடன் வாங்க வேண்டியிருக்கிறது. இதனால், விவசாயிகள் என்றைக்கும் பழைய கடன்களிலிருந்து மீளமுடியாத துர்பாக்கிய நிலைமை ஏற்படும்.

அடுத்தபடியாக இன்று வேளாண்மை மறு நிதி கழகத்தின் உதவி பெற்ற சிறுபாசன அபிவிருத்தித் திட்டம் இருக்கின்றது. திருநெல்வேலி மாவட்டத்தில் சங்கரன்கோவில் தாலூகா சேர்க்கப்பட்டிருக்கிறது. கோவில்பட்டி தாலூகாவும் பின் தங்கிய பிரதேசம். அதையும் சேர்க்க வேண்டுமென்று கேட்டுக் கொள்கிறேன்.

வீடு அடமான சங்கங்கள் நகரங்களில் அமைக்கப்படுகின்றன. கிராமங்களில் இவைகள் இல்லை. பல சங்கங்கள் இருந்தன. செயல்படாமல் ஸ்தம்பித்துப் போய்விட்டன. அந்தச் சங்கங்களுக்கு நிதி உதவி கிடைக்கவில்லை. அந்தச் சங்கங்களை உயிர்ப்பிக்கச் செய்து ஒவ்வொரு தாலூகாவிலும் யூனியனில், 3, 4 சங்கங்களை அமைத்து, அப்பகுதி கிராமங்களை இணைத்து கிராமங்களில் வீடு கட்டுவதற்கு ஏற்பாடு செய்ய வேண்டுமென்று தெரிவித்துக் கொண்டு... (அடுத்த அங்கத்தினர் அழைக்கப்பட்டார்)

ஊராட்சி ஒன்றியத் தலைவர்களை நேரடியாகத் தேர்ந்தெடுக்க வேண்டும்!★

தலைவரவர்களே, இந்த பஞ்சாயத்துக்கள் திருத்த மசோதா சம்பந்தமாக, இன்று பொதுவாக பஞ்சாயத்து தலைவர்களை நேரடியாக மக்களே தேர்ந்தெடுக்க வேண்டும். ஓட்டர்களே தலைவரைத் தேர்ந்தெடுக்க வேண்டுமென்பது மிகவும் வரவேற்க வேண்டிய நல்ல காரியமாகும். பஞ்சாயத்துத் தேர்தலிலே தலைவர்களை நேரடியாக தேர்ந்தெடுப்பது போல ஊராட்சி ஒன்றியத் தலைவர்கள் நேரடியாக மக்களால் தேர்ந்தெடுக்கப்பட வேண்டும் என்பதுதான் எங்களுடைய ஒரு திடமான அபிப்ராயம்.

ஏனென்றால் இன்று பஞ்சாயத்துத் தலைவர் தேர்தலானாலும் சரி, இந்த மாதிரி ஒரு சில குறிப்பிட்ட தலைவர்களோ அல்லது மெம்பர்களோ மட்டும் ஒரு தேர்தலில் வாக்களிக்கக்கூடிய முறை

★ தமிழ்நாடு 1970-ம் ஆண்டு பஞ்சாயத்துகள் திருத்த மசோதா மீது 1970 ஏப்ரல் 6 அன்று பேசியது.

இருந்தால், அவர்கள் தங்கள் மனதிலுள்ளவர்களுக்கு, யாருக்கு ஓட்டுப்போட வேண்டுமென்று நினைக்கிறார்களோ அவருக்கு ஓட்டுப் போட முடியாத நிர்ப்பந்த சூழ்நிலைகளையும், இடைஞ்சல்களையும் பார்த்தோம். மனப்பூர்வமாக யாருக்கு வாக்களிக்க வேண்டுமென்று நினைக்கிறார்களோ அவர்களுக்கு வாக்களித்தாலோ அல்லது வேறு ஒருவருக்கு வாக்களிக்காவிட்டாலோ, அவருக்கு ஏற்படுகின்ற நெருக்கடிச் சூழ்நிலையை பொதுவாக பஞ்சாயத்துத் தலைவர் தேர்தலிலும் பார்த்தோம். ஊராட்சி ஒன்றியத் தலைவரைத் தேர்ந்தெடுக்கின்ற தேர்தலிலும் பார்த்தோம்.

ஆகவே, அந்த முறை மாற்றப்பட வேண்டுமென்று சென்ற காலத்தில் சொல்லப்பட்டு வந்தது. ஆனால், இப்பொழுது அந்தத் திருத்தத்திலே பஞ்சாயத்துத் தலைவர் தேர்தலில் மட்டும் நேரடியாகத் தேர்ந்தெடுப்பது என்று வந்திருக்கிறது. ஊராட்சி ஒன்றியத் தலைவர் களையும் அதபோல் நேரடியாகத் தேர்ந்தெடுத்தால் அது சிறந்த முறையிலே, நேரடியாக ஜனங்கள் விரும்பும் தலைவரைத் தேர்ந்தெடுக்கக்கூடிய வாய்ப்பு ஏற்படும். இல்லையென்றால் தாங்கள் யாரை ஊராட்சி ஒன்றியத் தலைவராகத் தேர்ந்தெடுக்க வேண்டுமென்று நினைக்கிறார்களோ அவர்களைத் தேர்ந்தெடுக்க முடியாத சூழ்நிலை ஏற்பட்டு விடும் என்று கூறிக் கொள்ளுகின்றேன்.

அதே நேரத்தில் பஞ்சாயத்துக்குத் தேர்ந்தெடுக்கும் தலைவருக்கும் மெம்பர்களுக்கும் இடையே ஏதாவது கருத்து வேறுபாடு ஏற்படக்கூடிய காலத்திலே, பஞ்சாயத்து செயல்பட முடியாத நேரத்திலே, 6 மாத காலம் பஞ்சாயத்தைக் கூட்டாமல், தலைவர் அந்தக் காரியங்களைச் செய்வதற்கான ஷரத்து இதிலே இருக்கிறது. அதே நேரத்தில், தலைவருக்கு அதிகாரம் அளிக்கும் நேரத்தில் சம்பந்தப்பட்ட பஞ்சாயத்து மெம்பர்களின் அபிப்பிராயத்தைக் கேட்டு, அதற்கு மேல் தலைவர் மீது என்னென்ன புகார் சொல்லுகிறார்கள் என்று தெரிந்தபிறகு, இன்ஸ்பெக்டர் அம்மாதிரி ஒரு அதிகாரத்தை அந்தத் தலைவருக்குக் கொடுக்க முயற்சிக்கலாம் என்று தெரிவித்துக் கொள்கின்றேன்.

தலைவர் மீது, மூன்றில் இரண்டு பங்கு மெஜாரிட்டியிருந்து புகார் சொல்லி, தலைவரைப் பதவியிலிருந்து நீக்குவதோ அல்லது அவர்மீது என்ன நடவடிக்கை எடுக்க வேண்டுமென்பதோ இன்ஸ்பெக்டரால் (கலெக்டர்) முடிவு செய்யலாம் என்று கொடுக்கப்பட்டிருக்கிறது. அந்த அதிகாரத்தைக் கொண்டு இன்ஸ்பெக்டர் என்று சொல்லக் கூடியவர் உத்தரவு பிறப்பித்த பிறகு, அதை நிறுத்தி வைக்கவோ

அல்லது ஒப்பளிப்பு வழங்கவோ அந்தக் கலெக்டர் உத்தரவுக்குமேல், சர்க்காருக்கு அதிகாரம் கொடுக்கப்பட்டிருக்கிறது. அதற்குப் பதிலாக ஜில்லா நீதிபதி லெவலுக்கு உள்ள ஒரு கோர்ட்டில் சம்பந்தப் பட்டவர்கள் முறையீடு செய்துகொண்டு அந்த முடிவை ஏற்றுக் கொண்டால் சரியாக இருக்கும் என்று தெரிவித்துக் கொள்ளுகின்றேன்.

நில உச்ச வரம்பில் காங்கிரஸ் ஆட்சியும் கழக ஆட்சியும்!★

தலைவர் அவர்களே, இந்த நில உச்ச வரம்பை 15 ஏக்கராவாக குறைக்கப் போவதாக அறிவிப்பு வந்தவுடனேயே, இதை தமிழ் நாட்டிலுள்ள கிராமப் புறங்களிலுள்ள ஏழை எளிய விவசாயிகள், கூலி வேலை செய்யக் கூடியவர்கள் எல்லோரும் பாராட்டுவார்கள். இதை வரவேற்பார்கள் என்று நான் சொன்னேன்.

கிராமத்திலுள்ள வாரத்திற்கு அல்லது கட்டுக் குத்தகைக்கு உழக் கூடிய வர்கள், அவர்களுடைய குடும்பத்தோடு பாடுபட்டாலும் கூட, கிடைக்கக்கூடிய நெல்லில், நிலச்சுவான்தார்களுக்குச் சேர வேண்டிய பங்கை அவர்களுக்குக் கொடுத்தது போக, மீதி இருக்கிற அந்த வருமானத்தைக் கொண்டு தங்களுடைய குடும்பத்தை எப்படி நடத்திக் கொண்டு போவார்கள் என்பதை, நஞ்சைப் பிரதேசத்தில், நெல் வயலில் வயலோடு வயலாக சேற்றிலும் சகதியிலும் நின்று பாடுபடக்கூடிய அந்த விவசாயி எந்த நிலையில் இருக்கிறான் என்பதை கொஞ்சம் புரிந்து கொண்டிருந்தால், இந்த நிலச் சீர்த்திருத்தச் சட்டம் எப்படி இருக்க வேண்டும் என்ற ஒரு முடிவுக்கு வரலாம்.

திரு ம.பொ.சி. அவர்கள், "கிராமப் பகுதிகளிலே உள்ள மக்கள் முன்னால் சோழ, பாண்டியன் காலத்தில் இருந்த நிலைமையில் கூட இப்பொழுது இல்லை, அதைவிட மோசமான நிலையில் ஏழை எளிய விவசாயிகள் இருக்கிறார்கள்" என்று கூறினார்கள்.

மனிதன் மனிதனாக வாழ முடியாமல், அடிமைக்கும் அடிமையாக இருந்து, நிரந்தரமாக வருமானம் இல்லாத நிலையில், வரக்கூடிய வருமானத்தில் நிலச்சொந்தக்காரர்களுக்கு ஒரு பங்கைக் கொடுத்து விட்டு, நிலம் எங்கிருக்கிறது, எப்படி விளைகிறது? என்பதே தெரியாமல் இருக்கும் நிலச்சுவான்தார்களுக்கு வாரத்தையும், குத்தகையையும் கொடுத்துவிட்டு, தான் வாழ்க்கை நடத்த முடியாத நிலைமையில் இருக்கிறான்.

★ தமிழ்நாடு 1970ஆம் ஆண்டு நிலச் சீர்திருத்த மசோதா மீது 1970 ஏப்ரல் 8 அன்று பேசியது.

பரம்பரை பரம்பரையாக பாட்டன், அதற்குப் பிறகு தகப்பன், தகப்பனுக்குப் பின்னால் தான், என்று இப்படி பாடுபடக் கூடிய தனக்கு அந்த நிலம் சொந்தமாக ஆகக்கூடிய நிலை இந்தச் சட்டத்தின் மூலம் வந்து விடாது. குடும்பத்திற்கு 15 ஏக்கர் என்று சொன்னால், விதிவிலக்கு இல்லாமல் இருந்தால், சாகுபடி செய்யக்கூடிய சாகுபடியாளருக்கு அந்த நிலம் சொந்தமாகும்.

அப்பொழுதுதான் சர்க்காருக்கும் அவர்களுக்கும் தொடர்பு ஏற்படுத்திக் கொண்டு நிலச் சொந்தக்காரருக்கு தாங்கள் வாரம் கொடுக்கவேண்டும் என்ற நிலைமாறி, நிலம் தங்களுக்குச் சொந்தமாகும் என்று மேலும் உற்சாகத்துடனும், ஊக்கத்துடனும் தாங்கள் பாடுபட வேண்டும் என்ற நிலை ஏற்படும்.

இப்பொழுது இந்த மசோதாவுக்கு அமைச்சர் அவர்கள் கொடுத்த இந்தத் திருத்தங்கள் வந்ததற்குப் பிறகு, முன்பு காங்கிரஸ்காரர்கள் நிலச் சீர்திருத்தச் சட்டம் கொண்டுவரப் போகிறோம் என்று சொல்லி, தங்களுடைய நிலத்தை பிள்ளை, பேரன் என்று இப்படி குடும்பத்திலுள்ள அத்தனை பேர்களுக்கும் பாகப்பிரிவினை செய்துவைத்து விட்டு எப்படி உச்சவரம்புச் சட்டம் கொண்டு வந்தார்களோ, அப்படித்தான் இந்த மசோதாவும் கொண்டுவரப்பட்டிருக்கிறது என்று நினைக்க வேண்டியிருக்கிறது.

இப்பொழுது ஆளும் கட்சியாக இருக்கிறவர்கள், அப்பொழுது காங்கிரஸ் காரர்கள் இந்தச் சட்டத்தைக் கொண்டுவந்தபொழுது, உச்சவரம்புச் சட்டமா? மிச்சவரம்புச் சட்டமா? என்றெல்லாம் சொன்னார்கள். எந்த விதமான மிச்ச நிலமும் இருக்காது என்றெல்லாம் சொன்னார்கள், இப்பொது அவர்களே, 15 ஏக்கர் உச்சவரம்பு என்று ஒரு மசோதாவைக் கொண்டுவந்து விட்டு, அதிலே தங்களுடைய குடும்பத்தைச் சேர்ந்தவர்கள் அத்தனை பேர்களுக்கும் எப்படி வேண்டுமானாலும் பாகப் பிரிவினை செய்துகொள்ளலாம். அதற்கு மேலே மிச்சம் இருந்தால், பள்ளிகளுக்கு எழுதி வைக்கலாம், அதற்கும் மேலே மிச்சம் இருந்தால் ஆஸ்பத்திரிக்கு எழுதி வைக்கலாம் என்று சொல்லியிருக்கிறார்கள்.

இப்படியெல்லாம் நிலைமை இருந்தால், நிலத்தில் பரம்பரை பரம்பரையாக பாடுபட்டு உழைத்துவரும் விவசாயிக்கு அந்த நிலம் எப்பொழுது சொந்தமாகும்? அவர்களுக்கு எப்படி மேலும் உற்சாகம் வந்து பாடுபடுவார்கள்? எப்படி உற்பத்தியை அதிகரிக்க முடியும்? என்பதையெல்லாம் பார்க்க வேண்டும்.

நமது மாண்புமிகு உறுப்பினர் திரு சங்கரய்யா, மாரிமுத்து ஆகியோர் கேரள சட்டத்தைப் பற்றிச் சொன்னார்கள். அங்கேயுள்ள சம்பந்தப்பட்ட அமைச்சர், வேறு பல சட்டமன்ற உறுப்பினர்களோடு நான் பேசியிருக்கிறேன். அங்கே இந்தச் சட்டம் நிறைவேற்றியதற்குப் பின்னால் குத்தகைக்காரர்கள் நிலச்சுவான்தாரர்களுக்கு எந்தவிதமான குத்தகையும் கொடுக்கக்கூடிய நிலை ஏற்படப் போவதில்லை என்று சொன்னார்கள்.

இன்னும் ஒரு கருத்தை திரு மாரிமுத்து அவர்கள் சொன்னார்கள். நான் ஒன்றை கூறிக்கொள்ள விரும்புகிறேன். நாட்டில் இருக்கும் பல தொழிற் சாலைகளில் அவர்கள் உற்பத்தி செய்யும் பொருள்களுக்கு மார்க்கெட் கிடைக்காமல் போவதற்கு பிரதான காரணம், கிராமப் பகுதியில் இருக்கும்படியான செல்வம் ஒரு சிலர் கையில் குவிந்து, ஒரு சிலரே அதிக வருமானம் பெறக்கூடிய சூழ்நிலை இருப்பதுதான். குத்தகைகாரர்களுக்கு ஒன்றும் கிடைக்காமல், அவர்களுக்கு வரவேண்டிய வருமானத்தை நிலச்சுவான்தார்கள் சுரண்டும் முறை நீடிக்கிறது. அதனால் விவசாயிகளுக்குக் கிடைக்கக் கூடிய வருமானம் கிடைக்காமல் போகிறது. வருமானம் பூராவும் நிலச்சுவான்தார்கள் சுரண்டிக்கொண்டு போகிறார்கள்.

நாட்டில் இருக்கக்கூடிய ஏழை எளியவர்கள் தங்கள் வாழ்க்கைக்குத் தேவையான பொருள்களை வாங்கும் சக்தி அவர்களிடம் கிடையாது. ஏனெனில் அவர்களுக்கு வருமானம் மிகவும் குறைவு. நிலச் சொந்தக் காரர்கள் எந்தவிதமான உழைப்பும் இல்லாமல், நிலத்திற்குப் பக்கத்திலேயே போகாமல், பாடுபட்டு உழைக்கும் குத்தகைக்காரர் களிடமிருந்து வருமானத்தைச் சுரண்டுகிற முறை இருக்கிறதே, அதை நீக்க வேண்டும். அந்த முறையில் நிலச் சீர்த்திருத்தம் கொண்டுவரப்பட வேண்டும் என்ற நிலையை ஏற்படுத்துவதற்கு கம்யூனிஸ்டு கட்சி இடைவிடாமல் பாடுபட்டுக் கொண்டிருக்கிறது.

இப்பொழுது தகப்பனுக்கு குத்தகைக்காரர் வாரம் கொடுத்துக் கொண்டிருந்தால், நிலத்தை மூன்று பிரிவாகப் பிரித்து, மகன், பேரப் பிள்ளை இப்படி பாகம் பிரித்துவிட்டால், தகப்பனுக்கு, மகனுக்கு, பேரப் பிள்ளைக்கு குத்தகை விவசாயி வாரம் கொடுக்க வேண்டிய நிலைதான் ஏற்படும். உழைத்துப் பாடுபடுபவனுக்கு நிலம் சொந்தமாகக்கூடிய நிலையை இந்தச் சட்டம் ஏற்படுத்தப் போவதில்லை என்பதை அமைச்சர் அவர்களுக்கு ஞாபகப்படுத்த விரும்புகிறேன்.

நிலச் சீர்த்திருத்தத்தின் நோக்கமே, பாடுபடக்கூடிய, உழைக்கக் கூடிய விவசாயிக்கு நிலம் சொந்தமாக இருக்க வேண்டும் என்பதுதான்.

நிலம் ஒருவருக்குச் சொந்தம், பாடுபடுபவனுக்கு, உழைக்கிறவனுக்குக் கிடைக்கக் கூடிய பலனை நிலச்சுவான்தார் சுரண்டிக்கொண்டு போகக் கூடிய நிலைமை தவிர்க்கப்பட வேண்டும். இந்த நிலைமை மாற்றப்பட வேண்டும். ஆகவே உச்சவரம்பு என்றால், ஒரு குடும்பத்திற்கு 15 ஸ்டாண்டர்டு ஏக்கர் என்பதை கறாராக அமல் நடத்த வேண்டும்.

மேஜர், வயது வந்தவர்கள் என்று சொன்னால், பாகம் வைத்துக் கொள்வதற்கு ஆட்சேபணை கிடையாது. ஆனால், வயது வராமல் இருக்கும் பிள்ளை, பேரப் பிள்ளை இவர்களும் பாகப் பிரிவினை செய்துகொள்ளலாம் என்ற நிலைமை இருக்கக்கூடாது. அதை அனுமதிக்கக் கூடாது. ஒரு குடும்பத்தில் 5 பேர்கள் இருந்தால், 5 பேரும் பாகப் பிரிவினை செய்து கொண்டு, ஒவ்வொரு நபரும் 15 ஸ்டாண்டர்டு ஏக்கர் வைத்துக் கொள்ளலாம் என்ற நிலை இருக்குமானால், எந்த நோக்கத்தோடு இந்தச் சட்டம் கொண்டு வரப்படுகிறதோ, எதற்காக உச்சவரம்பு குறைக்கப்படுகிறதோ, அந்த நோக்கமே நிறைவேறாது. நாட்டிலுள்ள விவசாயத் தொழிலாளர்களுக்கு, ஏழை எளிய விவசாயிகளுக்கு நிலத்தில் உழைப்பவர்களுக்கு நிலம் சொந்தமாக வேண்டும் என்ற நோக்கம் நிறைவேறப் போவதில்லை.

திட்டக் கமிஷன், முற்போக்குக் கட்சிக்காரர்கள் ஆகியோர், நாட்டில் தொழில் வளர்ச்சி ஏற்பட வேண்டுமென்றால், நாட்டில் முன்னேற்றம் ஏற்பட வேண்டுமென்றால், நிலச் சீர்திருத்தத்தின் அடிப்படையில் கிராமப் புறங்களிலுள்ள ஏழை எளிய விவசாயிகளின் வருமானம் கூடி, அவர்களுடைய வாங்கும் சக்தி அதிகமாக வேண்டும் என்று கூறியிருக்கிறார்கள். கிராமப்புறங்களிலுள்ள விவசாயிகளின் வாங்கும் சக்தி உயர்ந்தாலன்றி, நாட்டில் தொழில் வளர்ச்சி ஏற்படாது.

ஆகவே, கிராமப்புறங்களிலுள்ள ஏழை எளிய விவசாயிகள் சுதந்திரமுள்ள மனிதனாக வாழவேண்டும் என்றால், நில உடைமை அவர்களுக்கு மாற்றப்பட வேண்டும். அவர்கள் தலை நிமிர்ந்து நாட்டினுடைய சுதந்திரமான பிரஜையாக வாழவேண்டும் என்றால், கிராமப்புறத்தில் இருக்கக்கூடிய விவசாயிகள், உழைக்கக் கூடியவர்கள் நிலத்தில் பாடுபடக் கூடியவர்கள் ஆகியவர்களிடமிருந்து நிலச் சொந்தக்காரர்கள் வாரத்தின் பெயரால், வருமானத்தை சுரண்டிக் கொண்டு போகக் கூடிய நிலையை மாற்ற வேண்டும். உழைப்பவர்களுக்கு நிலம் சொந்தம் என்ற நிலை ஏற்பட வேண்டும்.

பொது விவாதத்தின்போது இம்மாதிரி ஒரு சட்டம் வரப்போகிறது என்று சொன்னவுடன் நான் அதை வரவேற்றேன். ஆனால், இப்பொழுது வந்திருக்கிற மசோதாவையும், திருத்தங்களையும் பார்க்கிறபொழுது,

கிராமப்புறங்களில் இருக்கக்கூடிய ஏழை எளிய விவசாயிகளுக்கு தலைக்கு 2 ஏக்கர், 3 ஏக்கர் என்ற அளவுக்குக் கூட கொடுக்க முடியாத நிலைமைதான் ஏற்பட்டுவிடும் ஒரு குடும்பத்தில் இருப்பவர்கள் பாகம் செய்து கொண்டு விட்டால், அத்தனை பேர்களும் இருக்கிற நிலத்தை பிரித்துக்கொண்ட பிறகு, அவர்களுக்கே வேறு நிலம் வேண்டும், சர்க்கார் புறம்போக்கு நிலம் வேண்டும், அதில் 2 ஏக்கர் வேண்டும் என்று நிலச்சுவான்கள் தங்களுக்குக் கேட்கக் கூடிய நிலைமை வந்தாலும் வந்துவிடும்.

செக்ஷன் 21 ஏ-க்கு அமைச்சர் அவர்கள் கொடுத்த திருத்தம் நிறைவேற்றப்பட்டால், அந்த நிலைமைதான் ஏற்பட்டுவிடும். ஆகவே, அந்தத் திருத்தத்தை வாபஸ் வாங்கிக் கொண்டு உண்மை யாகவே ஒரு குடும்பத்திற்கு 15 ஸ்டாண்டர்டு ஏக்கர் நில உச்சவரம்பு என்ற நிலையில், ஒருவருக்கு 15 ஏக்கர் என்ற நிலையில் இல்லாமல், இந்த உச்சவரம்புச் சட்டத்தை அமல் நடத்தி நிலத்தில் பாடுபடக் கூடிய விவசாய மக்களுக்கு, வார குத்தகைதாரர்களுக்கு நிலம் சொந்தம் ஆகும் என்ற நிலைமை ஏற்படக்கூடிய அளவில் ஒரு சட்டத்தைக் கொண்டு வரவேண்டும் என்று சொல்லி, எனது பேச்சை முடித்துக் கொள்கிறேன்.

நிலமீட்சிக் கிளர்ச்சியும் அரசின் அணுகுமுறையும்★

தலைவர் அவர்களே, சமீபத்தில் ஆகஸ்டு மாதத்தில் முதல் வாரம் எங்களுடைய இந்தியக் கம்யூனிஸ்டுக் கட்சியைச் சேர்ந்தவர்கள், விவசாயச் சங்கத்தைச் சேர்ந்தவர்கள் பன்னிரண்டாயிரத்திற்கும் அதிகமான பேர்கள், தலைவர்கள் எல்லாம் இன்று கைது செய்யப்பட்டு, சிறைகளில் இரண்டாயிரம் பேர்களே இருக்கக்கூடிய இடங்களில் ஏழாயிரத்திற்கும் அதிகமானவர்கள் அடைத்து வைக்கப்பட்டிருக் கிறார்கள்.

சிறைகளில் போதுமான வசதிகள் இல்லாமல் கஷ்டப்படுத்தப் படுவதாகத் தகவல்கள் வந்துள்ளன. நண்பர் திரு சங்கரய்யா அவர்கள் சொன்னதுபோல இது நிலப்பறிக் கிளர்ச்சி அல்ல நிலமீட்சிக் கிளர்ச்சி இயக்கம் ஆகும். கொள்ளை அடித்து சட்டத்திற்குப் புறம்பாக அதிகமான நிலம் வைத்திருக்கக் கூடியவர்களது புறம்போக்கு நிலங்கள் முதலியவற்றை நிலமீட்சி செய்ய வேண்டுமென்றும், அந்த நிலக் கொள்ளையர்களை அம்பலப்படுத்தி அந்த நிலங்களை எடுத்து நிலமற்ற உழவர்களுக்குக் கொடுக்க வேண்டுமென்ற கோரிக்கையை

★ நிலமீட்சிப் போராட்டம் பற்றி 1970 ஆகஸ்ட் 25 அன்று பேசியது.

வற்புறுத்தும் அடிப்படையில் இந்தக் கிளர்ச்சி போதிய முன் அறிவிப்புக்கள் செய்யப்பட்ட பின்பே நடக்க இருந்தது.

தேசிய இயக்க காலத்தில் நடந்த உப்பு சத்தியாக்கிரகம் போன்ற இந்த சத்தியாக்கிரகத்தில் யார் யார் ஈடுபடப் போகிறார்கள் என்பதாகப் பெயர் அறிவிக்கப்பட்டிருந்தும் ஒரு வாரத்திற்கு முன்பே பேர் அறிவிக்கப்படாதவர்களையும் இன்னும் இவர்களுக்காக வழக்காடு வார்கள் என்று வழக்கறிஞர்கள் பலரையும் இந்த அரசு கைது செய்திருக்கிறது. இந்த மாதிரியாக ஒரு நியாயமான கிளர்ச்சியில் ஈடுபட இருந்தவர்கள் மட்டும் அல்ல, இதில் ஈடுபடக்கூடும் என்பதாகவும் நினைத்து பன்னிரண்டாயிரம் பேர்களுக்கு மேற்பட்டவர்களை இந்த அரசு கைது செய்திருக்கிறது. இதன் காரணமாக ஒரு கொந்தளிப்பான நிலை ஏற்பட்டிருக்கிறது. ஆகவே, இந்த அவசரமான, அவசியமான பொதுமுக்கியத்துவம் வாய்ந்த விஷயத்தைப் பற்றி விவாதிக்க சபையின் மற்ற நடவடிக்கைகளை ஒத்தி வைக்க வேண்டுமென்று கேட்டுக் கொள்கிறேன்.

3. தமிழக முதல்வராக கலைஞர்...
(1971-1977)

வருவாய்த் துறையின் செயல்பாடுகளை மாற்றுக!★

மாண்புமிகு பேரவைத் துணைத் தலைவரவர்களே, இன்றையதினம் இந்த அவைமுன் வந்திருக்கும் படியான மானியக் கோரிக்கை மீது சில கருத்துக்களைக் கூற விரும்புகிறேன். பொதுவாக நம்முடைய அரசாங்கத்தின் சிறந்த திட்டங்களை நிறைவேற்றுவது வருவாய்த் துறைதான். இது எல்லா இலாக்காக்களோடும் தொடர்பு கொள்ளும் இலாக்காவாக இருக்கிறது.

விவசாயிகளுக்கு விவசாய அபிவிருத்திக்குக் கடன்தர வேண்டுமானால் இந்த இலாக்காதான் செய்யவேண்டும். மின் இணைப்பு வேண்டுமானால் கூட ஓனர் சர்டிபிகேட் கேட்டு இந்த இலாக்காவிற்குத் தான் செல்ல வேண்டியிருக்கிறது. இந்த வேலைகளை எல்லாம் செய்வதில் கொஞ்சம் காலதாமதம் ஏற்படுகிற நிலைமை இருக்கிறது. இப்படிக் காலதாமதம் ஏற்படாமல் இருக்க வேண்டிய சில மாற்றங் களைச் செய்வதற்கு ஆலோசனை செய்ய வேண்டுமென்று கேட்டுக் கொள்கிறேன்.

ரெவின்யூ இலாகாவைப் பொறுத்தவரையில், தாலுக்கா அளவில் இருக்கும் நிர்வாகத்தை வட்டார அளவில் அமைத்தால் வேலைகள் துரிதமாக நடைபெற ஏதுவாக இருக்கும். அதாவது பொதுவாக தாலுக்கா அளவில் என்று சொல்லும் போது, வட்டாரத்திலிருந்து தாலூகா, தாலூகாவிலிருந்து டிவிஷன் என்று சொல்லி பல்வேறு அடுக்கடுக்காக அந்தப் பேப்பர் போய்வர வேண்டியிருப்பதால், மிகவும் காலதாமதம் ஆகிறது. வட்டார அளவில் இருக்குமேயானால் அதிகமான முறையில் பணிகளை காலதாமதம் இல்லாமல் செய்யலாம். அதோடு, வட்டார அபிவிருத்தி வேலைகளைத்

★ *1971-72-ம் ஆண்டுக்கான நிதிக் கோரிக்கைகள் - வருவாய்த் துறை கோரிக்கையின் மீது 1971 ஜூலை 6 அன்று பேசியது.*

தனியாகவும், ரெவின்யூ இலாக்கா சம்பந்தப்பட்ட வரையில் தனியாகவும் பணிகள் ஆற்றிடும் வகையில் ஏற்பாடுகள் அமைய வேண்டுமென்று சொல்லிக் கொள்கிறேன்.

ஜமாபந்தி முறை ஒழிய வேண்டும். அதை மறுபரிசீலனை செய்ய இருப்பதாக மாண்புமிகு அமைச்சர் அவர்கள் சொன்னார்கள். அந்த முறையில் தொடர்ந்து பலவிதமான தொல்லைகள் ஏற்படுவதோடு, அந்த வட்டாரத்திலுள்ள அதிகாரிகள், கிராம உத்தியோகஸ்தர்கள், மக்கள் ஆகியவர்களுக்கும் மிகுந்த தொல்லை ஏற்படுகிறது. கஷ்டங்கள் ஏற்படுகிறது. கணக்குகளை தணிக்கை செய்வதற்கு வேறு விதமான முறைகளைக் கையாளலாம். ஆகவே, இதை உடனடியாக ரத்து செய்ய வேண்டுமென்று கேட்டுக் கொள்கிறேன்.

பஞ்சத்தணிப்பு சம்பந்தமாக தீவிர நடவடிக்கைகள் எடுக்க வேண்டும். ஒரு இடத்தில் பஞ்சம் ஏற்பட்டு விட்டால், அந்தக் கஷ்டம் மிகவும் சாதாரணமான கஷ்டம் இல்லை. அந்தக் கஷ்டத்தை தவிர்க்கும் முறையில் விட்டால், அந்தக் கஷ்டம் மிகவும் உடனடியாக செய்ய வேண்டிய காரியங்களை, சில நடவடிக்கைகளை எடுக்க வேண்டுமானால், அது முடியவில்லை. காலதாமதம் ஆகிறது. மழை இல்லை, வறட்சி என்று சொன்னால் துரிதமாக நடவடிக்கை எடுக்க வேண்டிய அளவில் மாற்றங்கள் செய்ய வேண்டுமென்று கேட்டுக் கொள்கிறேன்.

சென்ற ஆண்டு பருவ மழை தவறி விட்டது. எடுக்க வேண்டிய நடவடிக்கைகள் ஒன்றிரண்டு எடுக்கப்பட்டதே தவிர மேற்கொண்டு அதற்கு மேல் ஒன்றும் செய்யவில்லை. வேலைவாய்ப்பு அளிக்க வேண்டிய முறைகளிலோ, அவர்களுக்குக் கொடுக்க வேண்டிய உதவிகளோ துரிதமாக செய்யப்படவில்லை.

கோவில்பட்டி, சங்கரன்கோவில், விளாத்திகுளம், ஒட்டப்பிடாரம் ஆகிய வட்டாரங்களில் ஏற்பட்ட கடுமையான பஞ்சத்தின் காரணமாக குடிதண்ணீர் வசதி மிகவும் பாதிக்கப்பட்டு இருக்கிறது. பஞ்சத்தணிப்பு பணிகளுக்கு ரூ.24,84,000 ஒதுக்கப்பட்டு இருப்பதில், திருநெல்வேலி மாவட்டத்திற்கு என்று ரூ.1.08 லட்சம் தான் ஒதுக்கப்பட்டு இருக்கிறது. இது மிகமிகக் குறைச்சலான தொகையாகும். அந்த வட்டாரத்தில் குடி தண்ணீருக்காக மக்கள் மிகவும் கஷ்டப்படுகிறார்கள். கிணறு வெட்டினால் மட்டும் போதாது, கிணறு வெட்டினால் உப்புத் தண்ணீராக இருக்கிறது.

ஆகவே, அந்தந்த வட்டாரத்திலுள்ள கிராம ஊரணிகளை ஆழப்படுத்த ஏற்பாடு செய்தால் நன்றாக இருக்கும் என்று சொல்லிக்

கொள்கிறேன். மதிப்பிற்குரிய போர்டு மெம்பர் அந்தப் பகுதிக்கு வந்திருக்கும்போது கூடச் சொன்னோம். அதற்குப் பிறகும் வேண்டிய நிதிகளை ஒதுக்கவில்லை. ஒரு ஆண்டு பெய்யும் மழையில் அந்த ஊரணிகள் நிரம்பி, அந்த ஆண்டு பூராவும் தண்ணீர் போதுமானதாக இருக்கும். இந்த ஊரணிகளை சரிவர பல்லாண்டுகளாகப் பராமரிக்காமல் விட்டு விட்டதால் அவற்றில் அதிகமான அளவு தண்ணீர் தேங்க முடியவில்லை. அந்த ஊரணிகளை அதிகமாக ஆழப்படுத்தினால் பஞ்சம் ஏற்படுகிற காலத்தில் தண்ணீர் தட்டுப்பாடு இல்லாமல் இருக்கும். ஆகவே, அதற்கு வேண்டிய நடவடிக்கைகளை மேற்கொள்ள வேண்டுமென்று கேட்டுக் கொள்கிறேன்.

பஞ்சம் ஏற்படுகிற நேரத்தில் கடன்கள் வசூல் செய்வதை ஒத்திவைக்கிறோம். இப்படி சர்க்கார் கடன் இன்னும் பல்வேறு விதமான கடன்கள் வசூல் செய்வதை ஒத்திவைத்து வருகிறோம். ஆனால் அடுத்த ஆண்டு வசூல் செய்கிற போது, ஒத்திவைத்த ஆண்டுக்கான தவணைத் தொகையையும் சேர்த்து வசூல் செய்யப்படுகிறது. இது விவசாயிகளுக்கும் மற்றவர்களுக்கும் மிகுந்த இடைஞ்சலைத் தருகிறது.

ஆகவே, இப்படி ஒத்தி வைத்த தவணைத் தொகையை, கடைசி ஆண்டுத் தவணைத் தொகையாக, அதாவது 10 ஆண்டு தவணைகளில் அந்த கடன் முடிகிறது என்று சொன்னால், 11-வது ஆண்டு கடன் தொகையாக இந்த ஒத்தி வைத்த ஆண்டு தவணைத் தொகையை வசூல் செய்ய வேண்டுமென்று கேட்டுக் கொள்கிறேன். அதற்குத் தக்க வகையில் மாற்றங்கள் செய்ய வேண்டுமென்று கேட்டுக் கொள்கிறேன். இன்று தண்டத் தீர்வை என்று போடப்படுகிறது. ஓடை ஆற்று ஓரங்களில் இருப்பவர்கள், சமுத்திரத்தில் சென்று வீணாக விழும் தண்ணீரைப் பாசனத்திற்கு என்று பம்புகள் மூலமாகவும், ஏற்றத்தின் மூலமாகவும் எடுத்துச் செல்கிறார்கள். அவர்களிடமிருந்து 1-க்கு 10 மடங்கு தண்டத்தீர்வை வசூல் செய்யப்படுகிறது. அந்தத் தண்டத் தீர்வையை அறவே நீக்கவேண்டுமென்று கேட்டுக் கொள்கிறேன்.

விவசாயிகள் வாங்கிய கடனுக்கான தவணைத் தொகையைச் செலுத்த சற்று காலதாமதமானால், ஒரு சில நாட்கள் தாண்டிச் சென்றாலும், ஒரு ஆண்டுக்கான வட்டியை வசூலிக்கும் முறை இருக்கிறது. அதை மாற்றி அமைத்து எத்தனை நாட்கள் கழித்து அந்தத் தவணையைச் செலுத்துகிறார்களோ, அந்தக் காலத்திற்கு மட்டும் வட்டி வசூலிக்கும் முறையில் விதிகளை மாற்றி அமைக்க வேண்டுமென்று கேட்டுக் கொள்கிறேன்.

பென்ஷன் சம்பந்தப்பட்ட மட்டில் அரசாங்க ஊழியர்களுக்கு என்றும், முதியோர்களுக்கு என்றும் அளிக்கப்படுகிறது. இப்போது குறைந்தபட்ச பென்ஷன் ரூ.20 என்று இருப்பதை உயர்த்த வேண்டுமென்று கேட்டுக் கொள்கிறேன். அதோடு, ஓய்வு பெற்றவர்கள் 2 மாதத்திற்குள்ளேயே பென்ஷன் தொகை பெறும் வாய்ப்பை ஏற்படுத்தித் தரவேண்டும்.

முதியோர் பென்ஷன் என்று சொன்னால் ஒரு மாவட்டத்திற்கு இவ்வளவுதான் என்று ஆனால் அங்கே இருக்கும் முதியோர்கள் எண்ணிக்கையைக் கணக்கில் எடுத்துப் பார்க்கிறபோது இந்த அளவை விட அதிகமாக இருக்கிறது. இந்த அளவை விட அதிகமாகப் பென்ஷன் வாங்க தகுதி உள்ளவர்கள் இருந்தாலும் கூட பென்ஷன் வாங்குவதற்கு முடியவில்லை.

இன்று விவசாயக் கூலிகள் பலபேர் வயோதிகநிலை அடைந்து ஒரு வேலையும் செய்ய முடியாமல் கஷ்டப்பட்டுக் கொண்டு இருக்கிறார்கள். அவர்கள் அத்தனை பேருக்கும் முதியோர் பென்ஷன் கிடைக்கும் வகையில் நிதி வசதி செய்ய வேண்டும் என்று கேட்டுக் கொள்கிறேன். எந்தவிதமான வசதியும் இல்லாத அனைவருக்கும் இந்த முதியோர் பென்ஷன் கொடுக்க வேண்டுமென்று கேட்டுக் கொள்கிறேன்.

தீப்பட்டு சேதம் அடைந்த வீடுகளை செப்பனிடுவதற்காக சர்க்காரிலிருந்து ரூ.80 கொடுக்கப்படுகிறது. இந்த ரூ.80-ஐ வைத்துக் கொண்டு அத்தியாவசியமான வேலைகளைத்தான் செய்து கொள்ள முடிகிறது. வீட்டைச் சரியானபடி செப்பனிட முடிவதில்லை. இந்த ரூ.80 இலவசமாகக் கொடுப்பதோடு கூட, ரூ.500 கடனாகக் கொடுக்கவும் அரசு முன்வர வேண்டுமென்று கேட்டுக் கொள்கிறேன்.

இப்போது ஹரிஜனங்களுக்கு ரூ.300 வரை கடன் தரப்படுகிறது. அதை எல்லோருக்கும், அளிக்க வேண்டுமென்று கேட்டுக் கொள்கிறேன். ஹரிஜனங்களுக்குக் கூட இந்த லோன் கிடைப்பதற்குக் காலதாமதம் ஆகிறது. கிட்டத்தட்ட ஒரு ஆண்டுக்காலம் கூட ஆகிவிடுகிறது. அதற்குப் பிறகு வந்து பார்க்கும் அதிகாரிகள் வீடுகள்தான் சரியாகக் கட்டப்பட்டு விட்டதே, எதற்காக லோன் என்று சொல்கிறார்கள். ஆகவே, தமிழ்நாட்டில் இருக்கும் எல்லாவிதமான ஏழைகளுக்கும் விபத்தால் சேதமடைந்த வீடுகளைச் செப்பனிடும் வகையில் கடன் வழங்க அரசு உத்தரவிட வேண்டுமென்று கேட்டுக் கொள்கிறேன்.

அதோடு, விவசாயிகளுக்குக் கொடுத்த கடனைத் திருப்பி வசூல் செய்யும் நேரத்தில், உழவு மாடுகள், உழவுக் கருவிகள் போன்றவற்றை ஜப்தி செய்யக் கூடாது என்று இருக்கிறது. அதுபோல், பம்பு செட்,

ஆயில் இன்ஜின் போன்றவற்றையும் ஜப்தி செய்யக் கூடாது என்று உத்தரவிட வேண்டுமென்று கேட்டுக் கொள்கிறேன். இப்போது இவைகளை ஜப்தி செய்யும் போக்கு இருக்கிறது. இதை மாற்றி அமைக்க வேண்டுமென்று கேட்டுக் கொண்டு இந்த அளவில் முடித்துக் கொள்கிறேன்.

கூட்டுறவுத் துறையின் ஒழுங்கீனங்களும் கடனில் சிக்கிய விவசாயிகளும்!★

தலைவர் அவர்களே, மாண்புமிகு கூட்டுறவுத் துறை அமைச்சரால் அவையில் வைக்கப்பட்டுள்ள மானியக் கோரிக்கைகள் பேரில் என்னுடைய கட்சியின் சார்பில் கொடுக்கப்பட்டள்ள வெட்டுத் தீர்மானத்தை ஆதரித்து என்னுடைய கருத்துக்களைச் சொல்ல விரும்புகிறேன்.

அமைச்சர் அவர்கள் இந்தக் கூட்டுறவின் நோக்கத்தைத் தெளிவாகச் சொன்னார்கள். மிகப் பெரும்பான்மையான விவசாயப் பெருங்குடி மக்களுக்கு நபர் வருமானத்தைப் பெருக்கும் வகையில் இந்தத் துறை சிறந்த திட்டங்கள் வகுத்து இருப்பதாக எடுத்துக் கூறினார்கள்.

பொதுவாக நம் நாட்டைப் பொறுத்த வரையில், தமிழ் நாட்டில் தான் விவசாயிகள் அதிகமாகக் கடன் பளுவில் சிக்கிக் கொண்டிருக் கிறார்கள் என்று கூறப்படுகிறது. எல்லா மாநிலங்களையும் விட இம்மாநிலத்தில்தான் விவசாயக் கடன் ரூ.230 கோடி அளவில் இருக்கிறது என்று சமீபத்திலே பாராளுமன்றத்திலே ஒரு கேள்விக்குப் பதில் சொல்லப்பட்டதாக எனக்கு ஞாபகம். நம் நாட்டில் பொருளாதாரத் துறையின் முதுகெலும்பாக இருக்கும் விவசாயப் பெருங்குடி மக்கள், கடன் பளுவால் மிகவும் பாதிக்கப்பட்டிருக்கிறார்கள். இன்றைக்குப் பல விரிவான ஏற்பாடுகளைச் செய்து கூட்டுறவுத் துறை மூலம் கடன் வழங்குவது போன்ற வசதிகள் செய்து இருந்தாலும், அவர்களுடைய தேவைகளைப் பூரணமாக பூர்த்தி செய்யும் அளவில் அவை அமையவில்லை.

இன்று நம்முடைய நாட்டில், தமிழ் நாட்டில் பெரும் பகுதியான இடங்களில் நீர்ப்பாசன வசதி குறைவாக இருக்கிறது. பருவ மழையையே நம்பி வாழ வேண்டிய நிலையில் இருக்கிறார்கள் அவர்களுடைய நிலை பரிதாபமாக இருக்கிறது. அப்பகுதி மக்கள்

★ *1971-72-ம் ஆண்டுக்கான நிதிக்கோரிக்கைகள் - கூட்டுறவுத்துறை மானியக் கோரிக்கையின் மீது 1971 ஜூலை 20 அன்று பேசியது.*

முன்னால் வாங்கிய கடன்களைத் திரும்பச் செலுத்த முடியாத நிலையில் இருக்கிறார்கள். விவசாயிகள் முன்னால் வாங்கிய கூட்டுறவுக் கடனாக இருந்தாலும், வேறு லேவா தேவிக்காரரிடம் வாங்கிய கடனாக இருந்தாலும், சர்க்கார் கடனாக இருந்தாலும் அதைத் திருப்பிக் கொடுக்க முடியாத நிலையில் அவதிப்படுகிறார்கள். அப்படிக் கடன் பாக்கி இருக்கும் போது, நிலத்தைப் பண்படுத்த விவசாயம் செய்ய, கிணற்றை ஆழப்படுத்த, பம்புசெட் வைக்க மேற்கொண்டு கடன் வாங்க முடியாத நிலையில் இருக்கிறார்கள். இதற்கு முன்னால் வாங்கிய பழைய கடன்களைத் திருப்பிச் செலுத்த முடியவில்லை.

இன்றைக்கு நிலவள வங்கிகளும், பல மடங்காகக் கடன் கொடுக்கின்றன என்றாலும் கூட விவசாயிகள் முன்னால் வாங்கிய பழைய கடன்களைத் தீர்க்கக் கடன் கொடுப்பதில்லை. அவர்கள் முந்தைய கடன் தொந்தரவு தாங்காமல் தவிக்கிறார்கள். சர்க்காரில் கடன் வாங்கியிருந்தால், நிலத்தை அடைமானம் வைத்திருப்பார்கள். மேற்கொண்டு கடன் வேண்டுமென்றால் அந்தப் பழைய கடனைச் செலுத்தி, பாக்கியில்லை என்று சொன்ன பிறகு தான் மேற்கொண்டு கடன் வழங்க நிலவள வங்கி முன் வருகிறது. அடைமானம் ஒத்தி வைத்திருப்பதை மீட்க முடியாத நிலையில் அவதிப்படுகிறார்கள். அடைமானம், ஒத்தி இவை விவசாயக் காரியங்களுக்காகவும் மற்ற குடும்பக் காரியங்களுக்காகவும் செய்யப்பட்டிருக்கும். விவசாயிகள் கொடு வட்டி செலுத்தி பழைய கடன் அடைபடாமல், மறுபடியும் விவசாயம் நல்ல முறையில் செய்ய முடியாமல் அல்லல்படுகிறார்கள்.

ஆகவே, இன்றைக்கிருக்கும் முறைகளை மாற்றி, விவசாயிகளுக்கு இருக்கும் பழைய கடன்களைத் தீர்க்கவும் ஏனைய வகையிலும் கடன்கள் கொடுக்க முன்வர வேண்டும். இப்பொழுது இருக்கும் முறைக்குப் பதிலாக ஒவ்வொரு விவசாயிக்கும் இருக்கும் மொத்த நிலத்தை பாஸ் புக் மூலம் கண்டறிந்து, இவ்வளவு மொத்தமாக அவருக்குக் கடன் கொடுக்கலாம் என்று ஒரு உச்சவரம்பு வைத்துக் கொண்டு, கடன்கள் வழங்க ஏற்பாடுகள் செய்தால், சுலபமான முறையில் வில்லங்க சர்டிபிகேட் ரெவின்யூ அதிகாரிகளிடம் போவது போன்ற தொல்லைகள் இல்லாமல், சங்கடம் இல்லாமல் செய்தால் நலமாக இருக்கும்.

அது மட்டுமல்லாமல், இப்பொழுது நிலவள வங்கிகள் கடன் கொடுப்பதைத் தவணைகளில் திருப்பிக் கொடுக்க 7,10 ஆண்டுகள் என்று இருக்கிறது. வேறு பல நாடுகளில் அது 20,30 ஆண்டுகளாக இருப்பதாகத் தெரிகிறது. பம்புசெட் வைத்து விவசாயம் செய்யும்

போது ரூ.10,000, ரூ.15,000 என்று செலவாகிறது. அதை 7, 10 ஆண்டுகளில் வட்டியும் சேர்த்துக் கொடுப்பது முடியாத காரியமாக இருக்கிறது. மாண்புமிகு அமைச்சர் கூறும்போது நிலத்திலிருந்து ஏக்கருக்கு ரூ.3,000 வருமானம் வரும் என்று குறிப்பிட்டார்கள். அப்படி வருமானம் அடைய வழி செய்வதற்கு முன்னால், அவர்களைப் பழைய கடன்களிலிருந்து விடுவிப்பதற்கான வசதிகளைச் செய்து கொடுத்து, இப்பொழுது இருக்கும் முறைகளை மாற்றியமைத்து வசதி செய்ய வேண்டும். இப்பொழுது இருக்கும் முறையில் மேற்கொண்டு கடன் வாங்க மிகவும் கஷ்டமாக இருக்கிறது.

இன்று கூட்டுறவுச் சங்கங்களின் மூலமாக அதிகமாக குறுகிய காலக் கடன்கள் தான் தரப்படுகின்றன. இவற்றைத் திரும்பப் பெறும் போது, ஒவ்வொரு மகசூலுக்கு ஒவ்வொரு விதமாகத் தவணைகள் இருக்கின்றன. கரும்பு, வாழை போன்றவற்றிற்கு 12 மாதங்கள் என்று இருக்கின்றன. வேறு சிலவற்றுக்கு வேறுவிதமாக இருக்கின்றன. 12 மாதம் என்று இருக்கும் போது, மகசூல் கைக்கு வருவதற்கு 15 மாதங்கள் கூட ஆகின்றன. அப்படிப்பட்ட சந்தர்ப்பங்களிலே அவற்றை எப்படி 12 மாதங்களில் திரும்பக் கட்ட முடியும்?

வேறு சில மகசூலுக்கு 8 மாதம்,6 மாதம் என்ற முறையில் கடன்கள் கொடுக் கப்படுகின்றன. அவற்றைப் பொறுத்தமட்டில் கூட வாங்கிய கடன்களை குறித்த நேரத்திலே கொடுக்கப்பட்டு விட வேண்டும் என்று நிர்ப்பந்தம் எழுகிறது. இதனால் விவசாயி லேவாதேவிக்காரர்களிடம் சென்று 10 நாளைக்கு 5 வட்டி, 15 நாளைக்குப் பத்து வட்டி என்ற முறையில் வாங்கிக் கடன்களை அடைக்கும் போது இப்படிக் கூட்டுறவுச் சங்கங்களின் மூலம் விவசாயி களுக்குக் கொடுக்கப்படும் கடன் உதவிகளின் நோக்கம் முழுக்க முழுக்கத் தோல்வியடைந்து விடுகிறது.

இன்னும் சில சந்தர்ப்பங்களில் கூட்டுறவுச் சங்கத்தில் ஆதிக்கம் செலுத்தும் நபர்களே, கொடுத்த கடன்களுக்காக நிர்ப்பந்தத்தை எழுப்பி, அந்தக் கடன்களைப் பைசல் செய்வதற்காகத் தாங்களே இவர்களுக்கு அதிக வட்டி விகிதத்தில் சொந்த முறையில் கடன்களைக் கொடுக்கின்றார்கள். இப்படிப்பட்ட நிலைகள் நீடிப்பது கூட்டுறவுத் துறைக்கும் நல்லதல்ல, கூட்டுறவுச் சங்கங்களில் கடன் பெறுகின்றவர் களுக்கும் உதவிகரமானதல்ல.

எனவே, கொடுக்கும் கடன்களின் தவணைகள் ஆறு மாதம் எட்டு மாதம் அல்லது ஒரு ஆண்டுக்காலம் என்று இருப்பதற்குப் பதிலாக, குறைந்தபட்சம் ஓர் ஆண்டு அல்லது இரண்டு ஆண்டு என்று இருந்து

விட்டால் உதவிகரமாக இருக்கும். அதுபோன்ற மத்திய காலக்கடன் சங்கங்களின் தவணைகளும் மூன்று ஆண்டு என்று இருப்பதை ஐந்து ஆண்டு என்று ஆக்க வேண்டும்.

மேலும் இன்றுள்ள நிலையில் பருவமழை தவறியதன் விளைவாகவோ, அல்லது வேறு காரணங்களினாலோ மகசூல் கெட்டு விட்டால், அதற்காக கொடுத்த கடன்களை அடுத்த ஆண்டு வாங்கிக் கொள்ளலாம் என்ற நிலை இல்லை. எப்படியும் தவணையைக் கட்டி விட்டுத்தான் மறுவேலை பார்க்க வேண்டும் என்ற அளவிற்கு நிர்ப்பந்தப்படுத்துகின்றார்கள். இதனால் லேவாதேவிக்காரர்களிடம் நிலத்தைக் கொடுத்துவிட வேண்டிய நில ஏற்படுகிறது.

எனவே, விவசாயிகளுக்கு உண்மையிலேயே உதவும் வகையில், தவணைகளைக் கட்ட முடியாத நேரத்தில் வட்டியைக் கட்டினால் போதும் என்ற நிலை ஏற்பட வேண்டும். மேலும் கூட்டுறவு சங்கங்களிலே அதிக வட்டி வசூலிப்பது என்ற முறையே எடுபட்டு விட வேண்டும்.

அடுத்தபடியாக ஐந்து ஏக்கர் அல்லது பத்து ஏக்கர் வரை சாதாரண விவசாயிகள் வாங்கும் கடன்களுக்கு ஐந்து சதவிகிதத்திற்கு மேலே வட்டி வாங்காமல் இருக்க வேண்டும். அதிகமாகக் கடன்கள் வாங்குவோருக்கு வேண்டுமானால் அதிக சதவிகிதம் விதிக்கலாமே தவிர, சிறு விவசாயிகளுக்கு வட்டி இதற்கு மேலே போகாமல் இருக்க வேண்டும்.

அடுத்து இப்போ நிலமற்ற விவசாயிகளுக்கு - விவசாயத் தொழிலாளர்களுக்கு இப்படிப்பட்ட கூட்டுறவுச் சங்கங்களின் மூலம் எந்தவிதமான கடன் உதவிகளும் கொடுக்கப்படுவதில்லை அவர்களுக்கும் ஒரு அளவிற்குக் கொடுத்தால் அவர்கள் விவசாயத் தொழில் தவிர, ஆடு மாடுகள் வாங்கி வளர்ப்பது, கோழிகள் வளர்ப்பது போன்ற முறையில் தங்கள் வருமானத்தைச் சற்றுக் கூடுதலாக்கிக் கொள்ள முடியும். இதையும் அரசு யோசித்துப் பார்க்க வேண்டும். குறிப்பாக இத்தகைய உதவிகளைச் செய்தால் அரிஜனங்கள் முன்னேற வாய்ப்புகள் ஏற்படும்.

அடுத்து, கைத்தறிச் சங்கங்களுக்கு இப்போது பலவிதத்திலும் உதவி செய்வதாகச் சொல்லப்படுகிறது. ஆனால், இப்போது கொடுக்கப் படும் கடன் உதவிகள் மாநிலச் சங்கங்களைப் பொறுத்த மட்டில் சற்று கூடுதலாக்கப்பட வேண்டும். மேலும், உற்பத்திச் சங்கங்களில் இரண்டு மாதத்திற்கு மேலே தேங்கி நிற்கும் கைத்தறித் துணிகளை எல்லாம்

மாநிலச் சங்கம் வாங்கி ஸ்டாக் வைத்துக் கொள்ளத்தக்க அளவிற்கு மாநிலச் சங்கத்திற்கு நிதி உதவிகள் அளித்திட வேண்டும். இரண்டு மாதங்களுக்கொரு முறை இப்படிப்பட்ட சங்கங்களுடைய தேவைக்கேற்ற முறையில் நிதிக் கடன் உதவிகள் அளிக்கப்பட வேண்டும்.

அடுத்து, கூட்டுறவுத் துறையில் உள்ள சூபர்வைஸர்கள் அனைவரும் ஒரே விதமான தேர்வுகளை எழுதி பாஸ் செய்திருந்தாலும் ஒவ்வொரு சங்கத்தில் அவர்களுக்கு ஒவ்வொரு விதமான சம்பள விகிதம் கொடுக்கப்படுகிறது. ஒரு சங்கத்தில் 100 ரூபாய் என்றும், இன்னொரு சங்கத்தில் 150 ரூபாய் என்றும் இப்படியெல்லாம் கொடுக்கின்றார்கள். துறையிலுள்ள சூபர்வைஸர்கள் அவ்வளவு பேருக்கும் ஒரே மாதிரியான சம்பள விகிதத்தை அமல்படுத்த வேண்டும். இதுபற்றிப் பரிசீலனை செய்வதற்கு ஒரு கமிஷனைப் போட்டு பரிசீலனை செய்து, எந்தெந்த அடிப்படையில் அவர்களுக்குச் சம்பளம் நிர்ணயம் செய்ய வேண்டும் என்பதைப் பரீசீலிக்க வேண்டும்.

இப்போது சீனியர் இன்ஸ்பெக்டர் கோர்ஸ் பயிற்சி நடத்தப் படுகிறது இதிலே பயிற்சி பெறுகின்றவர்களுக்கு அரிஜன மாணவர் களுக்குக் குறைந்த படிப்பு பி.யூ.ஸி. என்றும், மற்றவர்களுக்கு பி.எஸ்.ஸி., பி.ஏ. என்றும் இருக்கிறது. ஆனாலும், பயிற்சி பெற்று பணியாற்றும் போது டிபார்ட்மெண்ட் டெஸ்ட் வைக்கிறார்கள். அதில் தேர்ச்சி பெறாதவர்களை வேலையை விட்டு வீட்டுக்கு அனுப்பி விடுகின்றார்கள்.

அதுமட்டும் இல்லை, அவர்களுக்காகக் கொடுக்கப்பட்டு வந்த ஸ்டைபெண்டு, அலவன்ஸ்கள் கூட திரும்பக் கட்டப்பட வேண்டும் என்று சொல்லிவிடுகின்றார்கள். இது அரிஜன மாணவர்களைப் பெரிதும் பாதிக்கின்றது. எனவே இத்தேர்வில் தவறியவர்களைக் கூட்டுறவுத் துறையில் தற்காலிகமாக வைத்துக் கொண்டு சம்பளம் கொடுக்க வேண்டும் என்றும், அவர்கள் மீண்டும் அத்தேர்வினை எழுதி பாஸ் பண்ணும் வரையில் அவர்களுக்கு இந்தப் பாதுகாப்பளிக்க வேண்டும் என்றும் வலியுறுத்திக் கூற விரும்புகிறேன்.

மேலும், முன்பு பல இடங்களில் கருப்பட்டிக் கூட்டுறவுச் சங்கங்கள் இருந்து வந்தன. அவற்றையெல்லாம் திரும்ப ஊக்குவிக்க வேண்டும் என்று கேட்டுக் கொள்ளுகிறேன்.

அடுத்து, கோவில் மடங்களின் நிலங்களைப் பயிரிடுவோர் களிடையே சாகுபடியாளர்களின் சங்கங்கள் என்று இருக்கின்றன. பல இடங்களில் கூட்டுறவுத் துறையின் கீழ் இப்படிப்பட்ட சாகுபடியாளர்கள்

சங்கம் இணைத்து நல்ல முறையில் பணியாற்றி வந்து நல்ல பலனைப் பெறுகின்றார்கள். இப்படிப்பட்ட கூட்டுறவுச் சங்கங்களை கோவில் - மடங்களின் நிலங்களைப் பயிரிடும் இடங்களிலேயெல்லாம் ஊக்குவித்தால் பெரும்பலனை அவர்கள் அடைய முடியும். எனவே இதையும் ஊக்குவிக்க வேண்டும் என்று கேட்டுக் கொள்கிறேன்.

அடுத்து, கூட்டுறவுச் சங்கங்களின் நிர்வாகஸ்தர்களைத் தேர்ந்தெடுக்கும் போது பல இடங்களிலே நாமினேஷன் மூலமாக நியமனம் செய்கின்றார்கள். இதற்குப் பதிலாக உள்ள மெம்பர்களை வைத்துத் தேர்ந்தெடுக்க வேண்டும். ஆறு மாதம் அல்லது மூன்று மாதம் போன்ற குறுகிய காலத்திற்குப் போடுவதற்குக் கூட இப்படிப்பட்ட முறையில் அல்லது அனைத்துக் கட்சியினரும் ஒரு சங்கத்தில் அங்கத்தினர்களாக இருக்கின்றார்கள். அவர்களைக் கலந்து ஆலோசித்து இதைச் செய்யலாம். கூட்டுறவுத் துறையில் ஆர்வம் மிக்கவர்கள் அனைத்துக் கட்சியிலும் இருக்கின்றார்கள். எனவே கட்சி மாச்சரியம் இல்லாமல் எல்லோரும் கூட்டுறவுச் சங்கங்களிலே நிர்வாகஸ்தர்களாக நியமிக்கப்பட வேண்டும். இத்துறையை மேலும் மேலும் வலுப்படுத்த வேண்டும். அதற்கு ஆவன செய்ய வேண்டும் என்று கேட்டுக் கொள்கிறேன். நாமினேஷன் மூலம் நிர்வாகஸ்தர்களைப் பொறுக்கியெடுக்க வேண்டும் என்ற நிலை ஏற்படும் போது அப்படிப்பட்டவர்கள் ஆறு மாதத்திற்கே இருக்கலாம். அதற்குப் பிறகு அந்தச் சங்கத்தில் உள்ள மெம்பர்கள் எல்லோரும் சேர்ந்து அவர்களைத் தேர்ந்தெடுக்க வேண்டும் என்ற முறை ஏற்படுத்தப்பட வேண்டும்.

கடைசியாக, மீண்டும் ஒருமுறை வற்புறுத்திச் சொல்லிக் கொள்ள விரும்பு கிறேன். விவசாயிகளே 100-க்கு 75 பேர் உள்ள நமது நாட்டில் விவசாயத் துறையில் கூட்டுறவுத் துறை பெரும் அங்கம் வகிக்கின்றது. எனவே விவசாயிகள் கூட்டுறவுத் துறையால் உதவிகளைப் பெற வேண்டுமே அல்லாது பல நிர்ப்பந்தங்களுக்கு உள்ளாகக் கூடாது. பயிருக்காகவும் கிணறு வெட்டுவதற்காகவும் கூட்டுறவுத் துறையில் கடன்களைக் கொடுத்து, தோண்டும் கிணற்றில் தண்ணீர் வராமல், போட்ட பயிரும் கெட்டுவிட்ட நிலையில், கொடுத்த கடன்களுக்கு கூட்டுறவுத் துறையில் வசூல் செய்ய, இப்படிப்பட்ட நிர்ப்பந்தங்களைக் கொண்டு வந்தால் விவசாயி நிலத்தையும் கிணற்றையும் விற்றுவிட்டுப் போகவேண்டிய நிலை ஏற்படும்.

வருமானம் பெற முடியாத நிலையில் விவசாயி இருக்கும்போது கொடுத்த கடன்களுக்காக நிர்ப்பந்தம் கொண்டு வரக்கூடாது என்று கூட்டுறவுத் துறையினரைக் கேட்டுக் கொள்ளுகிறேன். இந்த நிலைமையில் கடனுக்கான வட்டியை மட்டும் பெற்றுக்கொண்டு,

முதலுக்கான தவணைகளைத் தள்ளிப்போட வேண்டும். அப்போது தான் கூட்டுறவுத் துறையின் பலன்கள் உண்மையாக விவசாயிகளுக்குப் போய்ச்சேர முடியும்.

கடைசியாக, ஒன்றைப் பற்றிக் குறிப்பிட விரும்புகிறேன். இப்போது குடும்பத்திலுள்ள ஒவ்வொருவரும் பல்வேறு கூட்டுறவு ஸ்தாபனங்களில் பல கடன்களை வாங்கிவிடுகின்றார்கள். இந்த நிலைமை மாற்றப்பட்டு, குடும்பத்திலுள்ள அவ்வளவு பேரும் அவர்களுக்கு வேண்டிய கடன்களை ஒரே சங்கத்தில் பெற வேண்டும் என்ற முறை ஏற்படவேண்டும்.

அடுத்து, ஊழல்கள் ஏற்படும்போது அவற்றின்மீது தாமதம் இன்றி துரிதமாக நடவடிக்கை எடுத்துக்கொள்ள வேண்டும். தஞ்சாவூரிலுள்ள கூட்டுறவு மார்க்கெட்டிங் பெடரேஷனில் ரூ. 157 லட்சம் நஷ்டம் ஏற்பட்டு விட்டதாகவும், ஒழுங்கீனங்கள் நடைபெற்றுவிட்டதாகவும் சொல்லப்பட்டது. சம்பந்தப்பட்ட தொழிலாளர்கள் அச்சங்கத்தின் நிர்வாகத்தை அரசே மேற்கொள்ள வேண்டும் என்று கேட்கின்றார்களாம்.

இப்படிப்பட்ட ஒழுங்கீனங்கள் நடைபெறாதவண்ணம் பார்த்துக் கொள்ள வேண்டும் என்று சொல்லிக்கொண்டு இந்த மான்யத்தின்மீது பேச வாய்ப்பளித்தமைக்கு நன்றி தெரிவித்து, விவசாயிகளும் கூட்டுறவுத் துறையும் நல்ல முறையில் இணைந்து, பலன்பெறதக்க விதத்தில் செயலாற்ற வேண்டும். நான் கூறிய கருத்துக்களை மாண்புமிகு அமைச்சர் அவர்கள் இவற்றையெல்லாம் கருத்தில் கொண்டு ஆவன செய்ய வேண்டும் என்று கேட்டுக் கொண்டு விடை பெறுகின்றேன்.

கூட்டுறவு சங்கங்களில் சந்தானம் கமிட்டி சிபாரிசை அமல் நடத்துக!★

தலைவரவர்களே, அமைச்சரவை கொண்டு வந்திருக்கும் இந்தக் கூட்டுறவு சங்கங்கள் திருத்த மசோதாவின்மீது எங்கள் கட்சியின் சார்பாக சில கருத்துக்களை சொல்ல விரும்புகிறேன்.

எனக்கு முன் பேசிய மாண்புமிகு அங்கத்தினர் திரு சுப்பரமணியன் அவர்கள் சொன்ன கருத்தை கூட்டுறவு சம்பந்தமாக பொதுவான ஒரு பரிசீலனையின் அடிப்படையில் நல்லதொரு சட்டமாகக் கொண்டு வரும் வரையில் இம்மாதிரி திருத்தங்கள் அவசியம். இதை

★ தமிழ்நாடு 1971-ம் ஆண்டு பொது விற்பனை வரி (ஐந்தாம் திருத்த) சட்டமுன்வடிவு-கூட்டுறவு சங்கங்களின் திருத்த மசோதாவின் மீது 1971 டிசம்பர் 14 அன்று பேசியது.

வாபஸ்பெற வேண்டுமென்ற கருத்தை நான் வலியுறுத்திச் சொல்லிக் கொள்கிறேன்.

பொதுவாக, நமது கூட்டுறவில் இருக்கும் பலவிதமான சங்கங்களைப் பற்றி அவைகள் எந்தெந்த மாதிரி இருக்க வேண்டுமென்பதைப் பற்றி ஆராய கடந்த காலத்தில் சந்தானம் கமிட்டியை அமைத்தார்கள். அந்தக் கமிட்டி விரிவான பரிசீலனை செய்து எல்லா இடங்களிலும் சம்பந்தப்பட்டவர்களை, சாட்சியங்களைக் கேட்டு ஒரு பரிந்துரையை அளித்திருக்கிறது. அதிலே அவர்கள் சொல்லியிருக்கிறார்கள், இன்றைக்கு இந்த ஸ்தாபனங்கள் செயல்படுவதில் அரசாங்கத்தின் நியமனமாகயிருந்தாலும், இன்றைக்கு நிர்வாகஸ்தர்களை அமைப்பதாக யிருந்தாலும் எத்தனை பேர் இருக்க வேண்டும் என்றும், அதுவும் நியமனம் செய்யும் முறையில் அரசாங்க அதிகாரிகளாகத்தான் இருக்க வேண்டுமேயொழிய வேறு அரசாங்கப் பற்றற்றவர்கள், அதிகாரப் பற்றற்றவர்களாக இருக்கக் கூடாது என்றும் சொல்லியிருக்கிறார்கள்.

இன்றைக்கு ஒரே நேரத்தில் ஒருவர் எத்தனை சங்கங்களுக்கு இருக்கலாம் என்றால் 3 சங்கங்களுக்குதான் நிர்வாகஸ்தர்களாக இருக்கலாம் என்று சொல்லியிருக்கிறது.

அதுமட்டுமல்ல, இன்றைக்கு அரசாங்கம் நியமிக்கும் அந்த நியமன மெம்பரும் சாதாரணமாக ஒரு சங்கத்திற்கு, பிரைமரி சங்கத்திற்கு ஒன்றாகவும், சென்ட்ரல் சொசைட்டிக்கு ஒன்றாகவும் அபெக்ஸ் சொசைட்டிக்கு இரண்டு பேர்களுக்குமேல் போகக் கூடாது என்றும் சொல்லியிருந்தார்கள்.

மேலும் பிரைமரி சொசைட்டிகளுக்கு மொத்தம் 7-லிருந்து 15-க்கு அதிகப்படாமலும், அபெக்ஸ் சொசைட்டிகளுக்கு 9-லிருந்து 21-க்கு அதிகப்படாமலும் இருந்தால், அதிகமான கால தாமதமில்லாமலும், உடனடியாக ஏதாவது முடிவெடுக்கும் முறையிலும் இருக்கும் என்றும், அதிகச் செலவு ஏற்படாமலும் நாம் எந்த நோக்கத்திற்காக இந்த கூட்டுறவுச் சங்கங்கள் மூலம் விவசாயிகளுக்கோ அல்லது சாதாரண பொதுமக்களுக்கோ பலன் கிடைக்க வேண்டுமென்று நினைக்கிறோமோ அந்தப் பலன் கிடைக்க ஏதுவாகயிருக்கும் என்றும் சொல்லியிருக் கிறார்கள்.

நாம் கூட்டுறவு சம்பந்தமாக ஆக்ட் வரும்பொழுது எதிர்பார்த்தோம். முன்னால் கடந்த காலங்களில், முன்னிருந்த சர்க்காரில் கூட்டுறவில் சிலருடைய ஆதிக்கம் இருந்து சாதாரணமானவர்கள் போக முடியாதபடி அவர்களே பரம்பரை ஆதிக்கம் செலுத்தும் முறையிலிருந்தது. அதற்காக சட்டத்தில் சில ஷரத்துக்களும் இல்லாமலில்லை. ஒரு

சங்கத்திற்குப் புதிதாக மெம்பராகச் சேர வேண்டுமென்றால், அப்பொழுது நிர்வாகஸ்தரின் துணையில்லாமல் முடியாது. அவர்கள் சேர்த்துக்கொள்ளலாம் என்று தீர்மானம் போட்டால்தான் சேர முடியும்.

ஆனால், இந்த அரசு 1967, 1968-க்குப் பிறகு பல திருத்தங்கள் கொண்டுவந்து யார் வேண்டுமானாலும், அந்த நோக்கத்திற்கு உட்படுபவர்கள் மெம்பராகத் தகுதியும் ரைட்டும் உள்ளது என்று கூறப்பட்டிருக்கிறது. அவரை நீக்க வேண்டுமென்று சொன்னால் தகுந்த காரணம் ரிஜிஸ்டரார் அவர்கள் ஒப்புக்கொள்ளக் கூடிய காரணம் சொல்ல வேண்டும். ரிஜிஸ்டரார் அனுமதி பெற்றுத்தான் நீக்கலாம் என்று இருக்கிறது. இப்போது அமைச்சர் அவர்கள் கொண்டு வந்திருக்கக்கூடிய திருத்தம் அவை எல்லாம் சென்ட்ரல் சொசைடி களுக்கும் பொருந்தக்கூடிய முறையிலே கொண்டு வந்திருக்கிறார்கள்.

பல சங்கங்கள், சென்ட்ரல் சொசைடிகளைச் சார்ந்த வங்கிகளுக்கும், நிலவள வங்கிகளுக்கும் பல அமைப்புகள் திருத்தத்தின் அடிப்படையில் ஏற்பட்டிருக்கின்றன. அந்த அமைப்புகள் எந்த முறையில் செயல்படு கின்றன. எந்த முறையில் பலன் கிடைக்கிறது, உபயோகமாக இருக்கிறது என்பதை எல்லாம் பரிசீலனை செய்து பார்த்த பிறகுதான் மாற்றிக் கொண்டு வரவேண்டுமென்ற என் அபிப்பிராயத்தைத் தெரிவித்துக் கொள்கிறேன்.

இன்று இந்தக் கூட்டுறவுத் துறை அமைப்புகளிலே தேர்ந்தெடுக்கப் படுகின்ற நிலைமைக்குப் பதிலாக நியமனம் செய்யப்படுகின்ற நிலைமை அதிகமாக இருக்கிறது. நிர்வாகஸ்தர்கள் தேவைக்கு அதிமாக இருக்கிறார்கள். மகாசபை மாதிரி நிர்வாகஸ்தர்கள் கூட்டம் இருக்கிறது. விவசாயிகளுக்குக் கடன் வழங்குவதில் இருந்து பொருள் களை விற்பனை செய்வது வரை ஒருங்கிணைந்த ஸ்தாபனமாக இது அமைய வேண்டுமென்றால், அதில் அரசாங்கத்தின் தலையீடு இருக்கக் கூடாது. இப்போது இது ஒரு அரசாங்கத்தின் டிபார்ட்மெண்ட் போலவே இருக்கிறது. அரசாங்கம் போடக்கூடிய மூலதனத்திற்கு சரியாக பாதுகாப்பைத் தேடிக் கொள்ள வேண்டியதுதான்.

சந்தானம் கமிட்டி அறிக்கையிலே ஒன்று, இரண்டு பேருக்கு மேல் நியமன உறுப்பினர்கள் இருக்கக் கூடாது என்று கூறி இருக்கிறார்கள். இப்போது ஐந்தாறு நியமன உறுப்பினர்கள் என்ற வகையில் விதிகளைப் போட்டுக் கொண்டிருக்கிறார்கள். இதனால் கூட்டுறவு ஸ்தாபனங்கள் நல்ல முறையில் நடக்க முடியாமல் போகிறது.

முக்கியமான சில சிபாரிசுகளைச் சொல்லியிருக்கிறார்கள். சட்டசபை மெம்பர்கள் கூட்டுறவு நிர்வாகத்திலே இருக்கக் கூடாது என்று சொல்லியிருக்கிறார்கள். ஒருவரே நாலைந்து சங்கங்களில் நிர்வாகத்தில் இருக்கக்கூடிய நிலைமை இருக்கக்கூடாது என்று பரிந்துரை செய்திருக்கிறார்கள். சந்தானம் கமிட்டியில் இன்னும் பல நல்ல பரிந்துரைகளைச் செய்திருக்கிறார்கள். ஒருவர் இரண்டு முறைக்கு மேல் தொடர்ந்து நிர்வாகத்தில் இருக்கக் கூடாது. இடையில் இரண்டு அல்லது மூன்று ஆண்டுகள் இருக்க வேண்டும், அதற்கு பிறகு அவர் தேர்தலில் நின்றுதான் வரவேண்டும் என்று சொல்லியிருக்கிறார்கள். இதற்கெல்லாம் திருத்தம் ஒன்றும் வரவில்லை.

பின்தங்கியவர்கள், பெண்கள் ஆகியோருக்கெல்லாம் பங்கு கொடுக்க வேண்டுமென்று கூறியிருக்கிறார்கள், அவர்களுக்கு பங்கு தரவேண்டியதுதான். ஆனால் அதுவும் தேர்ந்தெடுக்கும் முறையில்தான் இருக்கவேண்டும். பெண்களுக்கு இத்தனை இடங்கள், பின்தங்கியவர்களுக்கு இத்தனை இடங்கள் என்று ஒதுக்கி விட்டு அவர்களும் தேர்தலுக்கு நின்று தேர்ந்தெடுக்கப்பட வேண்டுமென்ற முறையில் மகாசபைக்குத்தான் அதிகாரம் இருக்க வேண்டும்.

இந்த நிலையில் இப்போது கொண்டு வரப்பட்டிருக்கும் திருத்தம் அவசியம் இல்லையென்று கூறி நல்ல முறையில் சந்தானம் கமிட்டியின் அறிக்கையினைப் பரிசீலித்து நல்ல திருத்தங்களைக் கொண்டு வர ஏற்பாடு செய்ய வேண்டுமென்று கேட்டுக் கொண்டு அமருகிறேன்.

விவசாயிகளின் உற்பத்திப் பொருள்களில் கொள்ளை இலாபமடிக்கும் இடைத்தரகர்கள்★

பேரவைத் துணைத் தலைவர் அவர்களே, மாண்புமிகு வேளாண்மைத் துறை அமைச்சர் அவர்கள் கொண்டு வந்திருக்கும் இந்த வேளாண்மை விளைபொருள் விற்பனைத் திருத்த சட்டத்தை முழுமனதாக ஆதரித்து, இதில் என்னுடைய கருத்துக்கள் சிலவற்றைக் கூறிக்கொள்ள ஆசைப்படுகிறேன். இந்தச் சட்டமானது இதற்கு முன்னாலேயே கொண்டுவரப்பட்டிருக்க வேண்டும். இப்பொழுதாவது கொண்டு வந்திருப்பது குறித்து மிக்க மகிழ்ச்சியடைகிறோம்.

விவசாயிகளுடைய உற்பத்திப் பொருள்களை, அவர்கள் விற்பனைக்காகக் கொண்டுச் செல்கின்ற நேரத்தில், அவர்களுக்கு நியாயமான விலை கிடைக்காமல் ஏமாற்றுக்காரர்கள், மோசடிக்காரர்களிடம் சிக்கிக் கொண்டு தத்தளிப்பதை ஒவ்வொருவரும் நன்றாக

★ தமிழ்நாடு 1971ஆம் ஆண்டு வேளாண்மை விளைபொருள் அங்காடிகள் (திருத்த) சட்ட முன்வடிவின் மீது 1971 டிசம்பர் 15 அன்று பேசியது.

அறிவோம். அதற்கு முக்கியக் காரணம் இடையிலே இருக்கின்ற இடைத்தரகர்கள் தான். விவசாயிகளுக்கு உண்மையிலே கிடைக்க வேண்டிய லாபம் இந்த இடைத்தரகர்களால் பறித்துக் கொள்ளப் படுகிறது.

பெரிய பெரிய கமிஷன் வியாபாரிகள் ஒரு விற்பனைக் கடையை ஏற்படுத்திக் கொள்கிறார்கள். ஏழை எளிய மக்கள், விவசாயப் பெருங்குடி மக்கள் அவர்களுடைய விளை பொருள்களை அந்தக் கடையிலே விற்பனைக்காகக் கொடுக்கிறார்கள். அன்று விற்பனை செய்ய முடியா விட்டால், என்ன விலைக்கு செய்ய வேண்டுமென்று கேட்டு வைத்து விட்டு, இரண்டு மூன்று நாட்கள் கழித்து வரச் சொல்கிறார்கள். இடையிலே அவர்கள் சொன்ன விலையை விட அதிகமாகிவிடுகிறது. கமிஷன் கடைக்காரர்கள் அந்தப் பொருள்களை ஏறிய விலைக்கே விற்றுவிட்டு, ஏழை விவசாயிகளுக்கு அவர்கள் சொன்ன விலையையே கொடுத்து விடுகிறார்கள். அதில் கிடைக்கக் கூடிய லாபத்தைக் கடைக்காரர்கள் எடுத்துக் கொள்கிறார்கள்.

இப்போது அந்த விளைபொருள் ஒரு இடத்தைக் குறிப்பிட்டு, அங்குதான் விற்பனை செய்ய வேண்டுமென்று இருக்கிறது. விற்பனைக் கடைக்குப் பொருள்களை எடுத்துச் சென்றவுடன் அவர்கள் அதன் எடையைக் குறித்துக் கொண்டு அதற்கு ஒரு கமிஷனைப் போட்டு விடுகிறார்கள். பின் இரண்டு, மூன்று நாள் அந்தப் பொருள்கள் விற்கப்படாமல் தங்கிவிடுவதன் காரணமாக எடையில் சிறிது குறைந்து விடுமானால் அதற்குள்ள விலையையும் குறைத்துத் தான் விவசாயிகளுக்குக் கொடுக்கிறார்கள்.

ஆனால் அந்தப் பொருளை யார் வாங்குகிறார்களோ அவர்களிடம் குறைந்த எடைக்கும் சேர்த்தே விலையைப் பெற்றுக் கொள்கிறார்கள். அதனால் பொருளை விற்பனைக்குக் கொடுப்பவர்களுக்கும் சரியான விலை கிடைப்பதில்லை. அந்தப் பொருளை வாங்குபவர்களுக்கும் சரியான விலைக்குக் கிடைப்பதில்லை. இந்தக் குறைகளைப் போக்க இந்த மசோதா நிச்சயமாக உதவும்.

அடுத்தாற்போல் இந்த மசோதாவை ஏற்றுக் கொள்கின்ற நேரத்தில் சில குறைபாடுகளைச் சொல்லக்கூடும். சிறுசிறு விவசாயி களுக்கு இதிலே சில சங்கடங்கள் ஏற்படும். ஏனென்றால் பத்து மைல், பதினைந்து மைலுக்கு ஒரு மார்க்கெட்டிங் கூடம் என்று அமைப்பதனால் சிறுசிறு விவசாயிகளுக்குத் தங்களுடைய சொற்ப விளை பொருள்களை அவ்வளவு தூரம் கொண்டுபோய் கொடுப்பதில் காலதாமதமும் மற்றும் பல சிரமங்களும் ஏற்படும். பெரிய பெரிய

பணக்காரர்கள் என்றால், ஏராளமான பொருள்களை வண்டிகளிலும், லாரிகளிலும் ஏற்றிச் சென்று சுலபமாகச் சேர்த்து விடுவார்கள். இந்தக் குறையினைப் போக்க மாண்புமிகு அமைச்சரவர்களுக்கு ஒரு வேண்டுகோளை விடுக்க விரும்புகிறேன்.

அதாவது, ஆங்காங்கே குறைந்தது ஐந்து அல்லது ஆறு மைல் தூரத்திற்குள் ஒரு மார்க்கெட்டிங் கமிட்டி விற்பனைக் கூடத்தை ஏற்படுத்த வேண்டும். அப்படிச் செய்தால் சிறுசிறு விவசாயிகளுக்கும் விளை பொருள்களை சுலபமாகக் கொண்டு சேர்க்க வசதியாக இருக்கும். இப்போது ஒரு தாலுக்காவுக்கு ஒரு விற்பனைக் கூடம் என்ற அளவிலே அதாவது 20 மைல், 30 மைல் தூரத்தில் விற்பனைக் கூடம் இருக்கிறது.

இந்த மசோதாவின் நோக்கம் நல்ல நோக்கம். அதன் பயனை சிறு சிறு விவசாயிகளும், அனைத்துப் பிரிவினரும் அடைய வேண்டுமென்றால் பத்து மைலுக்கு மேற்படாமல், 5 அல்லது 6 மைல் தூரத்திற்குள் ஒரு விற்பனைக் கூடம் அமைக்கப்பட வேண்டுமென்று கேட்டுக் கொண்டு, இந்த மசோதாவை முழு மனதோடு ஆதரித்து, வரவேற்று முடித்துக் கொள்கிறேன்.

ஆட்சிகள் மாறினாலும் போலீசாரின் போக்கில் மாற்றமில்லை!★

மாண்புமிகு துணைத் தலைவரவர்களே, போலீஸ் மானியத்தின் மீது என்னுடைய கட்சியின் சார்பில் கொடுக்கப்பட்டுள்ள வெட்டுப் பிரேரணையை ஆதரித்து சில வார்த்தைகள் பேச விரும்புகிறேன்.

நம்முடைய மாநில போலீஸ் புலனாய்வு சம்பந்தப்பட்ட வரையில் மதிப்பும், பாராட்டும் பெறுகின்ற வகையிலே சிறப்பான பணியினைச் செய்து கொண்டு வருகிறது என்பதிலே சந்தேகம் இல்லை. ஆனால், பொதுவாக போலீஸ் நிர்வாகத்தைப் பொறுத்த மட்டில் ஆரம்ப காலத்திலே, சுதந்திரம் பெறுவதற்கு முன்னால், ஆங்கிலேயர் ஆட்சி காலத்தில் இந்த அமைப்பு எப்படி ஏற்படுத்தப் பட்டதோ அப்படியே இன்றைக்கும் இருக்கிறது.

ஆங்கிலேயர் ஆட்சி காலத்திலும், அதற்குப் பின் காங்கிரஸ்காரன் காலத்திலும் இன்றைய ஆட்சியிலும் சாதாரணத் தொழிலாளர்களுடைய போராட்டங்களிலே அமைதியான மக்கள் கிளர்ச்சிகளிலே, அடக்கு

★ 1972-73-ம் ஆண்டுக்கான நிதிக்கோரிக்கைகள் - போலீஸ் மானியத்தின் மீது 1972 மார்ச் 15 அன்று பேசியது.

முறைகளை உபயோகித்து வருகின்றது. இதிலே எந்த விதமான மாறுதலும் இல்லை என்பதைக் கூறிக்கொள்ள விரும்புகிறேன்.

பொதுவாக இப்போது சமீப காலத்திலே தொழிலாளர் போராட்டங்களில் எப்படிப்பட்ட அடக்குமுறைகளைக் கையாண்டார்கள் என்பதைக் குறிப்பிட வேண்டியது அவசியமில்லை. இப்படிப்பட்ட போராட்டங்களில் தலைவர்கள் தேடிப் பிடிக்கப்பட்டு நொறுக்கப் பட்டிருக்கிறார்கள் என்பதுதான் எதார்த்த நிலை. இப்படி நடந்து கொண்டு வருகிறது ஏதோ ஒரு இடத்திலே மட்டுமல்ல, பல இடங்களிலும் இப்படி நடந்து கொண்டு வருவதைக் கேள்விப் படுகிறோம். சந்தேகக் கேஸ்களில் பிடிக்கப்படுகிறவர்கள் சாதாரணமானவர்களாக, எளியவர்களாக இருந்தால், எந்தவிதமான ஆதரவும் இல்லாதவர்களாக இருந்தால் அவர்களுக்குச் செய்யக் கூடிய இம்சைகள் கொஞ்சநஞ்சமல்ல. இதைத்தானே பார்த்தோம்.

சேலத்திலே மஞ்சுளா என்ற பெண் இறந்தது எப்படி என்பது தெரியும். இந்தச் சட்டசபையிலே விவாதிக்கப்பட்டிருக்கிறது. எங்கள் தலைவர் கே.டி.கே. தங்கமணி இந்தப் பிரச்சினையைக் கிளப்பி இது சம்பந்தமாக ஒரு விசாரணை வேண்டுமென்று கேட்டிருந்தார்கள். இதுவரையிலே எந்தவிதமான விசாரணையும் நடந்ததாகத் தெரியவில்லை.

அதே மாதிரி கரிவலம்வந்த நல்லூரிலே அரிஜன் ஒருவரை லாக்கப்பிலே அடைத்து வைத்திருந்தார்கள். மறுநாள் காலையிலே அவர் இறந்து விட்டார். இது தெரிந்தவுடன் அந்த வட்டாரத்தில் இருந்த மக்கள் கொன்று விட்டார்கள் என்று அந்தப் போலீஸ் ஸ்டேஷனை சூழ்ந்து கொண்டார்கள். இதைப்பற்றி விசாரணை செய்ய வேண்டுமென்றும், மாவட்ட உயர்தரப் போலீஸ் அதிகாரி, அல்லது மாவட்ட ஆட்சித் தலைவர் வரவேண்டுமென்று சொல்லி அந்தப் போலீஸ் ஸ்டேஷனைச் சூழ்ந்து கொண்டு விட்டார்கள்.

அந்தக் கோரிக்கையை ஏற்றுக்கொள்ளாமல் அவர்களை அடித்துத் துரத்துவதற்கு முயன்று, அது முடியாமல் துப்பாக்கிப் பிரயோகம் செய்யப்பட்டது. இரு அரிஜன விவசாயிகள் இறந்துள்ளனர். இதுபற்றி விசாரணை நடத்துவதற்கு உயர்தரப் போலீஸ் அதிகாரி வந்தார். இப்படி அந்த இலாகாவைக் கொண்டே, அந்த இலாகாவில் இருக்கின்ற பெரிய போலீஸ் அதிகாரியைக் கொண்டு விசாரணை நடத்தினால் எப்படி நீதி கிடைக்கும் என்பதை அனுபவ பூர்வமாகப் பார்த்துக் கொண்டு வருகிறோம்.

ஆக, தவறுகளை யார் செய்தாலும், அவர்கள் யாராக இருந்தாலும் அவர்கள் மீது கடுமையான நடவடிக்கை எடுத்து, அமைதியை நிலைநாட்ட வேண்டும். அதே மாதிரி இப்போது கூட கோவையில் குறிச்சி கிராமத்தில் மாண்புமிகு உறுப்பினர் மருதாச்சலம் அவர்கள் தொகுதியில் ராமசாமி என்பவர் கொல்லப்பட்டதாகச் சொல்கிறார்கள். எம்.எல்.ஏ. அவர்கள் புகார் செய்திருப்பதாகவும் சொல்லப்படுகிறது. ஆனால், என்ன நடவடிக்கை எடுக்கப்பட்டிருக்கிறது என்பது தெரியவில்லை. இதையெல்லாம் பார்க்கும் போது சாதாரண மக்கள் தான் போலீஸாரின் தொந்தரவுகளுக்கு ஆளாகிறார்கள். இது மாதிரி இன்னும் பல சான்றுகள் கூற முடியும்.

அடுத்தபடியாக, சந்தேகக் கேஸ் என்று போடுகிறார்கள். சினிமா பார்த்து விட்டு வரும்போது அல்லது வேறு எங்காவது போய்விட்டு வரும்போது பஸ் கிடைக்காமல் படுத்திருந்தால் போலீஸார் அவர்களைப் பிடித்துச் சென்று சந்தேகக் கேஸ் போடுகிறார்கள். அவர்கள், நான் இன்னார்தான் இன்ன இடம் தான் என்று குறிப்பிட்டுச் சொன்னாலும் விடாமல் ஒரு வாரம், இரண்டு வாரம் ஜெயிலில் தள்ளிவிடுகிறார்கள். இதற்கும் பல உதாரணங்கள் இருக்கின்றன. இருக்க இந்த முறையில் போலீஸ்காரர்களைக் குற்றம் சொல்வதற்கில்லை. பாவம் அவர்கள் என்ன செய்வார்கள்? எப்படியாவது மாதம் 10 அல்லது 20 கேஸ் பிடித்தாக வேண்டுமென்று விதிக்கிறார்கள். ஆகவே, இந்த மாதிரி மாசக் கடைசியில் சாதாரண மக்களைப் பிடித்து சந்தேகக் கேஸில் போட்டு விடுகிறார்கள். இம்மாதிரி தவறுகள் நடக்காவண்ணம் பார்த்துக் கொள்ள வேண்டுமென்று கேட்டுக் கொள்கிறேன்.

அடுத்தபடியாக, போலீசாருக்கும் பல குறைகள் இருக்கின்றன. இன்று அவர்கள் நகரிலிருந்து பல இடங்களுக்கு வெளியூர்களுக்குச் சென்றால் அவர்களுக்கு மூன்று ரூபாய் தான் படி கொடுக்கப்படுகிறது. அதே மாதிரி அவர்களுடைய பென்ஷனில் கூட சில வித்தியாசங்கள் இருக்கின்றன. அதாவது 1969-க்கு முன்னால் வேலையிலிருந்து ரிட்டயர் ஆனவர்களுக்கு 36 ரூபாய்தான் பென்ஷன் கொடுக்கப்படுகிறது. அதற்கடுத்து இருப்பவர்களுக்கு 62 ரூபாய் பென்ஷன் கொடுக்கப்படுகிறது.

1971-க்குப் பின்னால் ரிட்டயர் ஆனவர்களுக்கு 75 ரூபாய் பென்ஷன் கொடுக்கப்படுவதாகத் தெரிகிறது. ஏனென்றால், முதலில் சம்பளமும், பஞ்சப்படியும் தனித்தனியாக இருந்தன. இப்போது சம்பளமும், பஞ்சப்படியும் ஒன்றாக இருப்பதால், 75 ரூபாய் பென்ஷன்

வருவதாகச் சொல்கிறார்கள். அவர்களுக்கிடையே இந்தப் பென்ஷனில் இருக்கக்கூடிய ஏற்றத் தாழ்வுகளை அகற்றி, எப்போது ரிட்டயர் ஆகியிருந்தாலும் எல்லோருக்கும் 75 ரூபாய் பென்ஷன் கொடுக்க வேண்டுமென்று கேட்டுக் கொள்கிறேன்.

அடுத்தபடியாக, போலீஸாருக்கு கட்டிக்கொடுக்கப்பட்ட வீடுகள் அன்றைக்கு எப்படி இருந்ததோ அப்படியே இன்றைக்கும் இருக்கின்றன. ரிப்பேர் செய்யப்படவில்லை என்று சொல்லப்படுகிறது. எனவே, அவர்கள் வீட்டுப் பிரச்சனையில் தனிக் கவனம் செலுத்தி, அவர்களின் இந்தக் குறையை நிவர்த்திக்க வேண்டுமென்று கேட்டுக் கொள்கிறேன்.

அடுத்தபடியாக, மதுவிலக்கு ரத்தானதைப் பற்றி சில வார்த்தைகள் சொல்ல வேண்டும். இன்றைக்கு மதுக்கடைகளை நகரின் மத்தியில் வைத்திருக்கிறார்கள். ஆங்காங்கே வைத்திருக்கின்றார்கள். மக்கள் நெரிசலான இடங்களில் மதுக்கடைகள் இருப்பதால் பல தகராறுகள் ஏற்படுகின்றன. அதனால், மிகவும் மோசமான நிலைமை உருவாகிறது. மதுக்கடைகள் ஊருக்கு வெளியேதான் இருக்க வேண்டும். குடிப்பவர்கள் வீட்டில் போய் குடிக்க வேண்டும்.. இல்லா விட்டால் அவர்களைப் பிடித்துக் கொண்டு போய் ஸ்டேஷனில் வைக்க வேண்டுமென்று கேட்டுக் கொள்கிறேன். வணக்கம்.

பாசன வசதிகளை அரசே செய்து தருக!★

தலைவர் அவர்களே, இந்த பாசனப் பொறுப்பை அரசே நேரடியாக பொதுப்பணித் துறை சார்பாக எடுத்துக் கொள்ள வேண்டும். பாசன வசதிகளை ஏற்படுத்துவதற்கு விவசாயிக்கு அதிகமாகப் பணம் செலவாவதோடு மட்டுமல்லாமல், காலமும் வீணாகிறது. நஷ்டமும் ஏற்படுகிறது. வறட்சி பகுதிகளில் கிணறு வெட்டுவதற்காகவும், பாசன வசதிகளை ஏற்படுத்திக் கொள்ளவும், பம்பு செட்டு வைத்துக் கொள்வதற்கும் ஒரு விவசாயி பத்தாயிரம் ரூபாய் கடனாகப் பெறுகிறான். அவருக்கு ஐந்து ஏக்கரா நிலம் இருக்கிறது. என்று வைத்துக் கொள்வோம். அவர் கடனாகப் பெற்ற 10 ஆயிரம் ரூபாய்கள் வட்டி வருடத்தில் 1000 ரூபாய் ஆகிறது. மின்சாரக் கட்டணம் என்ற வகையில் 500 ரூபாய் செலவாகிறது. நீர்ப்பாசனத்திற்காக ஒரு ஏக்கருக்கு வருடத்திற்க 300 ரூபாய் வரையில் செலவழிக்க வேண்டி யிருக்கிறது. இவ்வளவெல்லாம் செலவு செய்த பிறகு அவனுக்கு ஐந்து ஏக்கர் நிலத்தில் விளையும் விளைச்சலைக் கொண்டு அவன் வாங்கிய கடனை அடைக்க முடியுமா என்பதையும் பார்க்க வேண்டும்.

★ 1972 - 73-ம் ஆண்டுக்கான நிதிக்கோரிக்கைகள் - பாசன மானியக் கோரிக் கையின் மீது 1972 மார்ச் 21 அன்று பேசியது.

பல விவசாயிகள் வாங்கிய கடனைத் திருப்பிச் செலுத்த முடியாமல் மிகவும் கஷ்டப்படுகிறார்கள். வாங்கிய கடனுக்காக பம்பு செட், மாடுகள் போன்றவற்றை ஜப்தி செய்யக்கூடிய நிலையில் இருக்கிறார்கள். பல கிராமங்களில் என்னுடைய தொகுதியில் இந்த நிலைமை ஏற்பட்டிருக்கிறது பாசன வசதிகளை விவசாயிகளின் தலையில் போட்டதால் ஒரு ஏக்கருக்கு 300 ரூபாய் அதிகமாகச் செலவு செய்ய வேண்டியிருக்கிறது. எப்படி அணைகளையும், கண்மாய்களையும் பொதுப்பணித்துறை அமைத்துக் கொடுக்கிறதோ அதேபோல பாசன வசதிகளையும் அரசே செய்து கொடுக்க வேண்டுமென்று இந்த நேரத்திலே கேட்டுக் கொள்கிறேன்.

அடுத்தபடியாக, வறட்சிப் பகுதிகளில் ஆழமான குழாய்க் கிணறுகளை அரசே அமைத்துக் கொடுத்து பசான வசதிக்கு வழி செய்யலாம். அதற்காக தண்ணீர்த் தீர்வை போன்று வரி விதிக்க ஏற்பாடு செய்யலாம்.

அடுத்தபடியாக, பாசனக் கண்மாய்கள் அமைப்பு இன்றைய தினம் வேறு பிரிவுகளிலே இருக்கின்றன. சில ஆர்.டி.ஓ. பிரிவிலும், சில பொதுப்பணித் துறையின் பிரிவிலும், சில பஞ்சாயத்து யூனியன் பிரிவிலும் இருக்கின்றன. எல்லா அமைப்புகளையும் பொதுப்பணித் துறையின் கீழ் கொண்டு வந்து ஓர் அமைப்பாக இருக்க வேண்டும் என்பதைத் தெரிவித்துக் கொள்கிறேன்.

அதற்கடுத்தபடியாக, எங்களுடைய பகுதியிலே வைப்பாறு என்ற ஆறு ஓடுகிறது. அந்த ஆற்றின் இருகரைகளிலும் பெரிய ஆழ்குழாய்கள் அமைத்தால் ஒரு குழாய்க்கு 30 ஏக்கர், 40 ஏக்கர் அளவுக்குப் பாசனம் செய்வதற்கு முடியும். அதன்மூலம் உற்பத்தியைப் பெருக்குவதற்கும், அந்த வட்டாரத்து மக்கள் வாழ்க்கைத் தரம் உயர்வதற்கும் ஏதுவாக இருக்கும் என்பதைத் தெரிவித்துக் கொள்கிறேன்.

கீரியாறு திட்டம் பல ஆண்டுகளாக பேசப்பட்டு வருகிறது. சங்கரன் கோவில், கோவில்பட்டி வட்டாரங்கள் வறட்சியான பகுதிகளாக இருப்பதால் அங்கே பாசன வசதிகளை ஏற்படுத்த அண்டை மாநிலமான கேரளத்தோடு பேச்சுவார்த்தைகள் நடத்த நம்முடைய அரசு முயற்சிசெய்ய வேண்டுமென்று கேட்டுக்கொள்கிறேன்.

வறட்சிப் பகுதிகளிலே கண்மாய்கள் அமைக்கக்கூடிய நேரத்திலே அன்-எக்கனாமிக் ஸ்கீம்களாக இருந்தால் அவற்றைத் தள்ளிவிடுகிறார்கள். அப்படி கட்டுப்படியாகாது என்று தள்ளிவிடாமல் -அன்-எக்கனாமிக் ஆக இருந்தாலும் பல பகுதிகளிலே கண்மாய்கள் அமைப்பதின் மூலம் அவ்வட்டார மக்களுக்கு உதவிகரமாக இருக்கும். மக்களின்

வாழ்க்கையும் மேம்பாடு அடையும், எனவே அன்-எக்கனாமிக் என்று தள்ளுபடி செய்யாமல் வறட்சிப் பகுதிகளில் கண்மாய்கள் அமைத்துத் தரவேண்டுமென்று கேட்டுக் கொள்கிறேன்.

சாலைகளைப் பொறுத்தமட்டில் எங்களுடைய மாவட்டத்தில் பல ஆண்டுகளாக கோவில்பட்டி - பசுவந்தனை சாலை நீண்ட நெடுங்காலமாக பழுது பார்க்கப்படாமல் இருக்கிறது, அதை ஹைவேஸ் எடுத்துக்கொள்ள வேண்டுமென்று நீண்ட நாட்களாகவே கோரிக்கை இருந்து வருகிறது. இந்த ஆண்டு ஆயிரம் மைல்கள் வரையில் எடுத்துக்கொண்டாலும்கூட அதைச் சேர்க்கவில்லை. அந்தச் சாலை நடுக்காட்டிலே ஓடிக்கொண்டிருக்கிறது. எனவே, அதையும் எடுத்துக்கொள்ள வேண்டுமென்று கேட்டுக் கொள்கிறேன்.

திருநெல்வேலி மாவட்டத்தில் ஆறுமுகமங்கலத்தில் வடிகால் வசதியை செய்துதர வேண்டுமென்று அந்தப் பகுதியிலே இருக்கிற விவசாயிகள் நீண்டகாலமாகக் கோரிக்கை கொடுத்திருக்கிறார்கள். அதையும் செய்துதர வேண்டுமென்று கேட்டுக் கொள்கிறேன்.

சிவகிரிக்குப் பக்கத்திலே கோம்பை மலை அடிவாரத்திலே ஒரு அணை கட்டினால் பல்லாயிரக்கணக்கான ஏக்கர் பயிர் செய்வதற்கும் புஞ்சை நிலங்களை நஞ்சைச் சாகுபடி நிலங்களாக மாற்றுவதற்கும் வசதியாக இருக்கும். எனவே அதையும் கவனிக்க வேண்டுமென்று கேட்டுக் கொள்கிறேன்.

நெல்லை மாவட்டத்தின் வடக்குப் பகுதியில் இருக்கக்கூடிய சில பகுதிகளில், கோவில்பட்டி, சங்கரன்கோவில், விளாத்திகுளம், ஒட்டப்பிடாரம் போன்ற பகுதிகள் எவ்வளவு பஞ்சமான பகுதிகள் என்பதை ஏற்கெனவே சர்வே செய்து கண்டுபிடித்திருக்கிறார்கள். அங்கே குடிநீர்கூட கிடைக்காது என்பது எனவே, அந்தப் பகுதிகளிலே எல்லாம் பான்ட் ஸ்கீம் என்று சொல்லப்படுகிற வகையில் சிறுசிறு குளங்கள் அமைக்கக்கூடிய வகையிலே நடவடிக்கை எடுக்கவேண்டும்.

ஆனால் இந்த வட்டாரங்களைப் பொறுத்தவரையில் ஒரு தனி சிறப்பு அதிகாரியை நியமித்து எங்கெங்கே அப்படிப்பட்ட ஸ்கீம்கள் கொண்டு வருவதற்கு வாய்ப்பு இருக்கிறதோ அங்கெல்லாம் ஏற்படுத்த வேண்டும். எனவே இதற்காக ஒரு தனி சிறப்பு அதிகாரியை அந்தப் பகுதிக்காக ஏற்படுத்தி குறிப்பிட்ட காலத்திற்குள்ளாக அந்த ஸ்கீம்களை எங்கெங்கு வாய்ப்பு இருக்கிறதோ அங்கங்கு நிறைவேற்றித்தர வேண்டுமென்றும், பாசனக் கண்மாய்கள் ஏற்படுத்த வேண்டுமென்றும் கேட்டுக் கொள்கிறேன்.

பஞ்சாயத்து யூனியன் ரோடுகளுக்கு மானியங்கள் கொடுக்கப் படுவதில் 1967ஆம் ஆண்டிலே எந்த அளவுக்கு ரோடு நீளம் இருந்ததோ அதைப் பொறுத்துத்தான் மானியம் கொடுக்கப்படுகிறது. அப்படி யில்லாமல் இப்பொழுது உள்ள அளவுக்கு ரோடுகளின் கணக்கை எடுத்து அதற்குகந்த முறையிலே மானியம் கொடுப்பது நல்லது என்பதைத் தெரிவித்துக் கொள்கிறேன்.

கடைசியாக ஒரு கருத்தைச் சொல்ல விரும்புகிறேன். ஹைவேஸில் பல ஆயிரம் பேர்கள் கேங்க் மஸ்தூரர்கள் நிரந்தரமாக்கப்படாமல் இருக்கிறார்கள். அவர்கள் எல்லாம் 55 வயது ஆனவுடனே வீட்டுக்கு அனுப்பப்பட்டவுடனே அவர்களுக்கு பென்ஷன் கிடையாது. பி.எப். எடுத்து வைத்துக் கொடுப்பது கிடையாது. 55 வயதுஆனவுடன் பிச்சையெடுக்கக் கூடிய நிலைமைதான் இருக்கிறது. மேலும் விபத்துக்கள் ஏற்பட்டால் காரிலோ வண்டியிலோ அடி பட்டுவிட்டால் கூட மத்தியானம் அடிபட்டால் மத்தியானம்வரைதான் சம்பளம் கொடுக்கிறார்கள். முழுச் சம்பளம்கூட அன்றைக்குக் கொடுப்பதில்லை.

இதைத்தவிர அமைச்சர் அவர்கள் அவர்களுடைய மாநாட்டில் இரண்டு முறைகள் கலந்து கொண்டிருக்கிறார்கள். அப்பொழுது அவர்கள் அதைக் கவனிக்க வேண்டும். அவர்களுக்கு மாதச் சம்பளம் 5 ரூபாய்தான் வருகிறது. அதிலும் அவர்களில் முழுத் தொகையும் வாங்குபவர்கள் மிகமிகச் சொற்பம் தான். ஏனென்றால் லீவு எடுத்தால் சம்பளம் கிடையாது. மண்டையடி வந்து லீவு போட்டு விட்டால் அதற்கும் சம்பளம் கிடையாது. எனவே அந்த 120 ரூபாய் வாங்குவது கூட கஷ்டமாக இருக்கிறது. அவர்கள் 20 ஆண்டுக்காலம், 30 ஆண்டுக்காலம் என்று வேலை செய்து வருகிறார்கள். ஆனால் நிரந்தரமாக்கப்படாமல் இருக்கிறார்கள்.

அவர்கள், சமுதாயத்தின் அடித்தளத்திலே இருக்கிறவர்கள், இருபதாயிரம் பேர்கள் இருக்கிறார்கள். 12 ஆயிரம் பேர்கள் பொதுப் பணித் துறையிலும், ஊராட்சி மன்றம், ஸ்தாபனம் போன்றவற்றிலே 8,000 பேர்களும் இருக்கிறார்கள். அவர்களை நிரந்தரமாக்கினால்தான் அவர்கள் எதிர்காலத்தில் மற்ற தொழிலாளர்களுக்குக் கிடைப்பதைப் போன்ற வசதிகளையும், சலுகைகளையும் பெறுவதற்கு வாய்ப்பாக இருக்கும் என்பதாலும் அவர்கள் வேலையைவிட்டு வந்தவுடனே நிம்மதியாக வாழ்க்கை நடத்தமுடியும் என்பதாலும் இதை உடனடியாக அரசு செய்ய வேண்டுமென்று கேட்டுக் கொள்கிறேன்.

கடைசியாக நான் மீண்டும் கேட்டுக் கொள்வது, வறட்சியான பகுதிகளுக்கு தனி சிறப்பு அதிகாரிகளை நியமித்து வேண்டிய பாசன

வசதிகளையும், குடிநீர் வசதிகளையும் செய்துதர வேண்டுமென்று கேட்டுக்கொண்டு என்னுடைய பேச்சை முடித்துக் கொள்கிறேன்.

நிலவள வங்கியும் நெஞ்சுருகும் விவசாயிகளும்*

தலைவரவர்களே, அமைச்சரவர்கள் இந்தக் கூட்டுறவு மானியத்தின்மீது சொல்லும்போது 4 பிரிவுகளாக அந்தக் கூட்டுறவுச் சங்கங்கள் பிரிக்கப்பட்டிருக்கிறது. எந்தெந்த வகைகளில் செயல்பட்டு வருகிறது என்று சொன்னார்கள்.

நான், கடன் பெறுகிற மக்கள் சார்பிலே இருந்து பார்க்கிறபோது அமைச்சர் கூறிய பிரகாரம் பல இடங்களில் அந்தக் கூட்டுறவு ஸ்தாபனங்களின் மூலம் குறிப்பாக நிலவள வங்கிகளின் மூலம் கொடுக்கும் கடன் யாரும் பெற முடியாத நிலைமை இருக்கிறது. அந்த அளவில் பார்த்தால், கிணறுகள் ஆழப்படுத்த கடன் கொடுப்பது இல்லை. பழைய கிணறுகளுக்கு பம்பு செட் போடுவதற்குப் பணம் கேட்டால் கொடுப்பது இல்லை. அதற்குக் காரணம் என்ன என்று கேட்டால் உலக வங்கியின் நிபந்தனை என்று சொல்கிறார்கள். உலக பாங்கு பல நிபந்தனைகளைப் போட்டு இருப்பதால், அதற்கு உடந்தையாக நாம் இருக்கும் நிலை இருப்பதால், விவசாயிகள் அந்தக் கடனைப் பெற முடியவில்லை.

புதிதாகக் கிணறு வெட்டுவதற்கு, பம்பு செட்டு வசதி செய்து கொள்வதற்குக் கடன் கேட்டால்கூட நிலவள வங்கிகளில் கொடுப்பது இல்லை. டிராக்டர் வாங்க வேண்டுமானால் ரூ. 10,000 கட்டினால்தான் ரூ. 40,000 கடன் கொடுப்பேன் என்று சொல்கிறார்கள். ரூ.10,000 கையில் வைத்திருந்தால் அவன் ஏன் கடன் கேட்க வருகிறான்? ஆகவே, பெரிய நிலச்சுவான்தார்கள்தான் கடன் பெறுவதற்கு முடிகிறது. சிறிய சிறிய விவசாயிகள் கடன் வாங்குவதற்கான வசதிகளை அரசு செய்து தரவேண்டுமென்று கேட்டுக் கொள்கிறேன்.

இங்கு வங்கிப் பணிகள் குறித்த ஆணைக் குழுவின் பரிந்துரை களை வைத்து இருக்கிறார்கள். அதைத் தொடர்ந்து சில கருத்துக்கள் நான் சொல்ல விரும்புகிறேன். ரிசர்வ் பாங்கி விவசாயிகளுக்கு உதவுவதற்காக 4 சதவீதம் வட்டி வீதத்தில் கடன் கொடுக்கிறார்கள். வாங்கியவர்கள் கட்டும் டிபாசிட், பங்குத் தொகை இப்படி அப்படி என்று சொல்லி, அந்த 4 சதவீதம் வட்டிக்கு வாங்கிய பணம்

★ 1972-73ஆம் ஆண்டுக்கான நிதிக் கோரிக்கைகள் - கூட்டுறவு மானியக் கோரிக்கையின் மீது 1972 மார்ச் 23 அன்று பேசியது.

விவசாயிகள் கைக்கு வந்து சேருகிறபோது 10 சதவீதம் வட்டி ஆகிவிடுகிறது.

ஒரு விவசாயி ரூ. 10,000, ரூ. 20,000 கடன் வாங்குகிறான் என்று சொன்னால், அவனுக்கு 4 சதவீதம் வட்டிக்கு வாங்கி பணத்தை 5 சதவீதம் வட்டிக்கு தருகிற மாதிரி இருக்க வேண்டும். இதனால் அந்த விவசாயிக்கு ஆண்டுக்கு ரூ.500 (அ) ரூ. 1,000 மிச்சப்படும். பலவிதமான அமைப்புகள் இடையே இருப்பதால்தான் இந்த நிலைமை ஏற்படுகிறது.

குறிப்பாக அமைச்சர் அவர்கள் சொன்னார்கள், கூட்டுறவு பாங்குகள் இப்போது அதிகமான ஆதாயத்தோடு ஓடுகின்றன, நஷ்டத்தில் ஓடுவதில்லை என்று சொன்னார்கள். வட்டிக்குக் கொடுத்து வாங்குபவன் என்றும் நஷ்டப்பட்டது இல்லை. சர்க்காரின் கியாரண்டியோடு வசூல் செய்கிற வசதி இருக்கிற காரணத்தால் லாபம் தான் வரும். நஷ்டம் வராது. கிராமத்திலுள்ள கூட்டுறவு பாங்கிகளுக்கு நாட்டுடைமையாக்கப்பட்ட வங்கிகளின் மூலம் கடன் கொடுக்க வழி வகை செய்ய வேண்டும். அப்போதுதான் 4 சதவீதம் வட்டிக்கு வாங்கி 5 சதவீதம் வட்டிக்குக் கொடுக்க முடியும் என்று சுட்டிக்காட்ட விரும்பு கிறேன்.

கிராமக் கூட்டுறவு வங்கிகள் இருக்க வேண்டும். நீக்க வேண்டிய தில்லை. இப்போது நாட்டுடைமையாக்கப்பட்ட வங்கிகளில் நமக்கும் பங்கு இருக்கிறது. ஆகவே, விவசாயிகளுக்குக் கடன் வழங்குதவற்காக இந்த நாட்டுடைமையாக்கப்பட்ட வங்கியின் மூலம் கூட்டுறவு நிலவள வங்கி, கிராம வங்கி களுக்குக் கடன் வழங்க ஏற்பாடு செய்தால் 5 சதவீதம் வட்டிக்கு மேற்படாமல் கொடுக்க முடியும்.

விவசாயிகளுக்கு கிணறு வெட்டுவதற்காக 7 ஆண்டுக்கால தவணை கடன் கொடுக்கப்படுகிறது. முன்பெல்லாம் 20 - 30 ஆண்டுத் தவணை இருந்தது. இப்போது விவசாயிகள் கிணறு வெட்டுவதற்காக கடன் வாங்கிவிட்டு அந்தப் பணத்தைத் திருப்பிக் கட்ட முடியாமல் இருக்கிறது. அதற்காக அவர்களுடைய மாடு ஜப்தி செய்யப்படுகிறது, சொத்து பறிமுதல் செய்யப்படுகிறது. மகசூல் ஜப்தி செய்யப்படுகிறது. நாம் அவர்களை வாழ்விக்க வேண்டுமென்பதற்காக கூட்டுறவுச் சங்கங்கள் மூலம் கடன் கொடுத்துவிட்டு, அவர்கள் திருப்பிக்கட்ட முடியாத நிலையில் இருக்கும்போது இப்படிச் செய்வதால் அவர்கள் மிகவும் கஷ்டப்படுகிறார்கள்.

ஆகவே, விவசாயிகளுக்கு கடன் கொடுத்தால் அதை நீண்டகாலத் தவணை முறையில் கொடுக்க வேண்டுமென்று கேட்டுக் கொள்கிறேன். நேரடியாக ரிசர்வ் வங்கியிலிருந்து கிராம பாங்கிகளுக்கு அந்தப் பணம்

வருகிற மாதிரி செய்ய வேண்டும். இந்தப் பரிந்துரைகளை ஏற்றுக் கொண்டால், அந்த விவசாயிகள் குறைந்த வட்டி விகிதத்தில் கடன் வாங்குவதற்கு வசதியாக இருக்கும் என்று கூறிக் கொள்கிறேன்.

இன்று உலக பாங்கியின் நிபந்தனை காரணமாக கிணறு வெட்ட கடன் கேட்பவர்கள் 650 அடிக்குப் பக்கத்தில் ஒரு கிணறு இருந்தால் அவர்களுக்குக் கடன் கொடுக்கக் கூடாது என்று இருக்கிறது. ரொம்ப நாட்களாக ஒரு கிணற்றில் கவலை போட்டு தண்ணீர் இறைத்துக் கொண்டு பயிர் செய்பவன், ஒரு மின்சாரப் பம்பு செட்டு போட்டு பயிர் செய்யலாம் என்று கேட்டால் அவனுக்குக் கடன் கிடைக்க வழியில்லை. அப்படியானால் விவசாயத்தை எப்படி அபிவிருத்தி செய்ய முடியும்? எப்படி பசுமைப் புரட்சியை ஏற்படுத்த முடியும்?

ஆகவே, அந்த நிபந்தனைகளை ரத்து செய்து விட்டு பழைய கிணறுகளை வெட்டி அபிவிருத்தி செய்வதற்கும், பம்பு செட்டுகள் போட்டுக் கொள்வதற்கும் கடன் கொடுங்கள் என்று அமைச்சர் அவர்கள் உத்தரவு போட வேண்டும். அப்படி முடியாது என்று சொன்னால் விவசாய அபிவிருத்தி செய்ய முடியாது. இதைச் செய்வதற்கு என்ன தயக்கம் என்பதை அறிய முடியவில்லை.

அதுமட்டுமல்ல, விவசாயிகளுக்குக் கொடுக்கக்கூடிய கடன்கள் இப்பொழுது 7 ஆண்டுகளாக இருந்து வருகிறது. முன்னால் 20 ஆண்டு களாக இருந்தது. இப்பொழுது அதை 7 ஆண்டுகளாகக் குறைத்து அவர்கள் வாங்கிய கடனை 7 ஆண்டுகளுக்குள் திரும்பிச் செலுத்த வேண்டிய நிலைமை ஏற்பட்டிருக்கிறது. விவசாயிகளுக்குக் 4 சங்கங்களின் மூலம் கொடுக்கும் கடனைத் திருப்பிப் பெறுவதில் கொஞ்சம் நீக்குப் போக்கு காட்டுவது அவசியம். அவனுக்குக் கொடுத்த கடனை அவன் பயன்படுத்தி, அதன் மூலம் அவனிடமிருந்து கடனைத் திரும்பிப் பெறக் கூடிய சக்தி அவனுக்கு வந்திருக்கிறதா? என்று பார்க்க வேண்டும். தொழில் துறையில் கடன் கொடுத்தால், அதன் மூலம் உற்பத்தி பெருகி, ரி-பேயிங் கபாஸிடி வந்திருக்கிறது, அவனுக்கு திருப்பிச் செலுத்தக்கூடிய சக்தி வந்திருக்கிறது என்ற நிலைமை ஏற்பட்ட பிறகுதான் அவனிடமிருந்து கடனை வசூலிக் கிறார்கள்.

உதாரணமாக, விவசாயிகளுக்கு கிணறு வெட்டுவதற்குக் கடன் கொடுத்தால், கிணற்றில் தண்ணீர் வந்திருக்கிறதா? இல்லையா என்று கூடப் பார்ப்பது கிடையாது. தண்ணீர் அறவே இல்லாவிட்டாலும் கூட அவனுக்குக் கொடுத்திருக்கக்கூடிய ரூ.10,000-ம் கடனைத் திருப்பி வசூலிப்பதற்காக அவனுடைய மற்ற ஆஸ்திகளையும் ஜப்தி

செய்யக்கூடிய ஒரு போக்கு இருக்கிறது. ஆகவே, விவசாயிகளுடைய நிலைமையை அனுதாபத்தோடு கவனித்து, அவர்களுக்குத் திருப்பிக் கொடுக்கும் சக்தி வந்திருக்கிறதா? என்று பார்த்து, நிதானமாகத் திருப்பிப் பெறுவதற்கான ஏற்பாடுகளைச் செய்ய வேண்டுமென்று கேட்டுக் கொள்கிறேன். அவர்கள் சுலபமாக செலுத்தக்கூடிய முறையில் தவணையை அமைத்துக் கொடுக்க வேண்டும்.

அடுத்தபடியாக கிராமத்தில் இருக்கிற கூட்டுறவு சங்கங்கள் விவசாயிகளுக்கு மட்டும்தான் கடன் கொடுத்து வருகின்றன. வேறு கைத் தொழில்களைச் செய்பவர்களும் கிராமங்களில் இருக்கிறார்கள். அவர்களுக்குக் கடன் கொடுப்பதற்கு வேறு வழி கிடையாது. வேறு கூட்டுறவு சங்கங்களும் அவர்களுக்குக் கடன் கொடுப்பது இல்லை. கிராமத்தில் இருக்கிற கூட்டுறவு சங்கங்கள் நிலம் இல்லாதவர்களாக இருந்தாலும்கூட, வேறு சிறு கைத் தொழில்கள் செய்பவர்களாக இருந்தாலும் சரி, அத்தகையோர்களுக்கும் கடன்கள் வழங்குவதற்கு தக்க ஏற்பாடு செய்ய வேண்டும். அவர்களுக்குக் கடன் கொடுப்பது இப்பொழுது நிறுத்தப்பட்டு விட்டது. அவர்களுக்கும் கடன் வழங்குவதற்கு ஏற்பாடு செய்ய வேண்டும்.

கடைசியாக, காதி சம்பந்தமாக டைலரிங் யூனிட் ஒன்று இருந்தது. அதை மூடிவிட்டதால் அங்கே வேலை செய்துவந்த பலரும் வேலை இழந்து விட்டார்கள். இதை நான் முன்பே சொல்லியிருக்கிறேன். அவர்கள் பழிவாங்கப்பட்டிருக்கிறார்கள். அவர்களுக்கு மீண்டும் வேலை வாய்ப்பு அளிக்க வேண்டும் என்று கேட்டுக் கொண்டு என்னுடைய உரையை முடித்துக் கொள்கிறேன்.

அமைச்சரை அழைக்காததால் கடன் வழங்க மறுப்பு!★

பேரவைத் தலைவர் அவர்களே, இந்த வேளாண்மைத் துறைத் திட்டத்தின் மூலம் பொதுவாக நாட்டில் உற்பத்தி பெருகியிருக்கிறது. அந்த அளவிலே இந்தத் துறை அதிகாரிகள் கவனம் செலுத்தி இருக்கிறார்கள் என்று முதலில் தெரிவித்துக் கொள்கிறேன். உற்பத்தி எவ்வளவு பெருகி இருக்கிறது என்பதை இது காட்டுகிறது.

ஆனால், அந்த அளவிற்கு விவசாயிகளின் வாழ்க்கையில் மாற்றம் ஏற்படவில்லை. அதற்கு முக்கிய காரணம், அவர்கள் இந்த உற்பத்திக்காக வாங்கக்கூடிய கடன்களும், வட்டிச் சுமையும்தான். வாங்கிய கடனை அவர்கள் திருப்பிச் செலுத்த முடியாமல்

★ 1972-73-ம் ஆண்டுக்கான நிதிக் கோரிக்கைகள் - வேளாண்மைத் துறை மானியக் கோரிக்கையின் மீது 1972 மார்ச் 25 அன்று பேசியது.

இருப்பதற்குக் காரணம் அதிக வட்டியும், குறுகிய காலத்தில் கடனைத் திருப்பிச் செலுத்த வேண்டியிருப்பதும்தான்.

அதற்கு அடுத்தபடியாக, அவர்களின் உற்பத்திக்கு நியாயமான விலை கொடுக்கப்படவில்லை. அது அனைவருக்கும் தெரியும். உற்பத்தி நேரத்தில் அவர்கள் விற்க வேண்டியிருப்பதால் அவர்களின் உற்பத்திக்கு அதிக விலை கிடைக்காமலிருக்கிறது.

அதேபோன்று பூச்சி மருந்து அடிப்பது, சாகுபடிச் செலவு ஆகியவை அதிகமாக இருப்பதால், விவசாயிகளுக்கு அதற்குத் தகுந்த விலை உற்பத்திப் பொருள்களை விற்கிறபோது கிடைப்பதில்லை. அதைத்தான் அக்ரோ இண்டஸ்ட்ரீஸ் கார்ப்பரேஷன் சேர்மன் அவர்கள் பேசுகிறபோது சொன்னார்கள்.

அதேபோல பாசன வசதியை எடுத்துக் கொண்டால் வானம் பார்த்த பூமியில் கிணறு வெட்ட வேண்டுமென்று சொன்னால் 10 ஆயிரம், 20 ஆயிரம் வரை ஆகிறது. கோயம்புத்தூர் போன்ற மாவட்டத்தில் கிட்டத்தட்ட ஒரு லட்சம் ரூபாய் வரைக்கூட ஒரு கிணறு வெட்ட ஆகிறதென்று ஒரு உறுப்பினர் சொன்னார்கள். 10 ஆயிரம் ரூபாய் வாங்குகிறபோது, அதில் ஒரு வருடத்திற்கு வட்டியும், அசலுமாகச் சேர்த்து ஒவ்வொரு வருடமும் கிட்டத்தட்ட 2 ஆயிரம் முதல் 3 ஆயிரம் வரை செலுத்த வேண்டியிருக்கிறது.

ஆகவே இந்த அளவில் இப்படி 20 ஆயிரம், 30 ஆயிரம் கடன் வாங்கக்கூடியவர்கள் வருடா வருடம் 2 ஆயிரம், 3 ஆயிரம் என்று கட்ட வேண்டியிருப்பதால் அவர்களுக்கு லாபம் கிடைப்பதில்லை. அதற்காக பாசன வசதியைப் பொறுத்தவரையில் குழாய்க் கிணறுகள் வெட்டினாலும் அல்லது கம்யூனிட்டி கிணறுகள் வெட்டினாலும் அரசாங்கம் அதைச் செய்து தர வேண்டும் என்று கேட்டுக் கொள்கிறேன்.

அடுத்தபடியாக, மின் கட்டண உயர்வால் இன்றைக்கு விவசாயிகள் பாதிக்கப்பட்டுள்ளார்கள். முன்பு 9 பைசாவாக இருந்தது, இன்றைக்கு அது 12 பைசாவாக உயர்த்தப்பட்டிருக்கிறது. ஆகவே, திரும்பவும் அதை 9 பைசாவாக மாற்ற வேண்டுமென்று கேட்டுக் கொள்கிறேன். ஏனென்று சொன்னால் மின்சாரத்துக்காக மட்டும் விவசாயிகள் ஒவ்வொரு வருடமும் 600, 700 என்று செலுத்த வேண்டியிருக்கிறது. ஆனால், வேறு பல தொழிலில் உள்ளவர்களுக்கு மட்டும் மிகவும் சலுகையான கட்டணத்தில் மின்சாரம் கிடைக்கிறது. ஆகவே, விவசாயிகளுக்கும் அது குறைக்கப்பட வேண்டுமென்று கேட்டுக் கொள்கிறேன்.

அதேபோல, பூச்சி மருந்து தெளிக்கிற விஷயத்தைப் பற்றிப் பல பேர்கள் பேசினார்கள். ஏரியல் ஸ்ப்ரே வேண்டாம் என்பது என்னுடைய தாழ்மையான கருத்து. விமானங்கள் மூலம் ஸ்ப்ரே செய்வதற்கு அதிகமான செலவு ஆகிறது. அதற்குப் பதிலாக கிராமங்களிலுள்ள ஏராளமான படித்த வேலை வாய்ப்பு இல்லாமலிருக்கும் இளைஞர்களுக்கு 'பவர் ஸ்ப்ரே' அடிப்பதற்கு நல்ல பயிற்சி கொடுத்து அவர்களைக் கொண்டு ஸ்ப்ரே செய்யச் சொல்லலாம். அதனால், வேலையில்லாத் திண்டாட்டமும் ஒரு வகையில் தீரும். மேலும் ஏரியல் ஸ்ப்ரே மூலம் கூட்டுறவுப் பண்ணைகளில் வேண்டுமானால் ஒரே மாதிரியாக பூச்சி மருந்து தெளிக்கப்படலாம். ஆனால், நம்முடைய நாட்டைப் போன்ற சிறு, சிறு நிலங்களாக உள்ள இடத்தில் ஒரே சீராக ஏரியல் ஸ்ப்ரே செய்ய முடியாது.

அது மட்டுமல்ல ஏரியல் ஸ்ப்ரேக்கு ஒரு ஏக்கருக்கு 10, 12 ரூபாய் வரை செலவு ஆகிறது, பவர் ஸ்ப்ரேயர் வைத்து அடித்தால் 2 அல்லது 3 ரூபாய்க்கு மேல் ஆகாது. இது என்னுடைய அனுபவம். அது மட்டுமல்ல. ஒரு 10, 15 ஸ்ப்ரேயரை வைத்து 2, 3 நாட்களில் ஒரு கிராமத்திலுள்ள எல்லா நிலங்களுக்கும் பூச்சி மருந்து அடித்துவிட முடியும். ஆகவே, சிக்கனத்தைக் கடைப் பிடிப்பதற்காக 'விசைத் தெளிப்பான்களை' உபயோகிக்க வேண்டுமென்று கேட்டுக் கொள்கிறேன்.

அதற்கு அடுத்தபடியாக 5 ஏக்கர் நஞ்சை உள்ளவர்களுக்கு வரி விலக்கு என்று சொல்லப்பட்டது. நாங்கள் எல்லாம் சந்தோஷப் பட்டோம். ஆனால் உண்மையைப் பார்க்கிறபோது, 2 ரூபாய் தான் வரி விலக்கென்று அளிக்கப்பட்டிருக்கிறதே தவிர, மேற்கொண்டு தண்ணீர் தீர்வை என்று 10, 15 ரூபாய் வரை வாங்கப்படுகிறது. ஆகவே, எல்லாவற்றிலும் வரி விலக்கு செய்ய வேண்டுமென்று சொல்லிக் கொள்கிறேன்.

அடுத்தபடியாக, பம்பாயில் பஞ்சு கார்ப்பரேஷன் என்று ஒன்று ஏற்பட்டிருக்கிறது. அந்த மாதிரி இங்கே ஒன்று ஏற்படுத்தி, விவசாயிகளிடமிருந்து அவர்கள் உற்பத்தி செய்கிற பஞ்சை நியாயமான முறையில் வாங்கி மில்களுக்கு விற்றுத்தர வேண்டுமென்று கேட்டுக் கொள்கிறேன். அதேபோல உற்பத்திச் செலவை விவசாயிகளுக்குக் குறைக்க ஏற்பாடு செய்ய வேண்டும்.

அடுத்தபடியாக, கடன் வசதி முறையில் விவசாயிகளுக்குக் கொடுக்கப்பட்ட கடன்களை வசூலிப்பதைப் பற்றிக் கூட முன்னாள்

அமைச்சர் கே.வி.சுப்பையா அவர்கள் சொன்னார்கள். ஒரு கடன் தொகையை ஒத்தி வைக்கிற போது அதை அடுத்த ஆண்டு வசூலோடு வாங்கக் கூடாதென்றும், கடைசியில் வாங்க வேண்டுமென்றும் சொன்னார்கள். அதையும் கவனிக்க வேண்டுமென்று கேட்டுக் கொள்கிறேன்.

கடைசியாக ஒரு விஷயம். சிறு விவசாயிகள் என்ற அடிப்படையில் என்னுடைய மாவட்டத்தில் 10, 15 வட்டாரங்கள் சேர்க்கப்பட்டிருக்கின்றன. இந்தத் திட்டம் சரியாக செயல்படவில்லை. அதில் 3 கிராமங்களுக்குத்தான் கோழிப் பண்ணை வைப்பதற்கும், மாடுகள் வாங்குவதற்கும் கடன் கொடுக்கப்படுகிறது. இதற்குக் காரணம், நம்முடைய மாண்புமிகு கூட்டுறவுத் துறை அமைச்சர் அவர்களை அங்கே நடந்த ஒரு விழாவிற்கு அழைக்கவில்லை என்பதால் அந்தப் பகுதிக்குக் கடன் கொடுக்கப்படவில்லை என்று சொல்லப்படுகிறது. ஆகவே, இதற்கான மத்திய சர்க்காரின் மானியத் தொகை அங்கேயுள்ள சிறு விவசாயிகளுக்கும் பயனளிக்கச் செய்யப்பட வேண்டும் என்று சொல்லி பேச வாய்ப்புக் கொடுத்ததற்கு நன்றி தெரிவித்து முடிக்கிறேன்.

கால்நடை வளர்ப்பும் பால் உற்பத்தியும்*

தலைவர் அவர்களே, கால்நடை வளர்ச்சி சம்பந்தமாக இந்த மானியத்தின்கீழ் ஏறக்குறைய ரூ. 4.5 கோடி தான் ஒதுக்கப்பட்டிருக் கிறது. இது மிகவும் குறைந்த தொகை என்பதை நான் முதலில் தெரிவித்துக் கொள்கிறேன். ஏனென்றால், நம்முடைய மாநிலத்தைப் பொறுத்தமட்டில், வேளாண்மைக்காக, வேளாண்மை செழிப்புக்காக கால்நடைச் செல்வம் வளர்ச்சி பெறுவது மிகவும் அவசியமாகும். அந்த முறையில் பார்க்கும் பொழுது நம்முடைய மாநிலத்தில் கால்நடைச் செல்வம் வளர்ச்சி எதிர்ப்பார்க்கின்ற அளவுக்குத் திருப்திகரமாக இல்லை என்பதை ஒப்புக்கொள்ள வேண்டியிருக்கிறது.

கால்நடை வளர்ச்சிக்குப் பலவிதமான திட்டங்கள் தீட்டப் பட்டிருந்தாலும் கூட, சிறந்த முறையில் கிராமப் பகுதியிலுள்ள விவசாயப் பெருங்குடி மக்கள் அதன் பங்கை சீராக பெறக்கூடிய முறையில் பொருளாதார வசதி போதாத நிலைமையில் இருக்கிறது. சாதாரணமாக ஒரு நல்ல மாடு வாங்க வேண்டுமென்றால் ரூ. 1,000-க்கு குறையாமல் தேவைப்படுகிறது.

★ 1972-73-ம் ஆண்டுக்கான நிதிக்கோரிக்கைகள் - கால்நடை வளர்ச்சி மானியத்தின் மீது 1972 மார்ச் 27 அன்று பேசியது.

அந்த முறையில் திட்டத்தைத் தீட்டி கால்நடைகளைப் பெற்று வளர்த்தால் தான், கால்நடைகள் வளர்ச்சி அடைய முடியும். அது சம்பந்தமாக அதிகமான நிதியை இதற்காகக் கடனாகவும் ஒதுக்கி, மானியத் தொகையை ஓரளவுக்கு அளித்து, கிராமத்திலுள்ள சாதாரண விவசாயிகள் அவர்கள் வீட்டில் கால்நடைகளை வைத்து வளர்ப்பதற்கு ஏற்பாடு செய்ய வேண்டும். அவர்களுக்கு வேறுவிதமான தொழில் இல்லை என்றால், இரண்டு பால் மாடுகளை வைத்துக் கொண்டால் அவர்களுடைய குடும்பத்தை வைத்து வாழ்க்கை நடத்துவதற்குப் போதுமான வருமானம் கிடைக்கும்.

அமைச்சர் அவர்கள் இந்த அறிக்கையில் தெரிவித்திருக்கிறார்கள் சாதாரணமாக ஒரு மனிதனுக்கு நாள் ஒன்றுக்கு அரை முட்டை தேவைப்படுகிறது என்று வைத்துக் கொண்டால் 700 கோடி முட்டைகள் தேவைப்படுகின்றன. நம் மாநிலத்திற்கு வெளியிலிருந்து வருகிற முட்டைகளையும் சேர்த்துப் பார்த்தால் 35 கோடி முட்டைகள் தான் நாம் உபயோகப்படுத்திக் கொண்டிருக்கிறோம். அந்த முறையில் பார்க்க வேண்டுமானால் இன்னும் நாம் முட்டைகளை அதிகமான அளவுக்கு உற்பத்தி செய்ய வேண்டும்.

அமைச்சர் சொல்கிறபடி 700 கோடி முட்டைகள் தேவைப்படுகிறது என்றால், ஒவ்வொரு கிராமத்திலும், 4, 5 கோழிப் பண்ணைகளாவது ஏற்படுத்துவதற்கு வழிவகைகள் செய்ய வேண்டும். பல இடங்களில் இப்பொழுது கோழிப் பண்ணைகள் நன்றாகத்தான் நடந்து கொண்டிருக்கின்றன. குடும்பத்திற்குத் தேவையான வருமானம் அளிக்கக்கூடிய முறையில், அதே சமயத்தில் நாட்டிற்குத் தேவையான முட்டைகளை உற்பத்தி செய்யக் கூடிய விதத்தில் அந்தப் பண்ணைகள் அமைந்திருக்கின்றன.

மேலும், பரவலான முறையில் அம்மாதிரிப் பண்ணைகளை கிராமந் தோறும் அமைத்து, அரசாங்கம் கடனாகவும், மானியமாகவும் நிதி உதவி செய்தால் கிராம மக்கள் தங்களுடைய குடும்பத்தை நடத்திச் செல்ல வருமானமும் கிடைக்கும், நாட்டுக்கு வேண்டிய முட்டைகளும் உற்பத்தி செய்யப்படும். இப்பொழுது கூட நம்முடைய மாநிலத்தில் கப்பலூர் போன்ற இடங்களில் கோழிப் பண்ணைகள் இருக்கின்றன. அங்கெல்லாம் குஞ்சு பொறிப்பதற்கு இயந்திரத்தின் மூலம் ஏற்பாடு செய்து கொண்டு வந்திருக்கிறார்கள்.

கிராமங்களில் இன்னும் அதிகப்படியான கோழிப் பண்ணைகள் ஆரம்பிப்பதற்கு விவசாயிகளுக்கு மானிய அடிப்படையில், கடன் அடிப்படையில் நிதி உதவி செய்வதற்கு வேண்டிய ஏற்பாடுகளைச்

செய்ய வேண்டும் என்று கேட்டுக் கொள்கிறேன். அவர்களுடைய குடும்பத்திற்கு வேண்டிய வருமானத்தைப் பெருக்கிக் கொள்ளவும், நாட்டுக்கு வேண்டிய முட்டைகளை உற்பத்தி செய்து கொடுக்கவும் அது ஏதுவாக இருக்கும்.

இந்தக் கால்நடையைப் பற்றிய அறிக்கையில் கூட கூறப்பட்டிருக் கிறது சிறு விவசாயிகள் மேம்பாட்டுத் திட்டத்தின் கீழ், இரண்டு, மூன்று மாவட்டங்களில் கால்நடை பங்கு மானியத் தொகை வளர்ச்சிக்கு நான்கில் ஒரு கொடுத்து, கடனாகவும் தொகை கொடுத்து உதவி செய்வதற்கு ஏற்பாடு செய்யப்பட்டிருக்கிறது. எங்கள் மாவட்டத்தில் பார்க்கும்பொழுது, இதற்காக ஒதுக்கப்பட்ட பணம் கூட இன்னும் அதிகமாகச் செலவழிக்கப்படவில்லை மானியம் ஒதுக்கப்பட்டிருந்தாலும் கூட கூட்டுறவுச் சங்கங்கள், நாட்டுடை மையாக்கப்பட்ட வங்கிகள் மூலமாக இதற்கு வேண்டிய கடன் வசதி ஏற்பாடு செய்யப்பட்டதாகச் சொல்லியிருந்தும், கடன் கிடைக்கவில்லை.

சிறு விவசாயிகளுக்குக் கால்நடைகள் வாங்குவதற்குக் கடன் வழங்குவதற்கு அந்த நிறுவனங்கள் தயங்குகின்றன. அரசாங்கம் இதில் விசேஷ கவனம் செலுத்தி, ஆவன செய்ய வேண்டுமென்று கேட்டுக்கொள்கிறேன். அரசாங்கம் இதற்காக மானியம் ஒதுக்கியும், அவர்கள் அந்த வசதியைப் பயன்படுத்த முடியாத நிலை இருந்து கொண்டிருக்கிறது. அவர்களுக்குக் கடன் கிடைப்பதில்லை. எங்களுடைய வட்டாரத்தில் சிறு விவசாயிகள் மேம்பாட்டுத் திட்டத்தின் கீழ் சீக்கிரம் அவர்கள் அதற்கான உதவி பெற்று, பயனடைவதற்கு வேண்டிய ஏற்பாட்டைச் செய்ய வேண்டுமாய் கேட்டுக் கொள்கிறேன்.

கால்நடை வைத்தியத்தில் செயற்கை முறையில் கருத்தரிக்க ஏற்பாடுகள் சரியான முறையில் நடைபெறாததால், அதன் எண்ணிக்கை குறைந்து கொண்டு வருகிறது. அதற்குக் காரணம் பகுதி நேர ஊழியர்கள் என்று சொல்லி பஞ்சாயத்து யூனியனில் அம்மாதிரி ஆட்களை ஏற்பாடு செய்திருக்கிறார்கள். அதனால், காலாகாலத்தில் செமென் வந்து சேருவது கிடையாது. ஆகவே, காலா காலத்தில் சப்-சென்டர்களுக்கு செமன் போய்ச் சேரக்கூடிய நிலைமையில், வேன் வசதியோ அல்லது மோட்டார் சைக்கிள் வசதியோ ஏற்படுத்திக் கொடுத்தால், காலாகாலத்தில் சப்-சென்டர்களுக்கு செமன் போய்ச் சேருவதற்கு ஏதுவாக இருக்கும் என்பதைத் தெரிவித்துக் கொள்கிறேன்.

கால்நடை வைத்தியத்துறை பற்றிய அறிக்கையில் ஒரு கால்நடை மருந்தகத்திற்கு ரூ. 2,000 வரை செலவழிக்கலாம். ஒரு சப்-சென்டருக்கு

ரூ. 500 செலவழிக்கலாம் என்று கூறப்பட்டிருக்கிறது. ஆனால், அந்த ரூ. 2,000-த்தையும் சரியான முறையில் பயன்படுத்த முடியவில்லை. சப்-சென்ட்டர்களுக்கு 500 செலவழிக்கலாம் என்று இருந்தாலும், அதற்கு வேண்டிய மருந்துகள் அனுப்புவதில்லை. கிராமத்திலுள்ள விவசாயிகளுக்கு மருந்தகத்தில் மருந்துகள் இல்லை என்றால் அவர்கள் வெளியில் போய் வாங்கிக் கொண்டு வந்து கால்நடைகளுக்கு வைத்திய உதவி செய்துகொள்ள முடியவில்லை.

மேலும், மருந்தகங்களுக்குக் கால்நடைகள் நடக்க முடியாத நிலைமையில் இருந்தால், அவைகளை அங்கே கொண்டு செல்ல முடியவில்லை. அவைகளை மருந்தகங்களுக்குக் கொண்டு போய் வைத்தியம் செய்வதற்கு முக்கியமான மருந்தகங்களிலாவது ஆம்புலன்ஸ் வேன் வசதி செய்துதர ஏற்பாடு செய்ய வேண்டும் என்பதையும் தெரிவித்துக் கொள்கிறேன்.

ஆங்காங்கு விவசாயிகள் கால்நடைப் பண்ணைகள் அமைத்திருப்பது போல், ஒரு விவசாயி 10, 20 ஆடுகளை வைத்துக் கொண்டு பண்ணை நடத்தினால், அவர்களுடைய குடும்பத்திற்கு வருமானம் வருவதற்கு ஏதுவாக இருக்கும். முன்னால் கூட்டுறவுச் சங்கங்களின் மூலம் ஆடுகள் வளர்ப்பதற்கு கால்நடை இலாகாவின் சார்பில் கடன் கொடுக்கப்பட்டு வந்தது. இப்பொழுது அந்த முறை நிறுத்தப்பட்டுவிட்டது. விவசாயிகளுக்கு அது ஒரு உபதொழிலாக அமைந்திருந்தது. ஆகவே, அரசு இதில் விசேஷ கவனம் செலுத்தி கொஞ்சம் நிதியை அதிகமாக ஒதுக்கி, ஆடுகளை வளர்ப்பதற்கு கூட்டுப் பண்ணைகளை ஆங்காங்கு அமைத்துக் கொடுத்தால் நலமாக இருக்கும். ஆகவே, அதற்கு வேண்டிய நிதியை ஒதுக்க ஏற்பாடுகளைச் செய்ய வேண்டுமென்று கேட்டுக் கொள்கிறேன்.

எனக்கு முன்னால் பேசிய அங்கத்தினர் கூறியதுபோல், பால் உற்பத்திக்காக இருக்கக்கூடிய இலாக்காவும், கால்நடை இலாக்காவும் ஒன்று சேர்க்கப்பட்டு, ஒரே அமைச்சரின் கீழ் இணைந்து செயல்பட வேண்டும். இரண்டும் தனித்தனியாக இல்லாமல் ஒன்றாக இணைந்திருந்தால் நலமாக இருக்கும். இரண்டும் தனியாக இயங்க வேண்டிய அவசியமில்லை. கால்நடை வளர்ப்பும். பால் உற்பத்தியும் ஒன்றாகச் சேர்ந்து இயங்கினால்தான் அனுகூலமாக இருக்கும். இதில் அரசு விசேஷ கவனம் செலுத்தி, விவசாயிகள் கால்நடைச் செல்வத்தை வளர்ப்பதற்கும், நாட்டிற்கு வேண்டிய உணவு உற்பத்திக்கு ஊக்கம் அளிப்பதற்கும், அதிக நிதி ஒதுக்கி, அதற்கு வேண்டிய வசதிகளைச் செய்துதர வேண்டுமென்று கேட்டுக் கொள்கிறேன்.

தண்ணீர் இறைக்கும்போதே மாடுகள் ஜப்தி!*

பேரவைத் தலைவர் அவர்களே, இந்தத் துணை நிதி அறிக்கையில் வேளாண்மை என்ற தலைப்பில் 107 லட்சம் ரூபாய் அதிகமாகக் கோரப் பட்டிருக்கிறது. அதில் தீவிர பருத்தி சாகுபடித் திட்டத்திற்கு ரூ. 46 லட்சம் ரூபாய் வேண்டுமென்று கோரப்பட்டிருக்கிறது. விவசாயத்தில் ஈடுபட்டு பாடுபடும் விவசாயிகள் சமீபத்தில் தமிழ்நாடு பூராவும், குறிப்பாக கோவில் பட்டி வட்டாரத்தில் மிகவும் நெருக்கடியான நிலைக்கு ஆளாகியிருக்கிறார்கள். நாலைந்து ஆண்டுகளாக அங்கு பருவ மழை அதிகமாக இல்லாததன் காரணமாக அவர்களுக்கு வர வேண்டிய வருமானம் சரியாக வராததால் ஏகப்பட்ட நஷ்டத்திற்கு அங்குள்ள விவசாய மக்கள் ஆளாகியிருக்கிறார்கள் பழைய பாக்கிகள் எல்லாம் சென்ற காலத்தில் ஒத்திவைக்கப்பட்டிருந்தது. அல்லது அதை மெதுவாக வசூலிக்கப்பட வேண்டும் என்ற முறையில் பாதுகாப்பு நடவடிக்கைகள் எடுக்கப்பட்டு வந்திருந்தது.

ஆனால், சமீபத்தில் இப்போது இரண்டு வார காலமாக ஜப்தி நடவடிக் கைகளை மேற்கொண்டு பழைய கடன் பாக்கிக்காக விவசாயி பம்ப்செட்டை ஜப்தி செய்வது, மாடுகளை ஜப்தி செய்வது என்று பல நிலைகளில் நெருக்கடியான ஒரு நிலையை உண்டுபண்ணியிருப்பது மட்டுமல்லாமல் வேளாண்மை உற்பத்திக்கும் அதனால் இடைஞ்சல் ஏற்பட்டிருக்கிறது. எங்கள் பகுதியில் ஒரு கிராமத்தில் ராமசாமி என்பவர் வீட்டிலிருந்து பசு மாட்டை ஜப்தி செய்திருக்கிறார்கள். அதன் கன்று வீட்டில் இருக்கிறது. அதுகூட இரண்டு மூன்று நாட்களில் இறந்துவிடும் நிலையில் இருக்கிறது என்று கடிதம்கூட எழுதியிருக் கிறார். ஐந்து விவசாயிகளை பழைய பாக்கிக்காகத் தண்ணீர் இறைக்க விடாமல், விவசாயம் செய்ய விடாமல் தடுத்திருக்கிறார்கள். எழும்பு வனம் என்ற இடத்தில் காளிமுத்து செட்டியார் இறைவை இறைத்துக் கொண் டிருக்கும்போது அவர் மாடுகளை ஜப்தி செய்து கொண்டு போய்விட்டார்கள். அவருக்குள்ளதே ஒரு ஜோடி மாடு. கோர்ட் ஸ்டான்டிங் ஆர்டர்படி ஒரு ஜோடி உழவு மாடு வைத்திருந்தால் ஜப்தி செய்யக்கூடாது என்று இருக்கிறது. அவர் தண்ணீர் இறைத்துக் கொண்டிருக்கும்போதே ஜப்தி செய்துகொண்டு போயிருக்கிறார்கள்.

இன்று இராமநாதபுரம் மாவட்டத்தில் பலயிடங்களில் மார்ச் மாதம் சில தொகை கட்டியிருக்கிறார்கள். ஆனால், பூராத் தொகை யையும் கட்ட வேண்டுமென்று ஜப்தி நடவடிக்கைகள் எடுத்திருக் கிறார்கள். தமிழ்நாடு பூராவிலும், வறட்சிப் பகுதிகளில் செலுத்த

---

* 1971-72-ம் ஆண்டுக்கான இறுதித் துணை நிதி அறிக்கையின்மீது நடந்த பொது விவாதத்தின்போது 1972 மார்ச் 29 அன்று பேசியது.

வேண்டிய பாக்கித் தொகைகளையெல்லாம், நிறுத்தி வைக்கப்பட்ட தொகை பூராவும் இப்போதே செலுத்தியாக வேண்டும் என்று நிர்ப்பந்தப்படுத்தக்கூடிய நிலை இன்று ஏற்பட்டிருக்கிறது.

கோவில்பட்டி தாலுகாவில் இந்த ஆண்டு ஓரளவிற்கு மழை பெய்திருந்தாலும் கைக்கு வரவேண்டிய மகசூல் இன்னும் வந்து சேரவில்லை. ஆனால், பாக்கித் தொகை பூராவையும் கட்டிவிட வேண்டும் என்று நிர்ப்பந்தப்படுத்துகிறார்கள். ஏற்கெனவே இதுபற்றி நான் வருவாய்த் துறை அமைச்சர் அவர்களிடம் சொல்லியிருக்கிறேன். சம்பந்தப்பட்ட அதிகாரிகளிடமும் கூறப்பட்டுள்ளது. ஆனால், அவர்கள் அந்த நடவடிக்கைகளை நிறுத்துவதாக இல்லை. அரசாங்கம் வசூலிக்கச் சொல்லுகிறது என்று கெடுபிடி செய்து வசூலிக்கிறார்கள். தோட்டங்களில் சென்டர் நட்டு விட்டால் தண்ணீர் இறைக்க முடியாது. அந்த நிலையில் கால் பங்குகூட மகசூல் வராது.

தண்ணீர் இறைத்துக் கொண்டிருக்கும்போது பம்ப் செட்டை ஜப்தி செய்துவிட்டால், மாடுகளை ஜப்தி செய்துவிட்டால் கையிலுள்ள காசு பூராவையும் புன்செய்யில் கொட்டி வரக்கூடிய வருமானம் அங்கே போய்விடும் நிலைமை உள்ளது. அதனால் வேளாண்மை வளர்ச்சியும் பாதிக்கப்படும். விவசாயிகளும் மிகுந்த கஷ்டத்திற்குள்ளாவார்கள். கொடுவட்டியில் கடன் கொடுத்துள்ள லேவாதேவிக்காரர்கள்கூட மகசூல் வந்து விற்கக்கூடிய சமயத்தில்தான் போவார்கள். அப்படியிருக்க அவர்கள் மகசூல் வராத நேரத்தில், முக்கால்வாசியிருக்கும்போது சென்டர் நட்டு பணத்தைக் கட்டிவிட்டுத்தான் காட்டில் இறங்க வேண்டும், பின்னர்தான் மகசூல் எடுக்க வேண்டும், பணத்தைக் கட்டிவிட்டுத்தான் தண்ணீர் இறைக்க வேண்டும் என்றெல்லாம் சொன்னால் அது விவசாயிகளுக்குப் பெரியதொரு நெருக்கடியான நிலையை ஏற்படுத்துவதாக இருக்கிறது.

ஆகவே, முதல் அமைச்சர் அவர்கள் உடனடியாக இதை நிறுத்தச் சொல்லி அவரவர்கள் சக்திக்குத் தக்கபடி வசூல் செய்யக்கூடிய முறையில் ஏற்பாடு செய்ய வேண்டுமென்று கேட்டுக்கொள்கிறேன். கடன் சம்பந்தமாக நிவாரண நடவடிக்கைகள்கூட கொண்டு வருவதாக அமைச்சர் அவர்கள் கூறியிருக்கிறார்கள். நாலைந்து ஆண்டுகளாக உரத்திற்காகக் கடன் வாங்கி உரங்கள் வாங்கிப்போட்டும் மழை இல்லாததால் எல்லாம் கெட்டுவிட்டன. கடன் வாங்கி கிணறுகள் வெட்டியும் கிணறுகளில் தண்ணீர் இல்லாமல் கஷ்டப்படுகிறார்கள். ஆகவே, எவை எவை எல்லாம் தள்ளுபடி செய்யவேண்டும். எவை எவையில் எப்படி வசூலிக்க வேண்டும் என்பதையெல்லாம் நன்கு

பரிசீலித்து வசூல் செய்ய நடவடிக்கை எடுப்பது என்பதுடன், இந்தக் கெடுபிடி நடவடிக்கைகளை உடனடியாக நிறுத்தி வைக்கவேண்டும் என்று கேட்டுக் கொள்கிறேன்.

கடைசியாக மின் இணைப்பைப்பற்றிச் சொல்ல விரும்புகிறேன். சில இடங்களில் மின் இணைப்பைத் திடீரென்று துண்டித்துவிட்டு இருக்கிறார்கள் என்னுடைய தொகுதியில், 1965ஆம் ஆண்டிலிருந்து இன்றுவரை தொடர்ந்து மின் இணைப்புக் கட்டணம் கட்டிக் கொண்டிருப்பவர்களுக்குக்கூட, பம்புசெட் மில் லைட் எரிந்தது என்று சொல்லி, ஒவ்வொரு விவசாயியும் அபராதமாக ரூ. 100, ரூ. 200 கட்ட வேண்டுமென்று சொல்லி, மின் இணைப்பைத் துண்டித்து இருக்கிறார்கள். விவசாயிகள் உணவு உற்பத்தியைப் பெருக்குவதற்காகப் பல்வேறு வசதிகளை நாம் செய்து தருகிறோம். அவர்கள் இப்படி உற்பத்தியை பெருக்கிக் கொண்டு வருகிற நேரத்தில், அதற்கு இடைஞ்சலாக இந்தமாதிரிக் காரியங்களில் ஈடுபடுவது உடனடியாகத் தடுத்து நிறுத்தப்பட வேண்டுமென்று கூறி என்னுடைய உரையை முடித்துக் கொள்கிறேன்.

விவசாயிகள் மீது ஆளுவோரின் அடக்குமுறை!*

துணைத் தலைவரவர்களே, சபையின் முன்பு உள்ள இரண்டு நம்பிக்கையில்லாத் தீர்மானங்களையும் ஆதரித்து சில வார்த்தைகளைச் சொல்ல முன் வருகிறேன்.

மாண்புமிகு பேரவைத் துணைத் தலைவர்: பதினைந்து நிமிடங்கள்தான்.

திரு. சோ. அழகர்சாமி: இங்கே பேசிய ஆளும் கட்சியினர் பலர் இந்தக் கிளர்ச்சியின்போது அதில் சேர்ந்திருந்த கம்யூனிஸ்டு கட்சி யினரால் பல வன்முறைகளும் பலாத்காரங்களும் தூண்டிவிடப்பட்ட தாகச் சொன்னார்கள். எனக்குத் தெரிந்தமட்டில் கடந்த 20 ஆண்டு காலத்தில் பல கிளர்ச்சிகள் நடந்திருக்கின்றன. பலவற்றில் நானும் பங்குகொண்டிருக்கிறேன்.

ஆனால், இப்போது நடந்து முடிந்த கிளர்ச்சியில் விவசாயிகள் அதிகமாகப் பங்கு கொண்டதுபோல் எந்தக் கிளர்ச்சியிலும் அவர்கள் பங்குகொண்டதை இதற்கு முன்பு நான் பார்த்தது இல்லை. அவ்வளவு அதிகமாகப் பங்கு கொண்டிருக்கிறார்கள் என்றால், அதற்கு என்ன

---

* அமைச்சரவையின் மீது நம்பிக்கையின்மைத் தீர்மானமும், அமைச்சரவையின் தனி ஒரு கொள்கையைக் கண்டிக்கும் தீர்மானமும் வந்தபோது 1972 ஆகஸ்ட் 11 அன்று பேசியது.

காரணம்? அவர்களுக்கு ஏற்பட்டுள்ள கஷ்டங்கள் என்ன? என்பதை எண்ணி அவற்றைப் போக்க என்னென்ன நடவடிக்கை எடுக்க வேண்டும் என்பதை யோசிப்பதற்குப் பதிலாக இந்த அரசு அமைச்சர்களும் தி.மு.க. தலைவர்களும், "இது மிராசுதாரர்களின் போராட்டம், மிட்டாதார்களுடைய போராட்டம், பட்டயக்காரர் போராட்டம்" என்று சொல்லி, விவசாயிகளை மிகமிகக் கேவலமான முறையில் சொன்னது மட்டுமின்றி விவசாயிகளுடைய நியாயமான கோரிக்கைகளை மிகவும் கொச்சைப்படுத்திப் பேசினார்கள்.

இது மட்டுமில்லை, இந்தப் போராட்டத்தைப் பொறுத்தமட்டில் விவசாயிகளுக்குண்டான கஷ்டங்கள் என்ன என்று சற்று எண்ணிப் பார்க்க வேண்டும். இராமனாதபுரம், திருநெல்வேலி மாவட்டங்களிலுள்ள விவசாயிகளுடைய கஷ்டங்கள் இந்தச் சட்டமன்றத்தில் அடிக்கடி சொல்லப்பட்டிருக்கின்றன. முதலமைச்சர் அவர்களிடமும், வருவாய்த் துறை அமைச்சரவர்களிடமும், விவசாயத் துறை அமைச்சரவர்களிடமும் அவர்கள் கஷ்டங்கள் பற்றி அடிக்கடி சொல்லப்பட்டிருக்கின்றன. சொன்ன பிறகாவாது என்ன நடந்தது? "ஒட்டக் கூத்தன் பாட்டிற்கு இரட்டைத் தாழ்ப்பாள்" என்று சொல்லுவதுபோல நிலைமைகள் மோசமடைந்தன. அங்குள்ள விவசாயிகளுக்குள்ள கஷ்டங்கள் கொஞ்சநஞ்சமல்ல. அவர்களுக்கு விளைவு கம்மி, நீர்ப்பாசன வசதிகளும் கிடையாது, பருவ மழை இல்லை, ஆனால், கொடுக்கப்பட்ட கடன்களை அவர்களிடமிருந்து வசூலிப்பதில் கெடுபிடி சிறிதுகூடக் குறையவில்லை.

ஆடு மாடுகள் ஜப்தி, கையிலுள்ள விவசாயப் பொருள்கள் ஜப்தி, பம்புசெட் ஜப்தி, இவைகள் எல்லாம் நடந்தன. இவ்வளவு கொடுமைகளுக்குப் பிறகும், அரசாங்கத்தில் உள்ளவர்கள் தேர்ந்தெடுக்கப்பட்ட உறுப்பினர்கள் சொல்லுவதை நம்பத் தயாராயில்லை. அதிகாரிகள் சொல்லுவதையே நம்பிக் கொண்டு விவசாயிகளுடைய கஷ்டங்களைப் போக்குவதற்கு நடவடிக்கை எடுக்காமல் இருந்தால் என்ன பண்ணுவது? சாத்வீக முறையில் கோரிக்கையைச் சமர்ப்பித்தார்கள். அதற்குப் பதில் இல்லை.

பிறகு வேறு வழியின்றி விவசாயிகள் தாலுக்கா அலுவலகத்தின் முன்பு மறியலைச் செய்து ஜெயிலுக்குப் போவதற்குத் தயாராக இருந்தார்கள். அதை ஒட்டி முகவை, நெல்லை மாவட்டத்தில் மட்டும் 30 நாட்களுக்கு மேல் சிறையிலும் அடைக்கப்பட்டார்கள். 5,000-க்கும் மேற்பட்ட விவசாயிகளும் விவசாயத் தொழிலாளர்களும் சிறையில்

அடைக்கப்பட்டார்கள். எல்லாக் கட்சியினரும் இருந்தார்கள். திராவிட முன்னேற்றக் கழகத் தோழர்கள் கூட இருந்தார்கள். தி.மு.க. பஞ்சாயத்துத் தலைவர்களும் இருந்தார்கள். நியாயமான முறையில் பிரச்சினையைச் சந்திப்பதற்குப் பயந்து இந்த அரசு, இந்தப் போராட்டத்தைத் திசை திருப்பும் முயற்சியில் இறங்கினார்கள். இது "பத்திரிகைப் போராட்டம், பேப்பர் போராட்டம்" என்றெல்லாம் சொல்லி திசை திருப்பினார்கள்.

எனவே, இருபது உயிர்களை இழக்கக்கூடிய காரியங்கள் நடைபெற்றன. கோவையில் நடந்தது என்ன? குடுமி வைத்திருந்து துண்டு போட்டுக்கொண்டு நகரத்திற்கு வந்தால் போதும், விவசாயிகள் என்று அவர்களையெல்லாம் போலீஸார் தாக்கியிருக்கிறார்கள். எந்தப் போராட்ட காலத்திலும் இவ்வளவு எண்ணிக்கையில் விவசாயிகள் தாக்கப்பட்டதில்லை. போராட்டத்தின்போது போலீஸார் எண்ணியிருந்தால் முறையாக அவற்றை ஒழுங்குபடுத்தியிருக்கலாம். ஆனால், இப்போது நடந்த போராட்டத்தில் திராவிட முன்னேற்றக் கழகத்தைச் சேர்ந்தவர்கள் எல்லாம் போலீசை பக்க பலமாக வைத்துக் கொண்டு தாக்குதல்களை நடத்தியிருக்கின்றார்கள். பல இடங்களிலே விவசாயிகளுடைய வண்டிகள் உடைத்து நொறுக்கப்பட்டிருக்கின்றன.

மன்னார்குடியில் 39 வண்டிகளை சேதப்படுத்தியிருக்கிறார்கள். சாத்தூர் வட்டாரத்தில் இதுபோலவே சேதப்படுத்தியிருக்கிறார்கள். பெத்தநாயக்க பாளையத்தில் சேதப்படுத்தியிருக்கிறார்கள். இவ்வளவிற்குப் பிறகும் விவசாயிகள்தான் வன்முறையில் ஈடுபட்டார்கள் என்று சொன்னால் என்ன அர்த்தம்? எதிர் தரப்பிலுள்ளவர்களுக்கு யாருக்காவது சேதம் உண்டா? எவ்வளவு தர்ம நியாயமான போராட்டம்? காந்தியடிகள் நடத்தியதுபோல அகிம்சை முறையில் நடந்த போராட்டத்தை எப்படி எப்படியெல்லாம் அடக்க முயன்றார்கள்?

எதிர்க்கட்சியினர் அதாவது இன்று ஆளும் கட்சியில் அமர்ந்திருப்பவர்கள் நடத்திய போராட்டங்கள் தெரியும் உங்களுக்கு. அந்தப் போராட்டங்களின் எவ்வளவு பலாத்காரம் நடந்தது தெரியுமா? இவ்வளவு பேரைச் சுட்டுக்கொன்று விட்டு, "வன்முறைகளில் ஈடுபட்டது எதிர்க் கட்சியினர் தான், அவர்கள் முட்டாள்தனமான கொள்கைகளை வைத்துக்கொண்டு இருப்பவர்கள்" என்று சொன்னால் அதை மக்கள்தான் தீர்மானிக்க வேண்டும்.

இவ்வளவுக்கும் பிறகு அரசாங்கம் என்ன சொல்லுகிறது என்று பாருங்கள். "கோவில்பட்டி வட்டாரத்தில் நல்ல பருவமழை காரணமாக விளைச்சல் உள்ள காரணத்தினால் அங்குள்ள விவசாயிகளுடைய

கடன் மற்ற பாக்கிகளைத் தள்ளி வைக்க வேண்டியதில்லை" என்று செக்ரடரி எழுதியிருக்கிறார்கள். 'விஜய ராகவன்' என்பவர் கையெழுத்துப் போட்டிருக்கிறார். இப்படி விவசாயிகள் போராடித்தான் தீரவேண்டும் என்ற நிலைமைக்கு வந்த பிறகும் இராமநாதபுரம் மாவட்ட அபிவிருத்தி கௌன்ஸிலில் தீர்மானம் போடுகிறார்கள். இதற்கும் செவி சாய்க்கவில்லை.

இதற்குப் பிறகுதான் இந்த விவசாயிகள் எல்லாம் மறியல் செய்து சிறைக்குப் போகவேண்டிய நிலை ஏற்பட்டது. இப்படி சிறைபுகுந்த பிறகு வெளியே உள்ளவர்கள் எல்லாம் விவசாயிகளுக்கு ஆதரவாக ஒரு நாள் கடையடைப்பு நடத்துவது என்று தீர்மனித்தார்கள். இது எந்தப் போராட்டத்திலும் செய்யக்கூடிய காரியம்தான். இது நடத்தப்படக் கூடாது என்று இதற்கு எதிராக ஒரு வன்முறையை நடத்தும் முறையை இந்த ஆட்சியில்தான் பார்க்கிறோம்.

முன்பு நீங்கள் நடத்திய போராட்ட காலங்களிலே "கடை திறக்கப்பட வேண்டும், கிளர்ச்சியில் ஈடுபடக்கூடாது" என்று அன்று ஆளும்கட்சியில் உள்ளவர்கள் எதிர்ப் போராட்டம் நடத்தியதாக சரித்திரம் இல்லை. இது வருந்தக்கூடிய போக்குதான். கோவில்பட்டியில் நடந்தது என்ன? கடையடைக்கப்பட வேண்டும் என்று விவசாயிகள் கேட்டுக்கொண்டார்கள். ஆனால், ஆளும் கட்சியைச் சேர்ந்தவர்களும் போலீஸூம் சேர்ந்துகொண்டு சைக்கிள் செயின் போன்றவற்றைக் கையில் வைத்துக்கொண்டு தாக்கியிருக்கிறார்கள் விவசாயிகளை. நிலைமை மீறியது என்று போலீஸார் எண்ணும் நேரத்தில் கண்ணீர் புகை, தடியடி என்று ஏதாவது இருந்ததா? எடுத்த உடனே துப்பாக்கிச் சூடுதான். ஒருவர் கொல்லப்பட்டது மட்டுமில்லை. 20 பேருக்கு அதிகமாக துப்பாக்கி குண்டுகளால் அடிபட்டு காயமடைந்திருக் கின்றார்கள்.

இவ்வளவு பயங்கரமான நிலைமைக்குப் பிறகும் விவசாயி களுடைய கோரிக்கையில் நியாயம் இருக்கிறதா என்று பரிசீலனை செய்யக்கூடத் தயாராயில்லை. அடக்குவதுதான் முறை என்று மனத்தில் எண்ணிக் கொண்டு மூர்க்கத்தனமாக அவர்களைத் தாக்கியிருக்கிறார்கள். சிறையிலே அடைக்க வேண்டும். அதற்கு மேல் போராட்டம் நடத்துபவர்களைச் சுட்டுத்தள்ள வேண்டும். இனிமேல் விவசாயிகள் இம்மாதிரியான கோரிக்கைகளை எழுப்பக்கூடாது என்ற முறையிலே இந்த அரசாங்கம் நடவடிக்கை எடுத்திருக்கிறது.

அதனால்தான் சொல்கிறேன், நியாயமான முறையிலே விவசாயிகள் பிரச்சினையில் இந்த அரசாங்கம் நடந்து கொள்ளவில்லை என்று.

முன்னால் விவசாயிகள் கேட்பது கோரிக்கையே இல்லை என்று சொன்னார்கள். இத்தனை பேர்களைச் சுட்டுத்தள்ளிய பிறகு இவ்வளவு பொருள் நஷ்டம் ஏற்பட்ட பிறகு, அவர்கள் கோரிக்கைகளை ஏற்று அரசாங்கம் ஒப்பந்தத்தில் கையெழுத்திட்டிருக்கிறது.

விவசாயிகள் மீது இப்படி நடவடிக்கை எடுத்துக்கொண்ட அரசாங்கம் பெரிய, பெரிய மனிதர்கள் மீது நடவடிக்கை எடுக்கத் தயங்குகிறது. நண்பர் திரு சுப்பு அவர்கள், ஆதித்தனாருக்குச் சொந்தமான பேப்பர் மில்லில் 4 லட்சம் ரூபாய் பாக்கி இருப்பதாகச் சொன்னார்கள். அதை வசூல் செய்வதில் அரசாங்கம் தயக்கம் காட்டுகிறது. ஆனால், ஏழை விவசாயிகள், “கொஞ்சம் கருணை காட்டுங்கள், கஷ்டமாக இருக்கிறது” என்று சொன்னால், தடியடியும், துப்பாக்கிச் சூடும்தான் மிச்சம். ஆகவே, இந்த அரசாங்கம் விவசாயி களுக்கு மிகப்பெரிய துரோகம் செய்துவிட்டது. அதனால் இந்த அரசாங்கத்தின்மீது நம்பிக்கை இல்லை என்று சொல்கிறோம்.

அடுத்து, வ.உ.சி. கல்லூரி மாணவர்கள் ஊர்வலத்தில் கலந்து கொள்வதற்காகக் கல்லூரியை விட்டு வெளியே வந்தார்கள். அந்த நேரத்தில் சமூகவிரோதிகள் உள்ளே புகுந்து அவர்களைத் தாக்கியிருக் கிறார்கள் பொருட்களை சேதப்படுத்தியிருக்கிறார்கள். அது சம்பந்தமாக கல்லூரி பிரின்ஸிபால் கலெக்டருக்கு தெரிவித்தார்கள். டிப்டி கலெக்டர் அங்கு வந்து பிரின்ஸிபாலோடு பேசி, சமாதானம் செய்து, மன்னிப்பு கேட்டு, மழுப்பி விட்டுச் சென்றிருக்கிறார்.

விவசாயிகளுக்காகப் பாடுபடுவது இந்த அரசாங்கம் என்று சொல் கிறவர்கள், விவசாயிகளின் கோரிக்கை என்ன என்றுகூட எண்ணிப் பார்க்க மனம் இல்லாமல், அவர்கள் கொடிய அடக்குமுறையைக் கையாண்டிருக்கிறார்கள். இந்தப் போராட்டத்திலே ஈடுபட்டுள்ள பலர் கடந்த தேர்தலிலே தி.மு.க.வுக்கு, தி.மு.க. கூட்டணிக்கு ஓட்டளித்தவர்கள். நம்முடைய நியாயமான கோரிக்கைக்குக் கூட அரசாங்கம் செவிசாய்க்க மறுக்கிறதே என்று இந்தப் போராட்டத்தில் கலந்து கொண்டார்கள். அப்படியும் அவர்களின் கோரிக்கையை இந்த அரசாங்கம் ஏற்காமல் அவர்களைச் சிறையிலே தள்ளிவிட்டார்கள்

பொதுவாக ஒரு ‘பந்த்’ நடக்கிறதென்றால் எடுத்த எடுப்பிலேயே சுட்டுத் தள்ளுவதுதான் இந்த அரசாங்கத்தின் கொள்கையா? கண்ணீர்ப் புகை கிடையாதா? தடியடிப் பிரயோகம் கிடையாதா? இவைகளுக்குப் பிறகுதானே மற்ற நடவடிக்கைகளை மேற்கொள்வது வழக்கம். இந்தப் போராட்டத்தில் எடுத்த எடுப்பிலேயே சுட்டுத்தள்ளி, பல உயிர்களைப் போக்கிவிட்டீர்களே இவ்வளவு மோசமாக வேறு எந்த அரசாங்கம் நடந்திருக்கிறது?

அது மட்டுமல்ல. இன்றைக்கு தர்மபுரி மாவட்டத்தில் 55 லட்சத்திற்கு மேல் பினாமி கடன் வசூலாகாமல் இருப்பதாகச் சொல்கிறார்கள். வசூலாக வேண்டிய 3¼ கோடி கடனில் 55 லட்சம் பினாமி கடன். கடன் வாங்காத விவசாயிகளைப் போய் நீ கடன் வாங்கியிருக்கிறாய், கடனைத் திருப்பிக் கட்டு என்று சொன்னால் அந்த விவசாயி எங்கிருந்து கட்டுவான்? கட்ட முடியாத அந்த விவசாயியை கட்ட வேண்டுமென்று நிர்ப்பந்தப்படுத்துகிறார்கள். இப்படிப் பட்ட பினாமி கடன் 55 இலட்சம் இருப்பதாக தர்மபுரி கலெக்டர் தெரிவித் திருக்கிறார். உண்மையாக கடன் வாங்கியவர்களைக் கண்டுபிடித்து, கடனை வசூல் செய்வதற்குப் பதிலாக, ஏழை விவசாயிகளைக் கஷ்டப்படுத்துகிறார்கள். ஆக இந்த வகையிலும் இந்த அரசாங்கம் விவசாயிகளின் நம்பிக்கை இழந்துவிட்டது என்று கூறிக் கொள்கிறேன்.

அதுமட்டுமல்ல. விவசாயிகள் உற்பத்தி செய்கின்ற பொருட்களுக்கு சரியான நியாய விலை கிடையாது. பொருளை உற்பத்தி செய்த விவசாயி விற்பனை செய்த பொருளை அவனுக்குத் தேவைப்படும் பொழுது வாங்க வேண்டுமானால் கட்டுப்படியான விலை கிடைக்க வில்லை. இரண்டு மடங்கு விலை கொடுக்க வேண்டியிருக்கிறது. விவசாயப் பொருள்களை உபயோகிப்பவர்களுக்கும் நியாய விலையில் பொருள் கிடைக்கவில்லை. அரசாங்கத்தின் கொள்கையின் காரணமாக இந்த நிலை ஏற்படுகிறது. அதை சீரமைப்பதற்கு இந்த அரசாங்கத்தினால் முடியவில்லை. தக்க நடவடிக்கை எடுக்க அரசாங்கம் தவறிவிட்டது.

இப்படிப்பட்ட பல நியாயமான கோரிக்கைகளுக்காகப் போராடிய விவசாயிகளை அரசாங்கம் இனி இவர்கள் இம்மாதிரியான போராட்டங்கள் நடத்தக் கூடாது என்ற முறையில் கொடும் நடவடிக்கைகளை மேற்கொண்டது. அதனால் இந்த அரசாங்கம் விவசாயிகளின் நம்பிக்கையை முழுக்க முழுக்க இழந்துவிட்டது. ஆகவே, இந்த அரசாங்கத்தின் மீது எங்களுக்கு நம்பிக்கை இல்லை என்று கூறி, இந்த நம்பிக்கை இல்லாத் தீர்மானத்தை ஆதரித்து, என் உரையை முடித்துக் கொள்கிறேன்.

விவசாய நிலங்களும் வரிவிதிப்புக் குழப்பமும்★

தலைவரவர்களே, இந்த கூடுதல் நிலவரி, கூடுதல் தண்ணீர்த் தீர்வை என்ற மசோதாவிலே தரிசு நிலங்களில் தண்ணீர் பாய்ச்சுவதற்கு வேண்டிய ஏற்பாட்டைச் செய்தால் தண்ணீர்த் தீர்வை விதிப்பதில்

★ தமிழ்நாடு 1972-ம் ஆண்டு கூடுதல் நிலவரி, கூடுதல் தண்ணீர்த் தீர்வை (இரண்டாம் திருத்த) சட்ட முன்வடிவு தாக்கலானபோது 1972 ஆகஸ்ட் 18 அன்று பேசியது.

ஆட்சேபனை இல்லை. ஆனால், இன்றைக்கு எனக்ரோச்மெண்ட் அல்லது புறம்போக்கு இப்படிப்பட்ட நிலங்களில், புஞ்சைக்குப் பக்கத்திலே கொஞ்சம் மோசமாக உள்ள நிலத்தைச் சீர்திருத்தி சீராக்கி பண்படுத்தி விவசாயம் செய்யும் ஒருவருக்கு எவ்வளவு வேண்டுமானாலும் தண்ணீர்த் தீர்வை விதிக்கலாம் என்ற ஷரத்தைச் சேர்த்து, வேறு நிலங்களுக்கு 15 ரூபாய் விதிக்க வேண்டுமென்ற அந்த நிபந்தனைக்குப் புறம்பாக இம்மாதிரி புறம்போக்கு நிலங்கள் அல்லது என்க்ரோச்மெண்ட் செய்து அரை ஏக்கர் அல்லது ஒரு ஏக்கரில் தொடர்ந்து விவசாயம் செய்பவர்களுக்கு எவ்வளவு வேண்டுமானாலும் தண்டத் தீர்வை விதிக்கலாம் என்ற ஏற்பாடு சரியல்ல.

இப்பொழுதுகூட கீழ் பவானி ப்ராஜக்டிலே ஒரு ஏக்கருக்கு 200 ரூபாயி லிருந்து 800 ரூபாய் வரையில் தண்டத் தீர்வை விதிக்கிறார்கள். அதேமாதிரி தாமிரவருணி ஆற்றுப் பகுதியிலே தண்ணீர் பாயக்கூடிய பகுதிகளில், ஆற்றுப் பகுதிகளில், ஓடைப் பகுதிகளில் உள்ள புறம்போக்கு நிலங்களில் எல்லாம் அரை ஏக்கர் ஒரு ஏக்கர் என்ற முறையில் அவர்கள் அதிகமான அளவில் பணம் செலவழித்து பயிர் செய்துகொண்டிருக்கிறார்கள். அவர்களுக்கும் 200 ரூபாய், 300 ரூபாய் என்ற அளவிலே தண்டத் தீர்வை போட்டு தொந்திரவு கொடுக்கிறார்கள். அப்படிப்பட்ட விவசாயிகளுக்கு எல்லாம் 200 ரூபாய் அல்லது 300 ரூபாய்தான் வருமானமே வரும். அந்தக் குறைந்த வருமானம் பெறுகின்றவர்கள்கூட இன்றைக்கு இந்தச் சட்டத்தின் பிரகாரம் அதிகமான வரிசெலுத்த வேண்டுமென்று சொல்வது சரியல்ல, நியாயமல்ல.

அப்படி ஏதாவது என்க்ரோச்மெண்ட் செய்திருக்கிறார்கள் என்று அரசாங்கம் கருதினால்-எனக்கு முன்னால் பேசிய உறுப்பினர் அவர்கள் தெரிவித்ததைப்போல் - ஒன்று சிறிய விவசாயி அந்த நிலத்தை பயிர் செய்து கொண்டிருந்தால் அவருக்கும், அந்த நிலத்தை நிலமில்லாத வர்கள் பயிர் செய்து கொண்டிருந்தால் அவர்களுக்கும் பட்டாப் போட்டுக் கொடுத்துவிட வேண்டும் 15 ரூபாய்க்கு மேல் இந்த வரிப் போடக்கூடாது என்று சீலிங் ஏற்கெனவே இருக்கிறது, அதே சீலிங் இதற்கும் ஏற்கக்கூடிய வகையில் சட்டத்தைத் திருத்தியமைக்க வேண்டு மென்று கேட்டுக் கொண்டு என்னுடைய வார்த்தைகளை முடித்துக் கொள்கிறேன்.

வருமானம் இல்லாத விவசாயிக்கும் வரியா?*

துணைத் தலைவர் அவர்களே, இந்த விவசாய வருமான வரி சம்பந்தமாக முந்திய சட்டத்திலிருந்து சில விதிவிலக்குகள் அளித்திருப்பதாகத் தெரிவித்தார்கள். குறிப்பாக, விவசாய வருமானத்திற்கு வரி விதிப்பதைக் கொள்கை ரீதியாக ஒப்புக்கொண்டு ஐயாயிரம் ரூபாய்க்கு மேல் வருமானம் இருந்தால் வரி விதிப்பது என்று செய்யப்பட்டிருக்கிறது.

ஆனால், நடைமுறையில் இந்தச் சட்டத்தினால் பாதிக்கப்படக் கூடிய விவசாயிகள் பலர் இருக்கிறார்கள். மொத்தத்தில் 500 ரூபாய் வருமானம் வரக்கூடியவன் கூட சென்ற ஆண்டு 500 ரூபாய் வரி செலுத்தும் ஆபத்தான நிலை ஏற்பட்டது. அவர்களால் சரியாகக் கணக்கு வைத்துக் கொள்ள முடியவில்லை. அப்படி வைத்துக் கொண்டாலும் அதை வருமான வரி அதிகாரிகள் ஒப்புக்கொள்வது இல்லை.

கிணறு வெட்டி பாசனம் செய்து வாழையோ, கரும்போ, நிலக் கடலையோ, பருத்தி போன்ற பயிர்களோ பயிர் செய்யக்கூடிய நேரத்தில் இதே மாதிரி ஒரு வரி அப்போது இருந்தது. அப்போது இதற்கெல்லாம் இரண்டு ஏக்கர் ஒரு ஸ்டாண்டர்டு ஏக்கர் என்று வைத்திருந்தார்கள். இப்போது வாழை பயிர் செய்தால் அது அரை ஸ்டாண்டர்டு ஏக்கர், கரும்பு முக்கால் ஸ்டாண்டர்டு ஏக்கர், நிலக்கடலை ஒரு ஸ்டாண்டர்டு ஏக்கர் என்று இப்படி ஆக்கியிருக் கிறார்கள். பாசன வசதி பெற்று பயிர் செய்வதற்கும், கிணறு தோண்டி பாசனம் செய்வதற்குமுள்ள வித்தியாசத்தைப் பார்க்க வேண்டும்.

ஒரு கிணறு தோண்ட 15,000 ரூபாய் ஆகிறது. அதற்கு வட்டி மட்டும் வருஷா வருஷம் 1,500 ரூபாய் ஆகும். தண்ணீரை எடுப்பதற்குரிய கட்டணம் ஏக்கருக்குக் குறைந்தது 100 ரூபாய் செலவாகி விடுகிறது. மூன்று நான்கு ஏக்கருக்குத்தான் தண்ணீர் பாயும். குறிப்பாக, இராமநாதபுரம், கோவில்பட்டி, சங்கரன்கோயில் வட்டாரங்களைப் பொறுத்தமட்டில் கிணற்றிலிருந்து தண்ணீர் எடுத்து நான்கு ஏக்கர் மகசூல் செய்யலாம். என்றால் கடைசியில் ஒரு ஏக்கருக்குத்தான் தண்ணீர் இருக்கும்.

ஆகவே, இப்போது ஸ்டாண்டர்டு ஏக்கர் என்று நிர்ணயிக்கப் பட்டிருக்கின்ற முறையைப் பார்க்கும் போது இந்த வருமான வரியினால் கிணற்றுப் பாசனத்தை நம்பி விவசாயம் செய்யக் கூடியவர்கள் பெரிதும் பாதிக்கப்படக் கூடிய நிலைமை ஏற்பட்டிருக்கிறது.

★ தமிழ்நாடு 1972-ம் ஆண்டு விவசாய வருமான வரி (திருத்த) சட்ட முன்வடி தாக்கலானபோது 1972 ஆகஸ்ட் 24 அன்று பேசியது.

கிணற்றுப் பாசனத்தின் மூலம் ஆரம்பத்தில் நான்கு ஏக்கர் பயிரிடலாம் என்று ஏற்பாடு செய்து, கணக்குப் பிள்ளையும் நான்கு ஏக்கர் என்று எழுதி விட்ட பிறகு கடைசியில் தண்ணீர் இல்லையென்ற காரணத்தால் இரண்டு ஏக்கரில்தான் பயிர் செய்திருக்க முடியும். ஆனால், அவர்கள் எல்லாம் நான்கு ஏக்கர் என்ற கணக்கிலேதான் வரி செலுத்த வேண்டிய நிலைமை ஏற்படுகிறது.

தலைவர் அவர்களே, இன்று கிணற்றுப் பாசனம் செய்யக் கூடியவர்கள் மிக அதிகமாக நஷ்டம் அடையக்கூடிய நிலை ஏற்பட்டிருக்கிறது. மின்சாரக் கட்டணம் மற்றச் செலவுகளுக்கே 500 ரூபாய் ஆகிவிடுகிறது. அவர்களுக்கு இந்த வரி அதிகமாகப் பாதிக்கும் என்று தெரிவித்துக் கொள்கிறேன். எப்படி மலையில் பயிரிடப்படுகின்ற வாழைக்கு விலக்கு அளித்திருக்கிறார்களோ, மானாவாரி நிலங்களுக்கு 3 ஏக்கர் 4 ஏக்கர் வரை விலக்கு அளித்திருக்கிறார்களோ அந்த முறையில் கிணற்றுப் பாசனத்திற்கு இரண்டு ஏக்கர் ஒரு ஸ்டாண்டர்டு ஏக்கர் என்று ஆக்க வேண்டும்.

மாண்புமிகு திரு. ப.உ. சண்முகம் : நான் தெரிந்துகொள்ள விரும்புவது - இரண்டு ஏக்கர் ஒரு ஸ்டாண்டர்டு ஏக்கர் என்று சொன்னால் வாழை வைத்தால் ஒரு ஏக்கர் அரை ஸ்டாண்டர்டு ஏக்கர் என்று வைத்தால் வாழைக்கு அவ்வளவுதான் வருமானம் வரும் என்று உறுப்பினர் அவர்கள் கூறுகிறார்களா? இதைப் பற்றி விளக்கமாகச் சொல்ல வேண்டும்.

பத்து ஸ்டாண்டர்டு ஏக்கர் வரை விலக்கு அளித்திருக்கிறோம். 5,000 ரூபாய் வரையில் வருமானம் இருந்தால் வரி இல்லை என்றிருக்கிறது. ஐந்து ஏக்கர்களில் வாழை வைத்தால் விலக்கியிருக்கிறது. தனிப்பட்ட முறையில் ஐந்து கிணறு வெட்டி தண்ணீர் எடுத்தால் சலுகை கொடுத்திருக்கிறோம். இதற்கு மேற் கொண்டு போகிறவர் களுக்கு வரி போடுகிறோம். பத்து ஸ்டாண்டர்டு ஏக்கருக்கு மேல் பயிரிடுகிறவர்களுக்காக உறுப்பினர் அவர்கள் வாதாடுகிறார்களா?

திரு.சோ.அழகர்சாமி : 15 ஸ்டாண்டர்டு ஏக்கர் என்று சொல்லும் போது எங்கள் வட்டாரத்தில் 45 ஏக்கர்களுக்கு வந்து விடுகிறது. அவை வானம் பார்த்த பூமி. அதில் மூன்று நான்கு ஏக்கர்களில் கிணறு வெட்டி பயிரிடும்போது மீதி நிலம் மானாவாரியாக இருந்தாலும் வருமான வரி செலுத்த வேண்டியிருக்கிறது.

மாண்புமிகு திரு. ப.உ.சண்முகம் : நாற்பது ஏக்கர்கள் வைத்திருந்து மூன்று நான்கு ஏக்கர்களில் பயிரிட்டால், கிணறு எடுத்து பயிரிட்டால் வருமான வரி கட்ட வேண்டி வருகிறது என்று

சொல்கிறார்கள். மீது 36 ஏக்கர்களில் பயிர் வைக்காமல் மானாவாரியாக வைத்திருக்கிறார்களா? அப்படிப்பட்டவர்களுக்கு வருமான வரி வந்து விடுகிறது என்று சொல்கிறார்களா? என்று அறிய விரும்புகிறேன்.

திரு. சோ.அழகர்சாமி : நாற்பது ஏக்கர்கள் இருந்தால் கிணறு வெட்டி மூன்று நான்கு ஏக்கர்கள் போக மற்றவை வானம் பார்த்த பூமியாகத்தான் இருக்கிறது. நல்ல முறையில் மழை இருந்தால் மகசூல் இருக்கும், இல்லை என்றால் மகசூல் இல்லை என்ற நிலைதான் இருக்கிறது. வருமான் வரி போடும்போது அதையும் சேர்த்துதான் கணக்கிடுகிறார்கள். அப்படி வரும்போது 30, 40 ஏக்கர்கள் உள்ளவர்களும் வரி செலுத்த வேண்டிய நிலை ஏற்படுகிறது. அங்கு ஏக்கர் ஒன்றுக்கு சராசரி வருமானம் இருபது ரூபாய்தான் வருகிறது.

கோவில்பட்டி, சங்கரன்கோவில், விளாத்திக்குளம் போன்றயிடங் களில் மானாவாரிப் பூமிகளில் செலவு போக சராசரி வருமானம் ஏக்கர் ஒன்றுக்கு ரூ 30-க்கு மேல் வருவதில்லை. நிலங்களை குத்தகைக்கு விட்டால், ஏக்கர் ஒன்றுக்கு பத்து ரூபாய்க்கு மேல் குத்தகைக்கு எடுப்பதில்லை. வருமான வரி கணக்கிடும்போது எல்லாவற்றையும் சேர்த்து கணக்குப் போடுகிறார்கள். அதிக வருமானம் இருந்தால் வரி போடட்டும். அரசாங்கப் பாசனத்தின் மூலம் உற்பத்தி செய்யக்கூடிய வாழை, கிணற்றுத் தண்ணீர் இறைத்து உற்பத்தி செய்யக்கூடிய வாழை இவற்றின் செலவை அமைச்சர் அவர்கள் சிறிது சிந்திக்க வேண்டும். ஒரு ஏக்கரில் தண்ணீர் இறைக்க ரூ.500 செலவாகிறது.

ஒரு சிறிய விவசாயி கிணறு வைத்து நாலைந்து ஏக்கர்கள் பயிரிட்டு மீதி நிலம் மானாவாரியாக இருந்தாலும்கூட அதையும் சேர்த்து கணக்கெடுத்து வருமானவரிக் கணக்கில் கொண்டு வருகிறார்கள். இரண்டு ஏக்கர் என்றிருந்து ஒரு ஏக்கருக்குத்தான் தண்ணீர் இருந்தது என்றாலும்கூட இரண்டு ஏக்கர்களில் வாழை வைத்தான் என்று வருமான வரி கட்ட வேண்டிய நிலை ஏற்படுகிறது. போன ஆண்டு வாழை வைத்தாயே என்று சொல்லி இரண்டிற்குமாக சேர்த்து நோட்டீஸ் வந்து விடுகிறது.

மாண்புமிகு திரு. ப.உ.சண்முகம்: இந்தச் சட்டத்தின்படி ஒரு விவசாயி என்ன பயிர் வைக்கப் போகிறார் என்று எழுதிக் கொடுத்து விடலாம். அவர்கள் எழுதிக் கொடுத்ததை வைத்து அதிகாரி கணக்குகள் பார்ப்பார். அப்படி எழுதிக் கொடுக்கும் உரிமையை புதிதாகக் கொடுக்கிறோம்.

திரு. சோ.அழகர்சாமி: நன்றி. மகசூலைப் பார்க்கும்போது இடத்திற்கு இடம் வித்தியாசப்படுகிறது. ஒரு இடத்தில் உற்பத்திச் செலவு குறைவாக இருக்கிறது. இன்னொரு இடத்தில் உற்பத்திச் செலவு அதிகமாக இருக்கிறது. ஒரு இடத்தில் ஏக்கர் ஒன்றுக்கு ரூ. 5,000 வரை வருகிறது, இன்னொரு இடத்தில் அவ்விதம் வருவதில்லை. பருத்தி போடும்போது சிலயிடங்களில் பத்து பதினைந்து குவின்டால்ஸ் வருகிறது. நானும் போட்டேன், இரண்டு ஆண்டுகள் போட்டேன். ஏக்கர் ஒன்றுக்கு மூன்று குவின்டாலுக்கு மேல் வரவில்லை. ஆகவே நிலம், தரம், தண்ணீர் வசதி இவற்றைப் பொருத்து மகசூல் வேறுபடுகிறது. வருமானம் வந்தால் வரி போடட்டும், வரவேற்கிறேன், ஆனால் வருமானம் வராதவர்கள் வரி கட்ட வேண்டிய ஆபத்து இதில் இருக்கிறது.

மாண்புமிகு திரு. ப.உ. சண்முகம்: வருமானம் 5,000 ரூபாய்க்கு மேல் வந்தால் வரி போடுகிறோம். எந்த வகையில் வருமானம் வராதவர்களிடம் வசூலிக்கிறார்கள் என்று தெரியவில்லை. அதைச் சொன்னால் அதுபற்றி யோசிப்போம். வருமானம் வந்தால் வரி உண்டு. ஒருவேளை பயிர் காய்ந்து விட்டது, தீய்ந்துவிட்டது, பூச்சி அடித்துவிட்டது என்று கருதுவார்களேயானால் இப்போதே சலுகைகளைச் சொல்கிறேன், பயிர் தீய்ந்துவிட்டது அல்லது காய்ந்துவிட்டது அல்லது பூச்சி அடித்துவிட்டது என்றால் உடனே நிலத்திற்குரியவர் அங்குள்ள இன்கம் டாக்ஸ் அதிகாரியிடம் எழுதிக் கொடுத்து விட்டார்களேயானால், உடனே அவர்கள் பார்த்து தீய்ந்துவிட்டது, காய்ந்துவிட்டது என்று எழுதிவிட்டால் போதும், அதைத் தள்ளி விடுவதற்கு உத்தரவு போட்டிருக்கிறோம், அந்தச் சலுகையைத் தர இருக்கிறோம். அப்படியிருக்கும்போது வருமானம் வராதவர்களுக்கு வரி போடுவதாக இல்லை, வருமானம் வருகிறவர்களுக்குத்தான் வரி போடுகிறோம். அப்படி வருமானம் வராதவர்களுக்கு எந்தெந்த வகைகளில் பாதுகாப்பு கொடுக்க வேண்டுமோ அவற்றைக் கொடுக்கிறோம். வருமானம் வரும்போது வரி போடுகிறோம், அதில் என்ன தவறு?

திரு. சோ. அழகர்சாமி: ஒரு ஜோடி மாடு வைத்து கணவன், மனைவி பாடுபடுகிறார்கள். சில சீசனில் கூலி ஆட்களை வைத்துக் கொள்கிறார்கள். இவர்களுக்கு முப்பது ஏக்கர் இருந்தால் அவர்கள் வருமான வரிக்கு உள்ளாகிறார்கள். நல்ல வசதி படைத்தவர்கள் அதிகப்படிச் செலவு செய்து அதிக வருமானம் கட்டும் நிலையில், வசதியில்லாதவர்களிடம் அங்கு அவ்வளவு வருமானம் வருகிறதே,

உனக்கு அவ்வளவு இல்லை என்று சொன்னால் அது சரியல்ல என்று சொல்கிறார்கள். ஐநூறு ரூபாய் வருமானம் வந்தவர் ஐநூறு ரூபாய் வரி செலுத்த வேண்டிய நிலை ஏற்பட்டிருக்கிறது. விளையவில்லை என்று சொன்னால் நம்பமாட்டேன் என்கிறார்கள். அவர்கள் கணக்குகளை சரியாக வைக்க முடியாத நிலை இருக்கிறது.

ஆகவே, சிறு விவசாயிகள், நேரடியாகப் பாடுபடும் விவசாயிகள் பாதிக்கப்படாமல், வருமான வரி அதிகாரிகளிடம் அலையாமல் இருக்கும்படிச் செய்ய வேண்டும். இன்ன பயிர் வைத்திருக்கிறோம், இவ்வளவு ஏக்கர்களில் வைத்திருக்கிறோம் என்ற முறையில் எழுதி கையெழுத்து வாங்கும் முறையில் ஒரு ஏற்பாடு இருந்தால் சென்ற ஆண்டு என்ன வைத்திருந்தார்கள். இந்த ஆண்டு என்ன வைத்திருக்கிறார் என்று உறுதியாகக் கூற முடியும்.

ஆனால், நிலைமை இப்போது அப்படி இல்லை. சென்ற ஆண்டு என்ன பயிர் வைத்திருந்தார்களோ அதுதான் இந்த ஆண்டும் என்ற நிலையில்தான் ரிக்கார்ட்ஸ் இருக்கின்றன. இல்லையென்றால் நம்ப மாட்டேன் என்கிறார்கள். ஆகவே, என்னென்ன பயிர்கள் வைக்கப் படுகின்றன என்பதற்கு எழுதி கையெழுத்து வாங்கும் முறை இருக்க வேண்டும். இப்போது வருமானம் வந்தாலும் வராவிட்டாலும் வரி செலுத்த வேண்டியிருக்கிறது.

உற்பத்திச் செலவு ஒரு சில இடங்களில் கூடுதலாக ஆகிறது. சிலயிடங்களில் குறைவாக ஆகிறது. சிலயிடங்களில் மகசூல் ஏக்கராவிற்கு அதிகமாகக் கிடைக்கிறது, சிலயிடங்களில் மகசூல் குறைவாகக் கிடைக்கிறது. வருமானம் வருகிறவர்களுக்கு வரி விதிக்கலாம். ஆனால், தகுந்த வருமானம் இல்லாதவர்கள் வரி விதிப்பிற்கு ஆளாகாமல் இருக்க வேண்டும். வருமானம் இல்லாத வர்களுக்கு தொந்தரவு இல்லாத முறையில், நல்ல முறையில் பரிசீலனை செய்து இந்த மசோதாவைக் கொண்டு வருவது நியாயம் என்பதால் செலக்ட் கமிட்டிக்கு விட வேண்டுமென்ற திருத்தத்தை வற்புறுத்துகிறேன்.

திருத்தத்தைத் திருத்த வேண்டும்!*

தலைவரவர்களே, இந்த தமிழ்நாடு 1974ஆம் ஆண்டு குடியிருப்பு அனு போகதாரர்கள் (உரிமை வழங்குதல், திருத்தச் சட்டம் கொண்டு வந்திருக்கிறார்கள். இந்தத் திருத்தத்தை எதிர்த்து ஒரு சில கருத்துக்கள் சொல்ல விரும்புகிறேன்.

★ தமிழ்நாடு, 1974-ம் ஆண்டு பொதுப் பணியாற்றுவோர் (உரிமை வழங்குதல்) திருத்தச் சட்ட முன்வடிவு தாக்கலானபோது 1974 ஜனவரி 29 அன்று பேசியது.

இப்போதுள்ள இந்தச் சட்டமே கன்னியாகுமரி மாவட்டம், நீலகிரி மாவட்டம், ராஜபாளையம் டிவிஷன் போன்ற மாவட்டங்களில் அமுலுக்கு வரவில்லை. அங்கே உள்ள குடியிருப்புதாரர்களுக்கு பாதுகாப்பு கொடுக்கப்படவில்லை. அதேமாதிரி, நகர பஞ்சாயத்துக்கு விதிவிலக்கு அளிக்கப்பட்டிருக்கிறது. நமது மாநிலத்தில் விவசாயத் தொழில் செய்யும் பல மக்கள் நகர பஞ்சாயத்துக்களில் குடியிருக் கிறார்கள்.

பெரிய கிராமங்கள் பூராவும் இப்போது நகர பஞ்சாயத்துகளாக இருக்கின்றன. அங்கே குடிசையில் வாழும் விவசாயிகளுக்கு குடிசைகள் சொந்தமாக்கப்படாமல் இருக்கிறது. மலைத் தோட்டங்களில் மூதாதையர்கள் தந்தை, பாட்டன் ஆகியோர் குடியிருந்த குடியிருப்பு மனைகள் சொந்தமாக்கப்படாமல் வெளியேற்றப்படுகிறார்கள். அவர்களுக்கு உரிமை அளிக்கப்படவில்லை என்பது நியாயமா? என்று தெரியவில்லை. தஞ்சை மாவட்டத்தில் குடிசைகளைச் சொந்தமாக்கக் கூடிய முறை சரியான முறையில் அமுலாக்கப்படவில்லை.

அவர்கள் முன்பு இருந்த குடிசையின் பரப்பு 1 சென்ட், 2 சென்ட் என்று இருந்தால் அந்த இடத்தை மாத்திரம் பட்டா செய்து கொடுக் கிறார்கள். அந்த இடத்தில், காலை நீட்டிக்கொண்டு படுப்பதற்குக் கூட போதாது. என்னிடம் சில விவசாயிகள் சொல்லியிருக்கிறார்கள், நாங்கள் இதுவரை காலை நீட்டிக்கொண்டு படுத்தது கிடையாது என்று. அவர்களுக்கு பட்டா செய்து கொடுக்கக்கூடிய இடம் அப்படி இருக்கிறது. அவர்கள் புழங்குவதற்கு இடம் கொடுக்கப்படவில்லை. அவர்கள் புழங்கிக் கொண்டிருந்த கொல்லை, நிலச் சுவான்தாருக்கு கொடுக்கப்படுகிறது. கிராம அதிகாரிகள், கர்ணம் ஆகிய வர்களை கைக்குள் போட்டுக்கொண்டு பல இடங்களில் இருந்த குடிசைகளை அந்த இடத்தில் குடிசையே இல்லை என்று சொல்லக் கூடிய நிலைமை வளரக் கூடிய நிலைமை எல்லாம் இருக்கிறது.

அதேபோல, நகர பஞ்சாயத்துக்கள் இருக்கின்றன. அங்கே விவசாயத் தொழிலாளர்கள் இருக்கிறார்கள். அவர்கள் குடியிருந்த குடிசைகள் அவர்களுக்குச் சொந்தமாக்கப்பட வேண்டும். அனுபோகம் உள்ளவர்களுக்கு, குடியிருப்பு மனை இல்லை என்று சொல்வது சரியல்ல. அந்த முறையில் இந்த சட்டம் அமுலாக்கப்பட வேண்டும். கேரளாவிலும், பாண்டிச்சேரியிலும் ஒரு சட்டம் வந்திருக்கிறது. கட்டாயமாக 7.5 சென்ட் நிலம் இருக்க வேண்டுமென்று. ஒருவனுக்கு ½, சென்ட் இடத்தில் குடிசை இருக்கிறதென்றால், அதை பட்டா செய்து தருவதில் என்ன பிரயோஜனம்? காலை நீட்டிக் கூட படுக்க

முடியாது. அந்த இடத்தை அளந்து கொடுத்தால் போதாது. குறைந்தபட்சம் 7½, சென்ட் இருக்க வேண்டும்.

கேரளாவில் முனிசிபாலிடி என்றால் 3 சென்ட், நகர பஞ்சாயத்து என்றால் 5 சென்ட், கிராம பஞ்சாயத்து என்றால் 7½, சென்ட் என்ற முறையில் குடியிருப்பு பட்டாக்கள் கொடுக்கப்படுகின்றன. இந்த மாநிலத்தில் எங்கே குடியிருந்தாலும் சரி, விவசாயத் தொழிலாளர் களுக்கு குடி இருக்கக் கூடிய இடம் சொந்தம் ஆக்கக் கூடிய நடைமுறை அமுலாக்கப்பட வேண்டும். தஞ்சையில் பல இடங்களில் வைத்த மரங்கள் நிலச்சுவாந்தார்களுக்குப் போய்விடுகின்றன. கொல்லைப் புறம் போய் விடுகிறது. இது அவர்களுக்குப் பிரயோசனப்பட வேண்டும்.

மலைத்தோட்டத் தொழிலாளர்கள் பரம்பரையாக சர்வீஸிலிருந்து வருகிறார்கள். அப்படிப்பட்டவர்களுக்கு மனை சொந்தமாக்கப்பட வேண்டும் என்று கூறி, இந்தத் திருத்தம் சரியாகாது என்று கூறி உரையை முடித்துக் கொள்கிறேன்.

உச்சவரம்பும் மிச்ச நிலமும்★

தலைவரவர்களே, மாண்புமிகு அமைச்சர் அவர்கள் கொண்டு வந்த இந்த நில உச்சவரம்பு திருத்த மசோதாவில் ஏற்கெனவே விதிவிலக்கு அளிக்கப்பட்ட தோப்புகள், காடுகள் இந்த மாதிரி காடுகளுக்கு அந்த தோப்புகளைத் தவிர வேறு ஏதாவது பயிரிட்டு பயன்படுத்தினால் எடுத்துக்கொள்ளலாம் என்று திருத்தம் வந்திருக்கிறது.

இது சம்பந்தமாக எங்களுடைய கட்சி இந்த விதிவிலக்கு கூடாது என்று தொடர்ந்து சொல்லி வந்திருக்கிறது. நில உச்சவரம்பு கொண்டு வந்த நேரத்திலே இதிலே இருந்து தப்பிக்கப் பலபேர் பல விதிவிலக்குப் பெற்றார்கள் என்று தெரியும், பலர் பண்ணைக்கு என்றும், கரும்புக்கு என்றும், மேய்ச்சலுக்கு என்றும் விதிவிலக்கு பெற்றிருந்தார்கள். அதற்குப் பின்னால் விதிவிலக்கு ரத்து செய்கிற நேரத்தில், அதற்குப் பின்னால் அந்த விதிவிலக்கு நிலங்கள் பூராவும் அரசாங்கத்திற்கு வந்து அவை நிலமற்ற விவசாயிகளுக்கு பிரித்து கொடுக்கப்பட்டு இருக்கிறதா என்றால் அது வேறு பல மாதிரியாக பிரிக்கப்பட்டு அது இப்போது பழைய நிலப்பிரபுக்கள் கையில்தான் அப்படியே இருக்கிறது.

★ தமிழ்நாடு 1975-ம் ஆண்டு நிலச்சீர்திருத்தங்கள் (நிலத்திற்கு உச்சவரம்ப கட்டுதல்) இரண்டாம் திருத்த சட்ட முன்வடிவு தாக்கலானபோது 1975 ஏப்ரல் 18 அன்று பேசியது.

இப்போது இருக்கிற உச்சவரம்பு சட்டத்தின் மூலம் அரைகுறையாக கிடைத்த மிச்ச நிலத்தைக் கூட எடுத்து அந்தக் கிராமத்தில் பரம்பரையாக பாடுபட்டு வந்த விவசாயிகளுக்கு, தொழிலாளிகளுக்கு, அரிஜனங்களுக்கு அந்த நிலங்களை பிரித்துக் கொடுக்கக்கூடிய நிலையில் இருக்கிறதா என்றால் இல்லை. உச்சவரம்புச் சட்டம் வந்த நேரத்தில் மிச்ச நிலங்களில் ஏற்கெனவே உள்ள அதன் சொந்தக்காரர்கள் பண்ணை என்றும், குத்தகை என்றும் சொல்லி அதை அவர்களே இன்னும் அனுபவித்துக் கொண்டு வருகிறார்கள்.

எனக்குத் தெரியும் ஆயிரம், ஐநூறு என்று ஒவ்வொருத்தருக்கு இருக்கிறது. ஆனால், உச்சவரம்பு மூலம் மிச்ச நிலம் இருப்பதாக அறிவிக்கப்பட்டு இருக்கிறது. ஆனால், அறிவிக்கப்பட்ட மிச்ச நிலங்கள் அவர்களுக்கு வேண்டிய சொந்தக்காரர்கள் பேரில் எழுதப்பட்டு குத்தகை என்றும், நஷ்ட ஈடு அது இது என்று சொல்லி பொய்யாக ஜோடனையாகக் காரியங்கள் நடந்து வருகிறது. அதிகாரிகளுக்குத் தெரிந்தே நடந்து வருகிறது. உச்சவரம்பு மசோதாவின் நோக்கம் இதுவரையில் நிறைவேறாத நிலையில் இருக்கிறது என்பதை அமைச்சர் அவர்களுக்குத் தெரிவித்து, இப்போது வந்திருக்கிற விதிவிலக்கு கொடுக்க வேண்டிய அவசியம் இல்லை என்று தெரிவித்துக் கொள்ளுகிறேன்.

காடுகளுக்குக் கூட விதிவிலக்கு. பல இடங்களில் பார்த்தால் நல்ல மகசூல் கிடைக்கக்கூடிய விவசாயத்திற்கு லாயக்கு உள்ள நிலங்கள், அது அரசாங்கத்தின் கையில் போய்விடுமே என்ற காரணத்தால் உடை விறகு, சவுக்கு, வேலிக்கருவை என்று பயிரிட்டுக் கொண்டு இருக்கிறார்கள். அவை எல்லாம் புஞ்சை தானியம் ராகி போன்று கூட விளைவிக்க தகுதி உள்ள நிலங்கள். இரண்டு வருஷத்திற்கு ஆயிரம் இரண்டாயிரம் ரூபாய் என்று வருவாய் வருகின்ற காரணத்தால் நல்ல புஞ்சை தானிய விளைச்சலுக்கு லாயக்கு உள்ள நிலங்களை இப்படி பயன்படுத்திக் கொண்டு வருகிறார்கள். விறகு காடுகளாக இருந்தால் இந்தச் சட்டம் தொடாது. ஆனால், புஞ்சை நிலமாக்கினால் ஏமாற்ற முடியாது.

என் பகுதியில் எட்டயபுரம் ஜமீந்தாருக்குச் சொந்தமாக எட்டயபுரத்தினை ஒட்டி இரண்டாயிரம் மூன்றாயிரம் ஏக்கர் நிலங்கள் தரிசாக போடப்பட்டு ஆடு மாடு மேய்ச்சலுக்காக என்று வைக்கப்பட்டு இருந்தது. அது மேய்ச்சல் தரையாக இருக்க வேண்டும் என்று அரசாங்கத்திற்கு எதிராக தீர்ப்புகள் கூட வழங்கப் பட்டு இருக்கின்றன. ஹைகோர்ட்டில் இந்த நிலங்கள் எல்லாம் பட்டா போட்டு கொடுக்க

வேண்டும் என்று சிலர் வாதிட்டார்கள். பக்கத்தில் உள்ள ஊர் மக்கள், குடிமக்கள் எல்லாம் சேர்ந்து இந்த நிலம் பொதுமக்கள் உபயோகத்தில் இருக்கிறது, ஆடு, மாடு மேய்ச்சல் வெளியாக, புல்தரையாக இருக்கிறது. அதற்குப் பயன்படுத்தப்பட வேண்டும், பட்டா வழங்கக் கூடாது என்று வாதாடினார்கள்.

இதுவரையில் இல்லாமல் இருந்தது. அரசாங்கம் எதிர்தரப்பில் இருந்து வாதிட்டுக் கொண்டிருந்தது. இப்போது தனக்கே கிடைக்கிறது என்று சொல்லி இதுபோல செய்கிறதோ என்னவோ? ஒரேயிடத்தில் ஆயிரம் ஏக்கரா இருக்கிறது. அங்கே விறகு பயிரிட்டால் விதிவிலக்கு அளிக்கலாம் என்று ஏற்படுத்திவிட்டால் நிலவுடைமைக்காரர்களுக்குத் தான் சாதகமாகிவிடும். நிலமற்ற பல்லாயிரக்கணக்கானவர்களுக்கு வாழ்வளிக்கக்கூடிய முயற்சியை கைவிடக்கூடிய நிலைதான் ஏற்படும்.

மதுரை பக்கத்தில் பழமுதிர்ச்சோலைப் பண்ணை என்று இருக்கிறது - நாயுடு பண்ணை - எந்தப் பழமும் அங்கே விளையவில்லை ராகி, பருத்தி போன்றவைதான் அங்கே போடப்படுகிறது. ஆனால், பழமுதிர்ச்சோலை பழப் பண்ணை என்று சொல்லி விதிவிலக்கு அடிப்படையில் அது இருந்து வருகிறது. நாம் 15 ஏக்கரா உச்சவரம்பு என்று வைத்திருக்கிறோம். இது மிகத் தாராளமாக ஒரு குடும்பத்திற்குப் போதும்.

தோப்பு என்ற பெயராலோ, பழப்பண்ணை என்ற பெயராலோ விதி விலக்குக் கொடுக்க வேண்டிய அவசியமே இல்லை - உச்சவரம்புச் சட்டத்திலுள்ள வரையறைக்குமேல் யாரிடம் எந்தப் பெயரில் நிலம் இருந்தாலும் அதை எடுத்து நிலம் இல்லாத கஷ்டப்படுகிற ஏழை எளிய மக்களுக்கு பகிர்ந்து அளிக்கிற முயற்சியினைத்தான் சர்க்கார் மேற்கொள்ள வேண்டுமே தவிர இந்தத் திருத்தத்தின் மூலம் மக்களுக்கு எவ்விதப் பயனும் ஏற்படாது என்ற கருத்தைச் சொல்லி முடித்துக் கொள்கிறேன்.

4. தமிழக முதல்வராக எம்.ஜி.ஆர்...
(1977-1980)

ஆளுநர் உரையும் விடுபட்ட திட்டங்களும்*

பேரவைத் துணைத் தலைவர் அவர்களே, கவர்னர் உரைக்கு நன்றி அறிவிப்பு தீர்மானத்திற்கு எங்கள் கட்சியின் சார்பிலே கொடுத்த திருத்தங்களை ஆதரித்து ஒருசிலவற்றை சொல்ல ஆசைப்படுகிறேன்.

இலஞ்ச ஊழலை ஒழிப்பது சம்பந்தமாகவும், நியாய விலைக் கடைகள் திறப்பது சம்பந்தமாகவும், வேலையில்லாத் திண்டாட்டத்தைப் போக்க அங்கங்கு கிராமப் பகுதிகளிலே தொழில்களை ஆரம்பிக்கத் திட்டங்கள் போடுவதாகச் சொன்னதையும், எல்லா கிராமங்களுக்கும் குடிநீர் வசதி ஏற்படும் என்று சொன்னதையும் நீண்ட நெடுநாட்களாக மக்கள் சொல்லி வந்த ஊராட்சி, ஒன்றிய, நகராட்சித் தலைவர்களை மக்களே நேரடியாகத் தேர்ந்தெடுக்கும் முறையைக் கொண்டு வந்தமைக்கும் நான் என்னுடைய வரவேற்பைத் தெரிவித்துக் கொள்கிறேன்.

கவர்னர் உரையிலே சொல்லாமல் விடப்பட்ட விஷயங்களைத் தங்கள் மூலமாக சபையின் கவனத்திற்குக் கொண்டு வர விரும்புகிறேன். நம்முடைய குடியரசுத் தலைவருடைய ஆட்சியின் பொழுது-அவசர நிலைப் பிரகடனத்தால் - தமிழ் மக்களுக்குக் கிடைத்த சில பலன்கள் கூறப்பட்டிருக்க வேண்டுமென்று கருதுகிறேன்.

நெருக்கடி நிலை அறிவிக்கப்பட்ட காலத்தில் திராவிட முன்னேற்றக் கழகம் அரசாட்சியிலே இருந்தது. அந்த ஆட்சி அவசர நிலைப் பிரகடனத்தை தங்களுக்குச் சாதகமாக எப்படியெல்லாம் பயன்படுத்தினார்கள் என்பது இப்பொழுது ஆளுங்கட்சியிலே இருப்பவர்களுக்கும் தெரியும், நமக்கு தெரியும். அவசர நிலையைப் பயன்படுத்தி, எப்படி தங்களுக்கு விரோதமானவர்கள் மீதெல்லாம் வழக்குகள் பதிவு செய்தார்கள் என்பதும் தெரியும். தங்கள்

★ ஆளுநர் பேருரைக்கு நன்றி கூறும் தீர்மானத்தின்மீது 1977 ஜூலை 14 அன்று பேசியது.

கோரிக்கைகளை முன் வைத்துப் போராடிய தொழிலாளர்கள் மீதும் மாணவர்கள் மீதும், விவசாயிகள் மீதும் பொது மக்கள் மீதும் எந்தவிதமான அடக்குமுறை துப்பாக்கிப் பிரயோகங்களைச் செய்தார்கள் என்பதையும் மக்களை பாதிக்கக் கூடிய முறையிலே எப்படி நடத்தினார்கள் என்பதையும் இந்த நாடு நன்கு அறியும். அவர்கள் ஆட்சியிலிருந்த பொழுது, 7 மாத அவசரகால ஆட்சியிலே இந்த மாதிரி பல காரியங்கள் எல்லாம் செய்யப்பட்டதன் காரணமாக, மக்களுக்குக் கொடுத்த வாக்குறுதிகளுக்கு மாறாக, ஏழை எளிய மக்களுக்கு விரோதமாக நடந்து கொண்டதன் காரணமாக, தமிழகத்திலே உள்ள மக்கள் எல்லாம் இந்த ஆட்சி அகற்றப்பட வேண்டுமென்று கருதியது அனைவருக்கும் தெரியும்.

அவசர காலத்தில், ஜனாதிபதியினுடைய ஆட்சியை அமுல்படுத் தி.மு.க. அரசை நீக்கியதை மக்களெல்லாம் வரவேற்றார்கள். நடந்த பாராளுமன்றத் தேர்தலில் மக்கள் வெளியிட்ட தெளிவான அந்த முடிவுகளை நாம் அறிவோம். இந்த மாதிரி நிலைமைகள் எல்லாம் ஏற்படுகிற நேரத்த அந்த நிலைகள் எல்லாம் மாறுகின்ற வகையில் அவசரகால பலன்கள் சாதாரண ஏழை எளிய மக்களுக்குக் கிடைத்தது.

படியரிசி 5 ரூபாய் 6 ரூபாய் என உயர்ந்த காலத்திலே எல்லா மக்களுக்கு நியாயமான விலையில் கிராமத்திலே உள்ள அத்தனை குடும்பங்களுக்கும் 30 கிலோ அரிசி மாதா மாதம் கிடைக்கின்ற அளவு நடவடிக்கை இருந்தது நமக்கு தெரியும். கொள்ளை இலாபக்காரர்களையும் கள்ள மார்க்கெட்டுக்காரர்களையும் அந்த நேரத்தில் கைது செய்ததும் நமக்குத் தெரியும். அதுமட்டுமல்ல, சாதாரண ஏழை எளிய மக்களுக்குப் பலன் ஏற்பட்டதும் நமக்குத் தெரியும்.

முன்னாலே கூட்டுறவு சங்கங்கள் எல்லாம் சரியாக இயங்காமல் ஆளும் கட்சியினுடைய ஸ்தாபனமாக ஆக்கப்பட்டது உங்களுக்குத் தெரியும். அறநிலைய அமைப்புகள் பூராவும் ஊழல் மன்றங்களாக ஆக்கப்பட்டது எல்லாம் உங்களுக்குத் தெரியும். இதை எல்லாம் நீக்க வேண்டுமென்பதற்கால ஒரு சீரான நிலை ஏற்பட வேண்டுமென்பதற்காக அப்போது நாங்களும் சொன்னோம். இப்போது ஆளுங்கட்சியிலே இருக்கக் கூடியவர்களும் சொன்னார்கள்.

குடியரசுத் தலைவர் ஆட்சி அன்று மக்களுக்குப் பல உரிமைகள் கொடுத்தது. மீண்டும் அந்தப் பலன்கள் கிடைக்க வழி செய்ய வேண்டும். விலை உயர்வு காரணமாக கள்ள மார்க்கட்டுக்காரர்களும், கொள்ளை இலாபக்காரர்களும் மீண்டும் சந்தர்ப்பத்தைப் பயன்படுத்தி

விலையை உயர்த்துகின்ற பேராபத்து நிகழ்ந்து கொண்டிருக்கிறது. இதை இந்த சபைக்குத் தெரிவித்துக் கொள்ளுகிறேன்.

இந்த மார்ச்சு மாதம் அரிசி குவிண்டால் 180 ரூபாய்க்கு விற்றது. இன்றைக்கு 250 ரூபாய்க்கு உயர்ந்திருக்கிறது. பருப்பு 240-லிருந்து 340 ஆக உயர்ந்திருக்கிறது. துவரம் பருப்பு 225 ரூபாயிலிருந்து 340 ஆக உயர்ந்திருக்கிறது. இப்படி விலைவாசி உயர்ந்து கொண்டே வருகிறது.

விலைவாசியைக் குறைக்க நியாய விலைக் கடைகளை திறக்கப் போகிறோம் என்று ஆளுநர் உரையிலே குறிப்பிட்டிருக்கிறது. அத்தனை கிராமங்களுக்கும் அரிசி மட்டுமல்ல. கோதுமை மட்டுமல்ல. அத்தியாவசியமான பொருள்களை வினியோகம் செய்யப் போகிறோம் என்று சொல்லக் கூடிய அதே நேரத்தில் இடைத் தரகர்கள் லாபத்தைக் குறைக்கப் போகிறோம் என்றும் சொல்லியிருக்கிறார்கள்.

இடைத் தரகர்கள் எதற்காகத் தேவை என்பதை நான் கேட்க ஆசைப்படுகிறேன். அத்தியாவசியப் பொருள்களின் மொத்த வியாபாரத்தை அரசாங்கமே ஏற்று கீழே வினியோகிக்கின்ற முறையிலே சிவில் சப்ளைஸ் கார்ப்பரேஷன் மூலமாக வினியோகிக்க ஏற்பாடு செய்ய வேண்டுமென்றும், வாங்கி உபயோகிப்பவர்களுக்கு நியாயமான விலைக்குக் கிடைக்க வேண்டும் என்பதை தெரிவித்துக் கொள்ளுகிறேன்.

இப்போது பல இடங்களில் விவசாயிகள் வாங்கிய கடன்களைத் திரும்பப் பெற ஜப்தி போன்ற நடவடிக்கைகள் எடுக்கப்படுகின்றன. முதலமைச்சர் கூறும்போது சொன்னார்கள் ஜப்தி நடைபெறாது என்று. நேற்றைய முன்தினம் கூட ஜப்தி நடந்திருக்கிறது. தந்தி வந்திருக்கிறது குறிஞ்சாகுளம் கிராமம், சிங்கம்புணரி வட்டாரம் ஆகிய இடங்களில் ஜப்தி என்ற பேரால் அதிகாரிகள் தாறுமாறாக நடந்து கொண்டிருக் கிறார்கள். விவசாயிகள் கொடுமைப்படுத்தப்படக்கூடிய அளவுக்கு காரியங்கள் நடைபெற்றன. அதை எல்லாம் தடுத்து நிறுத்தக் கூடிய வகையில் இந்த அரசு நடவடிக்கை எடுக்க வேண்டும்.

குடிநீர் சம்மந்தப்பட்ட மட்டில் அவசர நிலைக் காலத்தில் 100-க்கும் அதிகமான ஆழ் குழாய் துளைக் கருவிகள் மூலம் குழாய்க் கிணறுகள் தோண்டி பல கிராமங்களுக்கு வசதிகள் செய்யப்பட்டன. நீண்ட நெடுங்காலமாக தண்ணீர் கிடைக்காமல் அவதிப்பட்ட பகுதிகளில் தண்ணீர் சீராகக் கிடைத்தது. ஆனால், இன்னும் பல கிராமங்களுக்கு அந்த வசதி செய்யப்படாமல் இருக்கிறது. யுத்த கால

நடவடிக்கை எடுத்ததுபோல இந்தப் பிரச்சினைகளை கவனத்தில் எடுத்து மிக அவசரமாகச் செய்ய வேண்டிய கடமை அரசாங்கத்திற்கு இருக்கிறது. அதைச் செய்ய உடனடியாக நடவடிக்கை எடுக்க வேண்டுமென்று இந்தச் சந்தர்ப்பத்தில் சொல்லிக் கொள்ளக் கடமைப்பட்டிருக்கிறேன்.

அதேமாதிரி இந்த உரையிலே குறிப்பிடாமல் பல விஷயங்கள் இருக்கின்றன. என்.ஜி.ஜி.ஓ.க்களுக்கு 3 ஆவது சம்பளக் கமிஷன் அமைப்பது பற்றி கேட்டிருக்கிறார்கள். அதைப் பற்றி குறிப்பிடப்பட வில்லை. குறிப்பிட்டிருக்க வேண்டும். என்.ஜி.ஜி.ஓ. இறந்தால் 10 ஆயிரம் ரூபாய் அந்தக் குடும்பத்திற்கு குடும்ப நலநிதியாக கொடுக்கப்பட்டிருக்கிறது. இறக்காமல் இருந்தாலும் ரிட்டையர் ஆகும்போது அவர்களுக்குப் பத்தாயிரம் ரூபாய் கொடுக்க வேண்டும். ரிட்டையர் ஆவதற்கு 4, 5 நாட்களுக்கு முன்னாலே கூட மனைவி கணவனைக் கொலை செய்தாள், தற்கொலை செய்து கொண்டார்கள் என்றெல்லாம் செய்தி வருகிறது. 10 ஆயிரம் ரூபாய்க்காக இப்படிப்பட்ட காரியங்கள் எல்லாம் நடந்திருக்கிறது. ஓய்வு பெறுகிற நேரத்திலே அவர்களுக்குப் பத்தாயிரம் ரூபாய் கொடுக்க வேண்டுமென்ற வகையில் அந்த சட்டம் திருத்தப்பட வேண்டுமென்று நான் கேட்டுக் கொள்ளுகிறேன்.

1386ஆம் பசலி முந்தைய குத்தகை பாக்கி இருந்தால் அதற்காக நிலத்தை விட்டு வெளியேற்றக் கூடாது என்று சட்டம் இருக்கிறது. வறட்சியாக, தண்ணீர் வடிக்கப்படாமலும், தண்ணீர் இல்லாமலே பாதிக்கப்படக் கூடிய பகுதிகள் இருக்கின்றன. அவர்களால் குத்தகை செலுத்த முடியவில்லை. அதைக் காரணமாக வைத்து ரெவின்யூ கோர்ட்டு களிலும் பல இடங்களிலும் வழக்குகள் போடப்பட்டிருக்கின்றன.

திருத்துறைப்பூண்டி, திருச்சி, நெல்லை, திருச்செந்தூர் அதேமாதிரி புதுக்கோட்டையில் பல பகுதிகளில் இருந்தும் முறையீடுகள் வந்திருக்கின்றன. குத்தகை பாக்கி இருந்தால் எந்தக் காரணத்தைக் கொண்டும் நிலத்தை விட்டு வெளியேற்றக் கூடாது என்று சட்டம் இருக்க வேண்டும். ஆனால், குத்தகை பாக்கிக்காக வெளியேற்றுகிறார்கள்.

கிராமத்திலுள்ள மக்கள் நல்வாழ்வு காண வேண்டும் என்ற அடிப்படையில் - நாட்டிலுள்ள பெரும்பாலான மக்கள் 100-க்கு 70 சதவிகித மக்கள் கிராமத்தில் வாழ்கிறார்கள் என்று ஆளுநர் உரையில் குறிப்பிடப்பட்டு இருக்கிறது. அவர்களுக்கு நிம்மதி அளிக்க வேண்டுமானால் இந்த நிலவெளியேற்றத்தை நிறுத்தி வைக்க வேண்டுமென்று கேட்டுக் கொள்கிறேன்.

கிராமத்திலுள்ள மக்களுக்கு பாதுகாப்பு அளிக்கப்பட வேண்டுமானால், கிராமத்திலுள்ள மக்கள் நிம்மதியாக வாழ வேண்டுமானால், உண்மையாக இன்றைக்கு இருக்கும் அரசாங்கம் அவர்களுக்கு உதவி புரிய வேண்டும் என்று சொன்னால், நிலச்சீர்திருத்தச் சட்டத்தை நில உச்சவரம்புச் சட்டத்தை-ஒரு குடும்பத்திற்கு 15 ஏக்கர்தான் என்று சட்டத்தை சரியான முறையில் அமல் நடத்த வேண்டும் என்று கேட்டுக் கொள்கிறேன். இந்த முறையில் செய்தால் அவர்களுக்கு வேலைவாய்ப்பும் அதிக அளவில் கிடைக்கும். அவர்கள் வாழ்க்கைத் தரமும் மேம்படுவதற்கு வசதியாக இருக்கும் என்று தெரிவித்துக் கொள்கிறேன்.

இந்தத் திட்டத்தை நிறைவேற்றாத வரையில் நாம் சரியான வேலைவாய்ப்பை அவர்களுக்குக் கொடுக்க முடியாது. உண்மையான ஜனநாயக முறையை அமைக்க முடியாது என்பதைத் தெரிவித்து, இந்த நில உச்சவரம்புச் சட்டத்தை சரியான முறையில் அமல்செய்ய வேண்டுமென்று கேட்டுக் கொண்டு, அந்த வினியோகத்தை மக்கள் கமிட்டி மூலம் செய்ய வேண்டும் என்று கேட்டுக் கொள்கிறேன். கேரளா போன்ற மாநிலங்களில் செய்துள்ள முறையும் அதுதான். வங்காளத்திலும் செய்வதற்கான முயற்சிகளை மேற்கொண்டு இருக்கிறார்கள், அந்த முறையில் தமிழ்நாடு அரசும் செய்ய வேண்டுமென்று இந்த நேரத்தில் நான் கேட்டுக் கொள்கிறேன்.

அதே மாதிரியாக கடன் நிவாரணம் சம்பந்தமாக பல சட்டங்கள் சென்ற காலத்திலே கொண்டு வரப்பட்டு இருந்தாலும் சரியான முறையில் நிவாரணம் கிடைக்கவில்லை. சில இடங்களில் ஈடு கொடுத்த பாத்திரங்களை 1-க்கு ½, கொடுத்து வாங்கியிருக்கிறார்கள். சில இடங்களில் இன்றைக்கு லேவாதேவிக்காரர்கள் மறுபடியும் புத்துயிர் பெற்று, அவர்கள் பெற்ற கடனுக்கு வட்டி மேல் வட்டி போட்டு வசூலிக்கிற முறையில் முயற்சிகள் நடந்து வருகிறது. அந்த முறையில் லேவாதேவிக்காரர்கள் நடந்து வருகிறார்கள். இந்த நிலைமையைத் தவிர்க்க ஒரு முழுமையான கடன் நிவாரணச் சட்டம் கொண்டு வரப்பட வேண்டுமென்று கேட்டுக் கொள்கிறேன்.

அதேமாதிரி இன்றைக்கு நம்முடைய கிராமப்புறங்களில் கடன் சம்பந்தப்பட்ட மட்டில் இன்று தொடர்ந்து நிவாரணம் சரியான முறையில் நியாயமான முறையில் கிடைக்கவில்லை. எத்தனை சட்டம் வந்தாலும் அதே நிலைதான் இருக்கிறது. ஆகவே, இருக்கின்ற சட்டங் களைத் திருத்தி ஒரு முழுமையான சட்டம் கொண்டுவர வேண்டும் என்று கேட்டுக் கொள்கிறேன்.

பல இடங்களிலே வரி விதிப்பு முறைகளிலே பல விதிக்கக் கூடாத முறைகளிலே வரி விதிப்பு செய்து இருக்கிறார்கள், பெரியார் நீர்ப்பாசன எக்ஸ்டென்சன் ஏரியாவில் திருப்பத்தூர், சிவகங்கை போன்ற இடங்களில் 6,000 ஏக்கருக்கு நீர்ப்பாசனம் தண்ணீர் விடாமலேயே ஏக்கருக்கு ரூ.50 என்று விரி விதிப்பு செய்து இருக்கிறார்கள். அதை வசூலிக்கக் கடுமையான நடவடிக்கைகளும் எடுக்கப்பட்டு வருவதாக எனக்குத் தகவல் வந்து இருக்கிறது. ஆகவே, அதைத் தடுக்க அரசு உத்தரவு போட வேண்டும் என்று கேட்டுக் கொள்கிறேன்.

பயிற்சி பெற்ற ஆசிரியர்கள் 13,000 பேர் இன்றைக்கு வேலையில்லாத நிலையில் இருக்கிறார்கள். நான் இரண்டு நாளைக்கு முன் நெல்லைக்குச் சென்று இருந்தேன். அங்கே அந்த ஆசிரியர்கள் உண்ணாவிரதம் இருந்து கொண்டு இருந்தார்கள், அவர்களைச் சந்தித்து விஷயத்தை அறிந்து, அவர்களிடத்தில் கூறினேன். அரசாங்கத்திடம் இதைச் சொல்லி அவர்களுக்கு வேண்டிய நிவாரணத்தை அளிக்க நடவடிக்கை எடுக்கச் சொல்கிறேன் என்று கூறி வந்தேன்.

பத்து ஆண்டுகளுக்கு முன்பு பயிற்சி பெற்றவர்களுக்கு இன்னமும் வேலை கிடைக்காமல் இருக்கிறது. ஆனால், இரண்டு ஆண்டுகளுக்கு முன்பு பயிற்சி பெற்றவர்கள் எப்படியோ சிபார்சு பெற்று வேலை பெற்று விடுகிறார்கள். ஆகவே, இந்த வேலை கொடுக்கிற முறையில் மாறுதல் தேவை. அது மாத்திரமல்லாமல், ஆசிரியர்கள் மாணவர்கள் விகிதாச்சாரம் 1:20 என்ற அடிப்படையில் மாற்றி அமைக்கப்பட வேண்டும். அந்த முறையில் மாற்றி அமைத்தால் பல பேருக்கு வேலைவாய்ப்பு கிடைக்கும் என்பதை இந்தச் சந்தர்ப்பத்தில் நான் சொல்லிக் கொள்ள விரும்புகிறேன்.

மேலும் சமீபகாலத்தில் சில ஆசிரியர் பயிற்சிப் பள்ளிகளையும் மூடி விட்டார்கள். ஆகவே, புதிதாக வருகிறவர்களுக்கு பிரச்சினை இல்லை. பயிற்சி பெற்று வேலையில்லாமல் இருக்கும் அனைவருக்கும் வேலைவாய்ப்பு அளிக்க அரசு முயற்சிகளை மேற்கொள்ள வேண்டும் என்று கேட்டுக் கொள்கிறேன்.

கடந்த காலத்தில் இளைஞர் அணி என்று அமைக்கப்பட்டது. ஆனால், அது இன்றைக்கு கலைக்கப்பட்டு விட்டது. அவர்களுக்கு மாற்று வேலை கொடுக்க அரசாங்கம் முன் வரவேண்டும். அவர்கள் வேலை கிடைத்து விட்டது என்று சொல்லி திருமணம் செய்து கொண்டு குடும்பம் என்று ஆன பிறகு இன்றைக்கு வேலை இல்லாமல் தவித்துக் கொண்டு இருக்கிறார்கள். அவர்களுக்கு மாற்று வேலை கிடைக்கத் தக்க நடவடிக்கைகளை அரசு மேற்கொள்ள வேண்டும் என்று கேட்டுக் கொள்கிறேன்.

வணிக வரித்துறை போன்ற பல துறைகளில் இருக்கும் ஊழியர்கள் முறையாகத் தேர்ந்தெடுக்கப்படவில்லை. அவர்கள் அப்படி ஈராண்டு ஓராண்டு என்று வேலை பார்த்து இருக்கிறார்கள். அவர்களை நிரந்தர ஊழியர்களாக மாற்றுவதற்கு அரசாங்கம் நடவடிக்கைகளை மேற்கொள்ள வேண்டும் என்று கேட்டுக் கொள்கிறேன்.

இந்த நாட்டிலே வேலை இல்லாத் திண்டாட்டத்தைப் போக்கும் முறையில் புதிதாக பல தொழில்களை ஆரம்பிக்கும் நிலை இன்றைக்கு இருப்பதைப் பார்க்கிறோம். அப்படிப்பட்ட தொழிற்சாலைகளை பின்தங்கிய மாவட்டமாக விளங்கும் நெல்லை மாவட்டத்தில், சங்கரன்கோவில், கோவில்பட்டி, விளாத்திகுளம், ஒட்டப்பிடாரம் போன்ற இடங்களில்-அவைகள் எல்லாம் பஞ்சப் பிரதேசம் - ஒரு ஆண்டு மழை பெய்தால் மூன்றாண்டுகள் மழை இருக்காது. அந்த ஒரு வருஷ மழையை வைத்துத்தான் பிழைப்பு நடத்த வேண்டும் - ஆரம்பித்தால் அந்தப் பகுதிகள் முன்னேற்றம் அடையவும், அந்தப் பகுதி மக்கள் நல்ல முறையில் வாழவும் வசதியாக இருக்கும் என்று இந்த நேரத்தில் நான் தெரிவித்துக் கொள்கிறேன். கிராமப் பகுதிகளில் வேலை இல்லாத நேரங்களில் மாற்று வேலை கொடுக்கக் கூடிய முறையில் தொழிற்சாலைகள் போன்ற சிறு திட்டங்கள் ஆரம்பிக்கப் படும் என்று கூறப்பட்டிருக்கிறது. அந்த மாதிரித் திடடங்களை, பின் தங்கிய பகுதிகளான, கோவில்பட்டி, சங்கரன்கோயில், ஒட்டப்பிடாரம் ஆகிய தாலூகாக்களில் உடனடியாக செயல்படுத்த வேண்டுமென்று கேட்டுக் கொள்கிறேன்.

அதிகமான நெசவாளர்கள் எங்கள் வட்டாரத்தில் இருக்கிறார்கள். அவர்களுக்கு மிகக் குறைந்த கூலி கொடுக்கப்படுகிறது. காலை 7 மணிக்குத் தொடங்கி மாலை 7 மணி வரை தறியில் வேலை செய்து விட்டு இறங்கினால் ரூ. 3 சம்பளம் கிடைப்பது கூட கஷ்டமாக இருக்கிறது. அதுவும் மாதத்திற்கு 25 நாட்களுக்குக் கூட வேலை கிடைப்பதில்லை. இதற்கு முக்கியக் காரணமாகக் கூறப்படுவது, கைத்தறித் துணித் தேக்கம். ரூ. 25 கோடி அளவுக்குத் துணிகள் தேங்கியிருப்பதாகச் சொல்லப்படுகிறது. அதையெல்லாம் அரசாங்கமே வாங்கி விற்பனை செய்ய வேண்டும். அரசாங்கமோ, மாநிலச் சங்கமோ அல்லது வேறொரு நிர்வாகமோ, மானியம் கொடுத்தோ, நஷ்டம் ஏற்பட்டாலும் பரவாயில்லை என்ற முறையில், நெசவுத் தொழிலாளர் களுக்குப் பாதுகாப்பு அளிக்கும் முறையில், அவற்றை வாங்கி விற்பனை செய்து, தொழிலாளர்களுக்கு நிரந்தரமாக வேலை கிடைக்கவும் நியாயமான கூலி கிடைக்கவும் வழிவகை செய்ய வேண்டுமென்று கேட்டுக் கொள்கிறேன்.

போனசைப் பொறுத்தவரையில் இதில் மத்திய சர்க்கார் தான் முடிவு எடுக்க வேண்டுமென்றாலும், 8.33 சதவீதம் போனஸ் கொடுக்கப்பட வேண்டும் என்று ஒரு தீர்மானத்தை நிறைவேற்றினால் நலமாக இருக்கும் என்பதைத் தெரிவித்துக் கொள்ள விரும்புகிறேன்.

இந்த ஆளுநர் உரையிலே, அரசியல் கைதிகளை விடுதலை செய்வது பற்றி ஒன்றுமே சொல்லப்படவில்லை. மேற்கு வங்க அரசு இத்தகைய கைதிகளை விடுதலை செய்திருக்கிறார்கள். அரசியல் கைதிகள் தங்கள் சொந்த நலன்களுக்காக சிறை சென்றவர்கள் அல்ல. அரசியல் காரணங்களுக்காக சிறை சென்ற இவர்களை, சிறையில் பழி வாங்கக்கூடிய போக்கை கைவிட்டு, இவர்களை உடனடியாக விடுதலை செய்ய வேண்டுமென்று கேட்டுக் கொள்கிறேன்.

மேற்குத் தொடர்ச்சி மலையிலிருந்து மேற்காகப் போகக்கூடிய தண்ணீரைத் திருப்பி விட்டால், இராமனாதபுரம், திருநெல்வேலி போன்ற வறட்சிப் பிரதேசங்கள் நல்ல செழிப்பான பகுதிகளாக மாறும். கடந்த காலத்தில், இரு மாநிலங்களுக்கிடையே சுமுகமான உறவு இல்லாத காரணத்தால் இதில் போதுமான அளவு கவனம் செலுத்தப்பட வில்லை. இப்போது அமைந்துள்ள அரசு இதில் கவனம் செலுத்தி, பேச்சுவார்த்தைகள் நடத்தி, இதில் நல்லதோர் முடிவு கண்டால், மேற்கண்ட மாநிலங்கள் செழிப்படையும் என்பதோடு அங்கே உள்ளவர்களுக்கு வேலைவாய்ப்பும், வேலை கிடைக்காத காரணத்தால், வேலைக்காக தஞ்சை போன்ற பகுதிகளுக்குச் செல்ல வேண்டிய நிலையில் மாற்றமும் ஏற்படும் என்பதைத் தெரிவித்துக் கொண்டு, கீரியாறு பம்பையாறு திட்டம் போன்ற திட்டங்களை எடுத்து நடத்துவதற்கு நடவடிக்கைகள் எடுக்க வேண்டுமென்று கேட்டுக் கொள்கிறேன்.

இந்த உரையில் கண்டுள்ள மற்ற நல்ல அம்சங்களை அமல்படுத்து வதிலும், குறிப்பாக, நிலச்சீர்திருத்தச் சட்டம், நியாயவிலைக் கடைகளில் எல்லாப் பொருள்களும் குறைந்த விலையில் கிடைக்க வழிவகை செய்வது - இதைக் குறிப்பிடும்போது தற்போதுள்ள நிலையில், விலைகள் குறையவில்லை, உயர்ந்து கொண்டே போகிறது - எனவே, விலைகள் கட்டுப்பாட்டிற்குள் இருக்கதக்க நடவடிக்கைகள் எடுக்க வேண்டுமென்று கூறி-நல்ல திட்டங்களுக்கு ஆதரவு தெரிவித்து என்னுடைய பேச்சை முடித்துக் கொள்கிறேன். வணக்கம்.

சிறு விவசாயிகளுக்காக சிந்திக்க வேண்டும்!★

தலைவரவர்களே, இந்த வேளாண்மைத் துறை மானியத்தின்மீது, பல உறுப்பினர்கள் பேசி இருக்கிறார்கள். இருந்தாலும் இது முக்கியமான மானியம் மட்டுமல்ல, பெரும்பகுதி மக்கள் நம்பி வாழ்க்கை நடத்தக்கூடிய துறையுமாகும். இப்பொழுது உற்பத்தி பெருக்கத்திற்காக, நம்முடைய வேளாண்மைத் துறை பலவிதமான ஆராய்ச்சிகள் மூலமாக, சீரான வீரிய விதைகள் அது சம்பந்தமாகப் போட வேண்டிய உரங்கள் இவைகளையெல்லாம் ஆராய்ச்சி செய்து கொடுத்திருந்தாலும் கூட, அவற்றினுடைய பெரும்பகுதிப் பலனை, கொஞ்சம் வசதியுள்ள பெரும் விவசாயிகள்தான் பயன்படுத்தி, ஓரளவு தங்களுடைய உற்பத்தியைப் பெருக்கியிருக்கிறார்கள்.

சாதாரணமாக, சிறு விவசாயிகள் இப்பொழுது சீரான விவசாயத்தைச் செய்ய முடியாத நிலைமை ஏற்பட்டதற்குக் காரணம் இரசாயன உரங்களின் விலைகள் அதிகமாக இருப்பது மட்டுமல்ல, பூச்சிக்கொல்லி போன்ற மருந்துகளின் விலை நாளுக்கு நாள் உயர்ந்து கொண்டே இருக்கின்றன. ஆகவே, சாதாரண சிறுசிறு விவசாயிகள் அதை வாங்கிப் பயன்படுத்த முடியாத நிலைமையிருக்கிறது. அதை எப்படி தவிர்க்கலாம் என்பதை இந்தத் துறை ஆராய்ச்சி செய்ய வேண்டுமென்று கேட்டுக் கொள்கிறேன்.

அடுத்து, சிறு விவசாயிகள் மேம்பாடு திட்டத்தை அமுல்நடத்தும் போது அத்திட்டம் சீராக நடக்க நடைமுறைகளை வகுக்க வேண்டும். ஒவ்வொரு வட்டாரத்திலும், அந்தந்த ஊராட்சி ஒன்றிய அளவில் சிறு விவசாயிகளைக் கொண்ட ஆலோசனைக் குழுக்களை அமைத்து, அந்தந்த வட்டாரத்தில் இந்தச் சிறு விவசாயிகளுடைய நிலையை மேம்படுத்த இந்தத் திட்டத்தை எப்படி பயன்படுத்தலாம் என்று சரியான அளவிலே பரிசீலனை செய்து, அந்த அடிப்படையிலே செய்ய வேண்டுமென்று நான் நினைக்கிறேன்.

இன்று பல இடங்களிலே அதற்காக ஒதுக்கப்பட்ட பணங்கள் மத்திய அரசு கொடுக்கப்பட்ட மானியங்கள் நேரடியாக சிறு விவசாயிகள் மேம்பாட்டுக்கு உபயோகப்படுத்துவதற்குப் பதிலாக வேறு பல காரியங்களுக்கு உபயோகப் படுத்தப்படுகிறது என்பதை நான் சொல்லிக் கொள்ள விரும்புகிறேன்.

★ *1977-78-ம் ஆண்டுக்கான மானியக் கோரிக்கை - வேளாண்மைத் துறை மானியத்தின் மீது 1977 ஆகஸ்ட் 10 அன்று பேசியது.*

உதாரணமாக சிறு விவசாயிகள் மேம்பாட்டுக்கு என்று சொல்லி, ரோடு போடுவது பாலங்கள் கட்டுவது- இது போன்ற காரியங்கள் பல இடங்களிலே நடத்தப்படுகிறது. அது அறவே தவிர்க்கப்பட வேண்டும். 5 ஏக்கரா நிலம் உள்ளவர்கள் 2 ஏக்கரா நிலம் உள்ளவர்கள் பாசன வசதி பெறுவார்களானால் அவர்களுடைய நிலையை எந்த வகையில் மேம்பாடடையச் செய்யலாம்? அவர்களுக்கு அந்தப் பணம் எப்படி செயல்பட வேண்டுமென்ற நிலையிலே சீரான திட்டம் இட்டு செயல்படுத்த வேண்டும். அதற்காக வட்டாரங்களிலே, ஊராட்சி ஒன்றியங்களிலே ஆலோசனைக் குழுக்கள் அமைக்க வேண்டும்.

இப்போது மாவட்ட அளவில் ஆலோசனைக் குழுக்கள் இருக்கின்றன. மாவட்ட ஆட்சித் தலைவர் அந்தக் குழுவின் தலைவராக இருக்கிறார். மாவட்ட அளவிலே இருக்கிறதே தவிர வட்டார அளவிலே இல்லை. ஆகவே, அவைகளை வட்டார அளவில் அமைக்க வேண்டுமென்று இந்தச் சந்தர்ப்பத்தில் தெரிவித்துக் கொள்கிறேன். அதே மாதிரியாக இன்று விவசாய உற்பத்தி பெருகி யிருக்கிறது. புஞ்சை மகசூலாக இருந்தாலும் அல்லது பாசனப் பயிராக இருந்தாலும் சரி, உற்பத்தி பெருகியிருக்கிறது. சந்தேகமே கிடையாது.

ஆனால், விவசாயி வாழ்க்கையிலே வசதிகள் பெருகியிருக்கிறதா? அந்த அளவுக்கு வருமானம் உயரவில்லை, அவனுடைய வருவாய் பெருகவில்லை இதற்குப் பிரதானமான காரணம் விளைபொருள் களுக்கும் நியாயமான விலை கிடைக்கவில்லை. அத்தனை பேர்களும் சொல்லியிருக்கிறார்கள். இதற்கு இந்தத் துறை யோசனை செய்து சரியான திட்டத்தை அரசுக்குச் சமர்ப்பிக்க வேண்டும். விலை சீரான நிலையில் இருப்பது இல்லை. ஒரு நேரத்திலே விலை உயருகிறது. ஒரு நேரத்திலே குறைகிறது. உயரக்கூடிய விலையின் லாபம் வசதி படைத்தவர்களுக்குப் போய்விடுகிறது. சாதாரண விவசாயிகளுக்கு கிடைப்பது இல்லை. கூட்டுறவு சங்கங்களில் கடன்களைக் கட்ட வேண்டுமென்ற நிர்ப்பந்தத்திலே மகசூல் வந்த உடனே சாதாரண விவசாயி விற்றுவிடுகிறான்.

ஆனால், வசதி உள்ளவர்கள் வைத்திருந்து விலை உயரக்கூடிய நேரத்திலே விற்பனை செய்வதால் அவர்களுக்கு அந்த விலை கிடைக்கிறது. சீரான விலை ஒரு ஆண்டு பூராவும் இருப்பதில்லை. ஆண்டு பூராவும் ஒரே மாதிரி இருக்க வேண்டுமென்று நிர்ணயம் செய்து அந்த விலைதான் விற்க வேண்டுமென்று இந்தத் துறை பரிசீலனை செய்து, அதை அமைச்சர் அவர்களை வெளியிட வேண்டுமென்று கேட்டுக் கொள்கிறேன்.

அமைச்சரைப் பொறுத்தவரையிலே அவர் சார்ந்திருந்த மாவட்டத்தில் அதைப்பற்றி நிறைய அனுபவம் பெற்றிருக்கிறார்கள். விவசாய விலை எப்படி ஏறி இறங்குகிறது? என்பது அவருக்குத் தெரியும். காய்கறிகள் பற்றி சொல்லப்பட்டிருக்கிறது. காய்கறிகள் பயிரிடப்படுகின்ற காலத்தில், அதிகமாக பயிராவதாக மாட்டுக்கு அல்லது குப்பையிலே போடக்கூடிய நிலை ஏற்படுகிறது. ஆகவே, காய்கறிகள் ஏராளமாக் கிடைக்கக் கூடிய நேரத்தில் வேறு ஏதாவது மற்ற பொருள்கள் - ஜாம் - போன்ற பொருள்கள் செய்யக்கூடிய ஏற்பாடுகள் ஆங்காங்கு இருந்தது என்றால், அவைகள் அதிகமாக விளையக்கூடிய நேரத்தில், விளைச்சல் காரணமாக விவசாயிகளுக்கு நஷ்டம் ஏற்படாது.

ஆகவே, அதனை உபதொழிலாக ஆங்காங்கு வேறு பொருளாக மாற்ற சிறு சிறு தொழில்களை ஏற்படுத்தினால் பிரயோஜனமாக இருக்கும். அதுமட்டுமல்ல இந்த மானாவாரி அபிவிருத்தி என்று ஒரு திட்டம் இருக்கிறது. இன்னும் அதிகமாக கவனம் செலுத்தி ஏற்பாடு செய்ய வேண்டும். மானியம் கிடைக்கிற ஏற்பாடுதான் இருக்கிறதே தவிர, கடன் வாங்க வேண்டும் என்று சொன்னால், விவசாயிகள் வங்கிகளை எதிர்பார்க்க வேண்டியிருக்கிறது. ஒதுக்கப்பட்ட பணம் பல இடங்களில் செலவிடப்படாமல் இருக்கிறது. மானியம் 25 சதவிகிதம், கடன் 75 சதவிகிதம் என்று இருக்கும்போது, கடன் பெறுகிறபோது அதிலே சிக்கல் இருக்கிறது.

ஆகவே, அரசாங்கம் மானியத்துக்கு சமமாக கடன் வழங்க ஏற்பாடு செய்தால் காரியங்கள் நன்றாக நடைபெறும். அதே மாதிரி விவசாயிகள் பாதிக்கக்கூடிய பல நிலைகள் இருக்கின்றன. தொழிற்சாலைகளில் இருந்து வெளியேறக் கூடிய கழிவு நீர்களை பல இடங்களில் ரொம்ப பூரணமாக விவசாயத்தைப் பாதிக்கிறது. மேட்டூர் கெமிக்கல்ஸ் பற்றி ஏகப்பட்ட புகார்கள் ஏற்கெனவே வந்திருக்கிறது. அதேபோல் இன்டியா சிமின்ட்ஸ் அங்கிருந்து கிளம்புகிற புகை அந்தப் பக்கத்திலே இருக்கிற விவசாய நிலங்களை நச்சுப்படுத்தி பூரா அளவு பாதித்திருக்கிறது.

அதேமாதிரி சன் பேப்பர் சேரன்மாதேவியில் இருக்கிறது. அந்தக் கழிவுநீர் பயிர்களைப் பாதித்திருக்கிறது. அதை எல்லாம் தடுக்க இந்தத் துறை நடவடிக்கை எடுக்க வேண்டும். எவ்வளவோ சொல்லி இருக்கிறோம். விவசாயம் வளர வேண்டுமென்று சொல்கிறோம். தொழில் துறை அதை செயல்படாமல் தடுக்கிறது. அந்தப் புகையைப் போக்க வேறு நாடுகளிலே பாதுகாப்பு ஏற்பாடு பண்ணுகிறார்கள்.

கழிவு நீரை வேறிடத்தில் விட வழியில்லை. இப்போது கழிவு நீரால் விவசாயம் பாதிக்கிற அளவுக்கு இருக்கிறது. திருச்சியிலே சாராயத் தொழிற்சாலை தண்ணீர் அதே மாதிரிதான். தொழிற் சாலைத் தண்ணீரால் விவசாயத்தைப் பாதிக்காத அளவுக்கு நடவடிக்கை எடுக்க வேண்டுமென்று கேட்டுக் கொள்கிறேன்.

அதுமட்டுமல்ல, இன்றைக்கு துளை போடுகின்ற கருவிகள் தேவைப்படுகின்றன. அவை கிடைக்காத நிலை இருக்கிறது. ஆகவே, அதை நாம் வாங்கி வைத்து கேட்டவுடன் கிடைக்கிற மாதிரி செய்ய வேண்டும்.

இங்கே கொடுக்கப்பட்டுள்ள குறிப்பிலே, 258 இடங்களில் கசிவுநீர் குளங்கள் அமைக்கப்பட்டிருப்பதாகச் சொல்லியிருக்கிறார்கள். அந்த மாதிரி அதிகமான இடங்களில் அமைக்க வேண்டும். அதற்கு வேண்டிய நிதி ஆதாரத்தை விவசாயத் துறை அமைச்சர் அவர்கள் நிதியமைச்சரைக் கேட்டு அதிகமாகப் பெற்றிருக்க வேண்டும்.

குழாய்க் கிணறுகள் மிகவும் அவசியம். 400 அடிக்கு குழாய் போட்டால் 10 ஏக்கர் கூட பாசனம் செய்ய முடியும். அப்படிச் செய்தால் சிறு தானியங்களை அதிகமான தண்ணீர் இல்லாமல் விளைவிக்க முடியும் அதற்கு குழாய் கிணறுகளை அமைத்து, அதன் மூலமாக 20 ஏக்கர்,15 ஏக்கர் அளவுக்கு தண்ணீர் பாய்ச்சுகிற திட்டங்களாக செய்து கொள்ளலாம். சிறு விவசாயிகளாக இருக்கிற 30 பேரைச் சேர்த்து, குழாய்க் கிணறுகளை இந்தத் துறை மூலமாக சமுதாயக் கிணறுகளைப் போன்று அமைத்துக் கொடுத்து, அதற்கு வேண்டிய வசதிகளையும் செய்தால், மகசூலை அதிகப்படுத்தலாம்.

அடுத்தபடியாக பால்பண்ணை, இன்றைக்கு கிராமங்களில் பால் உற்பத்தி பெருகி இருக்கிறது. அப்படி உற்பத்தியாகின்ற பாலை முழுவதும் வாங்கிக் கொள்ளுகின்ற நிலை இல்லை. மதுரையில் பாலை பதப்படுத்தக்கூடிய தொழில் இருக்கிறது. அதனுடைய சக்தித் திறன் ஒரு லட்சம் தான். ஆகவே, கிராமத்தில் உற்பத்தி ஆகின்ற பால் முழுவதையும் வாங்க முடியாத நிலை இருக்கிறது. அதுவுமல்லாமல் ரூ. 1.10 தான் கொடுக்கிறார்கள். பாலில் 7 சதவிகிதம், 8 சதவிகிதம் கொழுப்பு இருப்பதை 4 சதவிகிதமாக்கி, சென்னையை எடுத்துக் கொண்டால் 3 சதவிகிதமாக்கி, ரூ. 2, ரூ. 2.50 என்று விற்கிறார்கள். இவ்வளவு இடைவெளி இருக்கிறது வாங்கும் விலைக்கும் விற்கும் விலைக்கும். அதுவும் சக்கைப் பாலை விற்பதில் இவ்வளவு இடைவெளி விலை வைக்க வேண்டுமா? என்பதை அரசாங்கம் எண்ணிப் பார்க்க வேண்டுமென்று கேட்டுக் கொள்கிறேன்.

அதுமட்டுமல்லாமல், சீசன் காலத்தில் உற்பத்தியாகின்ற பாலை வாங்கிக் கொள்ள ஏற்பாடு செய்ய வேண்டும். இல்லாவிடில் விவசாயிகளுக்கு நஷ்டம் ஏற்படும். அப்படிச் செய்தால் தான், விவசாயிகள் கூட்டுறவு வங்கிகள் மூலம் மாடுகள் வாங்குவதற்காக பெற்றுள்ள கடனை அடைக்க முடியும். ஆகவே, பால் உற்பத்தியாளர்களிடமிருந்து, பால் முழுவதையும் வாங்கிக் கொள்ளுகின்ற முறையில், மதுரையிலும் மற்ற இடங்களிலும் ஏற்பாடு செய்ய வேண்டும். அதுமட்டுமல்லாமல் நியாயமான, சீரான விலை கொடுக்க நடவடிக்கை எடுக்க வேண்டுமென்று கூறி முடித்துக் கொள்கிறேன்.

ஊழியர்கள் போராட்டமும் முதலமைச்சர் அணுகுமுறையும்*

பேரவைத் தலைவரவர்களே, இந்த அரசு ஊழியர்களுடைய வேலை நிறுத்தம் சம்பந்தமாக, போராட்டம் சம்பந்தமாக அவர்களுடைய கோரிக்கையின் நியாயத்தைப் பற்றி அத்தனை எதிர்க் கட்சிகளும் ஒப்புக் கொள் கிறார்கள், ஆளுங்கட்சியிலே உள்ள பலரும் ஒப்புக் கொள்ளுவார்கள் என்று நான் கருதுகிறேன். நியாயமான பல கோரிக்கைகள் இருக்கின்றன.

ஆனால், எல்லாக் கோரிக்கைகளும் என்று சொல்லவில்லை யென்றாலும் கூட, பிரதானமாக, வேலை நேரத்திலே உள்ள சிரமத்தைப் பார்க்க வேண்டும். கணவனும் மனைவியும் வேலை செய்கிறார்கள் என்றால், ஒருவர் 9 மணிக்கு, ஒருவர் 10.00 மணிக்கு, ஒருவர் 10.30 மணிக்குப் போக வேண்டுமென்றால், அது சிரமம் என்பது எல்லோருக்கும் தெரியும்.

அதேபோல், ரிட்டையர்மென்ட் ஏஜ். சென்ட்ரல் கவர்ன்மெண்டில் வேலை செய்பவர்களுக்கு அந்த ஏஜ் 58, இந்த அரசின்கீழ் வேலை செய்பவருக்கு ரிட்டையர்மென்ட் ஏஜ் 55.

அதேபோல், கம்பல்சரி ரிட்டையர்மென்ட். ஒருவர் பிடிக்கவில்லை யென்றால், வீட்டுக்கு அனுப்புகிறார்கள். அதில் எவ்வளவு தவறுகள் நடந்தன என்பது எல்லோருக்கும் தெரியும்.

இன்னொன்று, மாதாமாதம் ரூ. 15 கட்டினால், ரிட்டையர் ஆகும்போது ரூ.10,000 கொடுப்போம் என்று சொன்னார்கள். ஆனால், இன்னொரு திட்டம் இருக்கிறது. பணியிலிருக்கும்போதே திடீரென்று இறந்துவிட்டால், ரூ.10,000 கொடுப்போம் என்பது. 4 நாள் கழித்து

---
* அரசிதழ் பதிவு பெறாத அலுவலர்கள் வேலை நிறுத்தம் குறித்து ஒத்தி வைப்புத் தீர்மானத்தின்மீது 1978 மார்ச் 2 அன்று பேசியது.

ரிட்டையர் ஆனால் அவருக்கு ரூ. 10,000-ம் வராது என்பதற்காக, ரிட்டையர் ஆவதற்கு 4 நாளைக்கு முன்னால், கணவனை மனைவி கொன்றதை-ரூ. 10,000-த்திற்காக - பற்றிய செய்தி பத்திரிகையிலே எல்லாம் வந்திருக்கிறது. ஆகவே, இறக்காமல் பணியிலிருந்து ரிட்டையர் ஆனாலும், ரூ.10,000-ம் வேண்டுமென்று கேட்கிறார்கள்.

மாதாமாதம் ரூ.10 கட்டினால், பாங்கிலே ரூ. 20,000-ம் கிடைக்கிறது என்றெல்லாம் இங்கே சொல்லப்பட்டது.

அதேபோல், பிராவிடன்ட் பண்டிலிருந்து திரும்பக் கொடுப்பதிலே என்ன கஷ்டம்? அவன் கட்டிய பணம். அவன் அவசரத்திற்குக் கேட்கிறான். கடன் கொடுத்தால், திரும்பக் கட்டுகிறான்.

அதேபோல், வீட்டில் வேலை செய்கிற ஆட்களுக்கு, ரூ. 15, ரூ.25 பொங்கல் இனாம் கொடுப்பதுபோல், இருக்கிற ஊழியர்களுக்கு ஒரு மாதத்திற்கு மட்டும் ரூ.15,ரூ.25 கொடுப்பது என்கிற முறை எனக்கு விளங்கவில்லை. சிறு இடைக்கால நிவாரணம் என்று ரூ. 15, ரூ. 25 என்று அறிவித்திருக்கிறார்கள். அதை, பே கமிஷன் ரிப்போர்ட் வந்து அமுலாகும் வரை என்று சொல்லியிருந்தால் என்ன? ரிப்போர்ட் எப்பொழுது வரும்? என்று எதிர்க்கட்சித் தலைவர் கேட்டபொழுது தான் சூன் மாதம் வரும் என்று சொன்னார்கள்.

அதேமாதிரி, பஞ்சப்படியிலே சீலிங். மத்திய சர்க்காருடைய பஞ்சப்படி எல்லா மாநிலங்களிலும்- பல மாநிலங்களிலும் கொடுக்கப் பட்டிருக்கிறது. இங்கு கொடுக்கப்படவில்லை. இப்படி ஒரு நெருக்கடி. இதனால், அரசு ஊழியர்களுடைய வாழ்க்கையிலே நெருக்கடி. இவற்றைப் பெற வேண்டுமென்று அவர்கள் சங்கம் முடிவு செய்கிறது; அவர்கள் போராடுகிறார்கள்.

இப்படிப்பட்ட நேரத்தில், தொழிலாளர்களும், விவசாயிகளும், அரசு ஊழியர்களும் யார் போராடினாலும், அரசின் அணுகுமுறை எப்படி இருக்க வேண்டும்? அரசின் அணுகுமுறையில் ஒன்றை நான் ஆட்சேபிக்கிறேன். முதலமைச்சர் பேசியது பத்திரிகையிலே வந்திருக்கிறது. வேலை நிறுத்தக்காரர்களை போலீஸ்காரர்கள் கைது செய்யமாட்டார்கள் என்று சொல்லியிருக்கிறார். இதை மதிப்பிற்குரிய சங்கரய்யா அவர்கள் வரவேற்கிறார்கள்.

ஆனால், அடுத்துச் சொல்லும்போது, லாஅன்ட் ஆர்டர் என்று வரும் போது, மக்களே நிலைமைகளைச் சமாளிப்பார்கள் என்று சொல்லியிருக்கிறார். என்ன அர்த்தம் இதற்கு? கட்சி ஆட்களுக்கும் அவர்களுக்கும் தகராறு, சண்டை மூட்டிவிடுவோம் என்றுதான்

அர்த்தம். அதேமாதிரிதான் மாணவர் போராட்டத்திலே, பல்லவன் போராட்டத்திலே சொன்னார்கள். போராட்டம் நடத்துபவரைக் கூப்பிட்டுப் பேசுங்கள், சட்டத்தை மீறினால் நடவடிக்கை எடுங்கள்; சட்டப்படி நியாயமான நடவடிக்கை எடுங்கள்; நிலைமைகளைப் பொறுத்து நடவடிக்கை எடுங்கள்.

இப்பொழுதே, எல்லா ஜில்லாக்களிலும் ஆபீஸ்கள் மூடப் பட்டுள்ளன. மேற்கொண்டு சுமுகமான நிலையை உருவாக்கி மக்களுக்கு நன்மை செய்வதற்குப் பதிலாக, சண்டைமூட்டி விடுகிற மாதிரி, முதலமைச்சர் சொல்லலாமா?

மாண்புமிகு பேரவைத் தலைவர் : இந்த ஒத்திவைப்புத் தீர்மானம் அனுமதிக்கப்பட்ட பிறகு இவைகளையெல்லாம் பேசலாம். உங்களுடைய கருத்து என்ன? கட்சியின் கருத்து என்ன? அரசு செய்ய வேண்டியது என்ன? என்பது பற்றி கருத்துச் சொல்லுங்கள். இப்பொழுது சுருக்கமாக ஏன் ஒத்தி வைக்க வேண்டுமென்பது பற்றி மட்டும் சொல்லுங்கள்.

திரு. சோ.அழகர்சாமி: அவையின் இதர அலுவல்களை ஒத்தி வையுங்கள். எல்லோரும் பேசுவார்கள், ஆளுங்கட்சிக்காரர்களும் பேசட்டும் வேண்டாமென்று சொல்லவில்லை.

மாண்புமிகு பேரவைத் தலைவர் : திரு. சங்கரய்யா அவர்கள் இதை சுமுகமாகத் தீர்க்க வேண்டுமென்றுதான் கருத்துக்களைச் சொன்னார்கள். நீங்கள் பிரச்சினையைச் சுமுகமாகத் தீர்க்கக் கூடிய வழிமுறைகளைச் சொல்ல வேண்டும், உங்கள் கொள்கைகளைச் சொல்ல வேண்டும். அவர்கள் இதை சொல்லியிருக்கக் கூடாது, இவர்கள் அதைச் சொல்லியிருக்கக் கூடாது என்று எடுத்துச் சொல்வது சரியல்ல.

திரு. சோ.அழகர்சாமி : முதல்வர் சொல்லியிருக்கிறார். அதைப்பற்று கருத்தே சொல்லக் கூடாதா? நாங்கள் சுமுகமாகத் தீர்க்க வேண்டுமென்பதிலே முழு ஒத்துழைப்பு தரத்தயார். முதல்வர் பேசியது இதில் சரியல்ல என்பதுதான் எங்கள் கருத்து.

ஊழியர்களது கோரிக்கைகள் நியாயமான கோரிக்கைகள். ரூ.50 கேட்கிறார்கள். இடைக்கால நிவாரணமாக, அந்தத் தொகை எவ்வளவு என்பதிலே வித்தியாசம் இருக்கலாம். ஆனால், கோரிக்கைகள் நியாயமானவை. ஆளுங்கட்சியைச் சேர்ந்தவர்களைக் கேட்டாலும், நியாயமான கோரிக்கைகள் என்று ஒத்துக் கொள்வார்கள். நாங்கள் சொன்னோம், அவர்களைக் கைது பண்ணியிருக்க வேண்டாம், கூப்பிட்டுப் பேசியிருக்கலாம் என்று.

அவர்கள் என்ன சொல்லி இருக்கிறார்கள்? நேரம் வேண்டுமென்று கேட்டோம்: முதலமைச்சரைப் பார்க்க முடியவில்லை. நீண்ட நாட்களாகக் கேட்டு வருகிறோம், நியாயமான கோரிக்கைகளைப் பேச சந்தர்ப்பம் அளிக்கவில்லை என்று சொல்கிறார்கள். 10, 15 கோரிக்கைகள் வைத்திருக்கிறார்கள். அதிலே, இத்தனை கோரிக்கைகளை ஏற்றுக் கொள்கிறோம், இவை, இவை பற்றி, அடுத்த ஒரு வாரத்திலே அல்லது இரண்டு வாரத்திலே, காபினெட் கூடி முடிவு எடுப்போம் என்று அரசுத் தரப்பில் சொல்லவில்லையென்பதுதான் என்னுடைய கருத்து. எங்களுடைய கட்சியைப் பொறுத்தவரையிலும், ஒன்றிரண்டைத் தவிர மற்றவை எல்லாம் நியாயமான கோரிக்கைகள்தான், நாங்கள் ஆதரிக்கிறோம்.

சங்கங்கள் இரண்டு இருக்கின்றன. அவர்களுக்கு இருக்கிற வித்தியாசத்தை நாம் பயன்படுத்தி அவர்களுக்குள் ஒரு பிளவு உண்டுபண்ண வேண்டிய தேவையில்லை. அவர்கள் எந்தக் கட்சிக் காரர்களாக இருந்தாலும் கவலையில்லை. வேறு மாநிலங்களில் அதிகம் தருகிறார்கள். மத்திய சர்க்காரில் ஓய்வு பெறும் வயது 58, இங்கே 55. அவர்களுக்கு அதிக ஊதியம், இங்கே குறைந்த ஊதியம் என்றிருக்கிறது. நாட்டிலே 50 சதவிகிதம் பட்டினியாக இருக்கிறார்கள் என்று சொல்லுகிறார்கள். அப்படியானால் எல்லோருக்கும் ஒரே மாதிரியாக 500 ரூபாய் சம்பளம் என்று சொல்லுங்கள்.

மாண்புமிகு பேரவைத் தலைவர் : பிரச்சினைக்கு வாருங்கள். அவர் பேசியது அதற்கு உங்கள் பதில் இப்படி விளக்கம் எல்லாம் சொன்னால் என்ன அர்த்தம்?

திரு. சோ.அழகர்சாமி : ஆகவே, அரசாங்கம் அணுகுமுறையிலே சரியாக இருந்து, அவர்களுக்கு நம்பிக்கை ஊட்டக்கூடிய வகையிலே, அனுதாபமாக அவர்களுக்குச் செய்யக் கூடிய நடைமுறையைக் கடைப்பிடிக்க வேண்டும் என்று கேட்டுக் கொள்கிறேன். இந்த நியாயமான கோரிக்கைகளை எல்லாம் ஒத்துக் கொண்டு அவர்களுடைய வேலைநிறுத்தத்தை வாபஸ் பெறவேண்டும் என்று அறிவிப்புக் கொடுத்து, சுமுகமான முறையிலே, அவர்களுக்கு ஆதரவாக நியாயம் கிடைக்கும் என்ற நம்பிக்கையை ஏற்படுத்தி கொடுக்கக்கூடிய முறையிலே நடந்து கொள்ளவேண்டும் என்று கேட்டுக் கொள்கிறேன்.

அவர்களுக்கு என்ன சந்தேகம் வருகிறது என்றால், இந்த 15 ரூபாய் ஒரு மாதத்திற்குத்தானா? பே கமிஷன் அறிக்கை வந்ததற்குப் பின்னாலே கிடைக்குமா? என்று அச்சப்படுகிறார்கள். எனவே, அவர்களுக்கு நம்பிக்கை ஊட்டக்கூடிய முறையிலே, அரசாங்கம் நடவடிக்கை எடுக்க வேண்டும்.

இதுபற்றி அரசாங்கத்திற்கு பல்வேறு கருத்துக்கள் இருக்கலாம், அதைப் பூரணமாக பரிசீலித்து நியாயம் வழங்க வேண்டும் என்று கேட்டுக்கொண்டு, அதை விவாதிப்பதற்காக இந்த அவையின் நடவடிக்கைகளை ஒத்திவைக்க வேண்டும் என்று கேட்டுக் கொள்கிறேன்.

மக்களுக்காகச் சட்டமா?
சட்டத்திற்காக மக்களா?*

தலைவர் அவர்களே, நம்முடைய பேரவையின் முன்னாலுள்ள அரசியல் சட்ட திருத்தம் சம்பந்தமாகக் கம்யூனிஸ்ட் கட்சியின் சில கருத்துக்களைச் சொல்ல முன்வருகிறேன். 42-வது திருத்தத்திற்கு, அதிலே பல திருத்தங்கள் பாராளுமன்றத்திலே வந்த நேரத்திலே, எங்கள் கட்சியைப் பொறுத்தமட்டில் பல ஷரத்துக்களை எதிர்த்திருக் கிறது. அதிலே உள்ள முற்போக்கான ஷரத்துக்கள் என்று சொல்லக் கூடியவற்றை ஆதரித்தும் இருக்கிறோம்.

ஆனால், அது பின்னால் எப்படி மக்களுடைய அடிப்படையான சில உரிமைகளைப் பாதித்தது? எப்படி ஜனநாயக உரிமைகள் அதன் காரணமாக மறுக்கப்பட்டது? என்பதை அவசரகால நேரத்திலே நாம் தெரிந்து கொண்டோம். அதற்குப் பின்னரும், இப்போதும் 45-வது திருத்தம் கொண்டு வரப்பட்டிருக்கிறது. இதிலே ஜனதா அரசாங்கம் பொதுமக்களுக்குக் கொடுக்கப்பட்ட பெருவாரியான உரிமைகள் மறுக்கப்பட்டிருக்கின்றன. அரசியல் சட்டத்திலே பெருவாரியான ஷரத்துக்களை மாற்ற வேண்டுமென்று சொன்னார்களே தவிர, எந்த அளவுக்கு மாற்றம்? என்ன மாற்றங்கள் கொண்டு வந்தார்கள்? என்பதை திரு. உமாநாத் அவர்கள் பல விவரங்களோடு எடுத்துச் சொன்னார்கள்.

அந்தச் சட்டத்தின் அடிப்படையிலே, 42-வது அரசியல் சட்டம் வந்த காலத்தில் வழிகாட்டும் கொள்கைகள் அதிலே ஆதிக்கம் செலுத்த வேண்டுமா? அல்லது அடிப்படை உரிமைகள் அதிலே ஆதிக்கம் செலுத்த வேண்டுமா? இந்த அரசியல் சட்டத்திலே சில அடிப்படையான உரிமைகளை தடுக்கக் கூடாது என்ற ஷரத்து இருந்தது. பல திருத்தங்கள் மூலமாக நியாயம் வேண்டுமென்று வலியுறுத்தப்பட்டதும் உங்களுக்குத் தெரியும்.

இதேமாதிரிதான் தடுப்புக் காவல் சட்டத்தின் அடிப்படையிலே யாரையும் பிடித்து உள்ளே போடலாம். அப்படிப் பிடிப்பவர்களை

---
* அரசியல் சட்டதிருத்தம் சம்பந்தமாக அரசினர் தனித் தீர்மானம் கொண்டு வந்தபோது 1979 பிப்ரவரி 17 அன்று பேசியது.

மூன்று மாத காலத்திற்கு உள்ளே போட்டுவிட்டு, உள்ளே வைத்திருந்து திரும்பவும் அவர்களை அட்வைசரி போர்டுக்கு அனுப்பலாம் என்றிருக்கிறது. இதிலே என்ன மாற்றம் செய்திருக்கிறார்கள் என்றால், யோசித்துப் பார்த்தால் 3 மாதங்கள் என்பதை 2 மாதங்களாக்கி இருக்கிறார்கள். எனவே, இதிலேயும் ஆபத்து நீங்கியபாடில்லை.

இதேமாதிரிதான் ஒரு மாநில சர்க்காரைக் கலைக்கக்கூடிய அதிகாரம் ஜனாதிபதி அவர்களுக்கு இருக்க வேண்டுமா? அப்படி அவர் ஒரு மாநிலத்தைக் கலைத்ததற்குப் பின்னால் ஒரு வருஷம், ஆறு மாதங்கள் அல்லது இரண்டு வருஷங்கள் என்று நீட்டித்துக் கொண்டும் போகலாம். இந்த அதிகாரமும் கூடாது என்று இந்தத் திருத்தத்திலே கொண்டு வரப்படவில்லை.

இதே மாதிரியாகத்தான் இன்று பொது மக்களுடைய ஜீவாதாரமான பிரச்சினைகளுக்கு மட்டுமல்ல. அவசரச் சட்டம் என்று ஒன்றைக் கொண்டு வந்து, எமர்ஜென்சி என்று கொண்டு வந்து, உள்நாட்டிலே ஏதோ கலகங்கள், குழப்பங்கள் ஏதாவது வரலாம். வந்தால் இதன் அடிப்படையிலே அதைத் தடுக்கலாம் என்று இந்திரா காந்தி அவர்கள் கொண்டு வந்தார்கள்.

அப்படி அந்த அம்மையார் கொண்டு வந்தது தவறு என்று அன்றைக்கு வாதாடக்கூடியவர்கள், இன்றைக்கு அவர்கள் ஆட்சிக்கு வந்ததற்குப் பிறகு அதே காரணத்தை முன்னிட்டு அதை நீக்க முயற்சிக்கவில்லை. எமர்ஜென்சி என்றால், வெளிநாட்டிலே இருந்து படையெடுப்பு போன்ற ஆபத்து வந்தால் இப்படிச் சொல்வது நியாயம். ஆனால், அவசரகாலச் சட்டம் கொண்டுவந்தது தவறு என்று அன்றைக்கு வாதாடியிருக்கிறார்கள்,

ஆனால், அவர்கள் ஆளும் கட்சியாக வந்த பிறகு அதே காரணத்தைச் சொல்லி, அந்த அதிகாரத்தை, தங்கள் கையிலேயே வைத்துக் கொள்ள விரும்புகிறார்கள். இதிலிருந்து நாம் தெரிந்து கொள்ள வேண்டியது, தாங்கள் எதிர்க்கட்சியாக இருந்து பேசியதை எல்லாம் அவர்கள் மறந்துவிட்டு, அந்த அதிகாரங்களையெல்லாம் தாங்களும் வைத்துக்கொண்டு ஆதிக்கம் செலுத்த வேண்டுமென்ப தற்காக அந்த ஷரத்துக்கள் வேண்டும், வைத்துக் கொள்ளலாம் என்று விரும்புகிறார்கள்.

அப்படி வைத்துக் கொண்டு மாநில சர்க்காரைக் கலைத்தும் இருக்கிறார்கள் இப்படி ஏதாவது குழப்பம் வந்தால், அது உதவியாக இருக்கும் என்று நினைக்கிறார்கள் என்றும் நான் கருதுகிறேன். எனவே,

இது விரும்பத்தக்கதல்ல. இந்தத் தடுப்புக் காவல் சட்டம் நம் ஜனநாயகக் கொள்கைக் விரோதமானது, மக்களுடைய உரிமைகள் பறிக்கப்படுகின்றன. அப்படிப் பறிக்கும் இந்த ஷரத்துக்கள் எல்லாம் பூரணமாக நீக்கப்படவில்லை.

மக்களுக்காகத்தான் அரசியல் சட்டமே தவிர, அரசியல் சட்டத் திற்காக மக்கள் அல்ல. மக்களுடைய உரிமைகளில் அடிப்படைப் பிரச்சனைகளைத் தீர்ப்பதில் குறுக்கே நிற்கும் எந்தச் ஷரத்தும் மாற்றப்பட வேண்டியது அவசியந்தான். ஆனால், இப்போது வந்திருப்பதை முற்போக்கான திருத்தம் என்று நினைக்க முடியவில்லை. அவர்களுடைய விருப்பத்திற்கேற்றவாறு கொண்டு வந்திருக்கிறார்கள். பூரணமாக மாறுதல்களைக் கொண்டுவா முயற்சிகளைச் செய்ய வேண்டுமென்று கூறி முடித்துக் கொள்கிறேன்.

இந்த ஆட்சியின் மீது
ஏன் நம்பிக்கை இல்லை?*

துணைத் தலைவர் அவர்களே, இந்த மன்றத்தில் எதிர்க்கட்சிகள் சார்பில் கொண்டுவரப்பட்டிருக்கிற நம்பிக்கையில்லாத் தீர்மானத்தை, தொழிலாளர் விரோதக் கொள்கையைக் கண்டிக்கும் தீர்மானத்தை, மைனாரிட்டிகளுக்கு பாதுகாப்பு இந்த அரசு கொடுக்கவில்லை என்பதற்காகக் கொண்ட வரப்பட்டிருக்கிற, இந்த அரசை எதிர்த்துக் கொடுக்கப்பட்டுள்ள தீர்மானத்தை இவைகளை ஆதரித்து கம்யூனிஸ்ட் கட்சி சார்பில் நான் பேச முன்வருகிறேன் எனக்கு முன்னால் பேசிய மதிப்பிற்குரிய உறுப்பினர் திரு பண்ணை சேதுராமி அவர்கள், இந்த அரசின் மீது எப்போது நம்பிக்கை வைத்தார்கள்? என்ற கேள்வியை யெழுப்பினார்கள்.

அதோடுகூட, இன்றைய ஆட்சியில் லஞ்சம் வாங்குகிறார்களா? ஊழல்கள் இருக்கின்றனவா? இருந்தால் அவற்றை ஆதாரத்தோடு சொல்லுங்கள் என்று சொன்னார்கள். அதற்கான பல விவரங்களைச் சொல்வதற்கு நீங்கள் நேரம் அனுமதிக்க மாட்டீர்கள் என்று நினைக் கிறேன். இருந்தாலும்கூட எனக்கு முன்னால் பேசிய உறுப்பினர்கள் இந்தத் தீர்மானங்களை ஆதரித்து பல விவரங்களையெல்லாம் கூறியிருக்கிறார்கள். இனியும் எதிர்கட்சித் தலைவர் அவர்களும் பல விவரங்களைச் சொல்வார்கள். கடைசியாக ஒன்று சொன்னார்கள். பாராளுமன்ற உறுப்பினர் திரு முருகையன் கொலை சம்பந்தமாக, அது சம்பந்தமாகக் கடைசியில் சொல்கிறேன்.

---

* அமைச்சரவையின் மீது நம்பிக்கையில்லாத் தீர்மானம் வந்தபோது 1979 பிப்ரவரி 21 அன்று பேசியது.

ஆளுநர் அவர்கள் உரையின் போது எங்கள் கட்சி சார்பில் வாசிக்கப்பட்ட அறிக்கையில், "திரு எம்.ஜி. இராமச்சந்திரன் அவர்கள் தலைமையில் உள்ள இந்த ஆட்சி ஆளும் கட்சியினரின் சொந்த நன்மைக்காக இருக்கிறதே தவிர, தமிழ் மக்களுக்காக நடக்கவில்லை. விவசாயிகளை சுட்டுக் கொல்கிறது. தொழிலாளர்களை, மாணவர்களை போலீஸ் மூலமும், குண்டர்கள் மூலமும் தாக்குகின்றது. அரசியல் படுகொலைகள் நிகழ்த்தப்படுகின்றது. குற்றவாளிகள் பாதுகாக்கப்படு கிறார்கள். நிர்வாகத் தலையீடும், லஞ்ச ஊழலும் அதிகரித்து வருகிறது. எனவே இந்த முதலமைச்சரால் தயாரிக்கப்பட்ட உரையை ஆளுநர் படிக்கும் போது அவையிலிருக்க விருப்பமில்லை" என்று கூறி வெளியேறினோம். அதற்கான காரணங்களை, பல உண்மைகளைச் சொல்லிக்கொள்ளக் கடமைப்பட்டிருக்கிறேன்.

தமிழகத்திலுள்ள எந்தப் பகுதி மக்களும் இந்த அரசின் மீது நம்பிக்கை வைத்திருக்கவில்லை என்பதை ஆளும் கட்சியைச் சார்ந்த உண்மையான, மனச்சாட்சியுள்ள பல உறுப்பினர்கள் அவர்கள் நேரில் பேசும்போது சொல்வார்கள் அல்லது அவர்கள் மனச்சாட்சி சொல்லும் என்று நினைக்கிறேன். தொழிலாளர்கள் பிரச்சினையைப் பொறுத்த வரையில் இந்த அரசாங்கம் எந்த முறையில் நடந்து கொள்கிறது என்பதை மதிப்பிற்குரிய உமாநாத் அவர்கள் நேற்று ஆணித்தரமாக பல விவரங்களோடு எடுத்துச் சொன்னார்கள்.

அப்போது நமது தொழிலாளர் நலத்துறை அமைச்சர் அவர்களும் குறுக்கிட்டுப் பதில் சொன்னார்கள். இந்த அரசு முதலாளிகளின் நன்மைக்காக இருக்கிறது என்று குறிப்பிட்டபோது, அப்போது நீங்களும் சபையில் இருந்திருக்கிறீர்கள். தொழிலாளர் நலத்துறை அமைச்சர் அவர்களைப் பற்றி மட்டும் சொல்லிக் குற்றம் இல்லை. பாவம் அவர் என்ன செய்வார்! இந்த அரசாங்கத்தின் கொள்கை, முதல் அமைச்சர் அவர்களின் கொள்கை, முதலாளிகளுக்கு ஆதரவாக, முதலாளிகளுக்கு நன்மை பயக்க வேண்டும் என்ற நோக்கத்திற்காக, தொழிலாளர்களை அடக்கி ஒடுக்குவது மட்டுமல்ல, தொழிற்சங்கத் தலைவர்களை கேவலப்படுத்துவது மட்டுமல்ல, தொழிலாளர்கள் எங்கெங்கே போராட்டங்களில் ஈடுபடுகிறார்களோ அங்கே வெண்படை, போலீஸ், குண்டர்கள் இவர்களை வைத்துத் தாக்குகிறார்கள். அதற்கு வேண்டிய ஆதாரங்களை அடுக்கடுக்காக வைத்திருக்கிறேன்.

எங்கள் தலைவர்களான K.T.K., கோபு தாக்கப்பட்டார்கள். கொடுக்கப் பட்டுள்ள நேரத்திற்குள் நான் பல விவரங்களைச் சொல்ல வேண்டியிருப்பதால் முழு விவரங்களுக்குள் போகவில்லை. திரு. உமாநாத் அவர்கள் பல விவரங்களைச் சொல்லியிருக்கிறார்கள்.

ஆளுநர் உரை விவாதத்தின் போது திரு. அம்பிகாபதி அவர்களும் பல விவரங்களைச் சொல்லியிருக்கிறார்கள். தொழிலாளர்கள் பிரச்சினை சம்பந்தப்பட்ட வரையில் இந்த அரசு முதலாளிகளுக்கு ஆதரவாக இருக்கிறது. பஸ் முதலாளிகளிடம் நீங்கள் லஞ்சம் வாங்கியிருக்கிறீர்கள். நீங்கள் லஞ்சம் வாங்கியிருக்கிறீர்கள் என்றால் தனிப்பட்ட முறையில் அல்ல. கட்சிக்காக வாங்கியிருக்கிறீர்கள்.

தனிப்பட்ட முறையில் வாங்குவதைவிட கட்சி சார்பில், கட்சிக்காக வாங்கும்போது அரசின் கொள்கை நாசமாகி விடும். கட்சி சார்பில் வாங்கினால் அரசாங்கத்தின் கொள்கை முதலாளிகளுக்கு ஆதரவாகப் போகும். ஆகவே, இந்த அரசு தொழிலாளிகளுக்கு விரோதமாக, முதலாளிகளுக்கு ஆதரவாகச் சென்று விட்டது. நான் அதன் விவரங்களுக்குள் போகவில்லை. விவசாயிகள் பிரச்சினையை எடுத்துக் கொண்டால் இந்தக் கட்சி ஆட்சிக்கு வந்த பிறகு விவசாய உற்பத்தி எப்படியிருக்கிறது? ஐந்தரை லட்சம் ஏக்கர் குறுவை சாகுபடி இன்று மூன்றரை லட்சம் ஏக்கராகக் குறைந்திருக்கிறது.

எதனால் உற்பத்தி குறைந்தது? விவசாயிகள் வேண்டாம் என்று இருந்து விட்டார்களா? அவர்களுக்கு கட்டுபடியாகவில்லை. விவசாயத்தை தொடர்ந்து செய்ய முடியவில்லை என்று இருந்து விட்டார்கள். நியாயமான விலையை நீங்கள் கொடுக்கவில்லை. கேரளாவில் இதேமாதிரி மாநில அதிகாரங்களை வைத்துக் கொண்டிருப்பவர்கள் 120 ரூபாய் விலை கொடுத்து 66 ஆயிரம் டன் நெல்லை கொள் முதல் செய்திருக்கிறார்கள். அதனால்தான் உற்பத்தி அங்கு பெருகியிருக்கிறது.

தஞ்சை மாவட்டத்தில் இப்போது 3.25 லட்சம் ஏக்கர்தான் விவசாயம் செய்யப்பட்டிருக்கிறது என்றும், மொத்தமாக தஞ்சை மாவட்டத்தில் மட்டும் மூன்று லட்சம் டன் விளைச்சல் ஏற்பட்டிருப்ப தாகவும் சொல்லப்பட்டிருக்கிறது. அது மட்டுமல்ல, ஒரு குவிண்டாலுக்கு 117 ரூபாய் உற்பத்திச் செலவு ஆகிறது என்று நீங்களே சொல்லி யிருக்கிறீர்கள். ஆனால், நீங்கள் என்ன விலை கொடுக்கிறீர்கள்? 85 ரூபாய் கொடுக்கப் போவதாகச் சொன்னீர்கள். ஆனால், விவசாயி களுக்குக் கிடைத்தது என்ன? 70 ரூபாய். அப்படியென்றால் 117 ரூபாய் உற்பத்தி செலவு ஒரு குவிண்டாலுக்கு என்றால், தஞ்சை மாவட்டத்தில் மட்டும் 14 கோடி ரூபாய் அளவுக்கு குருவைச் சாகுபடியில் மட்டும் ஓராண்டில் விவசாயிகள் நஷ்டமடைந்திருக்கிறார்கள்.

கூட்டுறவு வங்கிகளிலிருந்தும் மற்ற வங்கிகளிலிருந்தும் 10 கோடி ரூபாய் கடனாகக் கொடுக்கப்பட்டிருக்கிறது என்று சொன்னாலும்,

மூன்று லட்சம் ஏக்கரில்தான் உற்பத்தி செய்யப்பட்டிருக்கிறது. இதிலிருந்து கிடைக்கின்ற நெல்லுக்குச் சரியான விலை கிடைக்காததின் காரணமாக விவசாயிகள் நஷ்டமடைந்திருப்பது 12 கோடி ரூபாய். இது ஒரு மாவட்டத்தில் மட்டும். இதனால் தான் 5.5 லட்சம் ஏக்கராக இருந்தது, இன்றைக்கு 3.5 லட்சம் ஏக்கராகக் குறைந்திருக்கிறது. எப்போதும் சர்ப்ளஸாக இருக்கக் கூடிய தஞ்சை மாவட்டத்தில் இந்த நிலை.

மற்றபடி வட ஆற்காடு, தென்ஆற்காடு, செங்கற்பட்டு மாவட்டங் களிலும் இதே நிலைமைதான். நமது உற்பத்தியாக 75-லிருந்து 78ஆம் ஆண்டு வரை 57 லட்சம் டன்னாக இருந்தது. 10, 15 லட்சம் டன் மார்க்கட்டுக்கு வருகிறது. இதில் பத்து லட்சம் டன்னையாவது அரசாங்கம் கொள்முதல் செய்திருக்க வேண்டாமா? விவசாயிகளை எந்த விதத்திலாவது பாதுகாக்க வேண்டும் என்ற எண்ணம் இருந்திருந்தால், அரசாங்கமே - கேரள அரசாங்கத்தைப் போல் நியாயமான விலை கொடுத்து நெல்லைக் கொள்முதல் செய்து விவசாயிகளுக்கு ஏற்பட்டிருக்கின்ற நஷ்டத்தைப் போக்கியிருக்க வேண்டும். அந்த நிலை இல்லை.

ஆகவேதான் விவசாயிகள் பூராவும், இன்றைக்கு அவர்கள் எந்தக் கட்சியைச் சேர்ந்தவர்களாக இருந்தாலும் சரி, அவர்கள் போராட்டம் நடத்துகிறார்கள். அவர்கள் போராட்டம் நடத்தாமல் என்ன செய்வார்கள்? விவசாயம் செய்கின்ற நமது ஆளும் கட்சி உறுப்பினர்கள் கூட இதை ஒத்துக் கொள்வார்கள். இதை முதலமைச்சரைப் பார்த்துச் சொல்லக்கூடாதா? என்று கேட்டால், எங்களால் முதலமைச்சரைப் பார்க்க முடியவில்லை. நீங்கள் பார்த்துச் சொல்லுங்கள் என்று எங்களிடம் சொல்லுகிறார்கள். உங்களாலேயே பார்க்க முடியவில்லை என்றால் நாங்கள் எப்படிப் பார்க்க முடியும்? இதில் முதலமைச்சர் அவர்களின் அணுகுமுறை என்ன? எட்டுப் பேர்களைச் சுட்டுக் கொன்றார்?

இப்போது கடன் வசூல் செய்ய திட்டமிட்டிருக்கிறார்கள். வசூல் செய்ய வந்து, ஏலம் போட வேண்டிய நிலைமை வரும், இதன் மூலம் விவசாயிகள் ஒருவருக்கொருவர் மோதிக் கொள்வார்கள். ஏலம் போட்டு ரெவின்யூ ரெக்கவரி ஆக்ட்டின் கீழ் வசூல் செய்ய முற்படும்போது, அவர்களுக்குள்ளே மோதிக் கொள்ள வேண்டிய நிலை ஏற்படும். எப்படித் தொழிலாளர்களின் போராட்டங்களில் தொழிலாளர்கள் தாக்கப்படுகிறார்களோ, எப்படி மாணவர்கள் போராட்டத்தில் வெண்படை என்று சொல்லிக் கொண்டு மாணவர்கள்

தாக்கப்படுகிறார்களோ, ஆசிரியர்கள் போராட்டத்தில் மற்றவர்கள் எப்படி வந்து குறுக்கிடுகிறார்களோ? என்.ஜி.ஓ-க்கள் போராட்டத்தில் எப்படி குண்டர்கள் வந்து தாக்குகிறார்களோ, அதுபோல் விவசாயிகள் போராட்டத்தில் ஒருவரோடு ஒருவரை மோதவிட்டால், நிச்சயமாக பெரிய கலகம் ஏற்படும் என்பதை நான் எச்சரிக்க விரும்புகிறேன்.

1974ஆம் வருடத்திலிருந்து தொடர்ந்து, ஒவ்வொரு தடவையும் விவசாயிகள் கடன் வசூல் சம்பந்தமாக கடன் ஒத்திவைப்புச் சட்டங்கள் வரும்போது, விவசாயிகளுடைய கடனை வசூல் செய்ய முடியாத நிலை ஏற்படுகிறது. கடனை திருப்பிச் செலுத்த சக்தியற்றவர் களாக இருப்பதால் இப்படிப்பட்ட சட்டங்கள் கொண்டு வரவேண்டி யிருக்கிறது என்றும், கூட்டுறவு கடன்களை வசூல் செய்ய முடியாத நிலை ஏற்படும்போது, இப்படிப்பட்ட காரணங்களால் சட்டங்கள் கொண்டு வரப்படுகிறது என்றும், அப்போது காரண காரியத்தில் சொல்லப்பட்டு 74, 75 முதல் 77, 78 வரை இந்த ஆண்டுகளில் எல்லாம் சட்டங்கள் கொண்டு வரப்பட்டு வசூல் ஒத்தி வைக்கப்பட்டது.

ஆனால், இப்போது வசூல் செய்ய ஆரம்பித்திருக்கிறார்கள். ஏற்கெனவே விவசாயிகளுக்கு நஷ்டம் ஏற்பட்டிருக்கிறது. விவசாயம் செய்வது என்றால் இப்போது ஆரம்பத்திலேயே முதல் போட வேண்டி யிருக்கிறது. ஒரு ஏக்கா பயிர் செய்ய வேண்டுமென்றால், ரசாயன உரங்கள், பூச்சி மருந்துகள் இவைகளுக்கெல்லாம் சேர்த்து ஆயிரக் கணக்கான ரூபாய் அளவுக்கு முதல் போட்டுத்தான் விவசாயம் செய்ய வேண்டியிருக்கிறது.

ஆனால் இப்படி போடப்படுகிற முதலை விவசாயியால் திரும்ப எடுக்க முடியவில்லை என்ற நிலை இருக்குமானால், வாங்கிய கடனை எப்படி அவனால் திருப்பிச் செலுத்த முடியும்? இந்த நிலைமையை மறந்து விட்டு வசூலில் இறங்கி விவசாயிகளை ஒருவருக்கொருவர் மோதவிட்டுப் பார்க்கலாம் என்ற அளவுக்கு வந்திருப்பது, விவசாயி களிடையே பெரிய கொந்தளிப்பை ஏற்படுத்தும் என்பதைத் தெரிவித்துக் கொள்கிறேன்.

அடுத்து, பருத்தியின் விலை எப்படியிருக்கிறது என்று பார்த்தால் போதுமான அளவுக்கு கட்டுப்படியாகவில்லை. நூலின் விலை ஏறிக் கொண்டிருக்கிறது. பருத்தி விலை குறைந்து கொண்டிருக்கிறது. பருத்தி விலை 40 சதவீதம் குறைந்தும் நூலின் விலை 10 சதவீதம் உயர்ந்தும் உள்ளது கூட்டுறவு மில்களிலுள்ள நூலை வாங்க வேண்டும் என்று வரும்போது கூட்டுறவு கைத்தறியாளர்கள் அதை எம்போரியத்தில் தான் வாங்க வேண்டும் என்று சொல்லுகிறார்கள். அதற்கு விற்பனை

வரியும் தனியாக கொடுக்க வேண்டும். வெளியில் வாங்கினால், மூன்று ரூபாய் குறைவாகக் கிடைக்கும். எம்போரியத்தில் வாங்கும் போது மூன்று ரூபாய் அதிகமாகக் கொடுக்க வேண்டியிருக்கிறது.

இதன் காரணமாகத்தான் கைத்தறித் துணி விலையும் அதிகமாக இருக்கிறது விற்பனையில் சிக்கலும் ஏற்பட்டிருக்கிறது. அதே நேரத்தில் நெசவாளிகளுக்கு கூட்டுறவு மில்களிலிருந்தோ அல்லது அரசாங்க மில்களிலிருந்தோ மலிவான விலைக்கு நூல் கிடைப்பதில்லை. மேலும் நெசவாளர்களுக்கு நியாயமான கூலியும் கிடைப்பதில்லை. இதற்கும் எந்தவிதமான நடவடிக்கையும் இதுவரை எடுக்கப்படவில்லை. எனவே, நெசவாளர்களும் இந்த அரசின் மீது தனது நம்பிக்கையை இழந்து விட்டார்கள்.

விவசாயிகளுக்கு அளிக்கப்பட்டு வரும் மின்சாரத்திற்குக் கட்டணம் தொடர்ந்து பல வருடங்களாக வசூல் செய்யவில்லை. இப்போது அதற்காக ஏலம் போன்ற நடவடிக்கைகளில் ஈடுபட்டு, பெரிய கலகம் ஏற்படக்கூடிய நிலைமை ஏற்பட்டிருக்கிறது, சிறு விவசாயிகளுக்கு நன்மை செய்யப் போகிறோம் என்று சொல்லியிருக்கிறார்கள். ஆனால், நிலைமை என்ன? ஒருவர் 100 யூனிட் உபயோகித்தால், யூனிட்டு ஒன்றுக்கு 20 பைசா வீதம் கொடுக்க வேண்டியுள்ளது.

ஆயிரம் யூனிட்டுக்கு மேல் என்றால் 15 பைசா கட்டவேண்டும். இதையெல்லாம் கணக்கிட்டுப் பார்த்து ஒரேடியடியாக யூனிட்டுக்கு 12 பைசா என்று நிர்ணயித்து விடுங்கள். அதற்குமேல் ஒரு பைசாகூட வேண்டாம். அதற்குமேல் சர்சார்ஜ், மீட்டர் சார்ஜ் என்றெல்லாம் போடாதீர்கள். விவசாயத்துக்கு மின்சாரம் இனாமாகக் கொடுக்க வேண்டுமென வர்த்தக சபைகூட சொல்லிற்று. காரணம், விவசாயத் தொழில் என்பது ஒரு மிகவும் முக்கியமான அம்சம், தொழில்.

எனவே, விவசாயிகளுக்கு இந்த மின்சாரத்தை இனாமாகக்கூடக் கொடுக்கலாம். இன்று தொழில் வளர்ச்சிக்கு உதவுவதுபோல் இந்த விவசாய உற்பத்திக்கு அம்மாதிரி உதவலாம்; இது ஒரு அத்தியாவசியமான தொழிலாக இருக்கிறது. எனவே, இதிலே நஷ்டத்தைப் பார்க்காமல், வேறு மாநிலத்திலே உள்ளதைப் பற்றியும் சொல்லாமல், இந்த மாநிலத்தினுடைய விசேட நிலைமையைக் கணக்கில் எடுத்துக்கொண்டு, தமிழ்நாட்டிலே இருக்கக்கூடிய 10 லட்சம் கிணறுகள், 7.5 லட்சம் பம்பு செட்டுகள் மூலம் தண்ணீரை அளித்து, இன்றைக்கு தன்னிறவை உற்பத்திப் பெருக்கத்தின் மூலம் செய்திருக்கிறது. ஆனால், இப்படித் தண்ணீரைப் பாய்ச்சி தன்னிறைவு நிலையைப் பெறச் செய்த, உற்பத்தியைப் பெருக்கிய இந்தத் தொழிலை நீங்கள் அழிக்கப் பார்க்கிறீர்கள் என்பதுதான் என் குற்றச்சாட்டு.

அடுத்தப்படியாக, குத்தகை சாகுபடி சம்பந்தப்பட்ட மட்டில் 75-25 என்று சட்டம் கொண்டு வரப்போவதாக முதலமைச்சர் அவர்கள் அன்றைக்குச் சொன்னார்கள். இதைப்பற்றி மாரிமுத்து அவர்கள்கூட அழகாகச் சொன்னார்கள். மொத்தத்திலே எத்தனை பேர்கள் இன்றைக்கு குத்தகை சாகுபடி செய்கிறார்கள் என்று பார்த்தால், 25 லட்சம் பேர்கள் இருக்கும். இதிலே 4.5 லட்சம் பேர்கள்தான் பதிவு செய்திருக்கிறார்கள். சாகுபடியாளர் பதிவுக்கு மனுப் போட்டவர்களை பல இடங்களில் அடித்துத் துரத்தியிருக்கிறார்கள். அதுமட்டுமல்ல, பல அரிசனங்கள் நிலங்களிலே வெளியேற்றப்பட்டு, அவர்கள் வீடுகள் தீ வைத்துக் கொளுத்தப்பட்டிருக்கின்றன.

பெண்ணாகரத்திலே மல்லபுரம் கிராமத்திலே உள்ளவர்கள் அப்படி மனுப் போட்டிருக்கிறார்கள். என்ன நடந்தது? அங்கே அரிசனங்கள் அடிக்கப்பட்டிருக்கிறார்கள். பேலீஸ் அதற்கு உடந்தை. 75 - 25 என்ற அந்த விவகாரமே பிரயோஜனமில்லை. அவர்களால் வாரம் கொடுக்க முடியவில்லை. சொந்த நிலம் வைத்து உற்பத்தி செய்பவர்களுக்குக் கட்டுப்படியாகவில்லை. கடனைத் திருப்பிக் கொடுக்க முடியவில்லை. இப்படி இருக்கும்போது, இந்த 75 - 25 என்ற வாரம் எப்படி விவசாயிகளால் கொடுக்க முடியும்? வாரம் என்ற பிரச்சினையே இருக்கக் கூடாது. 10 சதவீதம் என்றுவைத்தால்கூட, அவர்களால் கொடுக்க முடியாது; கட்டுபடியாகாது.

நியாயமாக, உழுபவனுக்கே, உழுகின்ற சிறு விவசாயிகளுக்கே நிலம் கிடைக்க வேண்டுமென்றால், போலீசை நம்பாமல், அதிகாரிகளை நம்பாமல் ஒரு மக்கள் கமிட்டியை அமைத்து, உண்மையிலேயே சாகுபடி செய்கின்றவர்கள் யார்? என்பதைக் கணக்கிட்டு, நிலங்களை அவர்களிடம் ஒப்படைக்க வேண்டும். சிறிய அளவில் நிலங்களை வைத்துக் கொண்டிருப்பவர்களுக்கு வேண்டுமானால் நஷ்ட ஈடு கொடுங்கள், பல அக்கிரமங்களைச் செய்து, கலவரங்களை ஏற்படுத்தி இரண்டு பேர்களிடையேயும் மோதலை ஏற்படுத்த வேண்டாம்.

அடுத்து, ஆசிரியர், மாணவர் பிரச்சினை. எங்கு பார்த்தாலும் ஒவ்வொரு கல்லூரிகளிலும் கல்லூரிக்குள் நுழைந்து மாணவர்கள் ஆசிரியர்கள் அடிக்கப்படுகிறார்கள். அதைப்பற்றிக் குற்றச்சாட்டுக்களை எதிர்க் கட்சியினர் சொன்னார்கள். நீங்கள் அதற்குப் பதில் தந்தீர்களா? இல்லை. தொடர்ந்து ஆசிரியர்கள் மாணவர்கள் தங்கள் உரிமைகளுக்காகப் போராடுகிறார்கள். உதாரணமாக, கோவில்பட்டியில் G.V.N. கல்லூரி 1½ மாதங்களாக மூடப்பட்டிருக்கிறது.

அதைப்பற்றி யூனிவர்சிடிக்கும் சம்பந்தப்பட்ட அமைச்சருக்கும். முதலமைச்சருக்கும் சொல்லியிருக்கிறேன். ஒன்றும் செய்யப்படவில்லை. அதனால் செமஸ்டர் முறையில் பரீட்சை அவர்களால் எழுத முடியவில்லை. இதிலே அரசாங்கம் துரித நடவடிக்கைகளை எடுக்கவில்லை. முதலாளிகள் சொல்லிவிட்டால், நீங்கள் தலையிடு கிறீர்கள். இது சரியில்லை. இதிலெயெல்லாம் துரித நடவடிக்கைகளை எடுக்கவில்லை என்ற குற்றச்சாட்டை இந்த அரசாங்கத்தின் மீது நான் சொல்ல விரும்புகிறேன்.

அடுத்து, ஊராட்சி ஒன்றியங்கள் தேர்தல், ஊராட்சி ஒன்றியங் களிலே ஏன் தேர்தல் வைக்கவில்லை? 8, 9 யூனியன்களுக்கு. சேர்ந்து ஒரு ஸ்பெஷல் ஆபீசரை வைப்பது முறையல்ல. அவர்கள் நினைத்தபடி வரியை உயர்த்துகிறார்கள். ரூ.1 என்றிருந்ததை ரூ. 2.50 ஆக வரியை உயர்த்துகிறார்கள். தேர்ந்தெடுக்கப்பட்ட சேர்மன் வரட்டும்; கவுன்சிலர்கள் வரட்டும் வேண்டுமென்றால் அவர்கள் வரியை உயர்த்தட்டும். ஸ்பெஷல் ஆபீசர்களையே வைத்திருப்பது முறையல்ல; சர்வாதிகாரம்தான் அது ஜனநாயகம் அல்ல; நல்ல நிர்வாகம் அல்ல. அப்படிப்பட்ட சர்வாதிகார எண்ணம் உங்களுக்கு எப்படி வந்தது? எனவே, இங்கே சர்வாதிகார ஆட்சி நடத்துகிறது என்ற குற்றச்சாட்டைச் சொல்ல விரும்புகிறேன்.

அடுத்து வெள்ள நிவாரணம். இதைப்பற்றியும் பல பேர்கள் சொன்னார்கள். 50 கிலோ அரிசி கொடுக்கப்பட்டதாகச் சொன்னார்கள். அதற்காகச் சந்தோஷப்படுகிறேன். அதை ஆதரிக்கிறேன். ஆனால், அது ஒழுங்காக கொடுக்கப்பட்டதா? எல்லா இடங்களிலும் அப்படி கொடுக்கப்படவில்லை, சென்னை நகரத்திலே எம்.எஸ். முத்து நகர், ஓட்டேரி, சாஸ்திரி நகர், நரசிம்ம நகர் போன்ற இடங்களிலே உள்ளவர்களும் மனுக் கொடுத்திருக்கிறார்கள். முதல் அமைச்சர் அவர்களிடத்தில் கொடுத்திருக்கிறார்கள்; சம்பந்தப்பட்ட அமைச்சர் அவர்களிடத்திலே கொடுத்திருக்கிறார்கள். கலெக்டரிடம் கொடுத் திருக்கிறார்கள். என்னிடத்திலேயும் அந்த மனு இருக்கிறது. அங்கேயெல்லாம் இந்த 50 கிலோ அரிசி, 100 ரூபாய் உதவிப்பணம் கொடுக்கப்படவில்லை.

எனவே, இதிலேயும் ஆளும் கட்சி தலையீடு. இதிலேயும் கூட ஊழல் இல்லாமல், நேர்மையாக நடந்து கொள்ளவில்லை. ஊழலும், ஆளும் கட்சியின் தலையீடும் இருந்திருக்கிறது. எல்லாப் பகுதிகளிலும் இது கொடுக்கப்படவில்லை என்ற குற்றச்சாட்டைச் சொல்ல விரும்புகிறேன்.

அடுத்தப்படியாக, வேலை இல்லாதவர்களுக்கு வேலை உத்தரவாதம் இருக்கிறதா? வேலை இல்லாமல் இருப்பவர்கள் 9 லட்சம் பேர் வேலை வாய்ப்பு அலுவலகத்தில் பதிந்திருக்கிறார்கள். பதியாதவர்கள், படிக்காதவர்கள் எவ்வளவு லட்சம் பேர் இருப்பார்கள்? எப்படி அவர்களுக்கெல்லாம் வேலை கொடுக்கப் போகிறீர்கள்? கேரளாவிலும், பெங்காலிலும் வேலை இல்லாதவர்களுக்கு மாதம் 500 ரூபாய் கொடுப்பது போல் நீங்கள் ஏன் கொடுக்கக் கூடாது? உங்களுக்கு அதற்கு அதிகாரம் இல்லையா? அந்த எண்ணம் உங்களுக்குக் கிடையாது.

நீங்கள் கொடுக்கிற வாக்குறுதிகள் ஏதேனும் நிறைவேற்றப் படுகிறதா? சிறு விவசாயிகளிடமிருந்து ஜப்தி பண்ண மாட்டோம் என்று சொன்னார்கள். ஆனால், தொடர்ந்து ஜப்தி செய்து கொண்டிருக் கிறார்கள். எங்கள் பகுதியில் ஒரு அரிசன விவசாயி பம்ப் செட் வைத்து மூன்று நான்கு ஏக்கர் நிலம் வைத்திருக்கிறான். அவன் கிணறை ஆழப்படுத்துவதற்காக வாங்கிய கடனுக்காக ஜப்தி நோட்டீஸ் அனுப்பினார்கள். நான் அன்று கூட்டுறவு அமைச்சர் எட்மண்ட் அவர் களிடம் சொன்னேன். அப்போது அதை நிறுத்தி வைத்தார்கள்.

ஆனால், இப்போது மறுபடியும் ஜப்தி செய்ய வந்துவிட்டார்கள். பணம் கட்டவில்லை என்றால் நிலம் ஏலத்திற்குக் கொண்டு வரப்படும் என்று சொல்லிவிட்டார்கள். ஏலம் போனால் அதிலே ஆயிரம் ரூபாய் கூட மிஞ்சாது என்ற காரணத்தால், அவன் பக்கத்தில் இருப்பவரை நல்ல வார்த்தை சொல்லி பத்தாயிரம் ரூபாய்க்கு விற்று எட்டாயிரம் ரூபாய் கடனைக் கட்டி மீதியைக் கையில் வைத்துச் செலவழிந்து போய்விட்டது. பழைய கிணறை ஆழப்படுத்த அவன் கடன் வாங்காமல் இருந்திருந்தால் நிலமாவது மிஞ்சியிருக்கும். அவன் நில அடமான பாங்கில் கடன் வாங்கிய காரணத்தால் அவ்வளவும் க்ளோஸ். 1973-ம் ஆண்டில் அவன் வாங்கிய கடன் 5,000 ரூபாய். அதற்கு வட்டி ரூ. 1,507.71. தண்ட வட்டி ரூ. 2,048.20; நோட்டீஸ் செலவு ரூ. 46.83; ஆக மொத்தம் ரூ.8,602.74 ஆக, அவனுடைய நிலம் க்ளோஸ்.

சிவகாசிப் பக்கத்தில் பச்சிளம் குழந்தைகள் - 8 வயது. 6 வயது, 4 வயது பஸ் உருண்டு பெற்றோர்கள் கண்ணுக்கு முன்னாலேயே இறந்து போயிருக்கிறார்கள். சிறு குழந்தைகள் காலை 3 மணிக்கும், 6 மணிக்கும் அழைத்துச் செல்லப்பட்டிருக்கிறார்கள். காலை 11 மணிக்கு பஸ் உருண்டு விழுந்து அந்தக் குழந்தைகள் இறந்திருக்கிறார்கள்.

ஆனால் உங்கள் அதிகாரிகள் யாரும் உடன் சென்று கவனிக்க வில்லை. தீயணைக்கும் படையினர் போகவில்லை. பக்கத்திலுள்ள புதுப்பட்டி என்ற ஊரிலிருந்து போலீஸ்காரர்கள் போன் பண்ணியும் சிவகாசியிலிருந்து எந்தவித உதவியும் வரவில்லை. அதிகாரிகள் எந்தவித உதவியும் செய்யவில்லை. முதலமைச்சர் அவர்கள் இறந்த நபர்கள் ஒவ்வொருவருக்கும் அவர்கள் குடும்பத்திற்கு 5,000 ரூபாய் கொடுப்பதாகச் சொன்னார்கள். முதலாளி ஒவ்வொரு நபருக்கும் கணக்கிட்டு அந்தக் குடும்பத்திற்குப் பணம் கொடுத்திருக்கிறார்.

ஆனால் நீங்கள் ஒரு குடும்பத்தில் 3 பேர் இறந்திருந்தால் ஒரு நபருக்குத்தான் கொடுத்திருக்கிறீர்கள். நடராஜன் மனைவி காளீஸ்வரி இறந்திருக்கிறாள். கணவனுக்கு அந்த உதவித் தொகை கிடைக்கவில்லை. அந்தக் குடும்பத்தில் 3 பேர் செத்து விட்டதால் ஒருவர் வாங்கிக் கொண்டு விட்டதாகச் சொல்லப்பட்டு இவனுக்குக் கொடுக்கப்பட வில்லை. அவன் பாலிடால் சாப்பிட்டு சாகப்போகிற நிலையில் ஆஸ்பத்திரியில் இருக்கிறான் அந்த ஃபோட்டோ கூட என்னிடம் இருக்கிறது (ஃபோட்டோ மின்சாரத் துறை அமைச்சரிடம் கொடுக்கப் பட்டது). குடும்பத்தில் 4 பேர் செத்தால் அவ்வளவு பேருக்கும் 5,000 ரூபாய் வீதம் கொடுப்பதாகச் சொன்ன வாக்குறுதி நிறைவேற்றப்பட வில்லை. மூன்று பேர் செத்திருந்தாலும் ஒருவருக்குத்தான் கொடுக்கப் படுகிறது.

அரிசனங்கள் மீது தாக்குதல் எப்படி இருக்கிறது? பெரியார் நூற்றாண்டு விழா கொண்டாட உங்களுக்கு என்ன உரிமை இருக்கிறது? கொண்டாடலாமா? அவர் வைக்கம் வீரர். அரிசனங்கள் கொடுமைப் படுத்தப்படுவதை எதிர்த்து ஆயுள் பூராவும் பாடுபட்டவர். சாதி உணர்வுகளைக் கடுமையாகச் சாடியவர். பல லட்சக்கணக்கான ரூபாயைச் செலவழித்து அவருக்கு நூற்றாண்டு விழாக் கொண்டாடுகிறீர்கள்.

ஆனால், நாட்டில் நிலைமை என்ன? தஞ்சை மாவட்டத்தில் தட்டிமால் படுகை கிராமத்தில் அரிசனங்கள் மீது தாக்குதல்; செங்கற்பட்டு மாவட்டத்தில் சிக்கனாங்குப்பத்தில் அரிசனங்கள் தாக்கப்படுகிறார்கள். இதுபற்றிப் பலமுறை இந்த மன்றத்திலேயே எழுப்பிப் பேசியிருக்கிறோம்.

நீலகிரி மாவட்டத்தில் கோத்தகிரிக்குப் பக்கத்திலுள்ள கிராமத்தில் அரிசனங்கள் அடிக்கப்பட்டு கொடுமைப்படுத்தப்பட்டிருக்கிறார்கள். விழுப்புரத்தில் நடந்தது தெரியும். அதற்கு ஆளும் கட்சி உடந்தை என்று சொல்லப்படுகிறது. அங்கே 12 பேர்கள் செத்தார்களே, ஏதாவது நடவடிக்கை உண்டா? இல்லை.

விழுப்புரம் தாலுகாவிலே ஆரியூர் கிராமத்திலே என்ன நடந்தது? அங்கே உள்ள எம்.எல்.ஏ. யினுடைய தம்பிதான் அங்கே டி.எஸ்.பி. என்று பேசிக் கொள்கிறார்கள். அவர் தான் டி.எஸ்.பி. அவர் சொன்னால்தான் நடவடிக்கை எடுப்பார்கள் என்று பேசிக் கொள்கிறார்கள். அவர் இருக்கிறார் என்ற தைரியத்திலேதான் அடியுங்கள் என்று சொல்லி செய்து கொண்டிருக்கிறார்கள். வீடுகள் எரிக்கப்பட்டன. 34 பேர்கள் படுகாயமுற்றுக் கிடக்கிறார்கள்.

அடுத்து சேலம் மாவட்டத்திலே நடுப்பட்டி கிராமத்திலே உள்ளவர்கள் இங்கே வந்து கவர்னரைப் பார்த்தார்கள். நாங்கள் கூடச் சொன்னோம். முதலமைச்சரைப் பாருங்களேன் என்று, அவர்கள் சொன்னார்கள், பார்க்க முடியாது. அவரைப் பார்த்தால் போலீஸே எங்களைப் பிடித்துக் கொள்வார்கள் என்று சொல்லி கவர்னரைப் பார்த்துச் சொல்லியிருக்கிறார்கள். கவர்னர் காரில் ஏறுவதற்காக வெளியே வந்தபோது அவர்கள் பார்த்து சொல்லியிருக்கிறார்கள். கவர்னர் நான் பார்த்து ஏற்பாடு செய்கிறேன். நீங்கள் போங்கள் என்று சொல்லி 50 ரூபாயைக் கொடுத்து அனுப்பி இருக்கிறார்கள். 300 வருடங்களாக 'அனுபவித்துக் கொண்டிருந்த கிணறு, சுடுகாடு, அந்தப் பாதை இவைகளில் இப்போது உரிமையில்லையாம். ஆனால், அரிசன நலத்துறை அமைச்சர் இங்கே பதில் சொல்லுகிறார், பட்டா இல்லை என்று சொன்னார், பட்டா இல்லாதது ஒரு பதிலா? எப்படி வேண்டுமானாலும் பட்டா வாங்கிக் கொள்ளலாம்...

மாண்புமிகு திரு. பெ.சௌந்தரபாண்டியன் : பட்டா இல்லை என்று நான் சொல்லவில்லை. ஆகவே திரு.அழகர்சாமி அவர்கள் தவறான தகவலைச் சொல்ல வேண்டாம்.

திரு. சோ.அழகர்சாமி : வேறு யாரோ சொன்ன ஞாபகம். 300 வருடங்களாக அனுபவித்துக் கொண்டு வந்த உரிமையை இன்றைக்கு மறுக்கிறார்கள். ஆளுங்கட்சிக்காரர்கள் ஆதரவு இருந்தால் போலீஸ் என்ன வேண்டுமானாலும் செய்யலாம், செய்ய முடியும் என்ற நினைப்பிலே ஒரு குழந்தையை மயானத்திற்குத் தூக்கிக் கொண்டு போய் இருக்கிறார்கள். தடுத்து நிறுத்தி இருக்கிறார்கள்.

அடுத்து, முகவை மாவட்டத்திலே வெங்கடேசபுரத்திலே மாளப் பட்டியிலே அவர்களுடைய பாதை அடைக்கப்பட்டிருக்கிறது. போலீஸ்காரர்கள் அவர்களை அடித்திருக்கிறார்கள். அடுத்து தஞ்சையிலே ஆண்டுளம் பட்டி என்ற கிராமத்திலே அரிசனங்கள் கொடுமைப்படுத்தப்பட்டிருக்கிறார்கள். பெரியார் நூற்றாண்டு விழா கொண்டாடப்படுகின்ற இந்த நேரத்திலே அரிசனங்கள் எப்படி

கொடுமைப்படுத்தப்படுகிறார்கள் என்பதைச் சொல்லி முடியாது. ஆளுங்கட்சிகாரர்கள் அந்தக் கொடுமைகளுக்கு ஆதரவாக இருப்பதன் காரணமாக, அரசாங்க அதிகாரிகள் நடவடிக்கை எடுக்கமாட்டேன் என்கிறார்கள். ஆளுங்கட்சிகாரர்கள் அரிசனங்களின் நலனுக்கு விரோதமாக இருக்கிறார்கள் என்று குற்றஞ்சாட்டுகிறேன்.

சட்டம் ஒழுங்கு எப்படியிருக்கிறது? முதல் அமைச்சர் சட்டம் ஒழுங்கு சரியாக வேலையைச் செய்யும் என்று சொல்கிறார்கள். ஆனால் என்ன சட்டம் ஒழுங்கு இருக்கிறது? சைதையில் ஒரு எம்.எல்.ஏ.யை கைது செய்து கொண்டு போன போது போலீஸ்காரர்கள் முன்னாலேயே அடித்து இருக்கிறார்கள். இப்படி போலீஸ் அதிகாரிகள் ஆளும் கட்சிக்கு ஆதரவாக இருந்துகொண்டு சட்டம் ஒழுங்கை சீர்குலைத்துக் கொண்டிருக்கிறார்கள். எந்த எந்த அதிகாரி எப்படி எப்படி செய்தார் என்றெல்லாம் விவரங்கள் இருக்கின்றன, ஆனால் நேரம் இல்லை.

டி.வி.எஸ். தொழிற்சாலையில் பணிபுரியும் சிவகுமார் என்பவரை போலீஸுக்கு முன்னாலே கையை வெட்டிவிட்டார்கள். ஆனால், நீ ஓடிப் போய்விடு என்று அவரை தப்புவிக்க போலீஸார் உதவி செய்தார்கள். அது மாதிரி இளஞ்செழியனை அடித்த சம்பவம் இருக்கிறது. எங்கள் கட்சி ஆட்களை எப்படி எப்படி பயமுறுத்துகிறார்கள் என்பதற்கு நான் ஒரே ஒரு உதாரணம் சொல்ல விரும்புகிறேன். பரமக்குடியிலே சிவசாமி எம்.எல்.ஏ.வும் முத்துசாமியும் குளோஸ் ஆனால்தான் பரமக்குடியே உருப்படும் என்று சொல்லுகிறார்கள். எங்களுடைய கட்சி எம்.எல்.ஏ. உத்திராபதி அவர்கள் திரு. முருகையன் படுகொலைக்குப் பின்னாலே எப்படி எப்படியெல்லாம் பயமுறுத்தப் படுகிறார் என்பதையெல்லாம் அவரே பேசும்போது சொன்னார்.

ஆளுங்கட்சியினர் எவ்வாறு கட்சிக் கண்ணோட்டத்தோடு இருக்கிறார்கள் என்பதற்கு இன்னொரு உதாரணம் சொல்கிறேன். ஆரணி பட்டு கைத்தறி சங்கம் - அந்தத் துறையை திரு. ராஜா முகமது அவர்கள் வைத்துக் கொண்டிருந்த போது அந்த அமைச்சரே அந்த எம்.எல்.ஏ.வை ஏன் இப்படிச் செய்கிறீர்கள்? என்று கேட்டிருக்கிறார். இப்போது அந்தச் சங்கத்தைக் கலைத்து விட்டார்கள். பெங்களூர், ஹைதராபாத், சென்னை ஆகிய இடங்களிலே கிளைகளைத் திறந்து 15 லட்சம் ரூபாய் வியாபாரம் என்றிருந்ததை 30 லட்ச ரூபாயாக ஆக்கி இருக்கிறார்கள். வியாபாரம் உயர்ந்திருக்கிறது.

இலாபம் மூன்று லட்சம் கூடியிருக்கிறது. இந்தச் சங்கம் வேறு கட்சிக்காரர் நிர்வாகத்தில் எப்படி இருக்கலாம் என்று கலைத்திருக் கிறார்கள். அந்த போர்டில் கம்யூனிஸ்டு கட்சியைச் சேர்ந்தவர்கள் இரண்டு பேரும், திராவிட முன்னேற்றக் கழகத்தைச் சேர்ந்தவர்கள் இரண்டு பேரும், காங்கிரஸ் கட்சியைச் சேர்ந்த ஒருவரும் ஆக ஐந்து பேர்கள் இருந்தார்கள். ஆளுங்கட்சியைச் சேர்ந்தவர் இல்லாமல் ஒரு போர்டு இருக்கலாமா? அந்த எம்.எல்.ஏ. ஒரு விழாவிலே பேசும் பொழுது ஸ்பெஷல் ஆபீசர் கலந்து கொண்ட அந்த விழாவிலே, நான் தான் கலைக்கச் சொன்னேன் என்று பேசியிருக்கிறார்.

கட்சித் தலையீடு எப்படி இருக்கிறது என்பதற்காக இதைச் சொன்னேன். இப்படிக் கலைப்பது என்பதை ஒரு வேலையாக வைத்துக் கொள்ளாதீர்கள். உங்களுக்குப் பிடிக்கவில்லையென்றால் எலக்ஷனை வைத்துவிட்டுப் போங்கள். அப்படிச் செய்யாமல் கலைத்து விட்டு ஸ்பெஷல் ஆபீசரைப் போட்டுக் காரியங்களைச் செய்து கொண்டிருக்காதீர்கள். உடனே தேர்தல் வையுங்கள். அதில் நீங்கள் வந்தால் வாருங்கள். இல்லாவிட்டால் யார் வருகிறார்களோ அவர்கள் வரட்டும். எனவே இனி மேல் இப்படிக் கலைக்கின்ற வேலையை விட்டுவிட வேண்டுமென்று கடுமையாக எச்சரிக்க விரும்புகிறேன்.

அடுத்து, பரமக்குடி பகுதியிலே பாலன் நகரம் என்ற பெயரில், அந்தப் பெயர் உங்களுக்கு அதிகமாகத் தெரிந்திருக்கும். அவருடைய வாழ்நாளிலேயே பாதிநாட்கள் - அதாவது 14 வருஷங்கள் ஜெயிலிலே இருந்தவர், உங்களுக்கு அதிகமாக அந்த நேரத்தில் உதவி செய்தவர். அவர் பெயரில், பரமக்குடியில், மனுப்போட்டு பட்டா பெற்று முறையாக லே-அவுட் போட்டு அதில் குடிசை போட்டிருக்கிறார்கள். பாலன் நகர் என்று பெயர் வைத்திருக்கிறார்கள். எம்.ஜி.ஆர். பெயரில் நகர் இருக்கலாம். ஆனால், பாலதண்டாயுதம் பெயரில் நகர் இருக்கலாமா? அந்த இடத்தில் அவர்கள் இரண்டு, இரண்டரை வருஷங்களுக்கு முன்பு இடத்தை வாங்கிக் குடிசை போட்டிருக்கிறார்கள். அதில் உள்ள 98 பேர்களில் 42 பேர் அரிசனங்கள். அவர்களை வெளியேற்ற வேண்டுமென்று ரெவின்யூ அமைச்சரவர்கள் சொல்லி விட்டு வந்திருக்கிறார்கள்.

பாலன் பெயரில் இருக்கிறது. அதனால் வேண்டுமென்று அவர் சொல்லவில்லை. வெளியேற்ற வேண்டுமென்று சொல்லி வந்திருக் கிறார்கள். அதற்கு நடவடிக்கை எடுக்க வேண்டியிருக்கிறது என்று கலெக்டர் சொல்லியிருக்கிறார். பாலன் பெயரில் இருக்கக் கூடாதா? அடுத்த கட்சிக்காரர்கள் பெயரில் எதுவும் இருக்கக் கூடாதா? அவர்கள்

புறம்போக்கு நிலத்தில் பட்டா பெற்று, லே-அவுட் போட்டு, பரமக்குடி முனிசிபாலிட்டி யிலே அளந்து இடம் கொடுக்கப்பட்ட - சில ஆளும் கட்சியினரின் தூண்டுதலால் அதிலிருந்து வெளியேறுவதற்கு நோட்டீஸ் கொடுக்கச் சொல்லியிருக்கிறார்கள். இந்தக் குற்றச்சாட்டை நான் சாட்டுகிறேன். ஆகவே, இந்த மாதிரி அரசாங்க அதிகாரத்தை துஷ்பிரயோகம் செய்வது மட்டுமல்ல, தங்களுக்கு இஷ்டமான காரியத்தைச் செய்யச் சொல்கிறார்கள் (மணியடிக்கப்பட்டது). 45 நிமிடங்கள் எங்களுக்கு ஒதுக்கப்பட்டிருக்கிறது. இப்பொழுது நான் 20 நிமிடங்கள் பேசியிருப்பேன் என்று கருதுகிறேன்.

மாண்புமிகு பேரவைத் துணைத் தலைவர் : 35 நிமிடங்கள் பேசியிருக்கிறீர்கள். 30 நிமிடங்கள்தான் உங்களுக்கு ஒதுக்கப்பட்டது. சீக்கிரம் முடித்துக் கொள்ளுங்கள்.

திரு. சோ.அழகர்சாமி : பரமக்குடியில் ஒரு தோழர், நிருபர் முத்துசாமி என்பவர் எங்கள் கட்சியைச் சேர்ந்தவர், எம்.எல்.ஏ. மீது வழக்கு என்று செய்தி போட்டு விட்டாராம். அதற்காக அவரை அடிக்கப் போயிருக்கிறார்கள். அதற்குக் கேஸ் கிடையாது.

சேலம் மாவட்ட சி.பி.ஐ. செயலாளர் அர்த்தநாரியை கொலை செய்ய முயற்சித்தது பற்றி பெட்டிஷன் முதலமைச்சருக்கு அனுப்பப் பட்டிருக்கிறது. அதன் நகல் என்னிடத்தில் இருக்கிறது. அதற்கெல்லாம் நேரம் இல்லை.

தர்மபுரியில் எங்கள் கட்சி மாவட்ட செயலாளர் முத்து அவர்கள், கொள்ளையர்களைப் பற்றி நடவடிக்கை எடுக்கவில்லை என்று சொன்ன பொழுது அவரைப் பிடித்து போலீஸ் ஸ்டேஷனில் கட்டிவைத்து கொடுமைப்படுத்தி அடித்திருக்கிறார்கள். அந்தக் காயம் இன்றைக்கும் இருக்கிறது இப்படிப்பட்ட கொடுமைகள் நடந்திருக் கின்றன.

கடைசியாக எம்.பி. கொலை. எம்.பி. கொலை விஷயமாக என்னமோ சொல்கிறார்கள். ஆளுங்கட்சிக்கு இதில் உடந்தை இருக்கிறது. அதனால்தான உங்கள் மீது எங்களுக்கு நம்பிக்கை இல்லை. ஆகவே சி.பி.ஐ. விசாரணை வேண்டுமென்று சொல்கிறோம். சரியாக இன்வெஸ்டிகேஷன் செய்யவில்லை. எதிர்க்கட்சித் தலைவர் வந்திருந்தார். நாங்கள் போய் இருந்தோம். நடந்த சம்பவம், ரோட்டிற்கும் வீட்டிற்கும் இடையில் 90 அடிதான் இருக்கிறது. 10 நிமிடத்தில் கொலை செய்து விட்டு மறைந்திருந்தால் ஒரு ஆள் செய்திருக்க முடியுமா? இது நீதி விசாரணையில் இருப்பதால் அதிகமாக

நான் தலையிட விரும்பவில்லை. 90 அடிக்குள்ளே ஒரு ஆள் போய் 33 இடங்களில் குத்திவிட்டுப் போய் இருக்க முடியுமா? இதை யோசிக்க முடியுமா? மனதில் கைவைத்துச் சொல்ல வேண்டும்.

ஆளுங்கட்சிக்காரர்கள் இதில் சம்பந்தப்பட்டிருந்தால் நடவடிக்கை எடுங்கள், எந்தக் கட்சிக்காரர்கள் இதில் சம்பந்தப்பட்டிருந்தாலும் நீங்கள் நடவடிக்கை எடுங்கள். உங்கள் கட்சிக்காரர்களாக இருந்தால் நடவடிக்கை எடுக்கக் கூடாதா? யாராக இருந்தாலும், எந்தக் கட்சிக் காரராக இருந்தாலும் அத்தனை பேர்கள் மீதும் ஏன் நடவடிக்கை எடுக்கக் கூடாது? ஒரு ஆள் செய்திருக்க முடியுமா? இதில் ஏதோ சதி செய்திருக்கிறார்கள் என்று நான் குற்றச்சாட்டைச் சொல்கிறேன்.

எனவே, சி.பி.ஐ. விசாரித்தால் நான் நிரூபிக்கத் தயாராக இருக்கிறேன். அது மட்டுமல்லாமல், அவருடைய மனைவியைக் கூப்பிட்டுக் கேட்டிருக்கிறார்களா? பக்கத்தில், முனையில் ஓரத்தில் குடிசையிலிருந்து ஒரு அம்மாள் வெளியே வந்தாராம். அவரைக் கேட்டிருக்கிறீர்களா? அப்படிப்பட்ட விசாரணைகளையெல்லாம் செய்யாமல் அப்படியே ஒரு முடிவுக்கு வந்து விட்டோம் என்று சொல்லிவிடலாம் என்று நினைத்தால் அது முடியாது. டி.ஐ.ஜி. ஏன் அப்படி அறிக்கை விட வேண்டும்?

கடைசியிலே நீங்கள் பதில் சொல்லியாக வேண்டும்? நாங்கள் உண்மையை வெளியே கொண்டுவராமல் விடமாட்டோம் என்று தெரிவித்துக் கொள்கிறேன். அது மட்டுமல்ல, இது பெரிய கொலை, ஐ.ஜி. ஏன் போகவில்லை? நீங்கள் தடுத்து விட்டீர்களா? அவர் போனால் உள்ளதைச் சொல்வார் என்ற பயம் வந்து விட்டதா? அவர் ஏன் போகவில்லை? இங்கு டி.ஐ.ஜி. தான் போயிருக்கிறார். ஐ.ஜி. வேறு கொலைகளுக்கெல்லாம் முன்பு போயிருக்கிறார்கள். ஆனால் இங்கு போகவில்லை. ஆகவேதான், எங்களுக்குச் சந்தேகம் இருக்கிறது. சரியான சி.பி.ஐ. விசாரணை வேண்டுமென்று கேட்கிறோம்.

சமூக நல விரோதிகளையும், போலீசையும் வைத்து எங்கள் கட்சியை ஒடுக்க வேண்டுமென்று நினைக்கிறீர்கள். அது முடியாது. உங்கள் ஆட்சி நிரந்தரமாக இருக்கும் என்று நினைக்கிறீர்களா? இந்த மாதிரி நீங்கள் நடந்து கொள்ளும்போது, உங்கள் மேல், உங்கள் விசாரணை மேல் எங்களுக்கு நம்பிக் கையில்லையென்று தெரிவித்துக் கொள்கிறேன். நீங்கள் குற்றவாளிகளைச் சரியாகக் கண்டுபிடிக்க மாட்டீர்கள், குற்றவாளிகளை மக்கள் முன் நிறுத்த மாட்டீர்கள் என்று நான் குற்றம் சாட்டுகிறேன்.

அடுத்து, அவசரகால நிலையின்பொழுது பல பேருக்குக் கட்டாய ஓய்வு கொடுத்திருக்கிறார்கள். இப்பொழுது கூட ஹைகோர்ட் தீர்ப்பு வந்திருக்கிறது, நீக்கியது சரியல்ல என்று. அவசரகால நிலையின் பொழுது நூற்றுக்கணக்கானவர்கள் வீட்டுக்கு அனுப்பப்பட்டிருக் கிறார்கள். அவர்களை மீண்டும் எடுக்கப் போகிறோம் என்று முதலமைச்சரவர்கள் வாக்குறுதி கொடுத்தார்கள். ஆனால் நிறைவேறியதா? மீண்டும் வேலையில் வைக்கவேண்டுமென்று பல பெட்டிஷன்கள் கொடுக்கப்பட்டிருக்கின்றன. அவையெல்லாம் என்ன வாயிற்று? என்றே தெரியவில்லை.

அதேமாதிரி, ஆளுங்கட்சியை ஆதரிப்பவர்கள் தொழில் நடத்தினால் தங்கள் தொழிற்சாலையில் என்ன வேண்டுமானாலும் செய்யலாம் என்ற நிலையிருக்கிறது. அதற்கு உதாரணம் சொல்ல வேண்டுமானால், சேலத்திலே கஜநாயக்கன்பட்டியில் சண்முகா மில்ஸ் இருக்கிறது. அதனுடைய சொந்தக்காரர் முதலமைச்சருக்கு ரொம்ப வேண்டியவர். அவருக்கு சண்முகா பிலிம்ஸ் என்ற நிறுவனம் இருக்கிறது. அண்ணாமலை மூவீஸ் என்று நிறுவனம் இருக்கிறது. அவர் தன்னுடைய தொழிற்சாலையில் பெண்களை வைத்து மூன்று ஷிப்டுகளிலும் வேலை வாங்குகிறார். ஏ.ஐ.டி.யு.சி. இரண்டுமுறை கண்டுபிடித்து சுட்டிக்காட்டியிருக்கிறார்கள். பெண்களை இரவு நேரத்தில் வைத்து வேலை செய்தால் என்னென்ன அக்கிரமங்கள் நடக்கும்? சின்னப் பிள்ளைகளை வேலை வாங்கி கொன்று விட்டார்கள் சிவகாசியிலே; இங்கே பெண்களை வேலை வாங்குகிறார்கள். உங்களுக்கு அனுசரணையாக இருந்தால் நடவடிக்கை இல்லையென்ற நிலையிருக்கிறது.

தொழிலாளர்களுக்கு விரோதமாக நீங்கள் நடவடிக்கை எடுக்கிறீர்கள். விவசாயிகளிடம் கடன் வசூலில் கெடுபிடி நடக்கிறது. விவசாயிகள் எதற்காகச் கடன்படுகிறார்கள் என்பதைச் சிந்திக்காமல் நீங்களே ஒத்துக்கொண்ட கொள்கைக்கு விரோதமாக விலையும் கொடுக்காமல், அவர்கள் துன்பப்படுகிற வகையில், நாடு பூராவும் விவசாயிகள் துன்பப்படுகிற நிலையில், சரியான அணுகுமுறை இல்லாமல் இருக்கிறீர்கள். இதனால் மிகப்பெரிய ஆபத்து ஏற்படும். தொழிலாளர்கள் உங்கள் பேரில் நம்பிக்கை இழந்துவிட்டார்கள் விவசாயிகளுக்கு உங்கள் மேல் நம்பிக்கை கிடையாது. ஆசிரியர்கள், மாணவர்கள் அத்தனை பேருக்கும் உங்கள் பேரில் நம்பிக்கை கிடையாது.

நேற்றுக்கூட ஒரு சம்பவம் நடந்திருக்கிறது. திருச்சியிலே ஒரு முதலாளியை எதிர்த்துப் போராட்டம், அர்த்தால். அர்த்தால் என்றால்

உங்களுக்கு என்ன? எங்கள் ஆட்சிக்கு எதிராக அர்த்தாலோ, போராட்டமோ ஆர்பாட்டமோ நடத்தலாமா? குறைகளைத் தெரிவிக்கலாமா? என்று அடித்து நொறுக்குகிறீர்கள். அந்த விஷயத்தை இங்கே கொண்டு வந்தால், மேலும் சிக்கலாகப் போகுமே என்று சொல்லி, நீங்கள் நாளை எடுத்துக் கொள்ளலாம் என்று சொல்கிறீர்கள். இன்றைக்கு மேலும் சம்பவங்கள் நடந்தால் என்ன ஆவது? உடனே நீங்கள் தீர்வு சொல்லியிருந்தால் அவர்களுக்கும் உபயோகமாக இருக்கும். உங்களுக்கும் அனுசரணையாக இருக்கும். ஆகவே, உங்கள் கொள்கை எந்தப் பிரச்சினையாக இருந்தாலும் உங்களது அணுகுமுறை, மக்களுக்கு விரோதமாக, முதலாளிகளுக்கு, நிலப்பிரபுக்களுக்கு, இந்த மாதிரி ஆதிக்கம் செலுத்தக்கூடியவர்களுக்கு ஆதரவாக இருக்கிறது. ஆகவேதான் எங்கள் கட்சியின் சார்பிலே உங்கள்மீது அறவே நம்பிக்கையில்லையென்று கூறி முடிக்கிறேன்.

திரு.வீ. அர்ச்சுனன் : மாண்புமிகு பேரவைத் துணைத் தலைவர் அவர்களே, மாண்புமிகு உறுப்பினர் அழகர்சாமி அவர்கள் நான் இல்லாத நேரத்திலே என் மீது ஒரு குற்றச்சாட்டைச் சொல்லியிருக் கிறார்கள். ஆரணியில் அப்படிப்பட்ட கைத்தறி சொஸைட்டி செயல்பட்டு வருகிறது. அந்த சொசைட்டியில் நான் தலையிட்டு, சூப்பர்சீட் செய்திருப்பதாக அவர்கள் குற்றம் சுமத்தியிருக்கிறார்கள். நான் தலையிடவும் இல்லை, தொழிலாளர்கள் முறையிட்டதன் பேரில் கைத்தறி அமைச்சரிடம் குறைபாடுகளைத் தெரிவித்து தக்க நடவடிக்கை எடுக்க வேண்டுமெனக் கேட்டேனே தவிர, நான் மேடையிலே, வெளியிலே பேசியதாக மாண்புமிகு உறுப்பினர் அவர்கள் குற்றம் சுமத்தியிருக்கிறார்கள் என்பதைத் தெரிவித்துக் கொள்கிறேன்.

திரு. சோ.அழகர்சாமி : தலைவரவர்களே, அது சம்பந்தப்பட்ட மனுக்கள், ரிக்கார்டுகள் என்னிடத்தில் இருக்கின்றன. அந்தச் சங்கத்தை கலைக்கக் காரணம் என்ன? அந்தச் சங்கத்தின் ஆரம்ப முதலீடு 15 லட்சத்திலிருந்து 30 லட்சத்திற்கு உயர்ந்து இருக்கிறது. கீழ் நோக்கிப் போகவில்லை, மேல் நோக்கித்தான் போகிறது. நஷ்டத்தில் போகவில்லை. இலாபத்தில்தான் போகிறது. ஆகவே 4 இடங்களிலே கிளைகள் ஆரம்பிக்க வேண்டும் என்று முடிவு செய்தார்கள். ஆனால் சொல்கிற காரணம், எங்களை கேட்கவில்லை என்பது.

திரு. எஸ்.ஆர்.இராதா : சொன்ன குற்றச்சாட்டை உறுப்பினர் மறுக்கிறார்கள்....

திரு. சோ.அழகர்சாமி : குற்றச்சாட்டை ஏற்றுக்கொள்ள வேண்டும் என்றா சொல்கிறேன். நடந்ததைச் சொல்கிறேன். தலைவரவர்களே, அமைச்சர் அவர்களை நேரிடையாக அந்த நெசவுத் தொழிலாளர்களிடம் பேசும்போது நீங்கள் மாநில சங்கத்தை மட்டும் நம்பியிருக்க வேண்டியது இல்லை. நீங்களாக விற்பனைக்கு வேறு இடங்களை - பிராஞ்சுகளை - திறங்கள் என்று ஊக்கப்படுத்தியிருக் கிறார்கள்.

ஆனால், தன்னை கேட்கவில்லை என்ற ஒரு காரணத்தை மட்டும் வைத்துக் கொண்டு அந்தச் சங்கத்தைக் கலைப்பது என்றால் என்ன அர்த்தம்? அந்த உறுப்பினரைப் பற்றிச் சொல்லும்போது அவரே பேசியிருக்கிறார். அந்தச் சங்க ஊழியர்களுக்கு போனஸ் வழங்கும் விழாவிலே ஸ்பெஷல் ஆபீஸர். தலைமையிலே சட்டமன்ற உறுப்பினரே பேசியிருக்கிறார் - "என்னை கேட்கவில்லை ஆகவேதான் அந்தச் சங்கத்தைக் கலைக்க ஏற்பாடு செய்திருக்கிறேன்" என்று போனஸ் வழங்கும் விழாவிலே பேசியிருக்கிறார்.

திரு. வீ. அர்ச்சுனன் : வேண்டுமானால் உரிமைக் குழுவிற்கு அனுப்பட்டும்.

திரு. சோ. அழகர்சாமி : உரிமைக் குழுவிற்கு அனுப்பி வைத்தால் நான் நிரூபித்துக் காட்டுகிறேன்.

மாண்புமிகு திரு. ச. இராமச்சந்திரன்: தலைவரவர்களே, நமது அழகர்சாமி அவர்கள் மாண்புமிகு உறுப்பினர் அர்ஜுனன் அவர்களைப் பற்றி இங்கே குறிப்பிட்டார்கள். அர்ஜுனன் அவர்களும் இங்கே அதை நிராகரித்து இருக்கிறார்கள். நம்முடைய மரபு அதை ஏற்றுக் கொள்வது தான்.

மாண்புமிகு பேரவைத் துணைத் தலைவர் : இரண்டுமே ரிக்கார்ட்டில் இருக்கட்டும் உரிமைக்குழுவிற்கு அனுப்ப வேண்டாம். குற்றச்சாட்டும் இருக்கட்டும். அவர் சொன்ன பதிலும் இருக்கட்டும்.

The Hon. Thiru S. RAMACHANDRAN : When a member denies the allegation, the convention is that we normally take it as accepted.

திரு. இ.கணேசன் : மாண்புமிகு பேரவைத் தலைவர் அவர்களே, உறுப்பினர் அழகர்சாமி பேசும்போது சேலம் சண்முகா பிலிம்ஸ் உரிமையாளருக்கு இரண்டு சினிமாத் தியேட்டர், இரண்டு ஆலைகள்

இருப்பதாகச் சொன்னார்கள். அவர் இந்தச் சபைக்கு தெரிவித்து இருப்பது★★ ஒரு தவறான தகவல் ஆகும். சண்முகா பிலிம்ஸ்க்கு இரண்டு மில், இரண்டு சினிமா தியேட்டர் இல்லை என்பது உண்மை.

மாண்புமிகு பேரவைத் துணைத் தலைவர் : ரிக்கார்டில் பொய் என்று இருக்க வேண்டாம். தவறான தகவல் என்று திருத்த வேண்டும்.

திரு. இரா.தாமரைக்கனி : துணைத் தலைவரவர்களே, வலதுசாரி கம்யூனிஸ்ட் கட்சித் தலைவர்...

திரு. மு. அம்பிகாபதி : துணைத் தலைவரவர்களே, வலதுசாரி கம்யூனிஸ்ட் கட்சி என்று சொல்கிறார். உங்களோடு சேர்ந்து இருந்தால் இந்தியக் கம்யூனிஸ்ட் கட்சி என்று சொல்கிறீர்கள். உங்களை எதிர்த்தால் நாங்கள் வலது சாரியா?

(கூச்சல் - குழப்பம்)

மாண்புமிகு பேரவைத் துணைத் தலைவர் : எல்லோரும் உட்காருங்கள்.

திரு. எம்.ஏ.லத்தீப் : மிஸ்டர் டெபுடி ஸ்பீக்கர், ஆன் எ பாயிண்ட் ஆப் ஆர்டர்...

திரு. இரா. தாமரைக்கனி : துணைத் தலைவரவர்களே, இந்தியக் கம்யூனிஸ்ட் கட்சித் தலைவர் அழகர்சாமி அவர்கள் பேசுகிற நேரத்தில், பந்த் நடந்த நேரத்தில் ஆளும் கட்சிக்காரர்கள் வன்முறையில் ஈடுபட்டார்கள் என்று சொன்னார்கள்.

மாண்புமிகு பேரவைத் துணைத் தலைவர் : தயவு செய்து உறுப்பினர் தாமரைக்கனி உட்கார வேண்டும். எதிர்க்கட்சி வரிசையில் உள்ளவர்கள் கருத்துக்களைச் சொல்லும்போது உங்களைப் பற்றி தனிப்பட்ட முறையில் ஏதேனும் சொல்லியிருந்தால், உங்கள் மீது குற்றம் சாட்டிப் பேசியிருந்தால், அதற்கு எழுந்து பதில் சொல்லலாம். அவர் பேசுகிற அத்தனைக்கும் பதில் சொல்ல அமைச்சர்கள் இருக்கிறார்கள். அல்லது உங்களுக்குப் பேச வாய்ப்பு வரும்போது அதற்குப் பதில் சொல்லுங்கள். இப்போது அதற்கு நேரம் இல்லை.

திரு.எம்.ஏ.லத்தீப் : தலைவரவர்களே, இந்த மன்றத்தில் உறுப்பினர்களுக்கு கருத்துச் சொல்ல உரிமை உண்டு. அவர் சொல்கிற கருத்தை மறுத்துச் சொல்லவும் உரிமை உண்டு. ஒரு உறுப்பினர் பேசிக்கொண்டு இருக்கும்போது எல்லோரும் மொத்தமாக சேர்ந்து

★★ மாண்புமிகு பேரவைத்துணைத் தலைவரின் ஆணைக்கிணங்க திருத்தப் பெற்றது.

கொண்டு கிண்டல், கேலி செய்வது என்று சொன்னால், அந்த நிலையை ஊக்குவித்தால், அதே மாதிரி நாங்களும் நடந்து கொள்வோம்.

(கூச்சல் - குழப்பம்)

மாண்புமிகு பேரவைத் துணைத் தலைவர் : மாண்புமிகு உறுப்பினர் திரு. லத்தீப் அவர்களுக்கும் நான் சொல்லிக் கொள்வேன். ஆளும் கட்சி தரப்பிலும் எதிர்க்கட்சித் தரப்பிலும் அமைதியாகத் தான் இருந்தார்கள். நீங்கள் எழுந்து பேசாது இருந்தால் இந்தப் பிரச்சினை வந்திருக்காது.

திரு. எம்.ஏ.லத்தீப் : ★★★

மாண்புமிகு பேரவைத் துணைத் தலைவர்: உங்களுடைய கருத்து எது வேண்டுமானாலும் இருக்கட்டும். நான் அதைக் கேட்க விரும்பவில்லை.

திரு. சோ.அழகர்சாமி : மாண்புமிகு பேரவைத் துணைத் தலைவர் அவர்களே, சேலம் ஜில்லாவில் கஜநாயக்கன்பட்டி சண்முகா செட்டியாருக்கு, சண்முகா மில்ஸ், அண்ணாமலை மூவீஸ், சண்முகா பிலிம்ஸ், சங்கம் தியேட்டர், சங்கம் பாரடைஸ் போன்றவை சொந்தமாக இருக்கின்றன. இவைகளெல்லாம் இல்லை என்று சொல்கிறார்களா? என்று அறிய விரும்புகிறேன்.

★★★ மாண்புமிகு பேரவைத் தலைவரின் ஆணைக்கிணங்க அகற்றப் பெற்றது.

5. தமிழக முதல்வராக எம்.ஜி.ஆர்...
(1980 - 1984)

**உரத்தைப் பரிந்துரைக்கும் அதிகாரிகள்
நியாயமான விலையைச் சொல்வதில்லை!**★

மாண்புமிகு துணைத் தலைவர் அவர்களே, இந்த வேளாண்மை மானியக் கோரிக்கையின்மீது கம்யூனிஸ்ட் கட்சியின் சார்பில் சில கருத்துக்களை முன்வைக்க விரும்புகிறேன். சென்ற ஆண்டு நம்முடைய வேளாண்மை உற்பத்தி அதிகமானதின் காரணமாக 50 ஆயிரம் டன் அரிசியை கியூபா மற்றும் ஆப்பிரிக்க நாடுகளுக்கு ஏற்றுமதி செய்ததன் மூலம் நமது மாநிலத்தின் அரிசி உற்பத்தியில் ஒரு புதிய சாதனையை ஏற்படுத்தியுள்ளோம் என்று குறிப்பிடப்பட்டிருக்கிறது. கடந்த ஆண்டு உற்பத்தி செய்த அளவைப் போட்டு எதிர்காலத்திலே அதாவது 1980 - 81-ல் நாம் உற்பத்தி செய்யவேண்டிய இலக்குகளையும் இங்கே குறிப்பிட்டிருக்கிறார்கள்.

அரிசி 65.00 லட்சம் டன்னாகவும், சிறு தானியங்கள் 21.1 லட்சம் டன்னாகவும் உயர்த்தப்படும் என்று சொல்லி இன்னும் மற்றவைகளைப் பற்றி எல்லாம் சொல்லப்பட்டிருக்கிறது. அதற்கடுத்தபடி கரும்பு (வெல்லம்) சென்ற ஆண்டு 20 இலட்சம் டன்னாக இருந்தது. இந்த ஆண்டு 19.80 இலட்சம் டன்னாக இருக்கும் என்று இருக்கிறது. இதிலே மட்டும் ஏன் குறைந்து இருக்கிறது? என்று தெரியவில்லை. அதைச் சேர்க்க வேண்டும்.

இதைத் தவிர, பிரதான மூலப் பொருளாக இருக்கக்கூடிய பொருளான பருத்தியைப் பொறுத்தவரையிலே சென்ற ஆண்டு 4.69 இலட்சம் பேல்கள் உற்பத்தி செய்யப்பட்டது. இந்த ஆண்டு 4.60 இலட்சம் பேல்கள்தான் இருக்கும் என்று குறைத்துச் சொல்லப் பட்டிருக்கிறது. நம்முடைய இலக்கு கூடுவதற்குப் பதிலாக குறைக்கப் பட்டிருக்கிறது, எதற்காக என்று தெரியவில்லை.

★ வரவு - செலவுத் திட்டம் 1980 -81 தாக்கலானபோது 1980 ஜூலை 16 அன்று பேசியது.

பொதுவாகவே வேளாண்மையைப் பற்றிப் பல உறுப்பினர்கள் இங்கே பேசியிருக்கிறர்கள். இன்னும் பேசுவார்கள். கடந்த காலத்திலே உற்பத்திப் பெருக்கத்திற்கும் பிரதானமான காரணமாக இருந்தது அரசாங்கம் கொடுத்த கடன்களாக இருந்தாலும், கூட்டுறவுத் துறை கொடுத்த கடன்களாக இருந்தாலும் அவைகளைப் பெற்று லாபநட்டம் பார்க்காமல் விவசாயத்திலே விவசாயிகள் ஈடுபட்டார்கள். உற்பத்தி வேகமாக வளர்ந்தது. ஆனால் இன்றைக்கு அந்த வளர்ச்சியிலே தேக்கம் ஏற்பட்டு குறைந்துகொண்டே வருகிற அபாயம் ஏற்பட்டிருக்கிறது என்பதை நான் அவையிலே தெரிவித்துக் கொள்ள விரும்புகிறேன்.

நீங்கள் கூறியுள்ள இலக்கு நிறைவேறாதது மட்டுமல்ல, தலைகீழாகப் போகக்கூடிய ஆபத்தும் இருக்கிறது. தொழிற்சாலைகளுக்கு வேண்டிய மூலப் பொருட்கள் கிடைக்காத நிலைமையும் ஏற்படலாம். நீங்கள் இன்றைக்கு விவசாயிகளிடத்திலே கேட்டுப் பார்த்தால் தெரியும். இதற்குக் காரணம், அவர்களுக்குக் கட்டுபடியாகக் கூடிய விலை இல்லாத காரணத்தால் அவர்கள் நிலங்களைத் தரிசாகப் போடக்கூடிய நிலைமையும், இரண்டு போகம் விளைவிக்கக் கூடியவர்கள் ஒரு போகம் மட்டுமே பயிர் செய்யக்கூடிய நிலைமையும், அந்தப் பயிரைப் போடலாமா? வேறு பயிரைப் போட்டால் கட்டு படியாகுமா? என்று மாற்றி மாற்றி பயிர்களைப் போட்டு அவர்கள் விவசாயம் செய்யமுடியாத நிலைமையிலே இருக்கிறார்கள். ஆகவே பிரதானமான காரணம் அவர்களுக்கு நியாயமான விலை கிடைக்க வில்லை என்பதுதான்.

வேளாண்மைத் துறையைக் கேட்டால் சொல்கிறார்கள், உற்பத்தி செய்ய வேண்டியதற்கான செம்மையான ஆலோசனைகளையும் என்ன என்ன உரங்களைப் பயன்படுத்தலாமென்றும் தான் சொல்கிறார்களே தவிர, நியாயமான விலை தரவேண்டுமென்று கேட்டால் அது எங்களுக்குச் சம்பந்தமில்லை என்று சொல்கிறார்கள். அவர்கள் சம்பந்தமில்லை என்று சொல்லிவிட்டால் எப்படி விவசாயிகள் ஊக்கத்துடன் உற்பத்தியிலே ஈடுபட முடியும்?

கடன்களை மேலும் மேலும் ஒத்தி வைத்துக் கொண்டே வந்தார்கள். புதிய கடன்களை அதன் காரணத்தினால் பெற்று வந்தார்கள். இன்றைக்குக் கடன்களைக் கட்டவேண்டுமென்ற நிலையின் காரணத் தினாலே அவர்கள் மிகப் பெரிய போராட்டத்திலே இறங்கினார்கள். இதிலே மத்திய சர்க்காரினுடைய மிகப்பெரிய உதவி என்ன தெரியுமா?

அவர்கள் என்ன செய்திருக்கிறார்கள் என்றால் யூரியா 50 கிலோ மூட்டை 75 ரூபாயிலிருந்து 103 ரூபாய்க்குக் குறைத்திருக்கிறார்கள். ஏனென்றால், விவசாயிகள் உணவு உற்பத்தியை பெருக்க வேண்டுமென்ற நாட்டு நலனில் அக்கறை கொண்டு அவர்கள் அந்தக் காரியத்தைச் செய்திருக்கிறார்கள். பொட்டாஷ் 41 ரூபாயிலிருந்து 57 ரூபாய்க்குக் குறைத்திருக்கிறார்கள். அதே மாதிரி டை அமோனியம் பாஸ்பேட் உரம் இருக்கிறதே, அது நெல்லுக்கோ மற்றும் பருத்திக்கோ இன்றும் எத்தனையோ பயிர்களுக்குத் தேவையானது. அதை 91 ரூபாயிலிருந்து 127 ரூபாய்க்குக் குறைத்திருக்கிறார்கள். இவ்வளவு பெரிய உதவியை மத்திய சர்க்கார் செய்திருக்கிறார்கள். இதற்கு மாநில அரசு என்ன செய்யப் போகிறது?

மத்தியஅரசின் ஆளுங்கட்சியைச் சேர்ந்த உறுப்பினர்கள் இங்கு இருக்கிறார்கள். அவர்கள் இது சம்பந்தமாக, இந்த விலையை ஏன் கூட்டினார்கள்? என்று இதற்கு நாம் என்ன செய்ய வேண்டுமென்பதைப் பற்றி இந்த மன்றத்திலே இருக்கின்ற அத்தனை பேர்களும் சேர்ந்து மத்திய அரசாங்கத்தை எதிர்த்து இந்த உர விலைகளைக் குறைப்பதற்கு முயற்சிக்க வேண்டும். பழைய விலையையே குறைப்பதற்கு முயற்சிக்க வேண்டும். பழைய விலையையே குறைக்க வேண்டுமென்று கோருகின்ற நேரத்தில், இப்பொழுது விலையைக் கூட்டியிருக்கிறார்கள். இதற்கு நாம் என்ன செய்யப் போகிறோம்? இதற்கு மாநில அரசு முழுமையாக மானியம் கொடுத்து விலையைக் குறைக்க முடியாது. இதன் விளைவாக நெல் உற்பத்திக்கு மட்டும் ஏக்கருக்கு நூறு ரூபாய் அதிகமாகச் செலவு கூடும். ஆனால், விலை என்ன கொடுக்கப் போகிறோம்?

மத்திய அரசு எவ்வளவு இடைஞ்சல்களைச் செய்திருக்கிறது என்பதற்காக நான் சுருக்கமாகச் சொல்கிறேன். கோதுமைக்கான விலையை 115 ரூபாய் என்று நிர்ணயம் செய்திருக்கிறார்கள். அதைவிட எந்தக் காரணத்தை முன்னிட்டும், எந்தச் செலவும் குறையாமல் நெல்லுக்குச் செலவாகும். ஆனால், நெல்லுக்கு மட்டும் 105 ரூபாய். இது என்ன நியாயம்? இதை நியாயம் என்று சொல்கிறீர்களா? மத்திய அரசில் ஆளுங்கட்சியைச் சேர்ந்த நண்பர்கள் இங்கே என்ன சொல்லப் போகிறார்கள்? இதை எதிர்த்து நாமெல்லாம் சேர்ந்து இதற்கு விடிவு ஏற்பட, நிவாரணம் கிடைக்க வேண்டிய முயற்சிகளைச் செய்ய வில்லை என்றால், சீரழிவு ஏற்பட்டு உற்பத்தி குறைந்து, விவசாயத்தை ஒட்டியுள்ள ஏனைய தொழில்களும் மிகப்பெரிய பாதிப்புக்கு உள்ளாகும் என்பதை நான் தெரிவித்துக் கொள்கிறேன்.

நெல்லுக்கு 105 ரூபாய் என்று செய்யப்பட்ட விலை நிர்ணயம் கட்டுபடியாகாது. நம்முடைய ஆளுங்கட்சியாக இருக்கின்ற அகில இந்திய அண்ணா திராவிட முன்னேற்றக் கழகத்தினுடைய பொதுக் குழுவிலே 130 வரை கேட்டிருக்கிறார்கள். நாங்கள் சொல்கிறோம். அதுகூடப் போதாது குறைந்தபட்சம் 150 ரூபாய் கொடுத்தால்தான் இன்றைக்கு நெல் உற்பத்தி செய்யக் கூடியவர்களுக்குக் கட்டுபடியாகும். அதற்கு வேண்டிய ஏற்பாடுகளைச் செய்ய வேண்டும் என்று கேட்டுக் கொள்கிறேன்.

அதற்கடுத்தப்படியாக, இன்றைக்கு நாம் விவசாயத்தை ஒட்டி பல தொழில்களைத் துவங்க வேண்டும். விவசாய விளைபொருள் களுக்கு நியாயமான விலை கிடைக்க வேண்டுமென்று சொன்னால் - இங்கே பல காரியங்கள் சொல்லப்பட்டிருக்கின்றன - விளைபொருள் களுக்கு விலை கொடுக்க வேண்டுமென்பதற்காக நம்முடைய வேளாண்மை விளைபொருள் விற்பனைக்குப் பல இடங்களிலே மார்க்கெட்டிங் கமிட்டிகள் செயல்படுகின்றன. அந்தக் கமிட்டிகள் மூலம் என்ன ஏற்பாடுகள் இருக்கின்றன?

மார்க்கெட்டிங் கமிட்டிக்கு வரக்கூடிய பொருள்களை அந்த வியாபாரிகள் வாங்குவதற்கு உதவி செய்கிறார்களே தவிர, நியாயமான விலையில் வாங்குவது கிடையாது. அதுமட்டுமல்ல, விளையும் காலத்தில் ஒரு விலை விளைந்து முடிந்து விற்பனை செய்த பிறகு வேறு ஒரு விலை. இது அத்தனை பேருக்கும் தெரியும். என்ன விளை பொருளாக இருந்தாலும் அப்படித்தான் இருக்கிறது. அதற்கு நியாயமான ஏற்பாடு என்ன செய்ய வேண்டுமென்பதைப் பற்றி நம்முடைய வேளாண்மைத் துறை அமைச்சரவர்கள் மிகத் தீவிரமாகச் சிந்திக்க வேண்டுமென்று கேட்டுக் கொள்கிறேன்.

மார்க்கெட்டிங் கமிட்டிகளைப் பொறுத்தவரையில் என்ன செய்ய வேண்டுமென்பதைப் பற்றிச் சொல்ல விரும்புகிறேன். பெரிய விவசாயிகள் வைத்திருந்து, விலை கூடிய பிறகு விற்பதற்கான வசதி வாய்ப்பு இருக்கிறது ஆனால், சாதாரண, சிறிய விவசாயிகள் அவற்றை விற்ற பிறகுதான் திரும்பவும் விவசாயம் செய்ய வேண்டிய நிலையில் இருக்கிறார்கள். அப்படிப்பட்ட விவசாயிகள் மார்க்கெட்டிங் கமிட்டிக்குப் பொருள்களைக் கொண்டு வந்தால் அவர்கள் வாங்கிக் கொண்டு, சௌகரியமாக சுகமாக வரக்கூடிய வியாபாரிகள் அதை வாங்குவதற்கு வசதியாக இருக்கிற அளவில், அந்த வியாபாரிகள் அங்கேயிருந்து பார்த்து, நல்ல சரக்காகப் பார்த்து, நல்ல எடையோடு வாங்கிச் செல்வதற்குத்தான் உதவியாக இருக்கிறது.

வியாபாரிகளுக்குக் கட்டுபடியான விலைக்கு விற்கக்கூடிய ஒரு ஸ்தலமாகத்தான் இப்படிப்பட்ட விற்பனைக் கூடங்கள் இருக்கின்றனவே தவிர. விவசாயிகள் தங்கள் விளைபொருள்களை விற்க வந்தவுடனே, நியாய விலையை வந்தவுடனே நிர்ணயித்து, அந்த விலைக்கு வாங்கிக் கொண்டு அவர்களுக்குப் பணத்தைக் கொடுக்க வேண்டும். அப்படியில்லாமல், விவசாயிகள் கொண்டு வந்து வைத்தவுடன், நாங்கள் பணத்தைக் கொடுத்து விட்டு, மறுபடியும் விற்ற பிறகு பணத்தைக் கட்டி விடுங்கள். நாங்கள் வட்டி கொடுக்கிறோம் என்று சொல்கிறார்கள். இதனால் எந்தப் பிரயோசனமும் இல்லை. ஒரு மாதம், இரண்டு மாதம் கழித்து அந்தப் பணத்தைக் கேட்பார்கள். அப்பொழுது அந்த விலைதான் கிடைக்கும்.

ஆகவே, அரசு இந்த மாதிரி நேரடியாக பாடுபடுகின்ற சிறு விவசாயிகளுக்கு, அவர்கள் தங்கள் பொருள்களைக் கொண்டு வந்து கொடுத்தவுடனே, நீங்கள் நிர்ணயம் செய்யக்கூடிய கட்டுப்படியான விலைக்கு அதை வாங்கிக் கொண்டு அவர்களுக்கு அந்தப் பணத்தைக் கொடுக்க வேண்டும்.

அதற்கு எத்தனையோ விதமான ஏற்பாடுகளையெல்லாம் சொல்லப்பட்டிருக்கின்றன. என்ன சொல்லப்பட்டிருக்கிறது என்றால் தரம் பிரிப்பதற்கு வேண்டிய பலவிதமான ஏற்பாடுகள் இருக்கின்றன. அதிலே முக்கியமாக பருத்தி தரம் பிரிக்க பத்து இடங்களில் நிலையங்கள் வைக்க இருக்கிறீர்கள். அதே மாதிரியாக, பழத்தைப் பக்குவப்படுத்துவதற்கு ஆலைகள் எல்லாம் அமைக்கலாம் என்ற யோசனை சொல்லப்பட்டிருக்கிறது. அதே மாதிரியாக, தக்காளி போன்ற பழவகைகளைப் பக்குவப்படுத்துவதற்காக ஒரு தொழிற் சாலை நிறுவ உத்தேசிக்கப்பட்டுள்ளதாகக் கூறப்பட்டிருக்கிறது. தக்காளி ஒரு சமயத்திலே கிலோ பத்துக்காசுக்கு விற்கிறது. ஒரு நேரத்தில் கிலோ ஐந்து ரூபாய்க்கு விற்கக்கூடிய நிலை ஏற்பட்டிருக்கிறது.

ஆகவேதான், இப்படி அதிகமாக விளைகிற காலத்திலே, சில நேரங்களிலே 10 பைசாவுக்கு விற்றால், அதைக் குப்பையிலே போடக் கூடிய நிலைக்கு விவசாயிகள் நஷ்டத்திற்கு ஆளாக்கப்படுகிறார்கள். அந்த மாதிரி இருக்கக்கூடிய நேரத்திலே, அந்த மாதிரிப் பொருள் களையெல்லாம் பக்குவப்படுத்தக்கூடிய தொழிற்சாலைகளைத் துவக்குவதற்கு வேண்டிய ஏற்பாடுகளை அரசு செய்ய வேண்டும். அவற்றைப் பற்றியெல்லாம் பரிசீலனை செய்யப்படுகிறது என்று சொல்லப்படுகிறதே தவிர, செயல்படுத்துவதில்லை. அதற்கு முனைப்பாக அந்த மாதிரி ஏற்பாடுகளைச் செய்ய வேண்டும்.

பழங்கள் சம்பந்தப்பட்டது மட்டுமல்ல, எண்ணெய் வித்துக்கள் சம்பந்தப்பட்ட மட்டிலே இங்கே ஒரு ஏற்பாடு சொல்லப்பட்டிருக்கிறது. குஜராத் மாநிலத்திலே செய்யப்பட்டிருப்பதாகச் சொல்லப்பட்டிருக்கிறது. அதை இங்கு செய்வதற்கு யோசித்து, அது சம்பந்தமாக ஆராய்வதற்காக அனுப்பப்பட்டிருக்கிறது என்றுதான் சொல்லப்படுகிறதே தவிர அது சம்பந்தமாக முனைப்பான ஏற்பாடுகள் செய்ய வேண்டும்.

இந்தத் திட்டத்தை குஜராத்திலே செயல்படுத்திக் கொண்டு வருகிறார்கள். அந்த மாதிரி எண்ணெய் வித்துக்களை உற்பத்தி செய்வது, தமிழ்நாட்டைப் பொறுத்தவரை, ஆமணக்கு, நிலக்கடலை உற்பத்தி செய்வது அதிகமாக இருக்கிறது. நெல்லுக்கு அடுத்தபடியாக நிலக்கடலை பிரதான பொருளாக இருக்கிறது. நிலக்கடலை அதிகமாக உற்பத்தி செய்யக்கூடிய தமிழ்நாட்டிலே கடலை விளைந்தவுடனே, ஒரு மூட்டை ரூ.100-க்கு வாங்கப்படுகிறது ஆனால், விளைந்து முடிந்தபின், அது கடைக்கு வரும்போது ரூ.200-க்கு விற்கப்படுகிறது. ஆகவே, அதற்கு நியாயமான விலை கொடுக்க எந்த ஏற்பாடும் கிடையாது.

குஜராத் மாநிலத்திலே, அந்த மாதிரி சிறு விவசாயிகள் உற்பத்தி பண்ணக்கூடிய அத்தனை எண்ணெய் வித்துக்களையும் நியாயமான முறையிலே வாங்கி அதைப் பாகுபடுத்தி மற்ற காரியங்களைச் செய்வதற்கு ஏற்பாடுகள் செய்திருக்கிறார்கள். அதே மாதிரியாக நம்முடைய மாநிலத்திலே செய்வதற்கு யோசனை இருக்கிறது என்று சொல்லப்பட்டிருக்கிறது. அந்த யோசனையோடு நிற்காமல் அதை நடைமுறைப்படுத்தி, அந்த மாதிரி விவசாயிகள் உற்பத்தி பண்ணக்கூடிய ஆமணக்கு, நிலக்கடலை போன்ற எண்ணெய் வித்துக்களுக்கு நியாயமான விலை கொடுத்தால், உற்பத்தி அதிகமாகப் பெருகுவதோடு, பற்றாக்குறையும் நீங்கும் என்று நான் தெரிவித்துக் கொள்கிறேன்.

அதே மாதிரியாக, இன்றைக்கு நம்முடைய விவசாயிகளுடைய பல தேவைகளைப் பற்றி சொல்லப்பட்டிருக்கின்றன. சிறு விவசாயிகளுக்கு உதவி செய்வதற்காக பலவிதமான ஏற்பாடுகள் சொல்லப் பட்டிருக்கின்றன. மத்திய சர்க்கார் உதவி இந்த மாநில சர்க்கார் உதவி 50% என்று சொல்லப்பட்டிருக்கிறது. அந்த ஏற்பாடுகள் செய்யப் பட்டிருந்தாலுங்கூட, உதவிகள் விவசாயிக்குக் கிடைப்பதில்லை. இதிலே மானியத்திற்காகப் பணம் ஒதுக்கப்பட்டிருக்கிறது. மானியப் பணத்தைப் பெறுவதற்கு கடன் வாங்க வேண்டும். அந்தக் கடனை வாங்குவதற்குச் சிறு விவசாயிகளால் முடியவில்லை. எந்த வங்கியும் கொடுப்பது இல்லை.

யார் சிறு விவசாயிகள் என்றால், இரண்டு மூன்று ஏக்கர் வைத்திருக்கிறவன். அதாவது இரண்டரை ஏக்கர் நஞ்சை அல்லது 5 ஏக்கர் புஞ்சை வைத்திருக்கிற சிறு விவசாயிகள் இந்த ஒருங்கிணைந்த விவசாயிகள் மேம்பாட்டுத் திட்டத்திலோ அல்லது சிறு விவசாயிகள் மேம்பாட்டுத் திட்டத்திலோ உதவி பெற வேண்டுமென்றால், கடன் பெற்றால்தான் மானியம் பெற முடியும். கடனுக்காக அங்குள்ள கலெக்டர் சிபாரிசு பண்ணினாலும், வங்கியிலே கடன் தருவது கிடையாது.

அது மட்டுமல்ல, பாண்டியன் பாங்கு என்று கிராமப் பாங்குகளை வைத்திருக்கிறார்கள். அந்தக் கிராமப் பாங்குகளில் கடன் கேட்டால், நிலம் அதிகமாக வைத்திருக்கிறவர்கள் ஜாமீன் கொடுக்க வேண்டும் அல்லது ஏதாவது சொத்து ஜாமீன் இருந்தால்தான் கொடுப்போம் என்று சொல்கிறார்கள். சிறு விவசாயிகள் இந்தத் திட்டத்தின்கீழ் பயன்படக்கூடிய 5 ஏக்கருக்குக் கீழுள்ள சிறு விவசாயிகள் கறவை மாடு வாங்க வேண்டுமென்றாலும், 5 ஏக்கருக்கு உட்பட்ட விவசாய நிலத்திற்குத் தேவைப்பட்ட மற்ற பொருள்களை வாங்க வேண்டு மென்றாலும் ரூ. 1,000 கடன் வாங்கினால், ரூ. 250 மானியம் பெற முடியும். ஆனால், அவர்களுக்கு ரூ. 1,000 கடன் கிடையாது. ஆகவே, சில வசதி படைத்தவர்கள், அந்தக் கொஞ்சம் தொகையை பெற்றுக் கொள்வதால், சாதாரணமானவர்களுக்கு, கேட்பவர்களுக்கு அத்தனை பேர்களுக்கும் கிடைக்கவில்லை. அது அனைவருக்கும் கிடைப்பதற்கு வேண்டிய ஏற்பாடுகளைச் செய்ய வேண்டுமென்று கேட்டுக் கொள்கிறேன்.

அதே மாதிரி பணப்பயிர் இன்ஷுரன்ஸ் திட்டம், 17 இடங்களிலே கொண்டு வரப்பட்டதாகச் சொல்லப்படுகிறது. அதை எப்படி அமுல் நடத்தப் போகிறார்கள்? என்பதைப் பற்றி விவரமாகத் தெரிந்து அதற்கு வேண்டிய ஏற்பாடு செய்ய வேண்டும்.

அது மட்டுமல்ல, இன்றைய தினம் விவசாயிகளுக்கு மிக முக்கியமான தேவையானது தண்ணீர் வசதி. தண்ணீர் வசதி சம்பந்தப்பட்ட மட்டிலே, தமிழகத்தைப் பொறுத்தவரையிலே கிணறுகள் மூலமாகப் பாசன வசதி செய்யப்பட்டாலும்கூட மேற்கு நோக்கி பாயக்கூடிய ஆறுகள் 40 மேற்கு நோக்கி செல்கின்றன - அவற்றை முடிந்த அளவு பயன்படுத்த வேண்டிய காரியங்களை யெல்லாம் நம்முடைய அமைச்சர்களும் அரசும் செய்ய வேண்டும். நமக்கு வேண்டியதெல்லாம் குறைந்தது தண்ணீர்தான்.

கோவை, முகவை, நெல்லை, மதுரை ஆகிய மாவட்டங்களுக்குத் தேவையான தண்ணீர் 85 டி.எம்.சி.தான். ஆனால், மொத்தமாக 40 நதிகளின் மூலமாக, மேற்குத் தொடர்ச்சி மலையிலே உற்பத்தியாகி, மேற்கு நோக்கிச் செல்லும் தண்ணீர் 1,400 டி.எம்.சி. என்று சொல்லப் படுகிறது. சரியான முறையிலே அணுகி நமக்குத் தேவையுள்ள அந்தத் தண்ணீரைப் பெறுவதற்கு வேண்டிய முயற்சிகளை நாம் செய்தால், சுருக்கமாகப் பெற்றால்கூட, அந்த 4 மாவட்டங்களுக்கு அந்தத் தண்ணீரைப் பயன்படுத்த முடியும். அதற்கு வேண்டிய முயற்சிகளை, ஏற்பாடுகளைச் செய்ய வேண்டுமென்று கேட்டுக் கொள்கிறேன்.

அது மட்டுமல்ல; இன்றைக்கு விவசாயிகளுக்கு மிகப் பெரிய பாதிப்பு ஏற்படுத்தக்கூடிய, உற்பத்தியிலே 20 சதவீதம் நஷ்டம் ஏற்படுத்தக்கூடிய நிலை சிமெண்ட் ஆலைகள் புகையினால் ஏற்படுகின்றது. சிமென்ட் ஆலைகளிலேயிருந்து வரக்கூடிய புகைகளின் காரணமாக, மகசூல் அத்தனையும் கெட்டு, நிலமும் பாழடைந்து, விவசாயிகளுக்கு மிகப்பெரிய நஷ்டம் ஏற்பட்டுக் கொண்டு வருகிறது. அதற்குப் பரிகாரமாக, வேண்டிய நடவடிக்கைகளை சம்பந்தப்பட்ட இலாகா மூலமாக, தொழில் அதிபர்களுக்கு எழுதி வேண்டிய முயற்சி களைச் செய்ய வேண்டுமென்று கேட்டுக் கொள்கிறேன்.

அது மட்டுமல்ல, நெல்லை மாவட்டத்தில் தாழையூத்திலேயும், முகவை மாவட்டத்தில் ஆலங்குளத்திலேயும், திருச்சி டால்மியாபுரத் திலேயும் கோவையிலே மதுக்கரையிலேயும், சேலத்திலே சங்ககிரி யிலேயும் இந்த மாதிரி சிமென்ட் ஆலைகள் இருக்கின்றன. அந்தப் பகுதியிலே பார்த்தால் விவசாயிகள் மிக அவலமான நிலையிலே பாதிக்கப்பட்டு உள்ளனர். அவர்கள் தொடர்ந்து இங்கு படையெடுத்துக் கொண்டிருக்கிறார்கள். அது குறித்து எந்த விதமான நடவடிக்கையுமே எடுக்கவில்லை. நானும் 12 ஆண்டுகாலமாக அது சம்பந்தமாகத் தொடர்ந்து இந்த அவையிலே சொல்லிக் கொண்டிருக்கிறேன்.

வேறு இடங்களில் புகை போவதற்கு பூமியின் கீழே பெரிய டேங்க் மாதிரி கட்டி அந்தத் தண்ணீரில் பில்டர் பண்ணி அனுப்பு கிறார்கள். அந்த மாதிரி செய்வதற்கு அவர்களை வற்புறுத்துவதற்கு நடவடிக்கை எடுக்க வேண்டும். அதேபோல் தோல் பதனிடும் தொழிற்சாலையில் இருந்து வெளிவரும் கழிவு நீர் விவசாயத்தை மிகப்பெரிய அளவுக்கு பாதிப்பு அளித்துக் கொண்டு இருக்கிறது.

சங்கரன்கோவில் ஒழுங்கு முறை விற்பனைக் கூடத்திற்குச் சொந்தமான நிலத்தைத் தனியார் ஒருவருக்குக் கொடுக்க ஏற்பாடுகள் நடந்து கொண்டிருக்கின்றன என அறிகிறேன். அதைக் கொடுக்கக்கூடாது

என்பதையும், அங்கே உள்ள தனி அதிகாரி அதைத் தனியாருக்குக் கொடுக்க முயற்சிகள் எடுத்து வருவதாகச் சொல்லப்படுகிறது. அதைத் தடுத்து நிறுத்தவேண்டும்.

இன்றைக்கு வேளாண்மை பல்கலைக் கழகம் செய்கின்ற ஆராய்ச்சியின் பலனாக ஏற்படக்கூடிய விளைவுகளை நேரடியாக விவசாயத்திலே ஈடுபடுகின்ற அந்த விவசாயிகள் உடனுக்குடனாக தெரிந்து கொள்வதற்கும் அதைப் பயன்படுத்துவதற்கும் வேண்டிய நடவடிக்கையை எடுக்க வேண்டும். அது மட்டுமல்ல, இன்றைக்குப் பிரதானமாகக் கவனிக்க வேண்டியது இருக்கின்ற உற்பத்தியிலே சுணக்கமோ, அதிலே குறையோ ஏற்படாமல் இருப்பதற்கு உதவிகளைச் செய்யவேண்டும்.

அடுத்து பல பேர்கள் வாங்கிய கடனைத் தள்ளுபடி செய்ய வேண்டும் என்று சொல்லுகிறார்கள். சிறு விவசாயிகள் என்றால் 5 ஏக்கர் நிலம் வைத்திருப்பவர்கள் என்று அமைச்சர்கள் சொல்கிறார்கள். முதலமைச்சர் சொன்னார். அரசாங்கமும் சொல்லுகின்றது. நஞ்சை நிலத்துக்கு 5 ஏக்கர் சரி. அதேமாதிரி நஞ்சை அல்லாத புஞ்சை நிலம் மானாவாரி போன்ற நிலங்களுக்கு 5 ஏக்கர் என்பது சரியல்ல, அவைகளை 5 ஸ்டான்டார்டு ஏக்கர்கள் என்று மாற்றி அவர்களுக்குக் கடன் நிவாரணம் அளித்து அவர்களுக்கு மேலும் கடனைக் கொடுத்து, ஊக்கம் அளித்தால் அவர்கள் உற்பத்தியைப் பெருக்குவார்கள்.

இன்றைக்கு நம்முடைய விவசாய இலாகாவின் மூலம் நவீனமான ஆலோசனைகளை நவீனமான வித்துக்களைக் கண்டுபிடித்திருந்தால்கூட அதை எல்லாம் பயன்படுத்தி உற்பத்தியைப் பெருக்குவதற்கு இருக்கிற தடங்கல் எல்லாம் போக்கி எதிர்காலத்திலே அவர்களுக்குக் கிடைக்க வேண்டிய நியாயமான விலை அவர்களுக்கு கிடைக்க வழிவகை செய்யவேண்டும். அது மட்டுமல்லாமல் இன்றைக்கு விவசாயத்தை ஒட்டி இருக்கக்கூடிய தொழில்களை ஆங்காங்கு உள்ள இடங்களிலே ஆரம்பிக்கின்ற ஏற்பாடுகளைச் செய்ய வேண்டும். அதே நேரத்தில் தவிட்டில் இருந்து எண்ணெய் எடுக்கும் தொழிற்சாலை ஆரம்பிக்கலாம். வாழைத் தண்டிலிருந்து பேப்பர் செய்யும் தொழிற்சாலை ஆரம்பிக்கலாம் என்று சொல்லுகிறார்கள். அந்தத் தொழிற்சாலையை ஆரம்பிக்க நடவடிக்கை எடுக்க வேண்டும்.

அதே மாதிரி வெங்காயத்தைப் பற்றிச் சொன்னார்கள். கடந்த காலத்திலே சிலருக்கு இந்த வெங்காயம் மிகவும் கை கொடுத்தது தேர்தல் காலத்திலே, வெங்காயம் வியாபாரத்திலே கோடீஸ்வரர்கள் ஆகியோரும் இருக்கிறார்கள். அதே வெங்காயம் பயிரிட்டதனாலே

அதலபாதாளத்திற்குப் போனவர்களும் இருக்கிறார்கள். சில நேரங்களில் வெங்காயம் 4 ரூபாய்க்குக்கூட விற்கிறது. சில நேரங்களில் மிகவும் மலிவாகக் கிடைக்கின்றது.

ஹைதராபாத்திலே ஒரு தொழிற்சாலை இருப்பதாகச் சொல்லு கிறார்கள். அங்கே வெங்காயத்தைப் பவுடராக்கி வெளி இடங்களுக்கு அனுப்புவதாகச் சொல்லுகிறார்கள். அதேமாதிரி நாமும் வெங்காய விலை ஏறி இறங்குகின்றதன் காரணமாக அதை வாங்கி வைத்து பவுடராக்கி வெளியிடங்களுக்கு அனுப்பலாம். அதை நம்முடைய துறையின் மூலமாகவே செய்தால் அது மிகவும் பிரயோசனமாக இருக்கும் என்று தெரிவித்துக் கொள்ள விரும்புகிறேன்.

அடுத்து நான் சொல்ல விரும்புவது, மிகவும் பிரதானமாக வற்புறுத்திக்கூற விரும்புவது விவசாய விளைபொருள்களுக்கு நியாயமான விலையைக் கொடுப்பதற்கு வேண்டிய நடவடிக்கை எடுக்கப்பட வேண்டும். அடுத்து மார்க்கட்டிங் கமிட்டிகள் இருக்கின்றன. அதை ஜனநாயகப்படுத்துகின்ற முறையில் அங்கே இருக்கின்ற தனி அதிகாரிகளை நீக்கிவிட்டு உடனடியாக தேர்தலை நடத்த வேண்டும். அப்படி அமைக்கப்படுகின்ற அந்தக் கமிட்டிகளுக்கு காப்பீட்டுக் கழகங்கள் மூலமாகவோ, தேசிய உடைமையாக்கப்பட்ட வங்கிகள் மூலமாகவோ, அதிகப்படியான கடனைப் பெற்று, மொத்தமாக விளையக்கூடிய காலத்திலே அந்தப் பொருள்களை நியாய விலையில் கொள்முதல் செய்து வைத்துக் கொண்டு நாம் சிவில் சப்ளைஸ் கார்ப்பரேஷன் மூலமாக அல்லது கோவாபரேடிவ் சொசைட்டிகள் மூலமாக விற்பனை செய்கின்ற ஏற்பாடுகளைச் செய்தால், நியாயமான விலை கிடைக்கும். அதற்கு வேண்டிய முயற்சிகளைச் செய்ய வேண்டும்.

அடுத்து பருத்தி போன்ற பொருள்களுக்கு, மகாராஷ்டிரத்திலே இருப்பதைப் போன்று ஏகபோகமாக கொள்முதல் செய்ய ஸ்டேட் டிரேடிங் கார்ப்பரேஷன் அமைத்து அதன் மூலமாக நியாய விலையில் பருத்தியைக் கொள்முதல் செய்து மில்காரர்கள் அடிக்கின்ற கொள்ளையைத் தடுத்து நிறுத்த நடவடிக்கை எடுப்பதோடு, விவசாயிகளுக்கு நியாயவிலை கிடைக்க அத்தனை உதவிகளையும், ஏற்பாடுகளையும் செய்ய வேண்டும் என்று அமைச்சா அவர்களை நான் கேட்டுக் கொள்கிறேன். விவசாயம் செழிக்க, நியாய விலை கிடைக்க அத்தனை முயற்சிகளையும் செய்யவேண்டும் என்று கேட்டு அமர்கிறேன்.

6. தமிழக முதல்வராக கலைஞர்...
(1989-1991)

வேலையை இழக்கிறான் தொழிலாளி
வேதனையில் வாடுகிறான் விவசாயி★

தலைவரவர்களே, ஆளுநர் உரைக்கு நன்றி தெரிவிக்கும் தீர்மானத்திற்கு எங்கள் கட்சியின் சார்பில் கொடுத்த திருத்தங்களை ஆதரித்து இந்த மன்றத்திலே ஒரு சில கருத்துக்களைச் சொல்ல முன் வருகிறேன். ஆளுநர் உரை என்பது அரசு தன் கொள்கையை, தன்னுடைய திட்டங்களை மக்களுக்கு அறிவிக்கக்கூடிய ஒரு அறிவிப்பாகும். இதிலே, தேர்தல் அறிக்கையிலே குறிப்பிட்ட அத்தனை விஷயங்களும் இடம் பெறும் என்று நான் நினைக்கவில்லை என்றாலும்கூட, இன்றைக்குத் தமிழக மக்கள் முன்னாலுள்ள பெரும் பகுதி மக்களைப் பாதிக்கக் கூடிய, பெரும்பகுதி மக்கள் எதிர்பார்க்கக் கூடிய, நீங்கள் தேர்தல் அறிக்கையிலே சொல்லிய பல விஷயங்கள் இதிலே இடம் பெறும் என்று நான் ஆவலோடு எதிர்பார்த்திருந்தேன்.

அதிலே மிக முக்கியமான விஷயங்கள், பினாமி நில ஒழிப்பு, விவசாயத் தொழிலாளர்களுக்குப் பென்ஷன், விவசாயிகளுக்குக் கடன் நிவாரணம், மனை இல்லாதவர்கள் அனைவருக்கும் ஐந்து சென்ட் மனைப்பட்டா, மத்திய அரசு ஊழியர்களுக்கு இணையாக மாநில அரசு ஊழியர்களுக்கு ஊதியம், எல்லாக் கிராமங்களுக்கும் குடிநீர் வசதி, நீர்ப்பாசன வசதி, அதிகமாகப் பாதிக்கப்பட்டுள்ள நெசவாளர் களுக்கு நிவாரணம் இவை போன்ற விஷயங்களெல்லாம் இடம் பெறும் என்று நான் எதிர்பார்த்திருந்தேன். மிக முக்கியமான வேளாண்மைப் பெருக்கத்திற்கும், தொழில் வளர்ச்சிக்கும் இதில் எந்தவிதமான திட்டமும் அறிவிக்கப்படாமல் இருக்கிறது என்பதை நான் மிக்க வருத்தத்தோடு தெரிவித்துக் கொள்ள விரும்புகிறேன்.

அதே நேரத்திலே, எதிர்வரிசையிலே இருப்பதன் காரணமாக, அத்தனை காரியங்களையும் நான் எதிர்த்துத்தான் பேசுவேன் என்று

★ ஆளுநர் உரைக்கு நன்றி கூறும் தீர்மானத்தின்மீது 1989 பிப்ரவரி 16 அன்று பேசியது.

நீங்கள் கருதி விடக்கூடாது. இதிலே குறிப்பாக ஆளுநர் உரையிலே சொல்லப்பட்ட முக்கியமான விஷயங்களாகிய, இன்றைக்குப் பெண்களுக்கு முப்பது சதவிகித வேலைவாய்ப்பை அளித்திருக்கக்கூடிய இந்தத் திட்டத்தை முழு மனதோடு நான் வரவேற்கிறேன்.

அதே மாதிரியாக மாநிலங்களுக்கு அதிக அதிகாரம் வேண்டும். மத்தியிலே குவிக்கப்பட்டிருக்கின்ற அதிகாரங்கள் மாநிலங்களுக்குப் பகிர்ந்து அளிக்கப்பட்டால்தான் மாநிலங்களிலுள்ள மக்களுடைய நியாயமான கோரிக்கையை நிறைவேற்ற முடியும் என்ற அந்தக் கோரிக்கையை, அந்த அறிவிப்பை முழு மனதோடு நான் வரவேற்பதோடு, அதற்காக உங்களோடு சேர்ந்து எங்களுடைய கட்சியும், அதற்கு உறுதுணையாக இருக்கும் என்பதை நான் தெரிவித்துக் கொள்ள விரும்புகிறேன்.

இன்றைக்கு மிக பெரிய நெருக்கடிக்கு நாடு உள்ளாகியிருக்கிறது என்று சொன்னால், அதற்கு மிக முக்கியமான காரணம், மாநிலத்திலே உள்ள அரசாங்கத்தை மட்டும் நான் குறை கூறவில்லை. மத்தியிலே உள்ள அரசாங்கம், அதிகமான அதிகாரங்களைக் கையிலே குவித்து வைத்து இருப்பதோடு மட்டுமல்லாமல், அடிப்படையாகச் செய்ய வேண்டிய பல காரியங்களைச் செய்வதற்கு மனம் இல்லாமல், செய்யாததன் காரணமாக சிறுசிறு தொழில்களெல்லாம் நசிந்து, மூடக்கூடிய நிலைமையும் இன்றைக்கு நாடு பூராவிலும் இருக்கிறது.

ஒரு லட்சத்திற்கும் அதிகமான தொழிற்சாலைகள் இந்தியா பூராவும் மூடப்பட்டிருப்பதோடு, தமிழகத்திலே முப்பது பஞ்சாலைகள் மூடப்பட்டு அதிலே பணியாற்றக்கூடிய பல்லாயிரக்கணக்கான தொழிலாளர்கள் 3 வருஷம், 2 வருஷம், 6 மாதங்களுக்கும் மேலாகப் பட்டினி கிடக்கக்கூடிய பரிதாபமான நிலைமை ஏற்பட்டிருக்கிறது.

சமீபத்திலேகூட 'ஸ்டாண்டர்ட் மோட்டார் நிறுவனம்' என்று சொல்லக்கூடிய கம்பெனி - தமிழகத்திலே கார் உற்பத்தி பண்ணக்கூடிய ஒரேயொரு தொழிற்சாலையாக இருக்கக்கூடிய அந்தக் கம்பெனி பிர்லாவினுடைய ஆதிக்கத்தின் காரணம் என்று சொல்கிறார்கள், அது என்ன ஆதிக்கமோ எனக்குத் தெரியாது. அதுகூட இன்றைக்கு மூடப்பட்டிருப்பதோடு மட்டுமல்லாமல், 3,000-க்கும் அதிகமான தொழிலாளிகள் பணிபுரியும் இந்த நிறுவனம் இப்பொழுது இந்த அரசாங்கம் வந்ததற்குப் பிறகு மூடப்பட்டிருக்கிறது.

3,000-க்கும் அதிகமான அந்தத் தொழிலாளிகள் 5 மாதங்களாகச் சம்பளமே பெறவில்லை மாதாமாதம் ஊதியம் பெறக் கூடியவர்கள், 1ஆம் தேதி ஊதியம் வரவில்லை என்றால் கஷ்டம் என்று சொல்லக்கூடிய

நிலை இருக்கக்கூடிய இந்தக் காலத்தில், மூன்று மாதங்களாக ஊதியம் பெறாமல் எப்படி வாழ்க்கையை நடத்துவது? என்பதைப் பற்றி இந்த அரசு மிகக் கவனமாகப் பரிசீலனை செய்து உடனடியாக அந்தத் தொழிலாளிகளுக்கு. நிவாரணத்திற்குரிய வகையில், அந்தத் தொழிற்சாலையைத் திறப்பதற்காக மாண்புமிகு முதலமைச்சரவர்கள் தீவிரமாக அந்தக் காரியத்தில் ஈடுபட வேண்டுமென்று நான் கேட்டுக் கொள்ள விரும்புகிறேன்.

இன்றைக்கு வேளாண்மைக்கு அடுத்தபடியாக, நெசவுத் தொழிலைப் பற்றி இங்கே எனக்கு முன்னால் பேசிய மாண்புமிகு உறுப்பினர்களெல்லாம் சொன்னார்கள். ஆளுங்கட்சி வரிசையிலிருக்கக் கூடியவர்களெல்லாம் சொன்னார்கள். ஒரு உதாரணத்திற்குச் சொல்ல வேண்டுமென்றால், எமனேஸ்வரம், பரமக்குடி நெசவாளர் நிறைந்த பகுதி. தமிழகத்திலேயே மிக அதிகமாக கொஞ்சம் நல்ல நிலையிலே நெசவுத் தொழில் நடத்தக்கூடிய அந்தப் பகுதியிலே உள்ள நெசவாளர்கள் கூட, நேற்று வந்து என்னைப் பார்த்தார்கள்.

அந்த ஒரு இடத்தில் மட்டும் ஏறக்குறைய 70 லட்சம், 80 லட்சம் பெறுமான துணிகள் தேக்கம் இருப்பது மட்டுமல்லாமல், அவர்களுக்குச் சேர வேண்டிய பணமும் போய்ச் சேராமல் இன்றைக்கு இந்தத் தொழில் நசிந்து கொண்டிருக்கிறது. அந்தத் தொழிலை நம்பியிருக்கிற நெசவுத் தொழிலாளர்கள் மாதத்திற்கு இருபது நாட்களுக்கு வேலையில்லாமல் பட்டினி இருக்கக்கூடிய ஒரு நிலைமை இருக்கிறது. அந்தத் தொழிலைப் பற்றி நான் இந்தத் திராவிட முன்னேற்றக் கழக முதலமைச்சரவர்களுக்கோ அல்லது இந்த ஆட்சிக்கோ சொல்ல வேண்டியதில்லை. அந்தத் தொழில் ஆரம்பித்த காலத்திலேயிருந்து, கைத்தறித் துணிக்காக அதைத் தோளிலே போட்டு விற்ற மிகப் பெரிய அந்த இயக்கத்தை நடத்தி, அந்த நெசவாளர்களுக்காக கடுமையாகப் பாடுபட்ட இந்த திராவிட முன்னேற்றக் கழகம், நெசவாளர்களுடைய பிரச்சினையைப் பற்றி ஆளுநர் உரையிலே ஒரு வரிகூடச் சொல்லவில்லையே. அது ஏன் என்பதைப் பற்றி எனக்கு விளக்கம் அளிக்க வேண்டுமென்று நான் கேட்டுக் கொள்கிறேன்.

அதே மாதிரியாக இன்றைக்கு கோ-ஆப்டெக்ஸ் கொள்முதல் செய்கின்ற ஜவுளிகளுக்கு காலாகாலத்தில் பணம் போய்ச் சேருவதில்லை. அதற்குரிய 'ரிபேட்'டும் கிடைக்கவில்லை. சமீபத்தில் மத்திய அரசைச் சேர்ந்த தொழில் துறை அமைச்சர் ரிபேட்டை நிறுத்தப் போவதாகச் சொல்லியிருக்கிறார்கள் காலங்காலமாக இருக்கக்கூடிய, 'செய்யும் தொழிலை சீர்தூக்கிப் பார்க்கின் நெய்யும் தொழிலுக்கு நிகரில்லை'

என்று சொல்லக்கூடிய, நெசவாளர்களை வாழவைக்கக்கூடிய இந்தத் தொழிலுக்கு மத்திய அரசு ரிபேட்டை நிறுத்தும் என்று சொல்லியிருக்கிறார்கள். அதை எதிர்த்து சண்டை போட்டு ரிபேட்டைப் பெறவேண்டும். அது மட்டுமல்லாமல் இப்போது 30 நாள் ரிபேட் என்று இருப்பதை ஆண்டுக்கு 60 நாள் ரிபேட் வழங்கவும் ஏற்பாடு செய்ய வேண்டும்.

இந்தத் தொழிலை நம்பியிருக்கிற லட்சக்கணக்கான மக்கள் பாதுகாக்கப்பட வேண்டும். நம்முடைய நாட்டில் விவசாயத் தொழிலுக்கு அடுத்தபடியாக சுமார் 50 லட்சம் பேர் இந்த நெசவுத் தொழிலை நம்பியிருக்கிறார்கள் அவர்களைப் பாதுகாக்க இந்த சர்க்கார் உரிய நடவடிக்கை எடுக்க வேண்டுமென்று கேட்டுக் கொள்கிறேன்.

அதேமாதிரியாக இந்த ஆளுநர் உரையிலே இன்னொன்றும் சொல்லபட்டிருக்கிறது. ‘கடும் பொருளாதாரப் பிரச்சினைகள் போன்ற பல்வேறு பிரச்சினைகளை எதிர்த்து சமாளிக்க வேண்டியிருக்கிறது’ என்று கூறப்பட்டிருக்கிறது. இதைக் கூறிவிட்டு அடுத்து மேலவையை மீண்டும் அமைப்போம் என்று கூறியிருக்கிறது. இதை நாங்கள் ஏற்றுக் கொள்ளவில்லை. எங்கள் கட்சியைப் பொறுத்தவரையில் மேலவை தேவையில்லை என்பது எங்களுடைய கருத்து. பல மாநிலங்களில் மேலவை இல்லை. இங்குள்ள பிரச்சினைகளைத் தீர்ப்பதில் இன்னும் காலதாமதம் தான் ஏற்படுமே தவிர வேறு பயன் ஒன்றும் இல்லை. அதுமட்டுமல்ல, மக்கள் மத்தியிலே நின்று வெற்றிபெற முடியாதவர்களுக்கு புறக்கடை வழியாக வந்து பதவி பெற, அவர்களுக்கு பதவி கொடுக்க இருக்கக்கூடிய ஒரு ஏற்பாடாக இது இருக்கிறது. நான் குறிப்பிடுவது தவறு என்றால் திருத்திக் கொள்கிறேன். ஆகவே, மேலவை வரக்கூடாது என்று கேட்டுக் கொள்கிறேன்.

அடுத்தபடியாக மூடிக்கிடக்கின்ற மில்களை எல்லாம் உடனடியாகத் திறக்க ஏற்பாடு செய்ய வேண்டும். மதுரையிலே மகாலட்சுமி மில் மூடப்பட்டு ஆயிரக்கணக்கான தொழிலாளர்கள் பாதிக்கப்பட்டிருக்கிறார்கள். அதைப் போல மேட்டூர் மில் பல ஆண்டுகளாக மூடிக்கிடக்கிறது. அதனால் சுமார் 2000-க்கு மேற்பட்ட தொழிலாளர்கள் பாதிக்கப்பட்டிருக்கிறார்கள் பாதிக்கப்பட்ட தொழிலாளர்களுக்கு பாதுகாப்பு அளிக்கின்ற முறையில் நடவடிக்கை எடுக்க வேண்டுமென்று கேட்டுக் கொள்கிறேன்.

உள்ளாட்சி மன்றங்களைப் பற்றிக் கூறுகிறபோது, நேற்றுக்கூட பத்திரிகையில் ஒரு தவறான செய்தி வந்திருக்கிறது. உள்ளாட்சி மன்றங்களின் ஆட்சிக்காலத்தை 5 ஆண்டுகளாக ஆக்கவேண்டுமென்று

குறிப்பிட்டிருக்கிறார்கள். இதை எங்கள் கட்சி எதிர்ப்பதாகக் கூறுவது தவறு. எங்கள் கட்சியின் சார்பில் இதை ஆதரித்துள்ளோம்.

மாண்புமிகு திரு. பொன் முத்துராமலிங்கம் : தலைவரவர்களே, நம்முடைய மாண்புமிகு உறுப்பினர் அவர்கள் பேசும்போது ஸ்டாண்டர்டு மோட்டார் கம்பெனி சமீபத்தில் மூடப்பட்டதாகவும், ஆயிரக்கணக்கான தொழிலாளர்கள் வேலையின்றித் தத்தளித்துக் கொண்டிருக்கிறார்கள் என்றும் குறிப்பிட்டார்கள். மாண்புமிகு தமிழக முதலமைச்சர் அவர்களுடைய வழிகாட்டுதலுக்கு ஒப்ப தொழிற்சங்கத் தலைவர்களையும், நிர்வாகத்தையும் அழைத்து மூன்று கட்டமாகப் பேச்சுவார்த்தை நடத்தி 16-ம் தேதியும் அது தொடர்பாக பேச்சுவார்த்தை தொடர இருக்கிறது. நல்ல முடிவுகள் இணக்கமான முடிவுகளை நோக்கி பேச்சுவார்த்தை சென்று கொண்டிருப்பதால் அதனுடைய விவரங்களை இப்போது சொல்ல வேண்டாம் என்று கருதுகிறேன்.

அடுத்து. மகாலட்சுமி ஆலையைப் பற்றிச் சொன்னார்கள். நீண்ட காலமாகவே, கடந்த முறை ஆட்சி செய்த அரசு இருக்கும் போதே அந்த ஆலை மூடப்பட்டிருக்கிறது. இருந்தாலும் புதிய அரசு பொறுப்பேற்றவுடன் மாண்புமிகு முதலமைச்சர் அவர்களுடைய வழிகாட்டுதலுக்கு ஏற்ப நிர்வாகத்தையும் தொழிற்சங்கத் தலைவர் களையும் அழைத்து, தொடர்ந்து பேச்சுவார்த்தை நடத்திக் கொண்டிருக் கிறோம். எங்களுடைய முயற்சியில் வெற்றி பெறுவோம் என்ற நம்பிக்கையினை அவர்களுக்குத் தெரிவித்துக் கொள்ள விரும்புகிறேன்.

திரு. உ.ரா.வரதராசன் : தலைவரவர்களே, மாண்புமிகு அமைச்சர் அவர்களுடைய அறிவிப்புக்கு நன்றி. ஸ்டாண்டர்டு மோட்டார் நிர்வாகம் இப்போது வேறு ஒரு கைக்கு மாறியிருப்பதால், அங்கே ஏற்கெனவே தொழில் தகராறு சட்டம் 12(3) பிரிவின் கீழ் போடப்பட்ட ஒப்பந்தத்தின் மூலம் கிடைக்க வேண்டிய பயன்கள் அந்தத் தொழிலாளர்களுக்கு கிடைப்பது மறுக்கப்படுகிறது. ஆகவே, ஒப்பந்தத்தை நேர்மையாக அமுல்படுத்தக்கூடிய வகையில் அந்த ஆலை நிர்வாகத்தோடு பேசும்போது கவனமாக இருக்க வேண்டுமென்று பணிவோடு கேட்டுக் கொள்கிறேன்.

மாண்புமிகு திரு. பொன்.முத்துராமலிங்கம் : தலைவரவர்களே, மாண்புமிகு உறுப்பினர் அவர்கள் ஒப்பந்தத்தின் சரத்துக்கள் மீறப்பட்டால், தொழிலாளர்களுடைய உரிமைகள் பாதுகாக்கப்பட வேண்டுமென்று கேட்டுக் கொண்டார்கள். நிச்சயமாக இந்த அரசு தொழிலாளர்களுடைய உரிமைகளைப் பாதுகாக்கும். அதே நேரத்தில் அந்தத் தொழிற்சாலையைத் திறக்கவும் வழி காண்கிறோம்.

இரண்டுக்கும் இணக்கமான முடிவினை இருவரையும் அழைத்துப் பேசி, சுமுகமான தீர்வு காண்போம் என்ற நம்பிக்கையினைத் தெரிவித்துக் கொள்ள விரும்புகிறேன்.

திரு. சோ.அழகர்சாமி : மாண்புமிகு தொழிலாளர் நல அமைச்சர் அவர்கள் சொன்ன விளக்கத்திற்கு நன்றி. நான் அதைத்தான் சொல்கிறேன். கடந்த கால அரசாக இருந்தாலும், இப்போதுள்ள அரசாக இருந்தாலும் சொல்கிறேன். ஒரு தொழிற்சாலை மூடப்பட்டதன் காரணமாக எந்தத் தொழில் முதலாளியும் பல கோடி நஷ்டம் அடைந்தால்கூட அவர் பட்டினியோ கஷ்டமோ படவேண்டிய நிலையில் இல்லை. பல்வேறு நிறுவனங்கள், பல்வேறு வங்கிகள், காப்பீட்டுக் கழகங்கள் மூலமாக கடனைப் பெற்று அதிலே அவர்களுடைய நிர்வாகக் கோளாறு காரணமாக மூடப்பட்டிருக்கலாம், சிக்காக இல்லாமல் இருக்கலாம். ஆனாலும் கூட இன்றைக்கு தொழிற்சாலைகள் மூடப்படுவதன் காரணமாக முதலாளிகள் பட்டினியோ கஷ்டமோ படப்போவதில்லை என்பது நம் எல்லோருக்கும் தெரியும்.

ஆனால், ஒரு நிறுவனம் மூடப்பட்டது என்று சொன்னால் அதை நம்பியிருக்கின்ற 10 பேர், 100 பேர் வேலை செய்கின்ற தொழிலாக இருந்தாலும், அதில் வேலை செய்பவர் குடும்பங்கள் என்ன செய்யும்? அவர்கள் எங்கே போய் கடன் வாங்குவார்கள்? ஒரு படி அரிசி இன்றைக்கு 10 ரூபாய் என்பது உங்களுக்கெல்லாம் தெரியும். நான் இந்த மன்றத்திலே முதன் முறையாக வருகிற போது அண்ணா அவர்கள் சொன்னார்கள். எங்கள் லட்சியம் ரூபாய்க்கு மூன்றுபடி அரிசி, நிச்சயம் ஒரு படி அரிசி என்று சொல்லி, ஒரு ரூபாய்க்கு ஒரு படி அரிசி அளித்தார்கள் சென்னை நகரத்திற்கு அப்போது.

இன்றைக்கு ஒரு படி அரிசி ரூ. 10 விலை. விவசாயக் கூலியாக இருந்தாலும் சரி, ஆலையிலே வேலை செய்கின்ற தொழிலாளியாக இருந்தாலும் சரி, அரசு அலுவலகத்தில் உள்ள தொழிலாளியாக இருந்தாலும் சரி, ஒரு நாள் வேலை இல்லை என்று சொன்னால், ஒருநாள் ஊதியம் வரவில்லை என்று சொன்னால் அவன் எப்படி வாழ்வான்? ஆக தொழிற்சாலையை மூடுகிறாயா உங்களை சிறையிலே போடுகிறேன் என்று தைரியமாக முதலமைச்சர் அவர்கள் கூறி நடவடிக்கை எடுக்க முன்வரவேண்டுமென்று கேட்டுக் கொள்கிறேன். தொழிற்சாலைகளை ஏன் மூட வேண்டும்? தொழிற்சாலைகளை மூடினால் தொழிலாளர்களின் வயிறு என்னவாகும்?

மாண்புமிகு டாக்டர் மு.கருணாநிதி : மாண்புமிகு தலைவர் அவர்களே இந்த அரசு தொழிலாளிகள் வயிற்றில் அடிக்கின்ற முதலாளி களுக்கு ஆதரவாக என்றைக்கும் இருக்காது என்பதை அனுபவரீதியாக நம்முடைய நண்பர் திரு. அழகர்சாமி அவர்கள் அறிவார்கள்.

நான் ஏற்கெனவே முதலமைச்சராக தமிழகத்திலே பொறுப் பேற்றிருந்த நேரத்திலே, கோவையிலே நடைபெற்ற ஆலைத் தொழிலாளர்கள் போராட்டத்தில் எவ்வாறு நடந்து கொண்டேன் என்பதும், முதலாளிகளுக்கு எவ்வாறு எச்சரிக்கை விடுக்கப்பட்டது என்பதும், தொழிலாளர்களுடைய நலன்கள் எவ்வாறு பேணப்பட்டன என்பதும் நம்முடைய நண்பர் திரு. அழகர்சாமி அவர்களுக்கு மிக நன்றாகவே தெரியும்.

திரு. சோ.அழகர்சாமி : மாண்புமிகு தலைவர்களே, அதனால் தான் நான் நம்பிக்கையுடன் கூறுகிறேன். தொழிற்சாலைகள் கடந்த ஆட்சியிலே மூடப்பட்டு இருக்கின்றன. 30-க்கும் அதிகமான பஞ்சாலைகள் தமிழகத்திலே மூடப்பட்டுக் கிடக்கின்றன. அதிலே ஏறக்குறைய ஆயிரக்கணக்கான தொழிலாளர்கள் பணியாற்றக் கூடியவர்களாக இருக்கின்றார்கள். அவர்கள் குடும்பங்கள் எல்லாம் பரிதவித்துக் கொண்டிருக்கின்றன. அவர்கள் துன்பங்கள் தீர்வதற்கான உடனடி நடவடிக்கைகளை அமைச்சர்கள் எடுப்பார்கள் என்று நம்புகிறேன்.

அடுத்ததாக, இன்றைக்கு தேர்தல் அறிக்கையிலே மிக முக்கியமாகத் தரப்பட்ட விஷயங்கள், மக்களை ஏமாற்றும் மத்தாப்புத் திட்டங்களைப் போடாமல் இன்றைய நிதி நிலைமையில் எது சாத்தியமோ, மக்களுக்கு உடனடியாக செய்ய முடியுமோ அவைகளை மட்டும் தேர்தல் அறிக்கையிலே கூறி இருக்கிறோம் என்று கூறிவிட்டு, எல்லாவற்றையும் கூறவில்லை.

சிறு விவசாயிகள் பழைய கூட்டுறவு பாக்கிகளையெல்லாம் அறவே ரத்து செய்யப்படும் என்று கூறி இருக்கிறார்கள். அதே மாதிரியாக 60 வயது அடைந்த அனைத்து விவசாய தொழிலாளர் களுக்கும், அநாதைகள், ஆதரவற்ற விதவைகள் அனைவருக்கும், மொத்தம் இத்தனை பேர்களுக்குத்தான் என்கின்ற எண்ணிக்கை வரம்பு இல்லாமல், மாதம் ரூ. 50 உதவித்தொகை அளிக்கப்படும் என்று கூறியிருக்கிறார்கள்.

அடுத்தபடியாக, ஒரே ஆண்டில் அனைத்து கிராமங்களுக்கும் குடிநீர் வசதி செய்து தரப்படும் என்று கூறியிருக்கிறார்கள்.

அதே மாதிரி வீட்டுமனை இல்லாத அனைத்துக் கிராம மக்களுக்கும், குடும்பத்திற்கு 5 சென்ட் நிலம் பட்டா செய்து கொடுக்கப்படும் என்றும், அதே மத்திய அரசு ஊழியர்களுக்கு ஈடாக மாநில அரசு ஊழியர்களுக்கும் சம்பள விகிதத்தைச் சமப்படுத்தித் தர வேண்டும் என்பதும் எங்களுடைய கொள்கை. அதை நிறைவேற்ற முயற்சிப்போம் என்றும், அடுத்தபடியாக எல்லாவற்றிற்கும் மேலாக பினாமி நிலங்கள் ஒழிப்பு என்ற தலைப்பில் காமராஜர் ஆட்சியிலும், கழக ஆட்சியிலும் நிறைவேற்றப்பட்ட நில உச்சவரம்புச் சட்டத்தை மீறி பினாமி நிலம் வைத்திருந்தால், அந்த நிலத்தை வைத்திருப்போரிட மிருந்து அந்த நிலத்தைக் கைப்பற்றி, நிலமற்ற விவசாயிகளுக்கு வழங்கும். பினாமி நில ஒழிப்புச் சட்டம் நிறைவேற்றப்படும் என்றும் சொல்லியிருக்கிறீர்கள்.

அத்தனைக்கும் மேலாக ஒரு முக்கியமான அறிவிப்பாக வரும் என்று கருதினேன். இந்த ஆளுநர் அவர்கள் உரையிலேயே முதலாவதாக பினாமி நில ஒழிப்பு அறிவிப்பு வரும் என்று எதிர்பார்த்தேன். இது சம்பந்தமாக பல்வேறு போராட்டங்கள் நடத்தி எங்கள் கட்சியைச் சேர்ந்தவர்கள் எங்கள் தோழர்கள் கோர்ட்டுக்குச் சென்று கொண்டிருக் கிறார்கள். தண்டனை பெற்று அப்பீலில் வழக்குகள் நடந்து கொண்டு இருக்கின்றன.

இன்றைக்கு தமிழகத்திலே இருக்கக்கூடிய கிராமப்புற மக்களுக்கு, வறுமைக்கோட்டிற்குக் கீழே இருக்கின்ற மக்களை ஓரளவுக்காவது உயர்த்த வேண்டுமென்று சொன்னால் கிராமப்புறப் பகுதிகளிலே வாழக்கூடிய விவசாயத் அரை வயிறு சாப்பாடாவது கிடைக்க வேண்டும். அவர்கள் நியாயமான முறையில் சாப்பிட்டு நிம்மதியாக இருக்க வேண்டும் என்று சொன்னால் இந்த நில உச்சவரம்புச் சட்டத்தைக் கறாராக நிறைவேற்ற வேண்டும். 30 ஸ்டாண்டர்ட் ஏக்கர் நிலம் என்று இருந்ததை 15 ஸ்டாண்டர்டு ஏக்கர் என்று குறைத்திருக் கின்றார்கள். அதையும் கறாராக குடும்பத்திற்கு 15 ஸ்டாண்டர்ட் ஏக்கர் என்று அமல்படுத்த வேண்டும்.

பினாமி நிலங்கள் யாரிடம் இருந்தாலும் சரி, ஒவ்வொருவருக்கு ஒரு ஏக்கர், இரண்டு ஏக்கர் என்று அந்தப் பகுதியிலே உள்ள மக்களுக்கு வழங்கக்கூடிய ஒரு சரியான சட்டத்தை மாண்புமிகு முதலமைச்சர் அவர்கள் கொண்டுவர வேண்டும் என்று கேட்டுக் கொள்கிறேன். அது சம்பந்தமாக உடனடியாக ஏற்பாடு செய்து கிராமப்புற மக்களுக்கு, அடித்தட்டிலே உள்ள மக்களுக்கு ஒரு ஏக்கர் நிலமாவது குறைந்த பட்சம் கிடைக்க ஏற்பாடு செய்ய வேண்டும். ஆகவே அவர்கள்

அடிமைகளாக வாழாமல், சுதந்திரமாக வாழ அரசு வழி வகுத்துக் கொடுக்க வேண்டுமென்று கேட்டுக் கொள்கிறேன்.

அடுத்து, நிலங்களில் சாகுபடி செய்கின்ற சாகுபடியாளர்களின் பெயர்களை இன்றுவரை பதிவு செய்யவில்லை. பல்வேறு கட்சிகளின் ஆட்சிகள் மாறிவிட்டன. ஆனாலும்கூட இன்னார்தான் இந்த நிலத்தில் சாகுபடி செய்கிறார் என்பதற்கு ஆதாரமாக இதுவரை பெயரைப் பதிவு செய்வதற்குரிய வழிவகை செய்யப்படவில்லை. இதுசம்பந்தமாக ஒரு சர்வகட்சி கூட்டத்தைக் கூட்டி பேசி, ஒரு முடிவெடுத்து உடனடியாக யார் யார் உண்மையாக நிலங்களில் சாகுபடி செய்கிறார்களோ அவர்களுடைய பெயர்களை எல்லாம் பதிவு செய்வதற்குரிய ஏற்பாட்டினை அரசு செய்து கொடுக்க வேண்டுமென்று இந்த நேரத்தில் கேட்டுக் கொள்ள கடமைப்பட்டிருக்கிறேன்.

அடுத்து, மானாவாரிப் பகுதி விவசாயம் சம்பந்தமாக பல்வேறு கருத்துக்களைப் பற்றி இங்கே மாண்புமிகு உறுப்பினர் திரு. சீனிவாசன் அவர்கள் குறிப்பிட்டார்கள். சாத்தூர், கோவில்பட்டி போன்ற பகுதிகள் அதிகமாக கிணற்றுப் பாசனத்தை நம்பியிருப்பவை. அங்கே விவசாயம் செய்கிற விவசாயிகள் பெரும்பாலும் கிணற்றுப் பாசனத்தைத்தான் நம்பி வாழ்கிறார்கள். தமிழகத்திலே ஏறத்தாழ 15 லட்சம் கிணறுகள் இருக்கின்றன. இந்தப் பாசனத்தை நம்பி இன்றைய தினம் 50 லட்சம் ஏக்கர்களுக்கு மேல் விவசாய நிலங்கள் இருக்கின்றன.

கோவை, சேலம் போன்ற மாவட்டங்களிலுள்ள கிணறுகளில் எல்லாம் நூறு அடி ஆழத்திற்கு மேல்தான் தண்ணீர் கிடைக்கின்ற நிலை இருக்கிறது. கிணற்றை ஆழப்படுத்திக் கடன் கேட்டால் அது மறுக்கப்படுவதால் இன்றைய தினம் விவசாயம் செய்யப்படாமல் ஏராளமான நிலத்தைத் தரிசாக போட்டிருக்கிறார்கள். எவ்வளவோ செழிப்பாக இருந்த தமிழகம் இன்றைக்கு அடுத்த மாநிலங்களின் அரிசியை கையேந்தி நிற்கிற நிலை ஏற்பட்டிருக்கிறது. ஒரு காலத்தில் நம் மாநிலம் வேறு மாநிலங்களுக்கு அரிசியை அனுப்பிக் கொண்டிருந்த நிலை இன்றைக்கு மாறி விட்டது. தமிழ்நாட்டில் பாடுபடும் விவசாயிகள் இருக்கிறார்கள். வளமான நிலம் இருக்கிறது. நிலத்தில் உழைக்கின்ற தகுதியும் இருக்கிறது. இப்படிப்பட்ட நிலையில் அரசாங்கம்தான் விவசாயிகளுக்கு வேண்டிய உதவிகளைச் செய்ய முன்வரவேண்டும்.

அடுத்து, கூட்டுறவுச் சங்கங்களின் தேர்தலை உடனடியாக நடத்த அரசு முன் வந்திருப்பதை நான் வரவேற்கிறேன். கூட்டுறவுச் சங்கக் கடன்களைப் பொறுத்தவரையில் பல்வேறு இடங்களில் கடன்

நிவாரணம் சரியாகக் கிடைக்காத நிலையும், பழைய பாக்கிகளைச் செலுத்த முடியாத நிலையும் இருப்பதால் தேர்தலில் அவர்களுக்கு ஓட்டுரிமை கிடைக்காமல் இருக்கக்கூடிய நிலை உள்ளது. கடன் பாக்கிகளை ரத்து செய்யாதது மாத்திரமல்ல, வட்டி கூட ஒழுங்காக ரத்து செய்யப்படவில்லை. ஆகவே, விவசாயிகளின் பிரதிநிதிகளையும் மற்றும் சம்பந்தப்பட்டவர்களையும் அழைத்துப் பேசி அவர்களுக்குக் கடன் நிவாரணம் வழங்குவது சம்பந்தமாக சரியானதொரு ஏற்பாட்டினை செய்ய வேண்டுமென்று கேட்டுக் கொள்கிறேன்.

அடுத்து பல்வேறு கிராமங்களில் குடிதண்ணீர் கிடைக்காத நிலை இருக்கிறது. தமிழக விவசாயப் பெருங்குடி மக்களுக்குத் தேவையான பருவமழை இந்த ஆண்டு சரியாக இல்லை. குறிப்பாக வடகிழக்குப் பருவ மழை சரியாக இல்லை. அதனால், விவசாயத்தைப் பொறுத்த வரையில் மிகப் பெரிய பாதிப்பு ஏற்பட்டிருக்கிறது. விவசாயிகளுக்கு பல்வேறு நிவாரண நடவடிக்கைகளை அரசு மேற்கொள்ள வேண்டும். குடிதண்ணீர் வசதி இல்லாத இடங்களில் எல்லாம் அதிகமாக நிதி ஒதுக்கி, அவர்கள் குடி தண்ணீர் பெறுவதற்குரிய ஏற்பாடுகளைச் செய்ய வேண்டும்.

அடுத்து இங்கே இருக்கின்ற மாண்புமிகு சிவகாசி உறுப்பினர் கூறியதுபோல் சிவகாசி, சாத்தூர், கோவில்பட்டி போன்ற பகுதிகள் பல்லாயிரக்கணக்கான ஏழை எளிய மக்கள் தீப்பெட்டித் தொழிலை நம்பியிருக்கிறார்கள். தீப்பெட்டித் தொழிலுக்கு அதிக வரி போட்டிருப்பதால் அதில் பாதிப்பு ஏற்பட்டிருக்கிறது. அதையும் அரசு பரிசீலிக்க வேண்டும்.

'விம்கோ' போன்ற பெரிய தீப்பெட்டித் தொழிலில் இருந்து சிறிய தீப்பெட்டித் தொழில்களை அரசாங்கம் பாதுகாக்க, நிவாரணம் கொடுக்க உடனடியாக நடவடிக்கை மேற்கொள்ள வேண்டும். அந்த வகையில் 'விம்கோ' தீப்பெட்டித் தொழிலுக்கு அதிகப்படியாக வரி போடலாம். அந்த வகையில் சிறு தீப்பெட்டித் தொழிலுக்கு பாதுகாப்பளிக்க வேண்டும்.

அடுத்து, விவசாயத் தொழிலாளர்களுக்குப் பல்வேறு விதமான ஊதியக் கமிஷன்கள் அமைக்கப்பட்டன. அவைகள் செய்த சிபாரிசுகள் எல்லாம் அரசிடம் இருக்கின்றன. அவற்றை உடனடியாக அரசு நடைமுறைப்படுத்த வேண்டும்.

திரு. பெ.சீனிவாசன் : மாண்புமிகு தலைவர் அவர்களே, ஒரு சிறிய விளக்கம் அளிக்க விரும்புகிறேன். ஏற்கெனவே ஒரு வரி விதிப்பில் விம்கோவுக்கு ஒரு வகையாகவும், A Class Factory களுக்கு

ஒரு வகையாகவும். முழுக்க முழுக்க இத்தொழிலை குடிசைத் தொழிலாகக் கொண்டவைகளுக்கு ஒரு வகையாகவும் இருந்த அந்த வித்தியாசத்தை நீக்க வேண்டுமென்று விம்கோ கம்பெனி முயற்சி செய்கிறது. அந்த முயற்சியை மாண்புமிகு அமைச்சர் திருமதி. சுப்புலட்சுமி செகதீசன் அவர்கள் தடுத்து நிறுத்தியிருக் கிறார்கள். அதற்காக அவர்களுக்கு அந்த வட்டார மக்களின் சார்பில் என்னுடைய நன்றியைத் தெரிவித்துக் கொள்கிறேன். மீண்டும் அந்த நினைய (Status quo) maintain செய்ய வேண்டுமென்று கேட்டுக் கொள்கிறேன்.

திரு. சோ.அழகர்சாமி : மாண்புமிகு தலைவர் அவர்களே அமைச்சரிடமிருந்து பதில் ஒன்றும் இல்லை.

அடுத்து கூட்டுறவுச் சங்கங்களுக்கு தேர்தல் நடக்கும் காலத்திலே அங்கேயிருக்கின்ற உறுப்பினர்களுக்கு கடன் பாக்கி இருந்தால் அவர்களும் தேர்தலில் பங்கு பெறும் வகையில் தகுந்த ஏற்பாடுகளை, சட்டத்தைத் திருத்துதல் போன்ற நடவடிக்கைகளை அரசு மேற்கொள்ள வேண்டுமென்று கேட்டுக் கொள்கிறேன்.

அடுத்தபடியாக, கிராம நிர்வாகத்தில் மாறுதல் என்று சொல்லி யிருக்கிறார்கள். ஆனால், என்ன மாறுதல் என்பதற்கான விளக்கம் தெளிவாக இல்லை. ஆகவேதான் இன்றைக்கு அது சம்பந்தமாக பல்வேறு சிக்கல்கள் அங்கே இருக்கின்றன. அதையும் சரியான முறையில் தீர்த்து, அந்த நிர்வாகம் செம்மையான முறையில் நடக்க ஏற்பாடு செய்ய வேண்டுமென்று கேட்டுக் கொள்கிறேன்.

அடுத்து, மது விலக்கு சம்பந்தமாக தெளிவில்லாமல் இந்த அறிக்கையிலே குறிப்பிடப்பட்டிருக்கிறது. இன்றைக்கு மது விலக்கா? அல்லது மது இருக்கிறதா? என்று சொல்ல முடியவில்லை. மது விலக்குச் சட்டம் இருந்தாலும், மது தாராளமாக எங்கும் கிடைக்கிறது என்பது அனைவருக்கும் தெரியும். ஆகவே, மது சம்பந்தமாக என்ன கொள்கை என்பது தெரியவில்லை. உயர்ந்த மது எல்லாம் கிடைக்கிறது. கள் கிடைக்கவில்லை. மரம் ஏறும் தொழிலாளர்கள் எல்லாம் எங்களுக்கு மட்டும் இவ்வளவு கொடுமையா? வசதி படைத்தவர்கள் எல்லாம் 50 ரூபாய், 100 ரூபாய் கொடுத்து வாங்கிச் சாப்பிடுகிறார்கள். நாங்கள் சாப்பிட வேண்டுமென்றால் அதைத்தான் வாங்கிச் சாப்பிட வேண்டியிருக்கிறது என்று சொல்லுகிறார்கள்.

எனவே, மதுவிலக்கா? அல்லது மது விலக்கு இல்லையா? என்பது குழப்பமாக இருக்கிறது. இதில் தெளிவானதொரு ஏற்பாட்டைச் செய்ய வேண்டும். எனவே, ஒன்று மதுவை அறவே நீக்க வேண்டும். அல்லது எல்லோரும் இஷ்டம் போல் செய்யுங்கள் என்று சொல்ல வேண்டும்.

அப்படியில்லாமல் இருப்பதால், இது ஊழலுக்கு ஊன்றுகோலாக, யார் யாரோ கொள்ளை அடிப்பதற்கு, அதிகாரிகள் ஊழல் செய்வதற்கு வழி வகுப்பதாக இருக்கிறது. அது சீராக இல்லை. இதற்கு வேண்டிய ஒரு சீரான ஏற்பாட்டைச் செய்ய வேண்டுமென்று கேட்டுக்கொள்கிறேன்.

அடுத்தபடியாக, நம்முடைய அறிக்கையிலே மற்ற விவரங்கள் சொல்லப்பட்டிருக்கின்றன. தமிழகத்தைப் பொறுத்தவரையில் தொழிலில் ஐந்தாம் இடத்திலிருந்து 10 ஆம் இடத்திற்குப் போய்விட்டதாகச் சொல்லப் பட்டிருக்கிறது. ஆகவே இருக்கிற தொழில்களைத் திறந்து நடத்துவதோடு, புதிய தொழில்களையும் தொடங்க ஏற்பாடு செய்ய வேண்டும். மத்திய அரசினுடைய கொள்கையால் மாநில அரசினுடைய நிதி ஆதாரங்கள் குறைந்து கொண்டு போவது உண்மை தான். அதை நிதிக் குழுவிடம் வற்புறுத்தி, அதிகமான நிதி பெறுவதற்கு முயற்சி செய்ய வேண்டும். அதற்கு நாங்களும் ஒத்துழைக்கத் தயாராக இருக்கிறோம் (மணி அடிக்கப் பெற்றது) கடைசியாக முக்கியமான ஒன்று.

பினாமி நிலங்கள் சம்பந்தமாக ஒன்று சொல்ல விரும்புகிறேன். கிராம மக்களுக்கு வாழ்வு அளிக்க வேண்டுமென்றால் நிலச் சீர்திருத்தச் சட்டத்தை, எந்தவிதமான விதி விலக்கும் இல்லாமல் அமுல்படுத்த வேண்டும். காங்கிரஸ் ஆட்சிக் காலத்தில் போட்ட சட்டம், அதற்குப் பின்னாலே திராவிட முன்னேற்றக் கழக ஆட்சிக் காலத்தில் போட்ட உச்சவரம்புச் சட்டம் ஆகியவற்றை விதி விலக்குகளை ரத்து செய்து, கறாராக போட்ட சட்டங்களை அமுலாக்க நடவடிக்கை எடுக்க வேண்டுமென்று கேட்டுக் கொள்கிறேன்.

அடுத்தபடியாக எல்லாக் கிராமங்களிலும் வறட்சி நிவாரணப் பணிகளைத் துவக்க நடவடிக்கைகளை எடுக்க வேண்டுமென்று தெரிவித்துக் கொள்கிறேன். என்னுடைய தொகுதியைப் பொறுத்த வரையில் முக்கியமான கோரிக்கை நீண்ட நாளாக இருக்கிறது. நல்ல தண்ணீர் இல்லாத கிராமங்களுக்கு தாமிர பரணியிலிருந்து தண்ணீர் கொண்டு வரும்போது, வழியில் இருக்கும் கிராமங்களுக்கு ஒவ்வொரு டேப் வேண்டுமென்று கேட்கிறார்கள். இடங்களில் போடப்பட்டிருக் கிறது. சில இடங்களில் மறுக்கப்பட்டிருக்கிறது. அந்தக் கிராமங்களின் குடிநீர் பிரச்சினையைத் தீர்க்க அந்த ஏற்பாட்டைச் செய்ய வேண்டுமென்று கேட்டுக் கொள்கிறேன்.

என்னுடைய எட்டையபுரத்தில் உள்ள பாரதி மில் ஏற்கெனவே ஐ.சி.டி.சி.க்கு காலாகாலத்தில் மனு அனுப்பாததால் கடன் கிடைக்காமல் அதிகமான வட்டிக்கு கடன் வாங்கி, அதிகமான பரிசுகளை வாங்கிய

அந்து மில், இன்றைக்கு நஷ்டம் அடையக்கூடிய நிலையில் இருக்கிறது. அதற்கு வேண்டிய ஏற்பாட்டைச் செய்ய வேண்டுமென்று கேட்டுக் கொள்கிறேன். (மணி அடிக்கப்பெற்றது) ஒரே ஒரு கோரிக்கை.

எங்கள் எட்டையபுரத்தை மையமாகக் கொண்டு ஒரு தாலுக்கா அமைக்க வேண்டுமென்று சொன்னோம். ஏனென்றால் 2, 3 தாலுக்காக்களில் அதிகமான கிராமங்கள் இருக்கின்றன. பக்கத்திலுள்ள கோவில்பட்டியை ஒட்டியுள்ள கிராமங்களை சங்கரன்கோவிலோடு இணைத்திருப்பதால், இன்னொரு மாவட்டத்தில் சேருகின்றன. ஒரு பர்லாங்கிற்குள் உள்ள கிராமங்கள் பக்கத்து மாவட்டத்தில் சேர்வதால், அதனுடைய போக்குவரத்து வசதிகள் மற்ற வசதிகள் எல்லாம் பாதிக்கப்படுகின்றன.

ஆகவே தாலுக்காக்களை சீரமைத்து, கோவில்பட்டியை ஒட்டியுள்ள கிராமங்களை கோவில்பட்டியுடன் இணைப்பதோடு, எட்டையபுரத்தை ஒரு புதிய தாலுக்காவாக ஆக்க வேண்டுமென்று இந்த அரசுக்கு கோரிக்கை வந்திருக்கிறது. அதையும் நிறைவேற்றி, நான் சொன்ன கருத்துக்களை எல்லாம் சரியானபடி செயல்படுத்தி, நடவடிக்கை எடுக்க வேண்டுமென்று கேட்டு எனக்கு பேசுவதற்கு வாய்ப்பு அளித்தமைக்கு நன்றி தெரிவித்து, அமைகிறேன்.

மரம் இல்லையேல் மழை இல்லை
மழை இல்லையேல் வளம் இல்லை*

மாண்புமிகு பேரவைத் துணைத் தலைவர் அவர்களே, மாண்புமிகு முதலமைச்சர் அவர்களால் சமர்ப்பிக்கப்பட்டிருக்கிற 1989 - 90 ஆம் ஆண்டிற்கான நிதி நிலை அறிக்கை மீது நான் சார்ந்திருக்கிற இந்தியக் கம்யூனிஸ்ட் கட்சியின் சார்பாக ஒருசில கருத்துக்களைக் கூற விரும்புகிறேன்.

மொத்தமாக இந்த ஆண்டினுடைய வருவாய்க் கணக்கில் ரூ.3,845.74 கோடி வரவு என்றும், ரூ. 4,134,23 கோடி செலவு என்றும், கடைசியாக வரக் கூடிய அந்தப் பற்றாக்குறையை ஈடுகட்டக் கூடிய முறையில் சில புதிய வரி விதிப்புகளின் மூலமாக ரூ. 50 கோடியும் பெற்றதற்குப் பின்னால், இறுதியில் ரூ.89.90 கோடி பற்றாக்குறை பட்ஜெட்டாக சமர்ப்பித்து இருக்கிறார்கள்.

ஆகவே, இன்றைக்கு வருமானங்கள் அதிகரித்து இருந்தாலும், செலவுகளும் அதிகமாக வந்திருக்கக்கூடிய இந்த நிலையில்,

---

* வரவு - செலவுத் திட்டம், 1989-90 - பொது விவாதத்தின் போது 1989 ஏப்ரல் 1 அன்று பேசியது.

நம்முடைய பணத்தின் மதிப்பு குறைந்ததன் காரணமாக, கடந்த காலத்தில் நாம் ஒரு தொகையை வைத்து செய்த அந்தக் காரியங்களை இன்றைக்கு அதிகமான பணத்தை செலவழித்துத்தான் அந்தப் பணிகளைச் செய்யவேண்டிய நிலையில் நாம் இருக்கிறோம். ஆகவே, அந்தப் பற்றாக்குறையை சரிக்கட்டிச் செய்கிற நேரத்தில், நம்முடைய மாண்புமிகு முதலமைச்சர் அவர்கள் சில வரிகளை வைத்திருக்கிறார்கள். அந்த வரிகள் சம்பந்தமாக ஒன்றிரண்டு கருத்துக்களைச் சொல்ல முன்வருகிறேன்.

இன்றைக்கு பெட்ரோல் மீது விற்பனை வரி, தொழிற்சாலை களுக்கான இயந்திரங்களுக்கு 8 சதவீதத்திலிருந்து 10 சதவீதமாக உயர்ந்திருக்கிற வரி, இயந்திரங்கள் மூலம் தயாரிக்கப்படும் சோப்பு களுக்கு 6 சதவீதத்திலிருந்து 8 சதவீதமாக உயர்ந்திருக்கிற வரி. இந்த மாதிரி வரிகளை எல்லாம் நான் ஒப்புக் கொள்கிறேன். அதேமாதிரியாக இன்றைக்கு மோட்டார் வாகனங்களுக்கு விதிக்கப்பட்டுள்ள வரிகளில் சில மாற்றங்கள் வேண்டுமென்று நான் தெரிவித்துக் கொள்கிறேன்.

இன்றைக்கு சாதாரணமாக ஏழை எளிய மக்கள் - அதுவும் மத்திய தர மக்கள் கொண்ட இருசக்கர வண்டிகள் அதாவது மொபட் வண்டி களுக்கு ஒட்டுமொத்தமாக 500 ரூபாய் என்று இருப்பதை குறைக்கலாம் அல்லது நீக்கலாம் என்ற யோசனையைத் தெரிவித்துக் கொள்ள விரும்புகிறேன். ஏனென்றால், இன்றைக்கு சைக்கிளுக்குப் பதிலாக பெரும் பகுதியினர், பெண்கள் கூட டி.வி.எஸ். 50 என்று சொல்லக்கூடிய இந்த மாதிரி சிறுசிறு வாகனங்களை உபயோகிக்கிறார்கள். எனவே, இந்த வரியைக் குறைக்கலாம் என்று தெரிவித்துக் கொள்கிறேன்.

அடுத்து, விவசாயிகளுக்கு பம்ப் செட்டுகளுக்கு வரிகளை குறைத்து இருப்பதற்காக நான் நன்றி தெரிவித்துக் கொள்கிறேன். நம்முடை மாண்புமிகு உறுப்பினர் பூவராகவன் அவர்கள் கூறியிருப்பதைப் விற்பனை வரியில் பலமுனை வரியிலிருந்து ஒருமுனை வரியாக பொருள்களுக்கு மாற்றப்பட்டிருக்கின்றன. இன்றும் சில பொருள் களில் பலமுனை வரியாக இருப்பதால் சிறுசிறு வியாபாரிகளுக்கு மிகவும் தொந்தரவு இருப்பது மட்டுமல்லாமல், தனியாக வரி ஒன்று, வரியல்லாத ஒரு தொகை ஒன்று என்று ஒவ்வொரு மாதமோ அல்லது இரண்டு மாதங்களுக்கு, ஒருமுறையோ கட்டாயமாக வரிவசூல் நடந்து கொண்டிருக்கிறது. இதைத் தடுக்கக்கூடிய முறையில் அனைத்துப் பொருள்களுக்கும் ஒருமுனை விதிப்பது சரியாக இருக்குமென்று சொல்லிக்கொள்கிறேன்.

அதைப்போல இன்றைக்கு சொகுசு பஸ்கள் என்று சொல்லக்கூடிய ஆம்னி பஸ்களுக்கு ஏற்கெனவே மாண்புமிகு உறுப்பினர் பூவராகவன் அவர்கள் சொன்னதைப் போல் நீங்கள் இருக்கை ஒன்றுக்கு ரூ. 500 என்று உயர்த்தி இருக்கிறீர்கள். இருந்தாலும் கூட அரசாங்கமே அந்த ஆம்னி பஸ்களை நடத்தினால் இதைவிட அதிகமான வருமானம் வரும் என்பதை என்னுடைய யோசனையாகத் தெரிவிக்க விரும்புகிறேன்.

அடுத்தபடியாக, இன்றைக்கு வேன்களுக்கு தற்போதுள்ள இருக்கை அளவை 12 ஆக உயர்த்தி இருக்கை ஒன்றுக்கு ரூ. 150 வரி விதிக்கப்படுமென்று சொல்லி இருக்கிறீர்கள். இதற்கு முன்னால் இருந்த வரி காலாண்டிற்கு மொத்தமாக ரூ. 250 என்று இருந்ததாகச் சொல்கிறார்கள். முன்பு ரூ. 1,000 காலாண்டிற்கு வரி கட்டியவர்கள் இது காலாண்டிற்கா? அல்லது வருடத்திற்கா? என்று தெரியவில்லை என்று சொல்கிறார்கள்.

ஏனென்று சொன்னால் 6,500 ரூபாய் அதிகமாக ஒரு வேனுக்கு வரும். இந்த வேன் என்று சொல்லக்கூடியது, ஏற்கெனவே ட்ரைவராக இருந்து, தங்கள் கையிலிருந்த கொஞ்ச முதலீட்டோடு, வங்கிகளில் கடன் வாங்கி, அதன் மூலம் அவர்கள் வாங்கியதாகும். அவர்கள் ஏற்கெனவே வேலையில்லாதவர்கள். இந்த வேன் மூலமாக வருகிற வருமானத்திலிருந்து தங்கள் குடும்பங்களை நடத்தக்கூடியவர்கள். அவர்களுக்கு இந்த வரி விதிப்பு என்பது ஒரு பளுவாக இருக்கும். ஆகவே, இந்த வரியைக் குறைப்பதற்கு வேண்டிய ஏற்பாட்டைச் செய்ய வேண்டுமென்று கேட்டுக் கொள்கிறேன்.

அடுத்தபடியாக, இன்றைக்கு எங்கள் பகுதியில் சிவகாசி, கோவில்பட்டி, சாத்தூர் ஆகிய வட்டாரங்களில் அதிகமாக இருக்கக் கூடிய தொழில் தீப்பெட்டித் தொழிலாகும். அந்தத் தொழிலுக்கு சமீப காலத்தில் மிகப்பெரிய நெருக்கடி ஏற்பட்டிருக்கிறது என்பது மாண்புமிகு முதலமைச்சர் அவர்களுக்குத் தெரியுமென்று நினைக்கிறேன். அந்தப் பகுதிகளில் சிறு தீப்பெட்டி உற்பத்தியாளர்கள் எல்லாம் உண்ணாவிரதமும், பேராட்டமும் நடத்திக் கொண்டு இருக்கிறார்கள். இதற்குக் காரணம் விம்கோ என்று சொல்லக்கூடிய மிகப் பெரிய தொழில், அதற்கு ஆதரவாக இருக்கக்கூடிய மத்திய அராசங்கத்தினுடைய போக்கு.

சமீபகாலமாக மத்திய அரசாங்கம் மிகப் பெரிய தொழில் அதிபர் களுக்கு ஆதரவாக, சிறுசிறு தொழில்களை நசுக்கக்கூடிய முறையிலே எடுக்கும்படியான நடவடிக்கைகளை ஒரு பகுதியாக இன்றைக்கு

விம்கோவிற்கு அதிகமான சலுகை வரி விதிப்பிலே அளிக்கப்பட்டிருக்கிறது. விம்கோவிற்கு 8.35 பைசா தருகிற அளவிற்கும், செமி-மெக்கானிக்கல் என்று சொல்லக்கூடிய அந்தத் தொழிலுக்கு 5.70 பைசா சலுகையாகவும், சி கிளாஸ் பேக்டரிகளுக்கு 5 ரூபாய் சலுகையாகவும், பி கிளாஸ் பேக்டரிகளுக்கு 2.50 ரூபாய் சலுகையாகவும், அந்த வரியைக் குறைத்ததன் காரணமாக - விம்கோவிற்கு 8.35 அளவிற்கு வரியைக் குறைத்ததன் காரணமாக - எல்லா மார்க்கெட்டுகளையும், அவர்களே பிடித்துக் கொண்டு, சிறு தீப்பெட்டித் தொழில் பூராவும் நசித்துப் போகக்கூடிய நிலைமை ஏற்பட்டு இருக்கிறது.

எனவே, இந்தத் தீப்பெட்டித் தொழிலைப் பாதுகாப்பதற்காக நமது அரசாங்கம் என்ன செய்ய முடியுமோ, மத்திய அரசாங்கத்தை எதிர்த்தோ அல்லது வாதாடியோ பெறுவதோடு மட்டுமல்லாமல், அவர்களுக்கு விதிக்கப்பட்டு இருக்கின்ற 2 சதவிகித விற்பனை வரியை - இதிலே அதிகமான வருமானம் வரும் என்று நான் நம்பவில்லை. சில சலுகைகளை அளித்திருக்கிறீர்கள் - சிறு தீப்பெட்டித் தொழில் மீது போட்டிருக்கிற அந்த விற்பனை வரியை, இந்த அரசாங்கம் ரத்து செய்ய வேண்டும். கடந்த காலத்திலேயே நான் பேசியிருக்கிறேன். இந்த வரியைப் போடக்கூடிய காலத்திலே நான் சொல்லியிருக்கிறேன். ஆகவே, இந்த 2 சதவிகித விற்பனை வரியை, இந்த சிறு தீப்பெட்டித் தொழிலுக்கு விலக்கு அளித்து, அந்தத் தொழிலை பாதுகாக்கக்கூடிய நடவடிக்கையை அரசு எடுக்க வேண்டும் என்று நான் கேட்டுக் கொள்கிறேன்.

அடுத்தபடியாக மத்திய மாநில உறவுகள் பற்றியும், மாநிலங்களுக்கு அதிக நிதி ஆதாரங்கள் வேண்டும் என்பதைப் பற்றியும், இன்றைக்கு இன்டர்-ஸ்டேட் கவுன்சில் ஏற்படுத்த வேண்டும் என்பது பற்றியும் தெரிவித்து இருக்கக்கூடிய அந்தக் கருத்துக்களை என்னுடைய கட்சியின் சார்பிலே முழுமனதோடு வரவேற்கிறேன். இன்றைக்கு மத்திய அரசு, காங்கிரஸ் அல்லாத மாநில அரசுகளை பாரபட்சமாக நடத்தக்கூடிய போக்குகளைத் தொடர்ந்து நாம் கண்டிக்க வேண்டும். எங்கள் கட்சியும் அதற்குத் தொடர்ந்து ஆதரவு அளிக்கும் என்பதை நான் தெரிவித்துக் கொள்கிறேன்.

அடுத்தபடியாக இன்றைக்கு உள்ள திட்டங்களிலே - முந்தைய முதலமைச்சர் அவர்கள் கொண்டு வந்த திட்டங்களில் - ஏழைகளுக்கு நிவாரணம் என்று சொல்லக்கூடிய அந்தத் திட்டங்கள் இன்றைக்கு விரிவுபடுத்தப்பட்டு, அதிகமாக அதற்கு முக்கிய கவனம் செலுத்தப்பட்டிருக்கிறது என்று நான் கருதுகிறேன்.

இன்றைக்கு பெண்கள் திருமணச் செலவிற்காக 6 கோடி ரூபாயும். கர்ப்பிணிப் பெண்களுக்கு உதவுவதற்காக 4 கோடி ரூபாயும், பொங்கல தீபாவளி போன்ற காலங்களில் இனாமாக அரிசி கொடுப்ப தற்காக 14 கோடி ரூபாயும், ஏழைகளுக்கு வேஷ்டி, சேலை கொடுப்பதற்கு 27 கோடி ரூபாயும், சத்துணவுத் திட்டத்திற்கு 173 கோடி ரூபாயும், ஆக மொத்தம் 224 கோடு ரூபாய் இதற்காக ஒதுக்கப்பட்டிருக்கிறது. இன்றைக்கு ஏழைகளுக்கு நிவாரணம் தேவைதான். வேண்டாம் என்று சொல்லவில்லை. கட்டாயமாகச் செய்ய வேண்டும். ஆனால், நம்முடைய நாட்டிலே இந்த ஏழ்மை வளர்ந்து கொண்டே போகிறது. இந்த ஏழ்மையைப் போக்குவதற்கு என்ன நடவடிக்கை எடுப்பது என்பது பற்றி யோசிக்க வேண்டும்.

தமிழகத்திலே தொழில் வளர்ச்சி, விவசாய வளர்ச்சி ஏற்படச் செய்து, அதன் மூலமாக வேலை கொடுத்து, அந்த வேலையின் மூலமாக வருமானம் பெற்று, அவர்கள் வாழக்கூடிய நிலைமையை உருவாக்குவதற்குப் பதிலாக ஏழைகளைப் பெருக்கி, ஏழைகளுக்கு வேஷ்டி, சேலை எல்லாம் இனாமாகக் கொடுத்து, அவர்களுக்கு வேண்டிய அரிசி, பருப்பு போன்றவைகளைக் கொடுப்பதன் மூலமாக, இந்தப் பிரச்சினைகள் தீரும் என்று சொல்லக்கூடிய நிலைமைக்குப் போகாமல், இன்றைக்கு இந்த அரசினுடைய கொள்கை ஒரு மாறுபட்ட நிலைமையிலே இருக்க, அரசு சிந்திக்க வேண்டும் என்று நான் கேட்டுக் கொள்கிறேன்.

இன்றைக்கு தொழில், விவசாயம் அபிவிருத்திக்கு அதிகக் கவனம் செலுத்தப்பட வேண்டும். இன்றைக்கு நீர்வளம் மிகவும் குறைந்து விட்டது வேலை வாய்ப்பு குறைவு. நாட்டின் முன்னேற்றத்திற்கான செலவு அபிவிருத்திக்கு நாம் திட்டங்களை வகுக்க வேண்டும். இன்றைக்கு 100 அடி, 150 அடிக்குள் கீழே நிலத்தடி நீர் போய்விட்டது. அதற்குக் காரணம் இன்றைக்கு காடுகள அழிப்பு. மரங்கள் எல்லாம் வெட்டப்பட்டதன் காரணமாக மழை இல்லை.

இது மட்டும் அல்லாமல், மழை பெய்கிற காலத்திலே, அதைத் தேக்கி வைப்பதற்கு வேண்டிய குளம், குட்டை, ஏரிகள் இவைகள் எல்லாம் மேடிட்டு. சரியானபடி செப்பனிடப்படாததன் காரணமாக, மழை பெய்தாலும் கூட, இந்த குளங்களிலும், ஏரிகளிலும், தண்ணீர் போதுமான அளவிற்கு நிரம்பாமல், வீணாக சமுத்திரத்திலே போய்ச் சேர்ந்து விடுகிறது. மழையும் குறைவாகப் பெய்கிறது. அதன் காரணமாக நம்முடைய தமிழகத்திலே இன்றைக்கு மிகப் பெரிய அளவிற்கு பாதிப்பும், குடிப்பதற்கும்கூட நீர் இல்லாத ஒரு நிலைமையும்

ஏற்பட்டு இருக்கிறது என்பதை இந்தச் சமயத்தில் நான் சொல்லிக் கொள்ள விரும்புகிறேன்.

இன்றைக்குப் பெரும்பகுதி கிராமங்களிலே வறட்சி. நம்முடைய தமிழகத்திலே உள்ள மாவட்ட ஆட்சித் தலைவர்கள் அத்தனை பேர்களும் இந்தச் சர்க்காருக்குத் தகவல் அனுப்பியிருப்பார்கள் என்று நம்புகிறேன். பெரும் பகுதி மாவட்டங்கள் இன்றைக்கு மிகப் பெரிய வறட்சிக்கு ஆளாகியிருக்கின்றன. எல்லாக் கிராமங்களிலும் இன்றைக்குக் குடிப்பதற்குத் தண்ணீர் கிடையாது. நான் அந்தக் கிராமங்களுக்கு தேர்தலுக்குப் பின்னாலே செல்லக்கூடிய நேரத்திலே ஒவ்வொரு குக்கிராமத்திலும் 2 இடத்திலே, 3 இடத்திலே போர்வெல் போட வேண்டும் என்று கேட்கிறார்கள். ஒவ்வொரு தெருவிலும் - ஒரு கிணறு போடவேண்டும் என்று கேட்கிறார்கள்.

இன்றைக்கு, ஒதுக்கப்பட்ட, தாழ்த்தப்பட்ட மக்கள் வசிக்கக் கூடிய இடத்திலே நாம் போர்வெல் போட முடியவில்லை என்று சொன்னால், இங்கே தண்ணீர் எடுக்க முடியாத நிலைமை ஏற்படுகிறது. ஆகவே, உடனடியாக போர்க்கால நடவடிக்கையாக குடிநீரைக் கொடுப்பதற்கு நடவடிக்கை எடுப்பதா மாண்புமிகு முதலமைச்சருடைய நிதிநிலை அறிக்கையிலே கூறப்பட்டு இருக்கிறது. அதற்காக 6,000 கிராமங்களுக்கு குடிநீர் தருவதற்காக ஏற்பாடு செய்யப்படும் என்று சொல்லப்பட்டிருக்கிறது. இந்த நிதி போதாது. சற்றேறக்குறைய குறைந்தது 30 ஆயிரம் அல்லது 40 ஆயிரம் போர்- வெல்களாவது, அதாவது, ஆழ்குழாய்க் கிணறுகளாவது போட்டாலொழிய பிரச்சினை தீர வழியில்லை. அவ்வளவு பெரிய நெருக்கடி ஏற்பட்டிருக்கிறது. சில கிராமங்களிலே இரண்டு மைல், மூன்று மைல் தூரம் சென்று, பாசனக் கிணறுகளிலிருந்து அவர்களைத் தடுத்து சண்டை போட்டு ஒரு குடம், இரண்டு குடம் தண்ணீர் எடுத்து வருகிறார்கள். எனவே, அதற்கு வேண்டிய மிகப் பெரிய ஏற்பாடுகளைச் செய்ய வேண்டுமென்று நான் கேட்டுக் கொள்கிறேன்.

அதற்கு அடுத்தபடியாக திராவிட முன்னேற்றக் கழக தேர்தல் அறிக்கையில் பிரதானமாகச் சொல்லப்பட்ட பல காரியங்கள் நிறைவேற்றப்பட்டிருப்பதாகச் சொல்லியிருக்கிறார்கள். அதிலே மிகப் பிரதானமாகச் சொல்லப்பட்ட பினாமி நில ஒழிப்பு சம்பந்தமாக மிகத் தெளிவாகச் சொல்லியிருக்கிறார்கள். நான் ஆளுநர் உரையிலே பேசும்போதுகூட சொல்லியிருக்கிறேன். காமராசர் ஆட்சியிலும், கழக ஆட்சியிலும் நிறைவேற்றப்பட்ட நில உச்சவரம்புச் சட்டத்தை மீறி, பினாமி நிலம் வைத்திருப்பவர்களிடமிருந்து அந்த நிலங்களைக்

கைப்பற்றி, நிலமற்ற விவசாயிகளுக்கு வழங்கும், பினாமி நில ஒழிப்புச் சட்டம் நிறைவேற்றப்படும் என்று சொல்லி இருக்கிறீர்கள்.

அதே மாதிரியாக பினாமி நிலம் பல்வேறு ஆட்களிடத்திலே இருக்கிறது இந்த நிலையிலே சாகுபடி பண்ணக்கூடியவர்களுக்கும், அவர்களுக்கும் தொடர்ந்து தகராறுகள் இருக்கின்றன. ஆகவே, இந்த மாதிரி சட்டம் கொண்டு வந்து, நிலத்திலே சாகுபடி செய்யக்கூடியவர்களுக்கு ஒரு பாதுகாப்பான ஏற்பாடுகளைச் செய்து, யார் யார் சாகுபடி பண்ணுகிறார்களோ, அவர்கள் முறையாகப் பகிர்ந்து, அந்தப் பிரச்சினைகள் கோர்ட்டிற்குச் சென்று பல்வேறு சிக்கல்களை ஏற்படுத்தி, விவசாயிகளுக்குத் தொந்தரவை ஏற்படுத்தாமல் இருக்கும் வகையில் செய்துதர வேண்டுமென்று கேட்டுக் கொள்கிறேன்.

அதற்கடுத்தபடியாக அறநிலையத்துறைக்குச் சொந்தமாக 5 லட்சம் ஏக்கர் நிலம் இருக்கிறது. அந்த நிலத்தைப் பொறுத்து மாண்புமிகு முன்னாள் முதலமைச்சர் பக்தவத்சலனார் அவர்கள்கூட அந்த நிலத்தை உழுபவர்களுக்கு சொந்தமாக்கி விட்டு, அவர்களிடமிருந்து ஒரு நஷ்ட ஈடாக ஒரு தொகைடை வாங்கி, வங்கியிலே போட்டு, அறநிலையக் காரியங்கள் செம்மையாக நடப்பதற்கு அரசாங்கம் ஏற்பாடு செய்யலாம் என்று சொல்லியிருக்கிறார்கள் அதை எல்லோருமே வரவேற்றிருக்கிறோம்.

ஆனால், பல இடத்திலே கேஸ்கள் போடப்பட்டு, வாரத்திலே தகராறுகள் செய்து, தொடர்ந்து பல்வேறு வழக்குகளிலே சாகுபடி பண்ணக்கூடிய விவசாயிகள், சாதாரண ஏழை எளிய விவசாயிகள் கோர்ட்டிற்கும் வீட்டிற்கும் அலைந்து கொண்டிருக்கிறார்கள். அதை மாற்றி உழுகிற நிலத்தை அவர்களுக்கே சொந்தமாக்கி, கோயில் நிர்வாகம் சரியாக நடைபெறுவதற்கு வேறு வழிகளிலே சரிசெய்து, அவர்களிடமிருந்து நஷ்ட ஈடாக தொகையை வாங்கி, அதை வங்கிகளிலே போட்டு, கேரளாவிலே அந்த அரசாங்கம் செய்த மாதிரி, அச்சுதமேனன் செய்த மாதிரி செய்ய வேண்டுமென்று கேட்டுக் கொள்கிறேன்.

அடுத்தபடியாக தேர்தல் அறிக்கையில் ஒரு முக்கியமான விஷயம் சொல்லப்பட்டிருக்கிறது, வீட்டுமனை அனைவருக்கும், அனைத்து கிராமப்புற மக்களுக்கும், குடும்பத்திற்கு 5 சென்ட் நிலம் பட்டா செய்து தரப்படும் என்று இதை நான் ஏன் சொல்கிறேன் என்று சொன்னால், நானே தொடர்ந்து 67-லிருந்து சட்டசபையில் உறுப்பினராக இருக்கிற காரணத்தால், பல்வேறு இடங்களில் வீட்டுமனைக்கு மனுபோட்டால் 5 வருடம், 6 வருடம் கழித்து இப்போது எம்.எல்.ஏ.வாக இருந்து

அடுத்த தடவை வந்ததற்குப் பிறகுதான் வீட்டுமனையே அரிஜன மக்களுக்குக் கிடைக்கிறது.

ஏனென்றால், அதற்கு அரிஜன நல அதிகாரிகளுக்கு அந்த வட்டாட்சி அலுவலர்களுக்கு அதிகாரம் கிடையாது. மனுப் போட்டால் அந்த மனுவைப் பார்த்து, அந்த ஊரிலே போய் பார்த்து, விசாரிப்பதற்கு வசதி கிடையாது. காலாகாலத்திலே அதற்கு வேண்டிய ஏற்பாடுகளைச் செய்வதற்கு வேண்டிய வழி கிடையாது. மத்திய சர்க்கார் அதற்கான நிதியை ஒதுக்கினால்கூட, அந்த நிதியை அவர்கள் முழுமையாகச் செலவு செய்யாமல், அந்த அரிஜன மக்களுக்கு முழுமையாக அந்த நிலத்தை ஒதுக்கி, பட்டா கொடுப்பதற்கான அந்தப் பணம் சில காலங்களில் மீதப்பட்டு, செலவழிக்காமல் விடப்பட்டு இருக்கிறது என்று இந்த மன்றத்திலேகூட சொல்லப் பட்டிருக்கிறது.

ஆகவே, துரிதமாக இதற்கு எவ்வளவு நிதி ஒதுக்கினாலும் பரவாயில்லை. அரிஜனங்களுக்கு, ஏழை எளிய மக்களுக்குச் சொந்தமாக 5 சென்ட் மனை வழங்க வேண்டுமென்ற முறையிலே, குறிப்பிட்ட காலத்திற்குள் வழங்கிட வேண்டுமென்ற வகையிலே ஏற்பாடுகளைச் செய்ய வேண்டுமென்று நான் கேட்டுக் கொள்கிறேன். இன்றைக்கு நீங்கள் இது மாதிரியான பல காரியங்கள் செய்திருக்கிறீர்கள். அதை நான் பாராட்டுகிறேன். முதியோர்களுக்கு ஓய்வூதியம் முன்பெல்லாம் குறிப்பிட்டவர்களுக்கு மட்டும்தான் கொடுக்கப் பட்டு வந்தது. நான் இந்த மன்றத்தில் தொடர்ந்து சொல்லிக் கொண்டு வந்திருந்தேன். ஆனால், இன்றைக்கு அத்தனை பேருக்கும், பென்ஷன் வாங்குவதற்குத் தகுதியுள்ள அத்தனை பேருக்கும். அந்த ஓய்வூதியம் வழங்கப்படும் என்று சொல்லக்கூடிய முறையில், ரூ. 50 ஆக உயர்த்தித் தரப்படும் என்று சொல்லக்கூடிய அறிவிப்பை நான் மனதாரப் பாராட்டுகிறேன்.

கிராமப்புறத்திலுள்ள ஏழை எளிய சாதாரண மக்களுக்கு பிள்ளைகள் இருந்தாலும்கூட, அவர்கள் வேலை செய்து கிடைக்கும் வருமானம் அவர்களுக்கே போதவில்லை என்ற நிலையில், தாய் தகப்பனை அவர்களால் பாதுகாக்க முடியவில்லை. அப்படிப்பட்டவர் களுக்கு இந்த ரூ. 50 என்பது, அதை வைத்து, அவர்கள் கால் வயிறு, அரை வயிறு சாப்பிட்டுக் கொள்ளக்கூடிய நிலைமை ஏற்படுகிறது. அதை நான் பாராட்டுவதோடு, அதிலே உள்ள விதிகளில் சில மாற்றங் களைச் செய்யவேண்டும். ஓட்டு வீட்டில் இருந்தால் இல்லை என்று சொல்லி விடுகிறார்கள்.

நான் ஓரிடத்திற்குச் செல்லும்போது ஒரு அரிஜன தாயார், அவர்களாலே நடக்கவே முடியவில்லை. அவர் சொன்னார், "நான் பெட்டிஷன் போட்டேன். இதுவரைக்கும் கொடுக்கவில்லை". ஓட்டு சார்பான வீடு என்று சொல்கிறார்கள். மூன்று பக்கங்களில் மண் போடப்பட்டு, மூலையிலே ஒரு சார்பான வீடு, ஓட்டு அடுக்கு வீடு என்று சொன்னால், விதிகளிலே இல்லை என்று சொல்கிறார்கள். இன்னும் சில இடங்களிலே "பெண் பிள்ளை இருந்தால் உண்டு. உங்களுக்கு ஆண் பிள்ளை இருப்பதனால் இல்லை" என்றும் சொல்கிறார்கள். எனவே, சாதாரண ஏழை எளிய, வருமானம் இல்லாதவர்களுக்கு அந்த உதவி செய்ய வேண்டும். இந்த விதிகளை எல்லாம் தளர்த்த வேண்டும்.

இரண்டாவதாக, கிராமப்புறங்களில் உள்ள ஏழை எளிய மக்களுக்கு இந்த நிதிநிலை அறிக்கையிலே வேலைவாய்ப்பு கொடுப்ப தாகச் சொல்லப்பட்டிருக்கிறது. ஒரு ஊராட்சி ஒன்றியத்திற்கு 60 பேர், 10ஆம் வகுப்பு வரையிலும், அதற்கு மேலும் படித்துவிட்டு வேலையற்று இருப்பவர்களுக்கு மாதம் ரூ. 200 மதிப்பூதியம் ரூ.200 ஊதியத்திற்கு ஒரு கிராமத்தில் ஒருவருக்குத்தான் வேலைவாய்ப்பு கிட்டும். நீங்கள் ஒரு லட்சம் பேருக்கு வேலை கொடுப்பதாகச் சொல்லியிருக்கிறீர்கள். நீங்கள் எப்படிக் கொடுப்பீர்கள்? என்று பார்த்தால், ஒரு கிராமத்திற்கு ஒருவருக்குத் தான் கொடுக்க முடியும்.

இப்போது படித்துவிட்டு நிறையப் பேர் வேலையற்று இருக்கிறார்கள். 200 ரூபாய் ஊதியம் தந்தால் கூட வேலைக்கு ஆட்கள் வரக்கூடிய நிலைமை இருக்கிறது. எந்தவிதமான வேலை கொடுக்கப் போகிறீர்கள்? என்ன திட்டம் தீட்ட இருக்கிறீர்கள்? என்று தெரிய வில்லை. ஆகவே, வேலை வாய்ப்பை அதிகரிக்கும் வகையில், பல்வேறு வகையில் படித்து வந்தவர்கள் வேலை. வாய்ப்பு பெறுகிற வகையில் ஏற்பாடு செய்யும்படி கேட்டுக் கொள்கிறேன்

அதே மாதிரியான தேர்தல் அறிக்கையிலே விவசாயிகள் சம்பந்தமாகச் சொல்லப்பட்டிருக்கிறது. சிறு விவசாயிகளுக்கு பழைய கூட்டுறவுக் கடன்கள் அனைத்தும் அறவே ரத்து செய்யப்படும் என்று சொல்லியிருக்கிறீர்கள். ஆனால், இன்றைக்கு, சிறு விவசாயிகளுக்கு பாதிப்புப் பளுவை குறைக்கின்ற வகையில் அரசு சில நடவடிக்கை களை எடுத்துள்ளது. "ஏற்கெனவே வறட்சியால் பாதிக்கப்பட்ட பகுதிகளில்..." என்று சொல்லிக் கொண்டு போகிறீர்கள். வறட்சியால் பாதிக்கப்படாத பகுதிகளுக்கு இந்தக் கடன் தள்ளுபடி இல்லை.

அதே மாதிரியாக "மாற்றியமைக்கப்பட்ட குறுகியகால பழைய கடன்களுக்கு" என்று சொல்லப்பட்டிருக்கிறது. மாற்றி அமைக்கப் படாத கடன்களும் இருக்கின்றன. ஏனென்றால், கடந்த காலத்திலே மாற்றி அமைக்கப்படுவதற்கு சில விதிமுறைகள் கூட்டுறவிலே இருந்தன. அந்த விதிகள் என்னவென்று சொன்னால், அவர்கள் வட்டியைக் கட்டி இருக்க வேண்டும். அந்தப் பகுதியிலே இருக்கிற ரெவின்யூ அதிகாரிகள் அந்த இடத்திலே விளையவில்லை என்று அணாவாரி சர்டிபிகேட் கொடுத்திருக்க வேண்டும். அதற்குப் பிறகுதான் அந்தக் கடனை மாற்றி அமைத்திருப்பார்கள். கன்வெர்ஷன் போட்டு 3 ஆண்டுகளாக, 5 ஆண்டுகளாக மாற்றியிருப்பார்கள் அப்படி மாற்றப்படாத கடன்கள், சிறு விவசாயிகளின் கடன்கள் நிறைய இருக்கின்றன. ஆகவே, அவற்றையும் இன்றைக்கு ரத்து செய்யும்படியாக ஏற்பாடு செய்ய வேண்டும்.

அதே மாதிரியாக இன்றைக்கு குறுகிய கால, மத்திய கால கடன்களின் அபராத வட்டி மட்டும் தள்ளுபடி செய்யப்படும் என்று இருக்கிறது. நீண்ட காலக் கடன்களின் ஒத்திவைக்கப்பட்ட வட்டி மட்டும் தள்ளுபடி செய்யப்படும் என்று இருக்கிறது. கடந்த காலத்திலே திராவிட முன்னேற்றக் கழகம் உள்ளிட்ட, எங்களுடைய விவசாய சங்கமும் கட்சியும் சேர்ந்து தொடர்ந்து இதற்காக போராட்டம் நடத்தியிருக்கிறோம். 1980ஆம் ஆண்டு முதல் நம்முடைய விவசாயத் துறை அமைச்சர் அவர்களும் எங்களோடு சேர்ந்து போராட்டம் நடத்தியிருக்கிறார்கள். கடன்கள் எல்லாவற்றையும் தள்ளுபடி செய்ய வேண்டும் என்று சொல்லவில்லை. வட்டியைத் தள்ளுபடி செய்ய வேண்டும் என்று கேட்டிருக்கிறோம்.

கடந்த காலத்தில் ஏற்பட்ட பல்வேறு பாதிப்புகள் காரணமாக, அதாவது வெள்ளம் வறட்சி போன்ற பல்வேறு கோளாறுகள் காரணமாக சிறு விவசாயிகள் அதிகமாகப் பாதிக்கப்பட்டிருக்கிறார்கள். ஆகவே, சிறு விவசாயிகளுக்கு முழுக் கடனையும் தள்ளுபடி செய்ய வேண்டும். பெரிய விவசாயிகளுக்கு வட்டியை முழுவதுமாக தள்ளுபடி செய்துவிட்டு பாக்கி அசலை தவணை முறையில் வசூல் செய்யுங்கள், அப்போதுதான் கூட்டுறவு சங்கம் செயல்படும். விவசாயம் செய்ய முடியும். ஆகவே, அந்த நிலையை ஏற்படுத்த வேண்டுமென்று கேட்டுக் கொள்கிறேன். அதற்கு அடுத்தபடியாக இன்றைக்கு பம்பு செட்டுகளுக்கான மின் இணைப்புகள் கொடுப்பது...

மாண்புமிகு திரு. கோ.சி.மணி: ஒரு விளக்கம். அந்தக் கூட்டுறவுக் கடனை தவணை முறையில் தள்ளுபடி செய்யப்படும்போது அவர்கள் புதிய கடன்கள் வாங்குகிற தகுதி ஏற்படுவதற்கு என்ன யோசனை?

திரு. சோ.அழகர்சாமி: மாண்புமிகு பேரவைத் தலைவர் அவர்களே, அந்த வட்டியைத் தள்ளிவிட்டு அசலைத் தவணையில் கட்டுகிற போதே, ஏற்கெனவே தவணை முறையாக வந்து விடுகிறது, தவணைகளை அவன் கட்டிக்கொண்டே வந்து ஜூனிலோ அதற்கு அடுத்த ஜூலையிலோ தகுதி வந்து விடுகிறது. அவன் கடன் வாங்கலாம். தவணை தவறிய கடன் இருந்தால்தான் மறுபடியும் கடன் வாங்க முடியாது. தவணையில் தவறாமல் இருந்தால் மறுபடியும் கடன் வாங்கலாம். ஆகவே, அதற்கு நீங்கள் கன்வெர்ஷன் கொடுத்து விட்டால் அவற்றைத் தள்ளிவிட்டு அசலுக்கு 2 தவணையோ 3 தவணையோ வைத்துக் கொடுத்துவிட்டால் அதற்குத் தகுதி வந்து விடுகிறது...

மாண்புமிகு திரு. கோ.சி.மணி : அணாவாரி சர்டிபிகேட் கிடைக்காத விவசாயிகளுக்கும் அந்தத் தகுதி வரவேண்டும் என்று நாங்கள் அறிவித்ததனால், அணாவாரி சர்டிபிகேட் கிடைக்காதபோது அவர்களுக்கு ரிசர்வ் பாங்க் அக்செப்ட் பண்ணுவது இல்லை. ஆகையினால் அதை எப்படி நிறைவேற்ற முடியும்?

திரு. சோ.அழகர்சாமி: மாண்புமிகு துணைத் தலைவர் அவர்களே, ரிசர்வ் வங்கியானது எப்பொழுதுமே நம்முடைய விவசாயி களுக்கு சாதகமாக இல்லை. கடந்த காலத்திலே கடனைத் தள்ளுபடி செய்வதிலே குறுக்கீடு செய்தார்கள். அவர்கள் எல்லாம் பெரிய பெரிய முதலாளிகளுக்கு, டாடா பிர்லா போன்றவர்களுக்குத்தான் உதவி செய்வார்கள். அதைப் பற்றி கவலைப்படத் தேவையில்லை. அத்தோடு அணாவாரி சர்டிபிகேட் வாங்குவதும் கஷ்டம் அணாவாரி சர்டிபிகேட் வாங்க வேண்டுமென்றால் வட்டியைக் கட்டினால்தான அணாவாரி சர்டிபிகேட்டே கொடுப்பார்கள். அதனால் அதைச் சொல்லவில்லை.

சென்ற ஆண்டுக்கு முன்னால் கூட முழுவதுமாக கடன் சம்பந்தமாக நாமெல்லாம் இயக்கம் நடத்தியிருக்கிறோம். இந்த விவசாயக் கடன் சம்பந்தப்பட்ட மட்டிலே சிறு விவசாயிகளுக்கு முழுவதுமாகக் கடனை தள்ளுபடி செய்யுங்கள். அதற்கு அடுத்தபடியாக நடுத்தர, பெரிய விவசாயிகளுக்கு வட்டியைத் தள்ளுபடி செய்துவிட்டு, அசலை தவணைமுறையில் வசூல் செய்யுங்கள், கன்வர்ஷன் போட்டுக் கொடுங்கள். புதியதாக கடன் வாங்கலாம். தேர்தலிலே கூட அவன் வாக்களிக்கலாம். அப்படி ஏற்பாடு செய்ய வேண்டுமென்று தெரிவித்துக் கொள்கிறேன்.

அடுத்தபடியாக பம்புசெட்டுகளுக்கு மின் இணைப்புக் கொடுப்பது பற்றி பல பிரச்சினைகள் இன்றையதினம் தீர்வு காணப்படாமல்

இருக்கிறது. அவை அனைத்தும் பரிசீலிக்கப்பட்டு விவசாயிகளுக்கு சாதகமான முறையில் உடனடியாக நடவடிக்கை எடுக்கப்படும் என்று தேர்தலிலே சொல்வியிருக்கிறீர்கள். எங்களுடைய மாவட்டத்திலே எங்களுடைய வட்டாரத்திலே குறிப்பாக என்னுடைய தொகுதி சங்கரன்கோவில், கோவில்பட்டி போன்ற இடங்களில் மின்சாரம் புதிதாக கொடுப்பதற்குத் தடை விதித்திருக்கிறது மின் இலாகா.

நம்முடைய மின் இலாகா தனி ராஜ்யமாக நடந்து வருகிறது. மின் இலகாவைப் பொறுத்த வரையில் அரசாங்கம் சொல்வதை அவர்கள் கேட்க மாட்டார்கள். அப்படி ஒரு ராஜ்யத்தை நடத்திக் கொண்டிருக்கிற மின் இலாகா இன்றைக்கு ஏதோ சில இடங்களில் பாக்கி இருக்கிறது என்று யார் மின் இணைப்புக் கேட்டாலும் கொடுப்பதில்லை. ஆகவே, அதை உடனடியாகக் கண்டித்து, எல்லாத் தகுதியும் இருந்து மின் இணைப்புக்குத் தயாராக இருக்கும் இடங்களில் மின் இணைப்புக் கொடுக்கலாம் என்று சொன்ன இடத்தில் கூட அந்த இடத்தில் பாக்கி இருக்கிறது, இந்த இடத்தில் பாக்கி இருக்கிறது. உங்களுக்குக் கிடையாது என்று தடை போடக்கூடிய முறையை அகற்றி மின் இணைப்புத் தேவையான இடத்திற்கு உடனடியாக மின்சார இணைப்புக் கொடுக்க வேண்டும்.

மின் இணைப்பு துண்டித்தவர்களுக்கு மறுபடியும் அந்த இணைப்பு கொடுக்க வேண்டும். இதை ஏற்கெனவே மதுராந்தகம் திராவிட முன்னேற்றக் கழக சட்டமன்ற உறுப்பினர் அவர்கள் சொன்னார்கள். பல இடங்களிலே இதேமாதிரி மின் துண்டிப்பு நடக்கிறது. அவர்கள் கட்டினால் கூட வாங்க மாட்டேன் என்கிறார்கள். 10,000 ரூபாய் பாக்கியிருக்கிறது என்றால், 10,000 ரூபாயையும் மொத்தமாகக் கட்டு என்கிறார்கள். மொத்தமாகக் கட்ட முடியவில்லை, தவணையிலே கட்டத் தயாராக இருக்கிறேன் என்று சொன்னாலும் மின் இணைப்பைத் துண்டிக்கிறார்கள். அதைத் தடுத்து நிறுத்த வேண்டும் என்று தெரிவித்துக் கொள்கிறேன்.

5,000 ஆழ்துளைக் கிணறுகள் தோண்ட 12½, கோடி ரூபாய் ஒதுக்கியிருக்கிறார்கள். கொஞ்சம் அதிகரிக்க வேண்டும். இன்றைக்கு எல்லாக் கிராமங்களிலும் ஆழ்துளைக் கிணறுகள் போட அவசியம் இருக்கிறது. அதைச் செய்ய வேண்டும் என்று கேட்டுக் கொள்கிறேன். இன்றைக்கு விவசாயிகள் மகசூல் என்று போட்டு முதல் எல்லாம் இழந்திருக்கிறார்கள். கடுமையான வறட்சி ஏற்பட்டிருக்கிறது. இதைப் போக்கக் கூடிய முறையிலே விவசாயிகளுக்கு நிவாரணம் கொடுக்க வேண்டும்.

இன்றைக்கு பஸ்ஸிலே வந்து கொண்டிருந்தேன். டிரெயின் கிடைக்காமல், எட்டையபுரத்திலிருந்து அருப்புக்கோட்டைக்கு வரக்கூடிய வழியிலே ராமநாதபுரம் மாவட்டத்தில் கீழ்ப்பகுதியில் இருக்கக்கூடிய பெண்கள் 20 பேர்கள் என்னுடன் பஸ்ஸிலே வந்தார்கள். எங்கே போகிறீர்கள்? என்று கேட்டேன். பிழைக்க வழி கிடையாது. ஸ்ரீவைகுண்டம் பக்கத்திலே போய் நெல் அறுப்பதற்காகப் போகின்றோம் என்று சொன்னார்கள். எவ்வளவு? என்று கேட்டேன். ஒரு மூட்டை, இரண்டு மூட்டை மிச்சம் இருக்கிறது. அதை லாரியிலே போட்டுக் கொண்டு வர வேண்டும். ஒரு மாதமாயிற்று என்று சொன்னார்கள். எனவே ஆங்காங்கே வேலை கிடைக்கவில்லை. ஆகவே, வறட்சிப் பகுதியில் அதைப் போக்குவதற்கு, ஆங்காங்குள்ள மக்களை குடிபெயராமல் தடுப்பதற்கு அந்தந்த வட்டாரத்திலேயே வேலை கொடுத்து, அவர்கள் வாங்கக்கூடிய ஊதியத்திற்குண்டான ரேஷன் கொடுத்து அவர்களைப் பாதுகாக்க வேண்டுமென்று கேட்டுக் கொள்கிறேன்.

அடுத்து உணவு நிலைமை. கடந்த 1987-88-லே 58 லட்சம் டன் என்பது 1988-89-லே 57 லட்சம் டன்னாக குறைந்திருக்கிறது என்று சொல்கிறார்கள். இப்படி குறைந்து கொண்டே வந்தால் எதிர்காலத்திலே என்னவாகும்? இன்றைக்கு இதுகூட சரியான கணக்கா என்று தெரியவில்லை. ஒரு பாசன கண்மாய்கூட இப்பொழுது நிரம்பவில்லை. கடுமையான பாதிப்புக்கு உள்ளாகியிருக்கிறது. எதிர்காலத்தில் உணவு நிலைமைக்கு நெருக்கடி ஏற்படும்.

ஆகவே, நாம் உஷாராக இருக்க வேண்டும். மத்திய அரசு 80,000 டன்னை 40,000 டன்னாக குறைத்திருக்கிறார்கள். அது சரியில்லை. அதையும் கேட்பதோடு நாம் உணவு உற்பத்தியைப் பெருக்குவதற்கு வேண்டிய ஏற்பாட்டைச் செய்ய வேண்டுமென்று தெரிவித்துக் கொள்கிறேன்.

வனவள மேம்பாடு பற்றிச் சொல்லப்பட்டிருக்கிறது. கடந்த காலத்திலே மரங்களை மொட்டையடித்துவிட்டார்கள். காங்கிரஸ், திராவிட முன்னேற்றக் கழகம், அண்ணா தி.மு.க. காலங்களில் வரிசையாக மரங்களை மொட்டை யடித்தாகிவிட்டது. கடைசியில் மலைகளிலே மரங்கள் இல்லை. மரம் இல்லாத காரணத்தால் மழையில்லை, மழையில்லாத காரணத்தால் நீர்நிலை வற்றிப்போய் விட்டது. இதைப் போக்குவதற்கு வழிவகை செய்ய வேண்டும். மரங்களை வளர்ப்பது ஒரு பக்கமும், இருக்கின்ற மரங்களை வெட்டக் கூடாது என்பதையும் தெரிவித்துக் கொள்கிறேன்.

கடைசியாக, கால்நடை வளர்ச்சி சம்பந்தமாகச் சொல்லும்போது டாக்டர்கள் இருக்கிறார்கள். மருந்து இல்லை என்று சொன்னார்கள். சில கிராமங்களிலே கால்நடைகளுக்கு நோய் வந்துவிட்டால் - இப்பொழுது கூட ஹை பிரீட்மாடுகள் வாங்குகிறார்கள் லோன் வாங்கி. 3,000, 5,000 ரூபாய்க்கு கறவை மாடுகள் வாங்குகிறார்கள். திடீரென்று நோய் வந்துவிட்டதென்றால் அல்லது இறந்துவிட்டால் இன்ஷூரன்ஸ் வந்தாலும் அவர்களுக்கு சில இழப்புகள் இருக்கின்றன. எனவே ஒவ்வொரு கால்நடை மருத்துவமனையிலும் மொபைல் வேன் வைத்து அவர்கள் அங்கு போய்ப் பார்க்க வேண்டும் என்கின்ற ஏற்பாட்டைச் செய்ய வேண்டுமென்று கேட்டுக் கொள்கிறேன்.

அடுத்து இதிலே மிக முக்கியமானது பாசனம். ஏற்கெனவே பூவராவன் அவர்கள் சொல்லும்போது, பாசனத்திற்கு நிதி அதிகமாக ஒதுக்கப்படவில்லை என்று. எனவே பாசனத்திற்கு அதிகமாக நிதி ஒதுக்க வேண்டும். மழைக் காலங்களில் பெய்கின்ற மழை நீரைத் தேக்கி வைக்கின்ற மாதிரி எங்கெங்கேயெல்லாம் முடியுமோ அங்கேயெல்லாம் பாசனத்திற்கு ஏற்பாடு பண்ண வேண்டும். அந்தக் காலத்திலே, ஜமீன் காலத்திலே, மன்னர் காலத்திலே ஏகப்பட்ட குளங்கள் இருந்திருக்கின்றன. அந்தக் குளங்கள் எல்லாம் மேடிட்டுப் போய்விட்டன. அப்படிப்பட்ட ஏரி, கண்மாய் இவைகளைச் சரியானபடி செப்பனிடுவதோடு, அதற்கு மேலாக மகாநதி, கோதாவரி, கிருஷ்ணா, காவேரி, வைகை இவற்றை இணைக்கக்கூடிய சாத்தியக்கூறு இருக்கிறது என்று பல நிபுணர்கள் சொல்லியிருக்கிறார்கள்.

ஏற்கெனவே காவேரி சம்பந்தப்பட்ட பிரச்சினையிலே பல பிரச்சினை ட்ரிபியூனலுக்குப் போகிறதா? பேசித் தீர்க்கிறதா? என்று. இது தீரவில்லை என்றால் தமிழ்நாட்டிற்குத்தான் கஷ்டமான நிலைமை ஏற்படும். எனவே மாண்புமிகு முதலமைச்சர் அவர்கள், கர்நாடக முதலமைச்சர் அவர்களோடு பேசி சீக்கிரமாக ஒரு தீர்வு காண வேண்டுமென்று கேட்டுக் கொள்கிறேன்.

இன்றைக்கு மகாநதி, கோதாவரி, கிருஷ்ணா, காவேரி, வைகை, தாமிரபரணி இவற்றை இணைக்கக்கூடிய முறையிலே சாத்தியம் இருக்கிறது என்று பல நிபுணர்கள் கூறியிருக்கிறார்கள். அவற்றை இணைத்தாலொழிய தமிழ்நாட்டிற்கு விமோசனம் இல்லை. அதற்கு வேண்டிய ஏற்பாடுகளை என்னென்ன வகையிலே செய்ய முடியுமோ அந்த வகையிலே செய்ய வேண்டுமென்று கேட்டுக் கொண்டு வாய்ப்புக்கு நன்றி கூறி விடைபெறுகிறேன்.

கல்வி என்பது வியாபாரமாகி விட்டது!*

மாண்புமிகு பேரவைத் தலைவர் அவர்களே, அமைச்சர் அவர்கள் கொண்டு வந்திருக்கின்ற இந்தக் கல்வி மானியத்தின் மீது நான் சார்ந்திருக்கிற இந்தியக் கம்யூனிஸ்ட் கட்சியின் சார்பில் ஒருசில கருத்துக்களைச் செல்ல முன்வருகிறேன்.

முதலிலே அமைச்சர் அவர்கள் கல்வியைப் பற்றிப் பெருமையாகச் சில வாக்கியங்களைச் சொல்லியிருக்கிறார்கள். அது கண்ணுக்குச் சமமானது என்றும், கல்வி இல்லாதவர்கள் குருடர்களுக்குச் சமமானவர்கள் என்றும், எண்ணும் எழுத்தும் மாந்தர்க்குக் கண்கள் என்று சொல்லக் கூடிய முறையில் மிகவும் உயர்வானது என்றும் சொல்லியிருக்கிறார்கள். அதற்காக இன்றைக்கு அதிகமாக நிதி ஒதுக்கி யிருக்க வேண்டும். இருந்தாலும் கூட இன்றைக்கு உள்ள நிலைமையில் 900 கோடி ரூபாயோடு, வேறு பல நிதிகளை எல்லாம் சேர்த்து, 1,034 கோடி ரூபாய் இந்தக் கல்விக்காக ஒதுக்கப்பட்டிருக்கிறது. ஆகவே, இன்றைக்குள்ள நிலைமையிலே 21ஆம் நூற்றாண்டை நோக்கி இது கம்ப்யூட்டர் ஆட்சிக் காலமாகத் திகழ இருக்கிறது என்று எல்லாம் சொல்லப் பட்டிருக்கிறது.

ஆகவே, இதுவரை நடந்து இருக்கிற கல்வியைப் பற்றி நாம் பார்க்கின்றபோது, நம்முடைய இந்தியாவினுடைய மொத்தக் கல்வி யினுடைய நிலை, படித்தவர்கள் 36.17 சதவீதமாகவும், தமிழ்நாட்டில் 45.78 சதவீதமாகவும் எழுதப்படிக்கத் தெரிந்தவர்கள் இருக்கிறார்கள். மொத்தப் பேர்களில் மூன்றிலே இரண்டு பங்குப் பேர்கள், குழந்தைகள் அல்லது பெரியவர்கள் படிக்கத் . தெரியாதவர்களாக இருக்கிறார்கள் என்று சொல்லக்கூடிய புள்ளி விவரங்கள்தான் முன்னாலே வைக்கப்பட்டு இருக்கின்றன.

இதுமாத்திரம் அல்லாமல், இப்போது கூட நாம் பார்த்தோம் என்று சொன்னால், இன்றைக்குத் தொடக்கப் பள்ளிகளிலே 75.75 லட்சமாக இருக்கக்கூடிய அந்த மாணவர்களுடைய எண்ணிக்கை, நடுநிலைப் பள்ளிக்கு வரும்போது 29.04 லட்சமாகவும், உயர்நிலைப் பள்ளிக்கு வரும்போது 10.62 லட்சமாகவும், மேல்நிலைப் பள்ளிக்கு வரும்போது, 4.22 லட்சமாகவும் குறைந்துபோகிறது. ஏன் இந்தமாதிரி குறை ஏற்படுகிறது? என்பதை நாம் பார்க்க வேண்டும்.

---

* மானியக் கோரிக்கைகள் 1989 - 90 - கல்வி மானியக் கோரிக்கையின்மீது 1989 ஏப்ரல் 1 அன்று பேசியது.

அது மட்டுமல்லாமல், நம்முடைய இந்திய அரசியல் சட்டத்தில் அனைத்து சிறுவர், சிறுமியர்களுக்கும், 6-14 வயதுக்கு உட்பட்டவர்களுக்குக் கட்டாயமாகக் கல்வி வழங்கப்பட வேண்டும் என்ற விதி இடம் பெற்றிருக்கிறது. அந்த நோக்கத்தை நிறைவேற்ற நம்முடைய தமிழக அரசு திட்டமிட்டு செயல்படுகிறது என்று சொல்லப்படுகிறது. ஆகவே, இன்றைக்கு ஏறக்குறைய தமிழகத்தில் இருக்கிற மூன்றிலே இரண்டு பங்குப் பேர்கள் கல்வி அறிவு இல்லாத நிலையில் இருக்கிறார்களே, அந்தக் குறையைப் போக்குவதற்கு என்ன தீவிரமான நடவடிக்கைகளை நாம் எடுக்க இருக்கிறோம்? என்பதைப் பற்றி அமைச்சர் அவர்கள் தெளிவுபடுத்த வேண்டும் என்று கேட்டுக் கொள்கிறேன்.

இன்றைக்குப் பல இடங்களிலே 5-வது வகுப்புவரை கூட படிக்க முடியாத நிலைமை இருக்கிறது. இதற்கு என்ன காரணம்? அதற்கு இப்போது நம்முடைய காங்கிரஸ் கட்சியைச் சேர்ந்த உறுப்பினர் சொல்லும்போது நவோதயா பள்ளிகளைப் பற்றியெல்லாம் சொன்னார்கள். அடிப்படையிலே, சாதாரணமாக ஏழை எளியவர்கள், 5 அல்லது 6-வது வகுப்பு வரை எழுதப் படிக்கக்கூடத் தெரிந்துகொள்ள முடியாத நிலைமையில் இருக்கும்போது அதற்கு வேண்டிய உபகரணங்கள், கரும்பலகைகள், பள்ளிக்கூடங்கள் அதற்கு வேண்டிய இடங்கள், இவைகளையெல்லாம் சீர்பண்ணுவதற்கும், நல்லமுறையில் அமைப்பதற்கும் வேண்டிய ஏற்பாடுகளைச் செய்யாமலேயே, மிக உயர்ந்த மேலான கல்வியைக் கொடுக்கப் போகிறோம், அதற்காக கோடிக்கணக்கான ரூபாய்களைச் செலவழிக்கப் போகிறோம் என்று சொல்லக் கூடியவர்கள், முதலிலே இதைச் செய்ய வேண்டாமா? என்று நான் கேட்க ஆசைப்படுகிறேன்.

எனவே, அதற்கு உகந்தமுறையில் நம்முடைய கல்வி சம்பந்தமான கொள்கையை நாம் மாற்றிக்கொள்ளத் தயாராக இருக்க வேண்டும். இன்றைக்கு சுதந்திரம் பெற்று, 42 ஆண்டுகளுக்குப் பின்னால் கூட 100-க்கு 60 பேர்கள் எழுதப் படிக்கத் தெரியாதவர்களாக, ரேகை போடக்கூடியவர்களாக இருக்கிறார்கள். ஆகவே, இதை மாற்றுவதற்கு என்ன செய்ய வேண்டும்? என்பதைப் பற்றி நாம் சிந்திக்கக்கூடிய காலத்தில் இருக்கிறோம். அடிப்படைக் கல்வியை வழங்கக்கூடிய கிராமப் புறங்களில் உள்ள பள்ளிக்கூடங்கள் சீராக நடைபெறாமல் இருக்கின்றன. அப்படி இருப்பதற்குக் காரணம் போதுமான கட்டிடம் இல்லை. அப்படியே கட்டிடங்கள் இருந்தாலும்கூட இன்றைக்கு நீங்கள் சொல்லக்கூடிய சராசரிக் கணக்கைப் பார்க்கும்போது, மாணவர்கள் ஆசிரியர்கள் விகிதம் 45-50 மாணவர்களுக்கு ஒரு ஆசிரியர் என்றுதான் வருகிறது.

ஆகவே, இப்படி 45 முதல் 50 பேர்களுக்கு ஒரு ஆசிரியர் சொல்லிக் கொடுக்கக் கூடிய நிலைமை ஏற்பட்டது என்றால், இன்றைக்கு 2 ஆசிரியர்கள் இருந்து, அதிலே ஒருவர் விடுமுறை எடுத்துக் கொண்டால், 90 பிள்ளைகளை வைத்து அவர் பாடம் சொல்லிக் கொடுக்க வேண்டும் என்றால் எப்படி முடியும்? என்பதைப் பார்க்க வேண்டும்.

அதே மாதிரியாக இன்றைக்குப் பல கிராமங்களிலே புதிய தொடக்கப் பள்ளிகள் தொடங்குவதற்குச் சில கண்டிஷன்களைப் போட்டு இருக்கிறார்கள். 300 ஜனத்தொகை இருந்தாலும் கூட அந்த இடத்திலே பள்ளிக்கூடம் துவங்க வேண்டும் என்று சொன்னால், ஒரு மைலுக்குப் பக்கத்திலே பள்ளிக்கூடம் இருக்கிறது, ஆகவே நீங்கள் புதிதாகப் பள்ளிக்கூடம் தொடங்க முடியாது என்று கல்வி இலாக்கா அதற்கு இசைவு தர மறுக்கிறது. ஊராட்சி ஒன்றியத்தின் மூலமாக அந்த இடத்தில் தொடக்கப் பள்ளி தொடங்க வேண்டும் என்று சொன் னாலும்கூட, பக்கத்திலே உள்ள தனியார் பள்ளி ஆட்சேபணை தெரிவிக்கிறது.

ஒரு மைலுக்குப் பக்கத்தில் பள்ளிக்கூடம் இல்லையென்று சொன்னால், எப்படி ஒரு மைல் தூரத்திற்குச் சிறிய குழந்தைகள், தங்களுடைய ஆரம்பப் பாடத்தைப் படிப்பதற்குச் செல்லமுடியும்? என்பதைக் கணக்கில் கொண்டு 300 மக்கள் வசிக்கக்கூடிய எந்தக் குடியிருப்புப் பகுதியாக இருந்தாலும் சரி. அங்கு கட்டாயமாக அந்தத் தொடக்கப் பள்ளியைத் தொடங்குவதற்கு, விதியை மாற்றி, ஏற்பாடு செய்ய வேண்டுமென்று மாண்புமிகு அமைச்சர் அவர்களைக் கேட்டுக் கொள்கிறேன்.

முன்னால் பேசிய மாண்புமிகு உறுப்பினர்கள் எல்லாம் சொன்னார்கள். இன்றைக்குப் பள்ளிக்கூடங்கள், பாலிடெக்னிக்குகள் மற்ற இன்சினீயரிங் கல்லூரிகளிலே, புதியதாக சுய நிதி உதவிக் கல்லூரிகள், சுய நிதி உதவி பாலிடெக்னிக்குகள் எல்லாம் தோற்று விக்கப்பட்டிருக்கின்றன. அதிலே அமைச்சர் அவர்கள் சொல்லும்போது சொன்னார்கள். அதிலே அவர்கள் சட்டப்படி பணம் வாங்கக்கூடாது என்று இருக்கிறது. அதை மீறித்தான் வாங்குகிறார்கள் என்று சொன்னார்கள் அப்படியானால் அதிலே ஒரு விதியை மாற்றலாம் அல்லவா!

இன்றைக்கு 50 சதவீத மாணவர்களைச் சேர்ப்பது அரசாங்கத் தினுடைய தேர்வு மூலமாக நாம் தேர்ந்தெடுத்து அனுப்பக் கூடியவர் களை அங்கே சேர்த்துக்கொள்ள வேண்டுமென்று இருக்கிறது. மீதி

50 சதவிகிதத்தினரை அவர்கள் நினைத்தபடி மார்க்கு கூடக் குறைவு என்று பார்க்காமல், குறைந்தபட்ச மார்க்காக இருந்தால் போதும் என்று தேர்வு செய்யக் கூடிய உரிமை அவர்களுக்குக் கொடுக்கப்பட்டிருப்பதாக நான் நினைக்கிறேன். அந்த மாணவர்களைத் தேர்ந்தெடுக்கக்கூடிய முறையில், 50-க்குப் பதிலாக 75, 80ஆக உயர்த்தப்பட்டால் மேனேஜ்மெண்டிற்கு சிறு பகுதியைக் கொடுத்துவிட்டால், இந்த மாணவர்களுக்கு ஏற்கெனவே இடம் கிடைத்துவிடும். பணம் கொடுக்க வேண்டிய அவசியம் இல்லை.

அதுமட்டுமல்லாமல், இன்றைக்கு கல்வி என்பது வியாபார நோக்கோடு நடத்தக்கூடிய, லாபம் சம்பாதிக்கக் கூடிய தொழிலாக மாறிவிட்டது என்பதை இங்குள்ள மாண்புமிகு உறுப்பினர்கள் நன்கு அறிவார்கள் என்று நினைக்கிறேன். ஆகவே, இன்றைக்கு மாணவர் களைச் சேர்ப்பதற்குப் பணம் வசூலிக்கப்படுகிறது. ஒரு ஆசிரியரைப் போட வேண்டுமென்று சொன்னால், மாண்புமிகு உறுப்பினர் திரு. கோவிந்தராஜன் அவர்கள் சொன்னதுபோல், ரூ. 5,000, ரூ.10,000 என்ற அளவில் இல்லாமல், செகண்டரி கிரேடு ஆசிரியர்களாக நியமிக்கப்பட வேண்டுமென்று சொன்னால், ரூ. 20,000, ரூ. 30,000 உயர்நிலைப் பள்ளியிலே பீ.டி. ஆசிரியர்களாக நியமிக்கப்பட வேண்டு மென்று சொன்னால், ரூ.30,000 அளவில் பணம் இல்லையென்றால் ஆசிரியர்கள் வேலைக்குச் சேரமுடியாது. ஆகவே, இன்றைக்கு அந்த மாதிரி நிலையைப் போக்குவதற்கு அரசாங்கம் என்ன செய்ய இருக்கிறது? என்பதனை நான் தெரிந்துகொள்ள விரும்புகிறேன்.

மாண்புமிகு பேராசிரியர் க.அன்பழகன் : தலைவர் அவர்களே, மாண்புமிகு உறுப்பினர் அவர்கள் சொன்னதைப் போன்று சில குறைபாடுகள் நான் இந்தத் துறையினுடைய பொறுப்பை ஏற்று 10, 20 நாட்களில் என்னுடைய காதிற்கு வந்தது. அப்படி வந்த குறைபாடுகள் உண்மையா? என்ற விசாரணையை நான் இலாக்காவிலே உள்ளவர்கள் மூலமாக ஒரு வகையிலே விசாரித்து அறிந்து கொள்ள முயற்சித்தேன். அதற்கிடையில் இப்படிப்பட்ட பழக்கம் ஏற்கெனவே உள்ள அந்த அடிப்படையிலே ஏற்பட்டு விட்டது என்றும், அந்தக் குறைபாடுகளிலே யிருந்து அந்த அலுவலர்கள்-அப்படி ஒரு அந்த குறையை ஏற்படுத்தி இடம் கொடுத்தவர்கள்-அந்தக் குறைபாடுகளுக்கு இடம் தராமல் அவர்களுடைய பணியை ஆற்றக்கூடிய முறையில் இப்போது ஈடுபட்டிருக்கிறார்கள் என்ற செய்தி வந்திருக்கிறது. எது உண்மை என்று நீங்கள் தெரிந்துகொள்ள வேண்டுமானால், அப்படிக் குறை ஏற்படுமானால், மாண்புமிகு உறுப்பினர்கள் மட்டுமல்லாமல், தமிழகத்தைச் சார்ந்த வேறு யாராக இருந்தாலும், அந்தக் குறையை

எனக்கு எழுதுவார்களேயானால், நிச்சயமாக நடவடிக்கை எடுக்கப்படும் என்பதை நான் மாண்புமிகு உறுப்பினர்களுக்கும், இந்த அவைக்கும் தெரிவித்துக் கொள்ள விரும்புகிறேன்.

திரு. சோ.அழகர்சாமி: மாண்புமிகு பேரவைத் தலைவர் அவர்களே, இன்றைக்கு ஆசிரியர்களை நியமனம் பண்ணக் கூடிய அதிகாரம் அவர்களுக்கு இருக்கிறது. ஆகவே, அவர்கள் வேலை நிறுவனங்களிலிருந்து பெயர்களைக் கேட்டாலும்கூட, பெயர்களைக் கேட்டு வருகின்றவர்களிலே, அவர்கள் இஷ்டப்படக் கூடியவர்களை எடுக்கக்கூடிய நேரத்தில் பணம் கேட்கிறார்கள். அவர்களேதான் எடுக்கிறார்கள். எல்லாக் கல்லூரிகளிலும், எல்லாப் பள்ளிகளிலும் என்று நான் சொல்லவில்லை. இதை எப்படி நாம் கண்டுபிடிக்க முடியும்?

ஆசிரியர்கள் பயிற்சி பெற்றிருக்கிறார்கள். நர்சுகள், டாக்டர்கள் எல்லாம் படித்து முடித்தவுடனே அவர்கள் எல்லாம் வரிசைப்படுத்தப் பட்டு, அந்த வரிசையின் அடிப்படையில் நியமனம் செய்யப்படு கிறார்கள். அதேபோன்று ஆசிரியர்களும் பயிற்சி பெற்றிருக்கிறார்கள். அவர்களையும், அந்தந்த மாவட்டத்திலுள்ள அளவிலே வரிசையாக லிஸ்ட் வைத்துக்கொண்டு, அவர்கள் தகுதியானவர்களா? என்று நீங்களே ஒரு பரீட்சை வைத்து அதன்மூலம் தேர்ந்தெடுக்கலாம் (குறுக்கீடு)

மாண்புமிகு பேராசிரியர் க.அன்பழகன் : தலைவர் அவர்களே, செவிலியர் போன்ற பயிற்சி, டாக்டராகப் பட்டம் பெறுகின்ற நிலை, இவைகளெல்லாம் ஒரு எண்ணிக்கை அளவில் ஏறத்தாழ அவர்களிலே ஒரு வரிசை வைத்து, அவைகளிலேயிருந்து அவர்களைத் தேர்ந்தெடுக்கக் கூடிய வாய்ப்பு உடையதாக அது அமைந்திருக்கிறது. ஆனால், இப்போது பொறியியலாளராகப் பட்டம் பெறுகிறவர்களை அந்த வரிசையில் எளிதில் வைக்கமுடியாது. பெரும் எண்ணிக்கையில் பட்டம் பெறுகிறார்கள். அதேபோன்று ஆசிரியர் பயிற்சி என்பது, அரசாங்கத்தினுடைய பயிற்சி நிலையங்களிலே வழங்கப்படுகின்ற பயிற்சி மட்டுமல்லாமல், தனியார் நிறுவனத்திலே வழங்கப்பட்ட பயிற்சிக்கும் தேர்வு வைக்க வேண்டிய ஒரு கட்டாய நிலைமை நீதிமன்றத்தினுடைய தீர்ப்பால் ஏற்பட்டு, அந்தத் தேர்வும், நடத்தப்பட்டு, அதே போன்று, 'கரஸ்பாண்டன்ஸ் கோர்ஸ்' என்ற முறையிலும் அந்த ஆசிரியர் பயிற்சி அனுமதிக்கப்பட்டிருக்கின்ற நிலையில் ஆசிரியர்களாக வேலைக்குச் சேர விரும்புகிறவர்கள் *10,000 பேர் இருப்பார்களானால் 500 பேருக்குத்தான் வேலை கிடைக்கக்கூடிய நிலைமை உள்ளது.* இந்த

ஒப்பீடு நிலை இருக்கின்ற காரணத்தால் முன்கூட்டியே ஒரு பட்டியல் தயாரிப்பது என்பது இயலாத காரியமாகத்தான் அமைகிறது. எனவே விண்ணப்பிப்பவர்களைக் கொண்டுதான் தீர்மானிக்க வேண்டி யிருக்கிறது. அதிலே முன்னுரிமைகளுக்கான விதிமுறைகள் எல்லாம் ஏற்படுத்தப்பட்டிருக்கிறது. அந்த முன்னுரிமைகள், அவர்களுடைய தகுதிகள் இவை புறக்கணிக்கப் படாமல்தான் தேர்வு செய்ய முடியுமே தவிர, முன்கூட்டியே செவிலியர்களுக்கு இருப்பதைப்போல ஒரு பட்டியல் அமைப்பது இயலாத காரியம் என்பதை நான் தெரிவித்துக் கொள்கிறேன்.

திரு. சோ.அழகர்சாமி: தலைவர் அவர்களே, பக்கம் 17-லே ஒன்று சொல்லப்பட்டிருக்கிறது. ஆகவே, அந்தத் திட்டத்தின் அடிப்படையில் 1989-90-ல் 6-11 வயது குழந்தைகளுள் 100 சதவிகிதமும், 11-14 வயது குழந்தைகளுள் 75 சதவிகிதமும் பள்ளிகளில் சேர்க்கப்பட வேண்டும் என்பது இந்திய அரசு கருதியுள்ள இலக்கு ஆகும். தமிழ்நாட்டில் 1985-86-க்கு முன்னதாகவே 6-11 வயது தொகுதியினர் 100 விழுக்காடும், பள்ளிகளில் சேர்க்கப்பட்டுவிட்டனர் என்று இருக்கிறது. இங்கே 1,63,000 பேரில் தொடக்கப் பள்ளியிலே 75 லட்சம் என்பது, நடுநிலைப் பள்ளியிலே 29 லட்சமாகக் குறைந்திருக்கிறது. ஆகவே, இங்கே கூறியபடி 79 சதவிகிதம் 11-14 வயது குழந்தைகள் சேர்க்கப்பட்டு விட்டனர் என்று சொன்னால் ஏறத்தாழ 60 லட்சம் குழந்தைகள் சேர்ந்திருக்க வேண்டும்.

ஆனால், இங்கு புள்ளி விவரம் என்ன கூறுகிறது என்று சொன்னால் 60 லட்சம் என்பதற்குப் பதிலாக 29.04 லட்சம்தான் மாணவர்கள் 8ஆம் வகுப்பு வரையுள்ள நடுநிலைப்பள்ளியில் சேர்க்கப்பட்டிருக் கிறார்கள் என்று. ஆகவே இங்கு சொல்லப்படுவது மத்திய சர்க்காருடைய இலக்குக்கு மேலாக 79.63 சதவீதம் பள்ளிகளிலே சேர்க்கப்பட்டு விட்டார்கள் என்று சொல்லப்பட்டிருக்கிறது. இது சரிதானா? என்று கேட்க விரும்புகிறேன்.

அடுத்து தனியார் பள்ளிகளிலே பல்வேறு முறைகேடுகள் நடக்கிறது. இன்றைக்கு மாணவர்களுடைய உரிமைக்காகக் கோரிக்கை வைத்தால் அவர்களை அடித்து அவர்களுக்கு இடைஞ்சல் உண்டு பண்ணுவது போன்ற காரியங்கள் நடக்கின்றன. இன்றைக்கு நெல்லை மாவட்டத்திலே மேலநீலித நல்லூரிலே பாலிடெக்னிக் மாணவர்கள் ஓராண்டு ஒரு பாடத்திலே பெயிலாகிவிட்டால், அதை அடுத்த ஆண்டு சேர்த்து எழுத வேண்டும் என்று ஒரு கோரிக்கைக்காக ஸ்டிரைக் செய்திருக்கிறார்கள். அவர்களை அடித்து, ஆசிரியர்களையும் அடித்து மிகப்பெரிய தகராறு எல்லாம் நடந்திருக்கிறது.

மதுரையில் உள்ள மூட்டா என்று சொல்லக்கூடிய ஆசிரியர் களுடைய அந்த ஸ்தாபனம் புகார்களையெல்லாம் உங்களுக்கு அனுப்பியிருக்கிறது. இப்படியெல்லாம் பல்வேறு முறைகேடுகள் தனியார் கல்லூரிகளிலே, தனியார் பள்ளிகளிலே ஆசிரியர்களுக்கும் மற்றவர்களுக்கும் அளிக்க வேண்டிய உரிமை அளிக்கப்படாமல் இருக்கிறது. அதற்கு நடவடிக்கை எடுக்க வேண்டும் என்று கேட்டுக் கொள்கிறேன்.

அடுத்தபடியாக எங்களுடைய தொகுதியிலே பாரதியினுடைய பெயரிலே பெண்கள் பாலிடெக்னிக் இருக்கிறது. அதில் மெக்கானிக்கல், எலக்ட்ரிகல் என்று சொல்லக்கூடிய பிரிவுகள் இருக்கிறதே தவிர, பெண்களுக்கு உபயோகமான டி.சி.இ. என்று சொல்லக்கூடிய அந்தப் பிரிவு இல்லாமல் இருக்கிறது. அதை ஏற்படுத்தித் தர வேண்டுமென்று நம்முடைய மாண்புமிகு அமைச்சர் அவர்களைக் கேட்டுக் கொள்கிறேன். இன்றைக்கு எங்களுடைய தொகுதியிலே, 2, 3 கிராமங்களிலே பள்ளிகள் இல்லாமல் இருக்கிறது. வடக்கு செம்மப்புதூர் என்ற கிராமம் கோவில்பட்டி ஊராட்சி ஒன்றியத்தைச் சேர்ந்தது. காத்திப்பட்டி கிராமத்தில் எல்லாம் அதிகமான குழந்தைகள் இருந்தாலும், குழந்தைகள் ஒரு மைல், இரண்டு மைல் போக வேண்டிய கட்டாயம் இருக்கிறது. அங்கு ஒரு பள்ளிக்கூடத்தை ஏற்படுத்திக் கொடுக்க வேண்டும் என்று கேட்டுக் கொள்கிறேன்.

இளையரசனேந்தல் உயர்நிலைப் பள்ளியை மேல்நிலைப் பள்ளியாக ஏற்படுத்தித் தரவேண்டும் என்று கேட்டுக் கொள்கிறேன். அதே மாதிரி இன்றைக்குப் பல பேர் பல விவரங்களைப் பேசி விட்டார்கள். நர்சரிப் பள்ளிக்கூடங்கள் எங்கே பார்த்தாலும் வேகமாக வளர்ந்து கொண்டிருக்கின்றன. அந்த நர்சரிப் பள்ளிகளிலே அவர்கள் சொல்லிக் கொடுக்கக்கூடிய மொழி ஆங்கிலம்தான். இன்றைக்கு நம்முடைய மாண்புமிகு அமைச்சர் அவர்கள் சொல்லியிருக்கிறார்கள், தாய்மொழியே பயிற்சி மொழியாக இருக்க வேண்டுமென்று உலகம் பூராவும் உள்ள நிபுணர்கள் கருதுகிறார்கள். தாய்மொழி மூலமாக கற்றால் தான் அவர்கள் அதிகமான திறமை பெற்று அறிவாளிகளாக வர முடியும் என்று பல்வேறு அறிஞர்கள் எல்லாம் கூறியிருக்கிறார்கள்.

ஆனால், நம்முடைய நாட்டில் இருக்கின்ற நர்சரி பள்ளிகள் பூராவிலும் அம்மா, அப்பா என்பதற்குப் பதிலாக மம்மி, டாடி என்று சொல்லக்கூடிய நிலைமை ஏற்பட்டுவிட்டது. எங்கு பார்த்தாலும் நர்சரி பள்ளிக்கூடங்கள். அது முறைப்படுத்தப்படாதது மட்டுமல்லாமல் அதிலே பணியாற்றக்கூடிய ஆசிரியர்களுக்கு ஏதாவது பாதுகாப்பு

உண்டா? அவர்களுக்கு இவ்வளவுதான் ஊதியம் கொடுக்க வேண்டுமென்ற நிலை இருக்கிறதா? ஒன்றுமே இல்லை. அரசாங்கத்திலே இதுபோல தமிழிலே சொல்லிக் கொடுக்கக்கூடிய நர்சரிப் பள்ளிக் கூடங்களை நிறுவ ஏற்பாடு செய்யப்படுமா?

அல்லது இருக்கக்கூடிய பள்ளிகளை முறைப்படுத்தி, அந்த மாதிரி ஒரு சீரான - சிறு குழந்தைகளைப் பள்ளிக்கு அனுப்ப வேண்டும் என்ற எண்ணம், ஆர்வம் பல்வேறு மக்களிடத்திலே வந்திருக்கிறது. ஆகவே, அதைச் செய்யக்கூடிய ஒரு ஏற்பாட்டை அரசாங்கம் செய்யுமா? என்பதை அறிந்து கொள்வதோடு, செய்ய வேண்டும் என்றும் நான் கேட்டுக் கொள்கிறேன்.

அதேமாதிரியாக, இன்றைக்கு ஆசிரியர்களுடைய விகிதங்கள், தொடக்கப் பள்ளிக்கூடங்களிலே 40 குழந்தைகள், 50 குழந்தைகளுக்கு ஒரு ஆசிரியர் என்பதற்குப் பதிலாக, 30 குழந்தைகள் இருந்தால் ஒரு ஆசிரியர் என்று சொல்லக்கூடிய முறையிலே அதிகமான ஆசிரியர்களை நியமிக்க ஏற்பாடு செய்ய வேண்டும். இப்போது நீங்கள் சொல்லி இருக்கிறீர்கள்; செகண்டரி கிரேடு ஆசிரியர்கள் 600 பேர், தமிழ் ஆசிரியர்கள் 60 பேர், பி.டி. ஆசிரியர்கள் 60 பேர் ஆக மொத்தத்தில் பார்த்தால் 720 ஆசிரியர்கள்தான் இன்றைக்கு வேலைவாய்ப்புப் பெறக்கூடிய நிலை இருக்கிறது!

அதிகமாக இந்தத் துறைக்கு நிதியைப் பெற்றாலும் கூட - மிகமிக முக்கியமானது கல்வி. கண் போன்றது கல்வி, கல்வி இல்லையெனில் கண் கிடையாது, ஆகவே, கண்ணுடையவர் என்பவர் கற்றோர், கற்கவில்லை என்று சொன்னால் கண் இல்லாதவர் என்று சொல்லக் கூடிய முறையிலே அந்தக் கல்வியைக் கொடுப்பதற்கு இனி ஒரு குறிப்பிட்ட காலத்திற்குள்ளாவது, ஒரு குறிப்பிட்ட 5 ஆண்டுகளுக் குள்ளாவது - அத்தனை பேரும் எழுதப் படிக்கத் தெரிந்தவர்களாக இருக்கிறார்கள் என்ற நிலையை ஏற்படுத்துவதற்கு என்ன செய்யலாம்? அல்லது எந்தெந்த ஸ்தாபனங்களின் மூலமாக எப்படி எல்லாம் அதைச் சொல்லிக் கொடுக்கலாம்? எப்படியெல்லாம் கல்வியைக் கற்பிக்கலாம்? என்பதனைப் பற்றியெல்லாம் ஆலோசிக்க வேண்டும்.

ஏனென்றால், நாம் ஆயிரம் கோடிக்கு அதிகமாக மொத்த பட்ஜெட்டில் ஏறக்குறைய 25 சதவிகிதம் இந்தக் கல்விக்காக ஒதுக்கி யிருந்தாலும் கூட, பெரும்பகுதி, சாதாரண ஏழை எளிய மக்கள் அந்தக் கல்வியைப் பெற முடியவில்லை. குறிப்பாக இன்றைக்கு சென்னை நகரத்திலே பார்த்தோமானால் கார்ப்பொரேஷன் ஸ்கூலைப் பார்த்தால், பல இடங்களிலே ஸ்கூலாகவே பார்க்க முடிவதில்லை. சில நேரங்களில்

அங்கே மாடுகள் எல்லாம் கட்டப்பட்டிருக்கின்றன. அதை முறைப்படுத்த வேண்டும். ஏனென்றால், பல இடங்களில் பார்த்தால் அந்தக் கல்வி ஸ்தாபனங்கள் ஒரு நல்ல புனிதமான ஸ்தலமாக ஆக்கப்படுவதற்குப் பதிலாக, நமக்கே அவற்றைப் பார்த்தால் ஒரு மாதிரியாக இருக்கிறது. ஆகவே, இன்றைக்குப் பள்ளியினுடைய தரத்தை உயர்த்துவதோடு மட்டும் அல்லாமல் சாதாரண ஏழை எளிய மக்கள், உழைக்கின்ற மக்கள் அந்தக் கல்வியைப் பெறுவதற்கு வாய்ப்பு ஏற்படுத்த வேண்டும்.

வசதி உள்ளவர்கள் கான்வென்ட்டிலே படிக்கலாம் அல்லது மாதாமாதம் 50 ரூபாய், 100 ரூபாய் பணத்தைச் செலுத்தி கல்வியைப் பெறலாம். ஏழை எளிய மக்கள் தங்களுடைய குழந்தைகளைக் கல்வி பெறுவதற்கு அனுப்பக் கூடிய நேரத்தின் ஆரம்பப் பள்ளிக்கூடங்கள் சீராக வைத்துக் கொள்ளப் படுவதோடு மட்டுமல்லாமல், செம்மையாக நடத்தப்படுவதற்கு என்னென்ன ஏற்பாடுகளைச் செய்ய முடியுமோ அவைகளைச் செய்து தரவேண்டும். இன்றைக்கு இருப்பதிலே இந்தியாவிலேயே தமிழ்நாடு பரவாயில்லை, 40 சதவிகிதம். மொத்தம் 33-லே நம்முடைய விகிதாச்சாரம் ஓரளவு உயர்ந்திருந்தாலும் கூட, அது போதாது. இதைவிட கேரளா உயர்வாக இருக்கும் என்று நினைக்கிறேன்.

தமிழகத்திலே படிப்பு இல்லாதவர்கள் இல்லை என்று சொல்லக்கூடிய நிலைமையை ஏற்படுத்துவதற்கு ஒரு குறிப்பிட்ட காலத்திற்குள்ளாக அந்த காரியங்களைச் செய்ய வேண்டும். இன்றைக்குக் குறைந்திருக்கிற படிப்பின் தரத்தை உயர்த்துவது மட்டுமல்லாமல், கட்டிடங்கள் இல்லாது இருக்கிற கிராமங்களில் பள்ளிகளுக்குக் கட்டிடங்களைச் சீரமைத்துக் கொடுக்க ஊராட்சி ஒன்றியத்தில் உள்ள பள்ளிகளுக்குக் கட்டிடத்தைச் சீராக்குவதற்கு அவர்களுக்கு நிதி இல்லை என்று சொல்கிறார்கள். ஆகவே, 5 ஆண்டு, 10 ஆண்டுக் காலமாக எந்தவிதமான ரிப்பேரும் செய்யாமல் மழைக் காலங்களில் ஒழுகக்கூடிய நிலை இருக்கிறது.

இதையெல்லாம் போக்கி, இன்றைக்கு கல்வி சம்பந்தப்பட்ட வரையிலும் அனைவருக்கும் கல்வி கொடுக்கக்கூடியது மட்டுமல்ல; சட்டத்தில் இருந்தால் போதாது. யதார்த்தத்தில், நடைமுறையில் அத்தனை பேருக்கும் கல்வியைப் பெறுவதற்குண்டான வாய்ப்பை ஏற்படுத்தி, சாதாரணமாக 5ஆம் வகுப்பு வரையாவது அனைவரும் முறைப்படியாகப் படிப்பதற்கு ஏற்பாடு செய்ய வேண்டும் என்று கேட்டு விடைபெறுகிறேன். நன்றி வணக்கம்.

உபதேர்தலுக்கு அமைச்சர்கள் செல்லக் கூடாது!★

மாண்புமிகு பேரவைத் தலைவர் அவர்களே, மாண்புமிகு முதலமைச்சர் அவர்கள் சார்பில் இங்கே வைக்கப்பட்டிருக்கின்ற மானியக் கோரிக்கைகள் மீது ஒரு சில கருத்துக்களைச் சொல்ல நான் முன் வருகிறேன். இன்றைக்கு நம்முடைய அரசாங்கத்திற்கு வரக்கூடிய முக்கியமான வருமானத்தில் அதிகமான வருவாயை ஈட்டித்தருவது இந்த விற்பனை வரி மூலமாகத்தான். ஏறக்குறைய மொத்த வருமானத்தில் 40 சதவிகிதம் இந்தத் துறையின் மூலமாகத்தான் வருகிறது. வணிக வரித் துறையின் மூலமாகத்தான் வருமானமாக அது வருகிறது.

வரியை ஏய்க்காமல், இன்றைக்கு இருக்கிற வரி விதிப்பின்படி வசூல் செய்வோம் என்று சொன்னால், இன்னும்கூட ஒரு ஆயிரம் கோடி ரூபாய் அரசாங்கத்திற்கு வருமானமாக வரும் என்று நான் நினைக்கிறேன். காரணம் என்னவென்று சொன்னால், இந்த வரியைச் சாதாரணமாக எந்த வியாபாரியும் முழுமையாக, கரெக்டாக, நியாயமாகக் கட்டுவது என்று சொன்னால், அவர்கள் வியாபாரமே செய்ய முடியாது என்று கூறுகிறார்கள். காரணம் இந்த வரி விதிப்பானது, அதிகமான சதவிகிதத்திலே விதிக்கப்படுகிறது என்பது என்னுடைய அபிப்பிராயமாகும்.

அதுமட்டுமல்லாமல், இந்த வரியை விற்பனை வரி என்று சொல்கிறோமே தவிர, விற்கக்கூடிய வியாபாரிகள் வரியைத் தன்னுடைய கையிலேயிருந்து கொடுப்பது கிடையாது. வாங்கக்கூடிய பொதுமக்கள்தான் அந்த விற்பனை வரியைச் செலுத்துகிறார்கள். குறிப்பாகச் சொல்ல வேண்டுமென்றால், இப்போது கூட ஓட்டல்களுக்கு என்று வரி விதிக்கப்பட்டது. தினமும் 3 ஆயிரம் ரூபாய்க்கு விற்கக்கூடிய ஓட்டல்களுக்கு வரி விதிக்கப்பட்டிருக்கிறது வருஷத்திற்கு 10 லட்சம் ரூபாய் என்று சொல்லி வரி விதிக்கப்பட்டிருக்கிறது நாம் 4 ரூபாய்க்கு உணவு உட்கொள்கிறோம் என்றால், அதிலே வரியையும் 4 சேர்த்து வசூல் செய்து விடுகிறார்கள். இந்த வரியை நேரடியாகப் போடுவதை விட்டு மறைமுகமாக மக்கள் மீது அதிகமாகச் சுமத்தப்படுகிறது என்பதை நான் தெரிவித்துக் கொள்வதோடு, இதைவிட நேரடியாக வரி வசூல் செய்வதிலே அதிகமான கவனத்தை இந்த அரசு செலுத்த வேண்டுமென்று தெரிவித்துக் கொள்ள விரும்புகிறேன்.

அதுமட்டுமல்லாமல் இந்த விற்பனை வரி, பெரிய வியாபாரி களைச் சொல்லவில்லை, சிறுசிறு வியாபாரிகளுக்கு மிகவும்

★ மானியக் கோரிக்கைகள், 1989-90- வரிவிதிப்பு சம்பந்தமாக 1989 ஏப்ரல் 26 அன்று பேசியது.

தொந்தரவு ஏற்படுத்தக்கூடிய முறையிலே இந்த வரி விதிப்பு இருக்கிறது என்று நான் தெரிவித்துக் கொள்கிறேன். காரணம், சிறு வியாபாரிகள், வேறு பணியாளர்கள் இல்லாமலேயே, தானும், தன்னுடைய மகனையோ அல்லது சகோதரனையோ வைத்து வியாபாரத்தை மேற்கொள்ளக்கூடிய நிலை இருக்கிறது. அப்படியிருக்கும் போது அதிகாரிகள் திடீரென்று சோதனை செய்யச் செல்லும்போது அங்கே ஏதாவது சிறிய குற்றங்கள், ஸ்டாக் சரியில்லை, ஏதாவது ஒரு பொருளுக்கு பில் இல்லையென்ற காரணத்தைச் சொல்லி அவர்களைத் தொந்தரவு மட்டுமல்ல, வரிக்கு மேலாகவே அவர்கள் வாங்கிக் கொள்ளக்கூடிய நிலைமைகளெல்லாம் இருக்கின்றன என்பதை இந்தச் சந்தர்ப்பத்திலே நான் தெரிவித்துக்கொள்ள விரும்புகிறேன்.

ஆகவே, இந்த வரி விதிப்பு முறையில் கூடுமான வரையிலே, அந்த சிறுவியாபாரிகளுக்குத் தொந்தரவு இல்லாத முறையில் - குறிப்பாக சிறிய வியாபாரிகளுக்குத் தொந்தரவுகள் அதிகமாக இருக்கின்றன. அந்தத் தொந்தரவுகளெல்லாம் இல்லாதபடி - செய்ய வேண்டுமென்று சொன்னால் சகல வரிகளையும், பலமுனை விற்பனை வரிக்குப் பதிலாக, ஒருமுனை வரியாக ஆக்குவதற்கு வேண்டிய ஏற்பாடுகளைச் செய்ய வேண்டுமென்று நான் கேட்டுக் கொள்கிறேன். மாண்புமிகு முதல் அமைச்சர் அவர்கள் இப்போது. கூட 9 பொருள் களுக்குப் பலமுனை விற்பனை வரியிலிருந்து ஒருமுனை விற்பனை வரியாக மாற்றப்பட்டு இருப்பதாகச் சொல்லியிருக்கிறார்கள். தொடர்ந்து இந்த மன்றத்திலே பல முறை, பல்வேறு உறுப்பினர்கள் இதுபற்றிப் பேசியிருக்கிறார்கள். ஆளுங்கட்சி உறுப்பினர் ஒருவர்கூட இது குறித்து இங்கே அழகாகச் சொன்னார். பல்வேறு உறுப்பினர்கள் இதைத் தொடர்ந்து சொல்லிக் கொண்டே வருகிறார்கள்.

ஏனென்றால், பலமுனை விற்பனை வரிக்குப் பதிலாக ஒருமுனை விற்பனை வரி என்று சொல்லிவிட்டால், ஒரே இடத்தில் அந்தப் பொருளை விற்பனை செய்யக்கூடிய முதல் கட்டத்திலேயே வரி விதித்து விட்டோம் என்று சொன்னால் சிறு வியாபாரிகள் எல்லாம் வணிகவரித்துறை அதிகாரிகளைக் கண்டு பயப்பட வேண்டிய அவசியம் ஏற்படாது. எப்போது வருவார்களோ? அல்லது அபராதத்திற்கு மேலேயே நம்மிடம் பணம் கேட்பார்களோ என்று பயந்து கொண்டிருக்கக் கூடிய நிலை நீங்கும் என்று நான் தெரிவித்துக் கொள்ள விரும்புகிறேன். ஆகவே, இன்றைக்கு மீதி இருக்கின்ற பொருள்கள் மீதும் பலமுனை விற்பனை வரி என்பதற்குப் பதிலாக ஒருமுனை

விற்பனை வரியாக அத்தனை பொருள்கள் மீதும் மாற்ற வேண்டுமென்று நான் கேட்டுக் கொள்ள விரும்புகிறேன்.

அடுத்தபடியாக, அமைச்சர்கள், தலைமையிடப் பணியாளர்கள் சம்பந்தப்பட்ட விஷயத்தைப் பற்றி ஒரு சில கருத்துக்களைச் சொல்ல விரும்புகிறேன். இன்றைக்குப் பல்வேறு துறைகளைச் சேர்ந்த அதிகாரிகளுக்கு சட்டமன்ற சில உறுப்பினர்கள் கடிதங்கள் எழுதினாலும்கூட, சில சமயங்களிலே பதில் வருகிறது. அதேபோன்று அமைச்சர்களுக்கும் சட்டமன்ற உறுப்பினர்கள் எழுதக்கூடிய கடிதங்களுக்குத் துறையின் மூலமாக அவைகளுக்குப் பதில் அளிப்பதற்கு வேண்டிய நடவடிக்கைகளை எடுக்க வேண்டுமென்று நான் கேட்டுக் கொள்கிறேன். அதே மாதிரியாக, மத்திய அமைச்சர்களாக இருந்தாலும் சரி, மாநில அமைச்சர்களாக இருந்தாலும் சரி, சட்டமன்ற உறுப்பினர்களின் கடிதங்களுக்கு உடனடியாகப் பதில் அளிப்பதற்கு ஏற்பாடுகளைச் செய்ய வேண்டும்.

சில நேரங்களில் உபதேர்தல்கள் வருகின்றன. அதிலே என்னுடைய கருத்து என்னவென்றால் உபதேர்தல் வருகிறபோது, அமைச்சர்கள் அங்கே தேர்தல் பிரச்சாரத்திற்காகச் செல்லக்கூடாது. காரணம் அமைச்சர்கள் எல்லாம் முழுநேர அரசு அலுவலர்கள், அப்படிப்பட்டவர்கள் உபதேர்தல்கள் வரும்போது தேர்தல் பணிக்காகச் செல்லக்கூடாது; தேர்தல் பணிக்குச் செல்வதைத் தவிர்க்க வேண்டும். மத்திய அமைச்சர்களாக இருந்தாலும் சரி, மாநில அமைச்சர்களாக இருந்தாலும் சரி தேர்தல் பிரச்சாரத்திற்குச் செல்லக் கூடாது. அமைச்சர்கள் செல்கிறார்கள் என்றால் அவர்கள் மட்டும் செல்வதாக இல்லை; அனைத்து அதிகாரிகளும் உடன் செல்கிறார்கள். ஆகவேதான் இந்த முறையைத் தவிர்க்க வேண்டுமென்று நான் கேட்டுக் கொள்கிறேன் (குறுக்கீடு)

எம்.எல்.ஏ. முழு நேரப் பணியாளர் அல்ல; அதனால் எம்.எல்.ஏ போகலாம். இதற்கு ஒரு உதாரணம் சொல்ல வேண்டுமென்றால், கேரளத்திலே ஒரு உப தேர்தல் வந்தபோது, நாங்கள் எல்லாம் கூடப் போயிருந்தோம். அப்போது அங்கே திரு. இ.எம்.எஸ். அவர்கள் முதலமைச்சராக இருந்தார்கள். ஒரு அமைச்சர்கூட தேர்தல் பிரச்சாரத்திற் காகச் செல்லவில்லை. முதலமைச்சரும் வரவில்லை; அது நம்முடைய மாண்புமிகு முதலமைச்சர் அவர்களுக்கும் தெரியும் என்று நினைக் கிறேன். அந்த முறையை நாம் இங்கிருந்து முதலில் ஆரம்பிக்கலாம்; மத்திய அரசும் மற்ற மாநில அரசுகளும் இதைப் பின்பற்ற வேண்டுமென்று கேட்டுக் கொள்கிறேன்.

அடுத்து, மாவட்ட நிர்வாகம் சம்பந்தப்பட்டவரை டி.டி.சி.க்கு எந்தவிதமான அதிகாரமும் இல்லை. கூட்டம் நடக்கிறது; நாங்கள் போகிறோம். பேசுகிறோம், கருத்துக்களைச் சொல்லுகிறோம். ஆனால், எதுவும் நடக்கவில்லை, நாங்கள் கருத்துக்களைச் சொல்லும்போது, நடைமுறைக்கு ஏற்ப நடவடிக்கை எடுக்க முயற்சி செய்ய இப்போது அந்த முயற்சி இல்லை. மாவட்ட ஆட்சித் தலைவர் தலைமையில் அபிவிருத்திக் குழுக் கூட்டம் நடைபெறுகிறது. அப்படி இருந்தாலும் கூட சகல துறைகளைச் சேர்ந்த அதிகாரிகளும் அங்கே சரியாக வருவதில்லை.

மாவட்ட அளவிலே உள்ள அதிகாரிக்குப் பதிலாக அவருக்குக் கீழே இருக்கிற ஒரு அதிகாரியை அனுப்புகிறார்கள். மின்சாரம் இல்லையா? குடிதண்ணீர் இல்லையா? அல்லது வேறு ஏதாவது கோளாறு இருக்கிறதா? இதைச் சொன்னால் உடனடியாகப் பதில்பெற முடியவில்லை. சட்டமன்ற உறுப்பினர்கள் போகிறார்கள்; மாவட்ட ஆட்சித் தலைவர் தலைமை தாங்குகிறார். அங்கே எழுப்புகின்ற ஐயங்களுக்கு, கேட்கின்ற கேள்விகளுக்கு அப்போதே பதில் அளிக்க ஏற்பாடு செய்ய வேண்டும்; உரிய நடவடிக்கை எடுக்க ஏற்பாடு செய்ய வேண்டுமென்ற கேட்டுக் கொள்கிறேன்.

அதைப்போன்று இன்றைக்கு மாவட்ட நிர்வாகத்திற்குக் கீழே கிராம நிர்வாகம் இருக்கிறது. கிராம நிர்வாக அதிகாரியாக வி.ஏ.ஓ. இருக்கிறார். அவர் முழு நேர அரசாங்க ஊழியர். அவருக்குக் கீழே பணியாற்றுகின்ற கிராம தலையாரி, வெட்டியான் போன்றவர்கள் இருக்கிறார்கள். அவர்கள் எல்லாம் பகுதி நேர ஊழியர்களாக இருக்கிறார்கள். இப்படிப்பட்ட பகுதி நேர ஊழியர்கள் சுமார் 32,000 பேர்கள் இருக்கிறார்கள். அவர்களுக்கு மேலே இருக்கிற கிராம நிர்வாக அதிகாரி முழு நேர ஊழியர்.

ஆனால், கீழ்நிலையில் இருக்கிற பியூன் போன்றவர்கள் பகுதி நேர ஊழியர்கள். அப்படி இருந்தால் வேலை எப்படி நடக்கும்? அதிகாரி சொல்வதைச் செய்வதற்கு பியூன் இருக்க வேண்டும். பியூன் இல்லை என்றால் அதிகாரி யாரிடம் சொல்வது? எப்படி வேலை நடக்கும்? ஆகவே, கீழ் நிலையில் இருக்கிற அந்தப் பகுதி நேர ஊழியர் களையும் முழு நேர ஊழியர்களாக ஆக்கி, அரசு ஊழியர்களுக்குக் கிடைக்கக்கூடிய சலுகைகள் அவர்களுக்கும் கிடைக்க நடவடிக்கை எடுக்க வேண்டுமென்று கேட்டுக் கொள்கிறேன்.

கிராமப் பணியாளர்களாக, பகுதிநேர ஊழியர்களாக வெட்டியான், தலையாரி இப்படிப்பட்ட பணியாளர்கள் இருக்கிறார்கள். அவர்களெல்லாம் மிகவும் கஷ்டப்படுகிறார்கள். அவர்கள் எல்லாம் பகுதி நேர ஊழியர்கள் என்று சொல்லி இன்றைக்கும் குறைந்த ஊதியம்தான் கொடுக்கப்படுகிறது. அவர்களை முழுநேர ஊழியர்களாக்க மாண்புமிகு வருவாய்த் துறை அமைச்சர் அவர்கள் நடவடிக்கை எடுக்க வேண்டுமென்று கேட்டுக் கொள்கிறேன்.

அதைப் போன்று மாவட்டத்திலே நிர்வாகச் சீர்த்திருத்தம் செய்கிற ஏற்பாடு இருக்கிறது. அதாவது பெரிய தாலுக்காக்களை சிறுசிறு தாலுக்காக்களாகப் பிரிக்கின்ற முறை இருக்கிறது. பல பெரிய தாலுக்காக்களை அல்லது வட்டாரங்களை சிறுசிறு வட்டாரங்களாகப் பிரிக்கிறார்கள். என்னுடைய தொகுதியிலே சங்கரன்கோவில், கோவில்பட்டி ஆகிய இரண்டு தாலுக்காக்கள் இருக்கின்றன. இரண்டு தாலுக்காக்களும் ஒரே மாவட்டத்தில் இருந்தன. இப்போது பிரிக்கப்பட்டுவிட்டன. என்னுடைய தொகுதி இப்போது இரண்டு மாவட்டங்களிலும் இருக்கிறது. என்னுடைய தொகுதி கோவில்பட்டி. அங்கிருந்து ஒரு பர்லாங் தூரத்தில் சங்கரன்கோவில் வட்டம் இருக்கிறது. கோவில்பட்டி வட்டம் சிதம்பரனார் மாவட்டத்திற்குப் போய்விட்டது.

ஒரு மாவட்டத்திலிருந்து இன்னொரு மாவட்டத்திற்குச் சென்று விட்டதனால் நடைமுறையிலே பல சங்கடங்கள் இருக்கின்றன. மாண்புமிகு வருவாய்த் துறை அமைச்சருக்கும் அது சம்பந்தமாகக் கோரிக்கை வந்திருக்கிறது. கோவில்பட்டிக்குப் பக்கத்திலே இருக்கிற சங்கரன்கோவில் வட்டத்தைச் சேர்ந்த 10, 15 கிராமங்களை, கோவில்பட்டி வட்டாரத்தோடு சேர்த்துக் கொள்ள வேண்டுமென்று கேட்டுக் கொள்கிறேன். இது நீண்டநாள் கோரிக்கை; தொடர்ந்து வலியுறுத்தப்பட்டு வருகிறது. அதைக் கவனிக்க வேண்டும்.

இன்னொன்று, கடந்த 22-9-1984 அன்று ஓர் உத்தரவு போடப் பட்டிருக்கிறது. அது என்னவென்றால், அதற்கு முன்னால் பல்வேறு காரணங்களால் அன்றைக்கு பப்ளிக் சர்வீஸ் கமிஷன் மூலமாக பணியாளர்களை அமர்த்தாமல் எம்ப்ளாய்மென்ட் ஆபீஸ் மூலமாகப் பணியாளர்களை டெம்பரவரியாக நியமித்தார்கள். அவர்களைப் பொறுத்தவரையில் 10,000 அல்லது 12,000 பேர்கள் இருப்பார்கள். அப்படி டெம்பரவரியாக வேலைபார்த்து வந்தவர்கள் எல்லாம் ஒரு நேரத்தில் எல்லோரும் சேர்ந்து நிரந்தரமாக்க வேண்டுமென்று கோரிக்கை வைத்திருந்தார்கள். அவர்களை நிரந்தரமாக்க 22-9-1984-ல் உத்தரவு போடப்பட்டிருக்கிறது.

அதிலே என்ன உத்தரவு என்றால் 25-6-1984 அன்று யார், யார் பணியில் இருந்தார்களோ அவர்கள் எல்லாம் நிரந்தரமாக்கப்படுவார்கள் என்று சொல்லி 12,000 பேர் அந்த உத்தரவின் அடிப்படையில் ஏறக்குறைய நிரந்தரமாக்கப்பட்டிருக்கிறார்கள். அதிலே கிட்டத்தட்ட 2,000 பேர் அதற்கு முன்னாலே இரண்டு வருடம்; 3 வருடம் என்று பணியாற்றியவர்கள் அன்றைக்கு அந்த ஒருநாள் மட்டும் பணியில் இல்லை என்ற காரணத்திற்காக அவர்களுக்கு அந்தப் பதவி கிடைக்க வில்லை. அதாவது நிரந்தரமாக்கப்படக்கூடிய அந்தத் தகுதி அவர்களுக்கு இல்லை என்று சொல்லி நீக்கி விட்டார்கள். அதற்கு முன்னாலேயும் வேலை பார்த்து இருக்கிறார்கள். அன்றைக்கு மட்டும் இல்லாமல் அதற்குப் பின்னால் வந்து பணியாற்றி இருக்கிறார்கள். இப்படி 2 வருடம், 3 வருடம் பணியாற்றியவர்கள் தங்கள் கோரிக்கையை வலியுறுத்தித் தொடர்ந்து இப்போது உண்ணாவிரதம் இருக்கிறார்கள், கோட்டைக்கு வரக்கூடிய வழியிலே.

எனவே, 12,000 பேர்களை நிரந்தரமாக்கியது போல் - 10 நாட்கள், 12 நாட்கள் வேலை பார்த்தவர்கள் எல்லாம் நிரந்தரமாக்கப்பட்டிருக் கிறார்கள்- 2 ஆண்டு, 3 ஆண்டு என்று விட்டு விட்டு வேலை பார்த்த இவர்களையும் நிரந்தரமாக்க வேண்டும். அவர்களுக்கு அநீதி இழைக்கப்பட்டு இருக்கிறது. அவர்களுக்கு நீதி வழங்க வேண்டும் என்று நான் கேட்டுக் கொள்கிறேன்.

அடுத்து ஓய்வூதியம் சம்பந்தப்பட்ட வகையில் ஒன்றை நான் தெரிவித்துக் கொள்கிறேன். 1970ஆம் ஆண்டுக்கு முன்பு ஓய்வு பெற்றவர்கள் இருக்கிறார்கள். அப்போது ஆசிரியர்களாக இருந்தவர்கள் எல்லாம் வாங்கிய ஊதியம் 100 ரூபாய்தான். அந்த அளவுக்குத்தான் வாங்கி இருப்பார்கள். ஆனால், இன்றைக்கு ஆசிரியருக்கு ஆயிரம் ரூபாய் சம்பளம் வழங்கப்படுகிறது. எனவே, அன்றைக்கு 100 ரூபாய் சம்பளம் வாங்கியவருக்கு 50 சதவீதம் பென்ஷன் என்ற அடிப்படையில் 50 ரூபாய்தான் வழங்கப்படும் என்று சொல்வது சரியல்ல.

ஏனென்றால் அன்றைக்கு 100 ரூபாய்க்கு இருந்த மதிப்பு வேறு: இன்றைக்கு 100 ரூபாய்க்கு இருக்கின்ற மதிப்பு வேறு. பண வீக்கம் அந்த அளவுக்கு அதிகமாகி இருக்கிறது. இப்படிப்பட்ட நிலைமையில் நீங்கள் அன்றைக்கு 100 ரூபாய் தானே வாங்கினீர்கள். எனவே எல்லோரும் வாங்குகிற ஓய்வு ஊதிய விகிதாச்சார அடிப்படையில் உங்களுக்கும் 50 சதவீதம் என்ற அடிப்படையில் 50 ரூபாய்தான் கொடுக்கப்படும் என்று சொல்வது சரியல்ல. அவர்கள் எல்லாம் இன்னும் இரண்டு, மூன்று வருடங்களில் இறக்கக்கூடியவர்கள்.

ஆகவே, அப்படிப்பட்டவர்களுடைய கோரிக்கையையும் ஏற்று இன்றைக்கு உள்ள நிலைமைக்கு உகந்த முறையில் (மணியடிக்கப் பட்டது) ஓய்வூதியத்தை உயர்த்திக் கொடுக்க வேண்டும். 1970-க்கு முன்னால் மற்றும் 1975-க்கு முன்னால் ஓய்வு பெற்றவர்களின் கோரிக்கைகளை ஏற்று அவர்களுடைய ஓய்வூதியத்தை உயர்த்தித் தரவேண்டும் என்று நான் கேட்டுக் கொள்கிறேன்.

அடுத்து அரசு ஊழியர்களுக்கெல்லாம் வீடு கட்டுவதற்காகக் கடன் வழங்குவதாகச் சொல்லப்பட்டிருக்கிறது. ரொம்பவும் குறைவாகக் கடன் தொகை தொகை ஒதுக்கப்படுகிறது. இதற்கு முன்னாலே ஒதுக்கிய அதே அளவுக்குத்தான் அவர்களுக்குப் பணம் ஒதுக்கப் படுகிறது. அதிகமான நிதி ஒதுக்கி அரசு ஊழியர்கள் எல்லாம் வீடு கட்டுவதற்கு வேண்டிய ஏற்பாட்டைச் செய்ய வேண்டும் இந்தக் கோரிக்கைகளை எல்லாம் நிறைவேற்றித் தரவேண்டும் என்று நான் கேட்டுக்கொண்டு என்னுடைய உரையினை முடித்துக் கொள்கிறேன்.

மார்க்கெட் கமிட்டிகள் வியாபாரிகளின் தரகர்கள்*

மாண்புமிகு பேரவைத் தலைவர் அவர்களே, மாண்புமிகு வேளாண்மைத் துறை அமைச்சர் அவர்களால் இங்கே சமர்ப்பிக்கப்பட்டு இருக்கிற இந்த மானியக் கோரிக்கை மீது சில கருத்துக்களை எங்கள் கம்யூனிஸ்டு கட்சியின் சார்பில் சொல்ல முன்வருகிறேன். வேளாண்மைத் துறை என்பது ஏற்கெனவே நம்முடைய பேரவைத் தலைவர் அவர்கள் முதலில் சொன்னதுபோல,

"சுழன்றும்ஏர்ப் பின்னது உலகம் அதனால்
உழந்தும் உழவே தலை"

தலையாய தொழில் என்று சொல்லியிருக்கிறார்கள்.

ஆகவே, இன்றைக்கு அது தலையாய தொழில் என்பது காலான தொழில் ஆக மாறிவிட்டதோ என்று எல்லோரும் நினைக்கிறார்கள். விவசாயிகள் மட்டும் அல்ல. இந்த அவையில் கூட மற்ற துறைகளைப் பற்றி விவாதிக்கும் போது இருக்கிற ஒரு அக்கறையும், இருக்கிற ஒரு ஆர்வமும் இதிலே குறைந்து இருப்பதாகத்தான் நான் பார்க்கிறேன். ஏன் என்றால் இன்றைக்கு விவசாயத் தொழில் முக்கியமாக இருந்தாலும் கூட அந்தத் துறையிலே ஈடுபட்டு இருக்கக்கூடிய சாதாரண விவசாயிகள் திறமையாக சகல ஆட்களையும் அணுகி தங்களுடைய

---

* மானியக் கோரிக்கைகள் 1990-91- வேளாண்மைத் துறை மானியக் கோரிக்கைமீது 1990 ஏப்ரல் 21 அன்று பேசியது.

காரியத்தைச் சாதிக்கக்கூடிய வலுவான ஆட்களாக இல்லாததன் காரணமாக இன்றைக்கு அது நலிந்த ஒரு துறையாகவே இருக்கிறது.

இன்றைக்கு இந்த மானியக் கோரிக்கையில் 435 கோடி ரூபாய் ஒதுக்கி இருப்பதைப் பார்த்து என்னென்ன வகையில் ஒதுக்கப்பட்டிருக் கிறது? என்று இரவு எல்லாம் படித்துப் பார்த்தேன். அதிலே பயிர் வளர்ச்சிக்கு 364 கோடி ரூபாய் என்று இருக்கிறது. மொத்தமாக 364 கோடி ரூபாய் எதற்கு ஒதுக்கி இருக்கிறார்கள்? என்று வரிசையாகப் பார்த்தால் 225 கோடி ரூபாய் மின்சார இலாகாவுக்கு கொடுப்பதற்கு என்று போட்டிருக்கிறது. என்னடா வம்பாகப் போய்விட்டது? 364 கோடியிலே 225 கோடி ரூபாய் மின்சார இலாக்காவிற்குக் கொடுக் கிறார்கள். மின்சார இலாக்காவிற்குக் கொடுப்பதை இப்போதுதான் இந்தக் கணக்கிலே சேர்த்து இருக்கிறார்கள். இதற்கு முன்னாலே சேர்க்கவில்லை. வரிசையாகப் பார்த்தால் இரண்டு ஆண்டுகளாக இப்படி ஒரு கணக்கைப் போட்டு 400 கோடி ரூபாயிலே 225 கோடி ரூபாயை மின்சார இலாக்காவுக்குக் கொடுப்பதைப்பற்றி போட்டு 400 கோடி ரூபாய் இதற்கு ஒதுக்குவதாகச் சொல்லி இருக்கிறது.

நான் உண்மையிலேயே மகிழ்ச்சி அடைந்தேன், நம்முடைய வேளாண்மைத்துறை அமைச்சர் அவர்கள் ஏற்கெனவே வேளாண்மையிலே கொஞ்சம் அக்கறை உள்ளவர்கள்; விவசாயத்தைப் பற்றி நன்றாகத் தெரிந்தவர்கள் என்பதாலே நிறையப் பணத்தை வாங்கி இருப்பார்கள் என்று நான் மகிழ்ச்சி அடைந்து எல்லோரிடமும் சொல்லிக்கொண்டு இருந்தேன். வேளாண்மைத் துறைக்கு அதிகமான பணத்தை ஒதுக்க வேண்டுமென்று சொல்லிக் கொண்டே இருக்கிறோம். ஆனால், ஒதுக்குவது கிடையாது.

நான் தொழில் துறை மானியத்திலே பேசும் போதுகூட சொன்னேன். 25 கோடி ரூபாய் மூலதனம் உள்ள ஒரு பெரிய முதலாளிக்கு 25 லட்சம் ரூபாயை மானியமாகக் கொடுக்கிறீர்கள். அதேமாதிரி ஆயில் என்ஜின் வாங்குவதற்கு மானியமாக தொழில் முதலாளிகளுக்கு 5 லட்சம் ரூபாய் கொடுக்கிறோம். கொடுக்கலாம், நாங்கள் வேண்டாம் என்று சொல்லவில்லை: ஆனால், இந்தத் துறையே விவசாயத்தை ஒரு தொழிலாகக் கருதவில்லை. இப்போது மத்தியிலே உதவிப் பிரதமராக இருக்கிற திரு. தேவிலால் அவர்கள் இதை ஒரு தொழிலாகக் கருதவேண்டுமென்று சொல்லியிருக்கிறார்கள். என்ன வருகிறது என்று பிறகு பார்ப்போம். ஏனென்றால் இது ஒரு தொழில். எல்லாத் தொழில் களுக்கும் மூலப்பொருள்களை உற்பத்தி செய்து கொடுக்கக்கூடிய அடிப்படையான தொழிலாகும்.

நம்முடைய மாண்புமிகு அமைச்சர் அவர்கள்கூட ஒன்றைச் சொன்னார்கள். என்ன சொன்னார்கள் என்று சொன்னால், “உழவுக்கும் தொழிலுக்கும் வந்தனை செய்வோம்; வீணில் உண்டு களித்திருப் போரை நிந்தனை செய்வோம்” என்றார். நான் வந்தனை செய்யச் சொல்லவில்லை. நிந்தனை செய்யாமல் அவர்களுக்கு உண்டான உதவியைச் செய்தால் போதும் என்று நான் கேட்டுக் கொள்கிறேன். அதே மாதிரி,

> “உழுவார் உலகத்தார்க்கு ஆணி அஃதாற்றாது
> எழுவாரை எல்லாம் பொறுத்து”

என்று திருவள்ளுவர் சொல்லியிருக்கிறார். இன்றைக்கு இந்தத் துறை எப்படி இருக்கிறது என்பதைப்பற்றி சுருக்கமாகச் சொல்ல வேண்டுமென்று சொன்னால், ஒட்டுமொத்தமாக இன்றைக்கு விவசாய உற்பத்தி பெருகி இருக்கிறது. நல்ல நிபுணர்கள், சரியான விதைகளுக்கான ஆலோசனைகளெல்லாம் சொன்னதன் மூலமாக விவசாய உற்பத்தியைப் பெருக்குவதற்கு வேண்டிய சகலவிதமான ஏற்பாடுகளும் இருக்கின்றன.

ஆனால், விவசாயத்தினுடைய, வேளாண்மையினுடைய விஸ்தீரணம், நிலத்தினுடைய விஸ்தீரணம் குறைந்து கொண்டே வருகிறது. போன வருடம் நெல் போட்டவன், இந்த வருடம் சவுக்கு மரத்தைப் போடுகிறான். எங்கள் பகழியில் பருத்தி விளைவித்துக் கொண்டிருந்தவர்கள் இன்றைக்கு பருத்திச் செடியை விளைவித்தால் விலை கிடைப்பதில்லை. நஷ்டம் ஏற்படுகிறது என்பதற்காக கருவேல மரத்தைப் போடுகிறார்கள். நானேகூட 2 ஏக்கர் தோட்டத்திலே கருவேல மரத்தைப் போட்டிருக்கிறேன். ஏனென்று சொன்னால் கட்டுபடியாகவில்லை.

இன்றைக்கு, விவசாயம் கட்டுபடியாகாத ஒரு தொழிலாக மாறிக்கொண்டு வருகிறது. கரும்பு போடுகிறோம் என்று சொன்னால் ஓரளவிற்கு கட்டுபடி ஆகிறது. அதுவும் முழுமையாகக் கட்டுபடியாக வில்லை. மாண்புமிகு உறுப்பினர்களெல்லாம் இதைப்பற்றிச் சொன்னார்கள். மற்ற மாநிலங்களிலே கரும்புக்கு 400 ரூபாய் விலை கிடைக்கிறது. இங்கே சராசரியாக 311 ரூபாய்தான் கிடைக்கிறது. அந்த 400 ரூபாய் இங்கே கிடைக்கவில்லை. ஆனால், சர்க்கரை இந்தியா பூராவும் ஒரே விலையில்தான் விற்கிறது.

பருத்தி சம்பந்தப்பட்ட வரையில் மாண்புமிகு வேளாண்மைத் துறை அமைச்சர் அவர்களுடைய ஊரிலேயே பருத்தியை எரிக்கப் போகிறோம் என்று சொல்லி நோட்டீஸெல்லாம் வந்திருக்கிறது. ஏன் பருத்தியை எரிக்கப் போகிறீர்கள்? என்று கேட்டால், வாங்க நாதியில்லை

என்கிறார்கள். ஸ்வின் பருத்தி என்பது கூடுதலான நீண்ட இழைப் பருத்தி; அந்த இழைப் பருத்தியை வாங்க ஆட்கள் கிடையாது. போன வருடம் 2 ஆயிரத்துச் சொச்சம் ரூபாய் விலை போனது. இந்த வருடம் ஆயிரம் ரூபாய் கொடுக்கிறார்கள் குவிண்டாலுக்கு. நூல் விலை கூடியிருக்கிறது. ஜவுளி விலை கூடியிருக்கிறது. எல்லா விலையும் உயர்ந்து இருக்கிறது. உர விலை உயர்ந்திருக்கிறது. பூச்சி மருந்து விலை உயர்ந்து இருக்கிறது. ஆனால், பருத்தி விலை மட்டும் 50 சதவீதம் குறைந்து இருக்கிறது. அதை வாங்க ஆட்கள் கிடையாது. எல்லோரும் சேர்ந்து அங்கேயுள்ள மார்க்கெட்டிங் சொசைட்டி முன்னாலே போய் பெரிய கலாட்டா செய்திருக்கிறார்கள்.

பருத்தியை வாங்குவதற்கு மாவட்ட ஆட்சித் தலைவர் அவர்கள் ஏற்பாடு செய்கிறேன் என்று சொல்லியிருக்கிறார்கள், ஆனால், ஏற்பாடு செய்யவில்லை. எப்படி ஏற்பாடு செய்ய முடியும்? பருத்தியை ஈடாக வைத்துக்கொண்டு பணம் கொடுங்கள் என்று சொன்னால் பணம் இல்லை என்று சொல்கிறார்கள். மார்க்கெட்டிங் சொசைட்டியிலே பருத்தியை வைத்துக்கொண்டு பணத்தைக் கொடுங்கள்; திரும்ப நாங்கள் ஏதாவது விவசாயம் செய்கிறோம் அப்புறம் விலை வந்ததற்குப் பிறகு விற்றுக் கொள்கிறோம் என்று சொன்னால், மார்க்கெட்டிங் சொசைட்டியிலே வாங்குவதற்குப் பணம் இல்லை என்று சொல்கிறார்கள்.

ஒட்டுமொத்தமாக வேளாண்மையிலே உற்பத்தி கொஞ்சம் கூடியிருந்தாலும் கூட நாம் எதிர்பார்த்த அளவிற்குக் கூடவில்லை. அதற்கெல்லாம் காரணம் சம்பந்தப்பட்ட தொழில் நுட்ப அதிகாரிகள் தான். நல்ல நெல் விதைகளையெல்லாம் அவர்கள் கண்டுபிடித்து இருக்கிறார்கள். புதுப்புது கண்டுபிடிப்புகள் விதை மற்ற கண்டுபிடிப்புகள் மூலமாக கூடியிருந்தாலும்கூட, விவசாயிகளுக்கு உற்சாகம் இல்லை. அவர்கள் வாங்கிய கடனைக் கட்ட முடியாத நிலையிலே இன்றைக்கு இருந்து கொண்டிருப்பதற்கு என்ன காரணம்? தொடர்ந்து உற்பத்தி செய்யப்பட்ட விவசாயப் பொருள்களுக்கு விலை இல்லாத காரணத்தினாலும், இயற்கை பாதிப்பின் காரணத்தினாலும், கட்டுபடியான விலை இல்லாத காரணத்தினாலும்தான் இந்தக் கடன்கள் எலாம் பாக்கி இருக்கின்றன. அதனால் தான் மத்திய சர்க்காரிலே 10 ஆயிரம் ரூபாய் வரையிலுள்ள விவசாயக் கடன்களைத் தள்ளுபடி செய்ய வேண்டுமென்ற நிலைக்கு வந்திருக்கிறார்கள்.

இந்த மாநிலத்தைப் பொறுத்தமட்டில் நானும் பல இடங்களில் விசாரித்துப் பார்த்தேன். எந்தக் கூட்டுறவுச் சங்கத்திலும் கடந்த ஆண்டு விவசாயிகளால் கடன் பெற முடியவில்லை. காரணம், கடன் வேண்டாம்

என்பது இல்லை. கடன் கேட்கப் போனால், பழைய பாக்கி இருக்கிறது, உங்களுக்கு கடன் இல்லை என்று சொல்லி விடுகிறார்கள். சிறுசிறு விவசாயிகளுக்கு, ஐ.ஆர்.டி.பி. கடன் மாடு வாங்க, ஆடு வாங்க மட்டும் மானியக் கடன் கொடுத்து இருக்கிறார்கள். காரணம், வாங்கிய கடனைக் கட்ட முடியாத ஒரு இக்கட்டான சூழ்நிலையிலேயே இன்றைக்கு விவசாயிகள் இருந்து கொண்டிருக்கிறார்கள். அதைப் போக்குவதற்கு என்ன செய்ய வேண்டுமென்பதைப் பற்றி மாண்புமிகு அமைச்சர் அவர்கள் ஆலோசிக்க வேண்டும். அதற்கு வேண்டிய திட்டமிட வேண்டும். அவர்களுக்கு வேண்டிய சரியான உதவிகளைச் செய்ய வேண்டுமென்று கேட்டுக் கொள்கிறேன்.

சில நேரங்களிலே இயற்கை பாதிப்பும் ஏற்பட்டு விடுகின்றது. இதனால் பெரிய இழப்புகள் ஏற்படுகின்றன. இதுபற்றி திட்டக் கமிஷனிலேகூட சொல்லியிருக்கிறார்கள். இந்தமாதிரி இழப்புகள், வெள்ளம், புயல் போன்றவற்றால் ஏற்படுகின்றன. தஞ்சாவூரிலே ஒரு வருடம் பெரிய வெள்ளம் வந்து, நெல் பயிரையெல்லாம் அடித்துக்கொண்டு போய்விட்டது. அப்படிப்பட்ட காலங்களிலே உதவி செய்வதற்காக, தனியாக நிதி ஒதுக்க வேண்டும். இந்த மாதிரி இழப்புகள் ஏற்படக்கூடிய காலத்தில், அதை ஈடுசெய்வதற்கு ஒரு நிதியை வருடாவருடம் பட்ஜெட்டிலே ஒதுக்குவதற்கு வேண்டிய ஏற்பாட்டைச் செய்ய வேண்டுமென்று கேட்டுக் கொள்கிறேன்.

அடுத்து, இன்றைக்கு விதை மையங்கள், டி. மற்றும் வி. எல்லாம் ஒரே மாதிரியாக, ஒரு யூனியனுக்கு, தாலுக்காவுக்கு ஒரு உதவி இயக்குநர் என்று போட்டு நிர்வாகத்தில் சீர்திருத்தம் செய்யப்பட்டிருக் கிறது. அது நல்ல ஏற்பாடு. வரவேற்கிறேன். ஏனென்றால் இது ஒரு நல்ல சீர்திருத்தம். அதேமாதிரி, வேளாண்மை சம்பந்தப்பட்ட துறைகளை எல்லாம் ஒன்றாக இணைக்க வேண்டும். இன்றைக்கு தோட்டக்கலை தனியாக இருக்கிறது, எண்ணெய் வித்துத்துறை தனியாக இருக்கிறது, வேளாண்மை விற்பனைத்துறை தனியாக இருக்கிறது. இவைகளையெல்லாம் ஒரே துறையாகக் கொண்டுவர வேண்டும். அப்போதுதான் சரியாக இருக்கும்.

அதேபோல விதை வாங்க ஒரு இடம், பழச்செடி வாங்க ஒரு இடம், பூச்சி மருந்து வாங்க ஒரு இடம் என்று விவசாயிகள் அலைகிறார்கள். அவனுக்கு அலைவதற்கு நேரம் இல்லை. எப்படி அலைய முடியும்? அதனால் ஒரே இடத்தில் இவைகள் எல்லாம் கிடைக்க ஏற்பாடு செய்ய வேண்டும். அது மட்டுமல்லாமல் இவைகள் கிடைப்பதற்கு ஒரு யூனியனில் 2, 3 இடங்களில், நடந்தோ,

சைக்கிளிலோ போகிற தூரத்தில் இப்படிப்பட்ட விற்பனை மையங்கள் அமையும்படி நடவடிக்கை எடுக்க வேண்டும். அதே மாதிரி இடுபொருள் பற்றி சில வார்த்தைகள் சொல்ல விரும்புகிறேன். காலம் கடந்த நிலையில் இடுபொருட்கள் டிப்போவுக்கு வருகின்றன.

உதாரணமாக போன வருஷத்தில் பழச் செடிகள் எப்போது வரவேண்டும்? ஜூலையில் வரவேண்டும். நவம்பரில் வந்தது. அது மட்டுமல்ல, தனியார் நர்சரியில் வாங்கியிருக்கிறார்கள். அங்கே அது 7 ரூபாய். நாம் வாங்குவது 11 ரூபாய்க்கு. 50 சதவீத மானியம் கொடுத்தால், மூன்று ரூபாய், மூன்றரை ரூபாய்க்கு கிடைக்கிறது. அப்படிக் கிடைக்கிற பூச்செடி, பழச்செடி எல்லாம் காலத்தில் வாங்காமல், காலம் தாழ்ந்து வாங்கி, 7 ரூபாய்க்கு வாங்க வேண்டியவைகளை, 11 ரூபாய் கொடுத்து வாங்குவதால், அரசாங்கத்தின் மானியம் வீணாகிறது, விவசாயிகளுக்கு நஷ்டம் ஏற்படுகிறது. நவம்பரில் எப்படி செடி நட முடியும்? மழையில்லாத காலத்தில் எப்படி நட முடியும்? ஆகவே காலா காலத்தில் டிப்போவுக்கு வர நடவடிக்கை எடுக்க வேண்டும்.

அதேபோல பூச்சி மருந்து போன வருஷம் லேட்டாக வந்தது. பல பேர் அதை வாங்க முடியவில்லை. மானிய விலையில் கொடுப்பதெல்லாம் கடைக்குப் போய் விடுகிறது. ஆகவே, அதிகாரிகள் காலாகாலத்தில் அதை வாங்கி ஸ்டாக் பண்ண வேண்டும். டிப்போவுக்கு வந்தாலே, அது வரவில்லை என்று சொல்கிறார்கள். இன்றைக்கு 2, 3 மாதம் கழித்து, வெள்ளாமை வைத்ததற்குப் பிறகு மானிய விலையில் வந்து இருக்கிறது, வாங்கிக் கொண்டு போங்கள் என்று சொல்கிறார்கள். இதை வாங்கி வெளியில் விற்று விடுகிறார்கள். ஆகவே அதைச் சரி பண்ணவேண்டுமென்று கேட்டுக் கொள்கிறேன்.

மானியத் திட்டத்தில் போன வருஷம் பி.எச்.சி. 10 பர்சென்ட் டிசம்பர் மாதத்தில் வந்தது. எல்லாம் முடிந்ததற்குப் பிறகு வந்தது. ஆகவே அது சரியில்லை. அதேமாதிரி, திருத்துறைப்பூண்டியில் போலி மருந்துகள் விற்கப்படுகின்றன என்று எம்.எல்.ஏ. சொல்கிறார். ஏற்கெனவே அதில் நடவடிக்கை எடுக்கவில்லை என்று விவசாயிகள் சொல்கிறார்கள். அப்படி போலித்தனமான மருந்துகளை அவர்களே தயார் செய்து விற்கிறார்கள். இப்படிப்பட்ட போலி மருந்துகளை வாங்கி ஏமாந்து போவதோடு, ஒட்டுமொத்த நஷ்டமும் ஏற்படுகிறது. மகசூல் நஷ்டம் ஏற்படுகிறது. அதை சரியானபடி கண்காணித்து சரியான நடவடிக்கை எடுக்க வேண்டும்.

மாண்புமிகு திரு. வீரபாண்டி சோ. ஆறுமுகம்: அப்படி தரம் இல்லாத மருந்து விற்றவர்கள்மீது நடவடிக்கை எடுக்கப்பட்டிருக்கிறது. அதுவும் இந்த அரசு பொறுப்பேற்றுக் கொண்டவுடன் ஏற்கெனவே விவசாய டிப்போக்களில் வாங்கி வைத்திருந்த பூச்சி மருந்துகளை மீண்டும் பரிசோதித்துப் பார்த்து தரம் இல்லை என்று தெரிய வந்தால் அந்த மருந்துகளையே விவசாயிகளுக்குக் கொடுக்கக் கூடாது என்றும் உத்தரவிடப்பட்டிருக்கிறது. இப்போது புதிதாக 'தாய்' நிறுவனத்தின் மூலம் பூச்சி மருந்து வாங்கினாலும் சரி, தனியாரிடத்திலும் அங்கீகரிக்கப்பட்ட கம்பெனியிடம் மருந்து வாங்கினாலும், டிப்போவுக்கு வந்தவுடன் உடனடியாக பரிசோதனை செய்து தரமுள்ளதா? என்று தெரிந்த பிறகுதான் விவசாயிகளுக்கு வழங்க வேண்டுமென்று உத்தரவிடப்பட்டிருக்கிறது.

திரு. சோ.அழகர்சாமி: அமைச்சர் அவர்களுக்கு நன்றியைத் தெரிவித்துக் கொள்கிறேன். அதேமாதிரி, எங்கு தவறான மருந்துகள் விற்கப்படுகிறதோ, எக்ஸ்பயரியான மருந்துகள் விற்கப்படுகிறதோ அதைத் தடுக்க வேண்டும். காலம் கடந்த மருந்துகள் விற்பனைக்கு வருகிற காரணத்தால் அதை விவசாயிகள் வாங்கி விடுகிறார்கள். மானியம் கிடைக்கிறது என்று விவசாயிகள் வாங்கி ஏமாந்து விடுகிறார்கள். இதைச் சரிசெய்ய வேண்டும்.

அடுத்ததாக வேளாண்மைப் பொறியியல் பணி கூட்டுறவு இணையம் என்று இருக்கிறது. ஒவ்வொரு வட்டாரத்திலும் வைத்திருக் கிறோம். இதில் என்ன சொல்கிறார்கள் என்றால், 220 வட்டாரங்களில் 12 மாவட்ட அளவிலான கூட்டுறவு பொறியியல் பணி மையங்கள் இருக்கின்றன. அதில் நஷ்டத்தில் இயங்கக்கூடிய 65 வட்டார அளவிலான வேளாண்மைக் கூட்டுறவுச் சங்கங்களைக் கலைத்து ஆகிவிட்டது என்று சொல்லியிருக்கிறார்கள். அதை முழுமையாகக் கலைத்து விட்டு, பொறியியல் துறையுடன் இணைத்து விடுங்கள். இது தனியாக இருக்க வேண்டிய அவசியம் இல்லை. அங்கே அதிகாரிகள் இருக்கிறார்கள். அதிலே மெஷினரிகள் இருக்கின்றன. வாடகைக்கு விடுகிறார்கள். எல்லாம் பண்ணுகிறார்கள்.

இங்கே பூச்சி மருந்துகள் விற்பதற்கு என்று டெப்போ இருக்கிறது. அவர்களும் ஒரு டெப்போ வைத்திருக்கிறார்கள். இரண்டு டெப்போக்கள் தேவையில்லாதது. பல பேர் அங்கே மெம்பர்களாக இருந்தாலும்கூட, அங்கே வேலை செய்ய ஆட்கள் கிடையாது. இதுவரையில் அதற்கென்று யாரும் தேர்ந்தெடுக்கப்படவில்லை. ஆகவே, அதை பூராவும் நிறுத்திவிட்டு பொறியியல் துறையோடு அதை இணைத்துவிட

வேண்டும். அப்படி இணைத்துவிட்டு ஒவ்வொரு வட்டாரத்திலும் குறைந்தபட்சம் ஒரு ஊராட்சி ஒன்றியத்தில் இந்தப் பொறியியல் துறையின் மூலமாக ஆங்காங்கு ஒரு கிளைகள் மாதிரி வைத்து ஒரு டிராக்டர் அல்லது இரண்டு டிராக்டர்கள் என்றும் அங்கே எது கேட்டாலும் வாடகைக்கு கிடைப்பது மாதிரி இருக்க வேண்டும். இப்போது பல இடங்களிலே கிடைப்பதில்லை. நஷ்டத்திலே இயங்குவது மாதிரி இருக்கிறது என்று சொன்னால், இவர்கள் சில சேவைகளைச் செய்யப் போவதாகச் சொல்லியிருக்கிறார்கள்.

விவசாயிகள் எல்.டி. பேங்கிலே ஏதாவது லோன் வாங்கி ஒரு ஆயில் என்ஜின் வாங்க வேண்டுமென்று சொன்னால், அங்கே போய்த் தான் வாங்க வேண்டும். அவர்கள் எங்கே வாங்குகிறார்கள் என்று சொன்னால் நாம் எந்தக் கடையிலே கேட்டிருக்கிறோமோ அந்தக் கடையிலேயிருந்து வாங்கி 25 சதவீதம் லாபம் சேர்த்து அவர்களுக்கு விற்கிறார்கள். எதற்கு இந்த வம்பு? நான் நேராகச் சென்று வாங்கினால் 5 ஆயிரம் ரூபாய்க்கு வாங்கி விடுவேன், உங்களிடம் வாங்கும்போது 5,500 ரூபாய் வருகிறது என்று கேட்டால், எங்களிடம்தான் வாங்க வேண்டுமென்று அரசாங்கத்தினுடைய சட்டம் இருக்கிறது என்று சொல்கிறார்கள். இந்தச் சட்டத்திற்காக நான் 500 ரூபாய் இழக்க வேண்டுமா? என்று கேட்டால், பதிலில்லை. ஆகவே, அது நியாயம் இல்லை. அது தேவையும் இல்லை என்று தெரிவித்துக் கொள்கிறேன். சில சொசைட்டிகள் இன்றைய தினம் நஷ்டத்திலே இயங்கிக் கொண்டிருக்கின்றன என்று சொல்லியிருக்கிறார்கள்.

இன்னொன்று என்ன சொல்கிறார்கள் என்றால், அதிலே வேலை செய்பவர்களுக்கு மாதாமாதம் ஊதியம் பெற முடியவில்லையாம். அவர்களையே விற்கச் சொல்கிறீர்கள். அவர்களையே லாபம் சம்பாதிக்க வேண்டுமென்று சொல்கிறீர்கள்; அவர்களையே சம்பளத்தை எடுத்துக்கொள்ளச் சொல்கிறீர்கள். பல்வேறு சேவை கூட்டுறவு மையங்களில் அதிலே வேலை செய்பவர்களுக்கு வருமானம் இல்லாததால் மாதாமாதம் ஊதியம் பெற முடியாத நிலை இருக்கிறது. ஆகவே, இந்த டிபார்ட்மெண்டோடு, வேளாண்மைத் துறையோடு இணைத்து அவர்களையும் அரசாங்க ஊழியர்களாக ஆக்கி அவர்களுக்கு ஊதியம் வழங்குவதற்கு ஏற்பாடு செய்ய வேண்டுமென்று கேட்டுக் கொள்கிறேன்.

அடுத்ததாக, சேலத்திலே, பருத்தி பூராவும் விற்க முடியாமல் போயிருக்கிறது. எங்கள் பகுதியிலேகூட இந்த நிலைமை இருக்கிறது.

இதற்கு என்ன காரணம் என்று கேட்டால், ஸ்லின் பருத்தி என்பது நல்ல தரமுள்ள பருத்தியாகும். வியாபாரிகள் எல்லாம் கூடிச் சேர்ந்து அதை வாங்க மாட்டேன் என்கிறார்கள். மார்க்கெட்டிங் சொசைட்டிக்கு வங்கிகளிலேயிருந்து கடனைக் கொடுக்கச் சொல்லி ஈட்டுக்கு கொடுக்க வேண்டுமென்று சொல்லுங்கள். முதலிலே அந்தப் பருத்தியை வாங்கிக் கொண்டு அதற்கு ஈடாக கொஞ்சம் பணத்தைக் கொடுக்கச் சொல்லுங்கள். எல்லா மார்க்கெட்டிங் சொசைட்டியிலும் கொடுக்கச் சொல்லி நல்ல விலை வரும்போது அதை விற்றுக் கொடுங்கள். இப்போது விற்பனை இணையங்கள் இருக்கின்றன. மார்க்கெட்டிங் சொசைட்டிகள் இருக்கின்றன. மார்க்கெட்டிங் கமிட்டி இருக்கிறது.

இந்த மார்க்கெட்டிங் கமிட்டி இருக்கிறதே, இது பூராவும் வியாபாரிகளுக்கு உதவி செய்யத்தான் இருக்கிறதே தவிர, மார்க்கெட்டிங் கமிட்டி மூலமாக என்ன லாபம் இருக்கிறது? என்று சொல்லுங்கள். மார்க்கெட்டிங் கமிட்டி எந்தவொரு விவசாயியிட மிருந்தும் பொருள்களை வாங்குவது கிடையாது. வியாபாரிகள் வாங்குவதற்கு இவர்கள் தரகர்களாகத்தான் இருக்கிறார்கள். அதனாலே மார்க்கெட்டிங் கமிட்டி என்பது அவ்வளவு சரியாகச் செயல்படுவதாகத் தெரியவில்லை. எங்கெங்கு யார் விற்றாலும் அவர்களுக்கு கமிஷன் போய்ச் சேர்ந்து விடுகிறது. இதையெல்லாம் மார்க்கெட்டிங் சொசைட்டிக்கு மாற்றி, இந்த மார்க்கெட்டிங் சொசைட்டியின் மூலமாக விவசாயிகளுக்குச் செய்ய வேண்டிய சேவைகளையும், ஜனநாயக முறைப்படி தேர்ந்தெடுக்கப்பட்ட ஒரு அமைப்பையும் கொண்டு வந்தால் கொஞ்சம் பிரயோசனமாக இருக்கும் என்பதைத் தெரிவித்துக் கொள்கிறேன்.

கடைசியாக ஊதியம் சம்பந்தமாகச் சொல்ல விரும்புகிறேன். வேளாண்மைத் துறையிலே வேலை செய்யும் டிப்ளமா படித்தவர்களுக்கு, பார்மசிஸ்ட்கள் மற்ற மருத்துவத் துறையிலே இருக்கின்ற மருத்துவ உதவியாளர்கள் இருக்கிற அதே கேட்டகிரியிலே சம்பளம் முன்னாலே நான்காவது ஊதியக் கமிஷனிலே இருந்ததாம். இப்போது அவர்களைக் குறைத்துவிட்டார்கள். அதே மாதிரி அக்ரிகல்சர். பி.எஸ்ஸி. (அக்ரி) படித்த பட்டதாரிகள் இருக்கிறார்கள். வெட்ரினரி டாக்டர்கள், தாசில்தார்கள், சர்க்கிள் இன்ஸ்பெக்டர்கள் அதேமாதிரி அந்தத் துறையிலே இருந்த வெட்ரினரி டாக்டர்களுக்கும், என்ஜினியர்களுக்கும் இருக்கிற ஊதியத்திலே இருந்து இப்போது குறைத்து விட்டார்கள்.

விவசாயத்தை எப்படி நாட்டிலே கவனிக்காமல் இருக்கிறார்களோ அந்த மாதிரி விவசாயத் துறையிலே பணியாற்றக் கூடியவர்களுக்கும்

இப்படி ஒரு பாரபட்சமான ஒரு இறக்கம், ஒரு தாழ்வு ஏற்படுத்த வேண்டிய அவசியம் என்ன? ஆகவே, எல்லோருக்கும் உண்டான ஏற்கெனவே முன்னாலே இருந்த அதே லெவலிலே அதே கேட்டகிரியிலே அவர்களை வைத்து, இழப்பு ஏற்பட்ட ஊதியத்தை அவர்களுக்கும் வழங்குவதற்கு வேண்டிய ஏற்பாட்டைச் செய்ய வேண்டும். இந்த மாதிரி செய்வதன் மூலமாக நாட்டிலே விவசாய உற்பத்தி பெருகும். விவசாய உற்பத்தி என்பது நாட்டிலே மிகமிக அவசியமான தேவை. ஆந்திராவிலேயிருந்து அரிசியை எதிர்பார்த்துக் கொண்டிருக்கிறோம். நமக்கு 55 லட்சம் டன்தான் விளைகிறது. 70 இலட்சம் டன் விளைய வைக்கலாம்.

மாண்புமிகு திரு. வீரபாண்டி சோ.ஆறுமுகம் : மாண்புமிகு தலைவர் அவர்களே, வேளாண்மை நிபுணர்கள், பட்டதாரிகள், வேளாண்மை உற்பத்தியிலே எப்படி அக்கறை எடுத்துக் கொண்டு இருக்கிறார்களோ அதேபோல அவர்களுடைய கோரிக்கையைப் பரப்புவதிலேயும் உறுப்பினர்கள் மூலம் ரொம்ப சிரமம் எடுத்து இருக்கிறார்கள் என்று தெரிய வருகிறது. (குறுக்கீடு) வேளாண்மை பட்டதாரிகள் வேளாண்மை உற்பத்தியில் எப்படி அக்கறை எடுத்துக் கொண்ட காரணத்தினால் உணவு உற்பத்தி அதிகமாகி ஆகி இருக்கிறதோ அதைப்போல அவர்களுடைய கோரிக்கையை நம்முடைய மாண்புமிகு உறுப்பினர்கள் மூலம் பரப்புவதற்கு பெரு முயற்சி எடுத்து இருக்கிறார்கள் என்று மாண்புமிகு உறுப்பினர்கள் பேசுவதிலேயிருந்து தெரிய வருகிறது என்று சொன்னேன்.

திரு.சோ.அழகர்சாமி: தலைவர் அவர்களே, அதிகாரிகளைப் பொறுத்தமட்டில் நல்ல யோசனைகளைச் சொல்கிறார்கள். ஒரு ஏக்கரிலே ஒரு மூட்டைக்குப் பதிலாக 10 மூட்டைகள் விளைகின்றன. ஒரு பொதி விளைய வைத்த இடத்திலே என்னால் 10 பொதி விளைய வைக்க முடிகிறது. எங்கள் பகுதியிலே பார்த்தால் நெட்டச் சோளம் முன்னாலே ஒரு ஏக்கருக்கு ஒரு மூட்டைதான் வரும். இப்போது ஒரு ஏக்கரில் 10 மூட்டை வருகிறது. 10 மூட்டை வந்தாலும் சரி நாங்கள் அதைக் குறைந்த விலைக்குக் கொடுக்க வேண்டியிருக்கிறது. அதற்குரிய விலை இல்லை. அவர்கள் மேலே குற்றம் இல்லை. வேளாண்மை அதிகாரிகள் அவர்களுடைய வேலையைச் செய்கிறார்கள். அரசாங்கத்தினுடைய பாலிசி மாற வேண்டும். ஆகவே, அதை ஒரு கொள்கையாக ஏற்றுக் கொண்டு, விவசாயிகளுடைய பணியை ஒரு தொழிலாக ஏற்றுக் கொண்டு வேண்டிய உதவிகளை, வேறு தொழில் களுக்குச் செய்கிற மாதிரி செய்ய வேண்டும்.

அதேமாதிரியாக கடன் சம்பந்தப்பட்ட வரையில், மத்திய சர்க்கார் சொன்னதைப் போல, சரியான நிவாரணத்திற்குண்டான ஏற்பாடுகளைச் செய்வதும், நியாயமான விலை அவர்களுக்குக் கிடைப்பதற்கு-பெற்றுத் தருவதற்கு, வேளாண்மைத் துறை அமைச்சர் அவர்கள், வேளாண்மைத் துறையிலே ஈடுபடுகிற விவசாயிகளுக்காக முயற்சி செய்து வாங்கித்தர வேண்டுமென்று கேட்டு அமைகிறேன். நன்றி.

மாண்புமிகு திரு. வீரபாண்டி சோ.ஆறுமுகம் : மாண்புமிகு பேரவைத் தலைவர் அவர்களே, மாண்புமிகு இந்தியக் கம்யூனிஸ்ட் கட்சியினுடைய தலைவர் அண்ணன் திரு. அழகர்சாமி அவர்கள், இந்த விலையைப் பற்றி சொன்ன காரணத்தினால், அவர்களுக்கு, பின்னாலே பதில் சொல்ல முடியாமல் போய்விடுமோ என்ற காரணத்தினால், ஒரு கருத்தை இங்கே சொல்கிறேன். சென்ற ஆண்டு நல்ல விலை இருந்தது உண்மைதான். இந்த ஆண்டு உற்பத்தி அளவை நாம் பார்த்தால், சென்ற ஆண்டை விட பல மடங்கு உயர்ந்துதான் காரணம், இப்படி பருத்தி மார்க்கெட்டின் விற்பனைக் கமிட்டியிலே நான் கொண்டு வந்து நல்ல விலை கிடைக்க ஏற்பாடு செய்கிறபோது, வியாபாரிகள் ஒரு கூட்டுறவு முயற்சியில் அவர்கள் சேர்ந்து கொண்டு, விலையைக் செய்து வருகிறார்கள். அப்படிப்பட்ட நிலை ஏற்படுகிற போது, நாம் இப்போது செய்ய என்ன வழி வகை இருக்கிறது என்று சொன்னால், ‘பருத்திக் கழகம், பம்பாய்’ (காட்டன் கார்ப்பரேஷன், பம்பாய்) அவர்களிடமும், அதேபோல், ‘சிமா’ - கோவையிலே, தென்னிந்திய மில் அதிபர்கள் சங்கம் இருக்கிறது; அவர்களோடும் நாம் தொடர்புகொண்டு, அவர்களை அழைத்து, நம்முடைய விற்பனை நிலையத்திலே அவர்களை ஈடுபடச் செய்கிறோம். அதன் மூலம், ஓரளவுக்கு விவசாயிகளுக்கு உற்பத்தி செய்த பருத்திக்கு நியாயமான விலை கொடுக்கவும் ஏற்பாடு செய்கிறோம். அதுவும் போதுமான அளவுக்கு இல்லை என்பதும் அரசுக்குத் தெரியும்.

திரு. சோ.அழகர்சாமி: மாண்புமிகு பேரவைத் தலைவர் அவர்களே, பருத்தி சம்பந்தப்பட்ட வரையில் அதிகமாக விளைந்ததாகச் சொன்னார்கள். அவர் சொன்ன கணக்கிலே நமக்குத் தேவையானது 12 லட்சம் பேல். ஆனால், விளைவது 5 லட்சம் பேலுக்கும் குறைவாகத் தான். அதோடு மட்டுமல்லாமல், கடைசியாக ஒன்று, இந்த வேளாண்மை மண்வளப் பாதுகாப்புத் துறையிலே 5, 6 அல்லது 10 வருடங்கள் பணியாற்றிய பின், ‘ஸ்கீம்’ முடிந்து விட்டது என்று வீட்டுக்கு அனுப்புகிறார்கள். நம்முடைய துறைக்கு வந்தவர்களை வீட்டுக்கு அனுப்பக்கூடாது. ஏதாவது ஒரு வேலை கொடுத்து பணியில் அமர்த்துவதோடு, அதிகமான ஆட்களை இந்தத் துறையில்

வேலைக்கு சேர்க்கக் கூடிய முறையிலே நம்முடைய பணி அமைய வேண்டுமென்று வற்புறுத்தி அமைகிறேன். வணக்கம்.

சங்கம் அமைப்பதைத் தடுக்கலாமா?*

திரு. சோ.அழகர்சாமி: மாண்புமிகு பேரவைத் தலைவர் அவர்களே, இப்போது நம் முன்னால் உள்ள நிதி ஒதுக்கச் சட்ட முன்வடிவின் மீது ஒரு சில கருத்துக்களை நேரம் இன்மை காரணமாக சுருக்கமாகச் சொல்ல முன் வருகிறேன்.

மத்தியிலே இருக்கின்ற தேசிய முன்னணி அரசு விவசாயிகளுக்கு அறிவித்து இருக்கின்ற 10,000 ரூபாய் வரை உள்ள கடன் தள்ளுபடி என்று சொல்லக்கூடிய அந்த அறிவிப்புகளை அடுத்து நம்முடைய மாண்புமிகு முதலமைச்சர் அவர்கள் நேற்று திருச்சியிலே அறிவித்ததின் அடிப்படையிலே இங்கே ஆய்வில் இருப்பதாகச் சொல்லியிருக்கிறார்கள். நேற்றுக் கூட என்பது ஆய்வில் திருச்சியில் முதல்வர் அவர்கள் விவசாயிகள் கடன் தள்ளுபடி இருப்பதாகத் தெரிவித்திருக்கிறார்கள்.

நீண்ட நாட்களாக விவசாயிகள் வைத்திருக்கின்ற அந்த கோரிக்கையின் அடிப்படையில், மத்திய அரசு அதை நடைமுறைப் படுத்துவதற்கு வேண்டிய ஏற்பாடுகளைச் செய்திருக்கிறது. அதற்கான சில நிதியையும் ஒதுக்கியிருக்கிறார்கள். ஏற்கெனவே தொடர்ந்து பல்லாண்டு காலமாக விவசாயிகள் வாங்கிய கடன், பாக்கியாகவே இருந்து கொண்டு வருகிறது. இதற்கு மத்தியில் பல்வேறு நிவாரண நடவடிக்கை எடுக்கப்பட்டாலும், பூரணமாக அவர்கள் கடன்கள் தீரவில்லை.

இன்றைக்கு விவசாய வருமானத்தைப் பிரதானமாக நம்பியிருக்கிற பெரும்பகுதி விவசாயிகள் கடந்த காலத்தில் விவசாயம் செய்வதற்குக் கூட்டுறவுச் சங்கங்களில் கடன்களைப் பெறமுடியவில்லை. காரணம், பழைய பாக்கியே தொடர்ந்து இருந்து வருகிறது. அதற்கு ஒரு முடிவேற்படுகிற வகையில், சரியான ஏற்பாட்டைச் செய்கிற முறையில், அவர்களுக்கு நிவாரணம் ஏற்பட வேண்டும். விவசாயிகளுக்கு ரூ. 10,000 வரை தள்ளுபடி செய்யப்படும் என்று சொல்லியிருக்கிறார்கள். அதிலே 10,000 ரூபாய்க்கு மேலேகூட சிறு விவசாயிகளுக்குக் கடன்கள் இருக்கின்றன.

சிறு விவசாயிகள் ரூ. 5,000 கடன் வாங்கியவர்கள் கூட வட்டியும் அசலும் சேர்த்து 10,000 ரூபாய் என்று இருப்பதால் கன்வர்ஷன் கொடுத்து புதியதாக இரண்டாவது கடனை வாங்கியிருக்கிறார்கள்.

---

* நிதி ஒதுக்கச் சட்டமுன் வடிவின் மீது 1990 மே 7 அன்று பேசியது.

பழைய கடன் ரூ.10,000 இருக்கிறது. புதிய கடனும் சேர்ந்து சிறு விவசாயிகள் கூட ரூ. 10,000-க்கு அதிகமான கடனை வைத்திருக் கிறார்கள். எனவே ரூ. 10,000 வரை தள்ளுபடி செய்வதோடு, மீதியுள்ள கடனையும் தவணை முறையில் அவர்கள் திருப்பிக் கட்டுவதற்கு ஏற்பாடுகளை மாண்புமிகு முதல்வர் அவர்கள் செய்ய வேண்டுமென்று கேட்டுக் கொள்கிறேன்.

அடுத்ததாக, இன்றைக்கு விளைபொருட்களுக்கான சரியான விலை கிடைக்கவில்லை. உதாரணத்திற்கு ஒன்றைச் சொல்ல வேண்டுமென்று சொன்னால், நமக்குத் தேவையான பருத்தி 12 லட்சம் பேல்கள். ஆனால், தமிழகத்தில் விளைவது நான்கு அல்லது நான்கரை லட்சம் பேல்கள்தான். அதற்குச் சரியான விலை கிடைக்கவில்லை. இந்த ஆண்டு கூட, சேலம் மாவட்டத்தைப் பொறுத்த வரையில், அங்குள்ள விவசாயிகள் கடந்த ஆண்டு ரூ. 3,000-க்கு பருத்தி விற்றது, இந்த ஆண்டு வாங்குவதற்கு ஆள் இல்லை என்ற காரணத்தைச் சொல்லி போராட்டம் செய்தார்கள். சென்னைக்குப் போராட்டத்திற்காக வந்தார்கள். சேலம் மாவட்டத்தில், பல இடங்களில் மார்க்கெட்டிங் கமிட்டிக்கு முன்னாலே போராடுகிறார்கள்.

ஆகவே, இந்தப் பருத்தியை வாங்குவதற்கு மார்க்கெட்டிங் சொசைட்டி மூலமாக அவர்களுக்கு அதிகமான நிதி உதவி செய்து, அவர்களாகவே அதைக் கொள்முதல் செய்து, ஜின் செய்து, பஞ்சை கூட்டுறவு மில்களுக்கு வழங்குவதற்கு ஏற்பாடுகளைச் செய்ய வேண்டுமென்று கேட்டுக் கொள்கிறேன். ஏனென்றால் பருத்தியைப் பொறுத்தவரையில் நமக்குத் தேவையான பருத்தியின் அளவில் 30 சதவீதம் தான் உற்பத்தியாகிறது. ஆகவே, நியாயமான விலை கிடைப்பதற்கு நடவடிக்கை எடுக்க வேண்டும். கடந்த காலத்தில் மகாராஷ்டிரா போன்ற பல மாநிலங்கள், காட்டன் கார்ப்பரேஷன் என்ற நிறுவனம் மூலம் விளைந்த பருத்தியை வாங்க ஏற்பாடுகள் செய்தன. மார்க்கெட்டிங் கமிட்டியை நாம் நம்பி பிரயோசனம் இல்லை. தரகு மண்டி மாதிரி இருக்கிறது. வியாபாரிகளுக்குத் தான் உதவி செய்கிறதே தவிர, விவசாயிகளுக்குப் பிரயோசனமாக இல்லை.

ஆகவே, மார்க்கெட்டிங் சொசைட்டிகள் மூலமாக அவர்கள் ஜின்னிங் பேக்டரிகள் வைத்திருக்கிறார்கள். அவர்களுக்கு வேண்டிய நிதியை உதவி செய்தால், அவர்கள் கொள் முதல் செய்து, ஜின் பண்ணி, கூட்டுறவு மில்களுக்கு வழங்கலாம். அதற்கு வேண்டிய ஏற்பாட்டைச் செய்ய வேண்டுமென்று கேட்டுக் கொள்கிறேன். அதே மாதிரி, உளுந்து போன்ற பயிர்கள் விளைகிற நேரங்களில் அதற்கான விலை கிடைக்கவில்லை என்ற குறை இருக்கிறது. விளைகிற

நேரங்களில் விவசாயிகள் 600 ரூபாய்க்கு ஒரு குவிண்டால் விற்றார்கள். இன்று அதன் விலை 900 ரூபாய். ஆகவே, விளையும் பொருட்களை விளையும் காலத்தில் வாங்கி வைக்கக்கூடிய ஏற்பாட்டை அரசு செய்தால், விவசாயிகளுக்கும் நியாயமான கிடைக்கும், வாங்கி உபயோகிக்கும் உபயோகிப்பாளர்களுக்கும் நியாய விலையில், குறைந்த விலையில் அந்தப் பொருட்கள் கிடைக்கும்.

ஏற்கெனவே நம்முடைய நாட்டில் பருப்பு உற்பத்தி குறைச்சல். வடமாநிலங்களில் இருந்து வர வேண்டியிருக்கிறது. அதுகூட, உளுந்து போன்ற பயிர்கள் விளைகிற காலத்தில் கொள்முதல் செய்ய முடியாமல், விவசாயிக்கு வந்தவுடனேயே அவர்கள் குறைந்த விலைக்கு விற்று விடுகிறார்கள். அதனால் அவர்களுக்கு நியாயமான விலை கிடைக்கவில்லை. உதாரணமாக உளுந்துக்கு 600 ரூபாயாக இருந்தது, போட்டுவிட்டார்கள். வியாபாரிகள் கையில் அது போனவுடன் 900 ரூபாயாக வந்துவிட்டது. அதையும் முதல்வர் அவர்கள் கவனிக்க வேண்டுமென்று கேட்டுக் கொள்கிறேன்.

அடுத்து, பயிர்ப் பாதுகாப்பு. நோய்த் தடுப்பு முறை இப்போது இருக்கிறது. ஆனால், திடீரென்று நோய் வந்துவிடுகிறது. என்ன நோய் என்று தெரியவில்லை. நோய் வந்ததன் காரணமாக பல்வேறு விதமான பாதிப்புகள் விவசாயிகளுக்கு ஏற்படுகிறது. இதையெல்லாம் மலேரியா ஒழிப்பு மாதிரி, அரசாங்கமே நோயைத் தடுக்கக்கூடிய நடவடிக்கைகளைச் செய்ய வேண்டும். அதை பஞ்சாயத்து யூனியன்கள் மூலமாகவோ அல்லது படித்த வேலையில்லாத வாலிபர்களை நியமித்து அவர்களுக்கு சில பொறுப்புகளைக் கொடுப்பதன் மூலமாகவோ நோய்த் தடுப்பை முழுமையாகச் செயல்படுத்தி அரசு தனது பொறுப்பில் அதற்கான ஏற்பாடுகளைச் செய்ய வேண்டுமென்று கேட்டுக் கொள்கிறேன். அதைப் பற்றியும், முதல்வர் அவர்கள் ஆலோசனை செய்ய வேண்டுமென்று கேட்டுக் கொள்கிறேன்.

இப்போது மின்சாரத்திற்கும் சலுகை அளிக்கப்பட்டிருக்கிறது. இப்போது ஐப்தி கிடையாது. அதுமாதிரி 50 ரூபாய் தான் ஹார்ஸ் பவருக்கு என்று சொன்னது எல்லாம் வந்திருக்கிறது. அதுபோல பழைய பாக்கிகளை எல்லாம் அதிலே தள்ளுபடி செய்ய வேண்டும்.

அடுத்து, பயிர்களுக்கு அரசே பாதுகாப்பு செய்ய வேண்டும் விவசாயிகளிடம் அதை விட்டுவிடுவதன் காரணமாக ஒருவர் மருந்து அடிக்கிறார். இன்னொருவர் காசு இல்லாமல் மருந்து அடிப்பதில்லை. ஆகவே மருந்து அடித்தவர்களுடைய பயிர்களைக் கூட இந்த நோய் விடுவதில்லை. அதனால், மிகப் பெரிய பாதிப்பு ஏற்படுகிறது. இதற்கும் அரசு சரியான ஏற்பாடு செய்ய வேண்டும்.

அடுத்து, வறட்சி ஏற்படும்போதும் திடீர்த் திடீர் என்று புயல், வெள்ளம் இப்படிப்பட்ட நிலைமை ஏற்படுகின்ற காலங்களிலும் பாதிப்பு ஏற்பட்டால் கடனை உடனே ஒத்தி வைக்கிறோம். அடுத்த ஆண்டு, விளைந்தால் கூட அந்தக் கடனைக் கட்ட முடியாத நிலைமை இருக்கிறது. காரணம் விவசாயிகள் வாங்குகிற கடனைக் கட்டுவதற்கு, அடுத்த ஆண்டு விளைகிற விளைச்சலில் அவனுக்கு சரியாக விளைச்சல் இல்லாததாலும், நியாயமான விலை கிடைக்காததாலும் மற்றும் பல்வேறு காரணங்களினாலும், இடுபொருள்கள் எல்லாம் விலை அதிகரித்துவிட்டதன் காரணத்தாலும், அவன் கட்ட முடியாத நிலைமை இருக்கிறது. அவனுக்கு நல்ல விளைச்சல் ஏற்பட்டு, நியாயமான விலை கிடைத்தால்தான் அவன் கட்ட முடியும். இப்படி அவன் பாதிக்கப் பட்டால் உடனே ஒத்தி வைக்கிறோம். அவர்கள் இந்தக் கடனைத் திருப்பிக் கட்ட கஷ்டப்படுகிறார்கள். ஆகவே, அவர்கள் கட்டாமல் இருந்து விடுகிறார்கள்.

எனவே, வறட்சிக் காலத்தில் ஒத்தி வைப்பதற்குப் பதிலாக கடனை ரத்து செய்து நிவாரணம் அளிக்க வேண்டும். அதற்கு பட்ஜெட்டில் வருடா வருடம் ஒரு தொகையை ஒதுக்க வேண்டும். திடீரென்று வறட்சி காரணமாக அல்லது வேறு ஏதாவது காரணத்தால் விவசாயிகளுக்கு பாதிப்பு ஏற்பட்டால் அவர்களுக்கு நிவாரணம் அளிக்கும் வகையில் இப்படி ஒதுக்கப்படுகின்ற தொகையை பயன்படுத்துவதற்குரிய ஏற்பாட்டினைச் செய்ய வேண்டுமென்று கேட்டுக் கொள்கிறேன். அப்படிச் செய்வது உசிதமாக இருக்கும் என்பதா அதற்குரிய வழிவகை செய்யப்பட வேண்டும்.

அடுத்து, அரிசி சம்பந்தமாக, ஏற்கெனவே 2 ரூபாய்க்கு விற்கப்பட்ட அர்சி 2½, ரூபாய், 3½, ரூபாய் என்று விலை உயர்த்தப்பட்டிருக்கிறது. ஏற்கெனவே இதைப்பற்றிச் சொல்லிவிட்டோம், அரிசி விலை உயர்வைப் பொறுத்த வரையில் ஒரு ரூபாய் உயர்த்தியதன் காரணமாக ரேஷன் கடைகளில் மக்கள் யாரும் அரிசி வாங்குவதில்லை. நானும் பல இடங்களில் விசாரித்துப் பார்த்தேன். ஏன் வாங்கவில்லை? என்றால் 2 ரூபாய்க்கு அரிசி கிடைக்கவில்லை. 2½ ரூபாய்க்கு அரிசி கிடைக்க வில்லை. 3½ ரூபாய்க்கு விற்கக்கூடிய அந்த அரிசி மட்டும்தான் கிடைக்கிறது. அதை யாரும் வாங்குவதில்லை. அந்த அரிசியை உயர்ந்த பொருளாதாரத் தரத்தில் உள்ளவர்கள் வாங்கட்டும் என்கிறார்கள்.

ஆகவே, நியாயமாக, ஏழை எளியவர்களுடைய எண்ணிக்கையைச் சரியாக கணக்கெடுத்து, மிக மிக ஏழை எளிய மக்களுக்கு அந்த 2 ரூபாய்க்கான அரிசி கிடைக்கும் வகையில் அரசு நடவடிக்கை எடுக்க வேண்டும். மற்றவர்கள் 3½, ரூபாய்க்கு வாங்கட்டும். ஆயிரம் ரூபாய்

வருமானம் உள்ளவர்களுக்கு எல்லாம் இந்த அரிசி வேண்டாம். எனவே, ஏழையெளியவர்களுடைய கணக்கைச் சரியாக எடுத்து அவர்களுக்கு மாதாமாதம் 12 கிலோ அரிசியை, 2 ரூபாய்க்கு வழங்க வேண்டுமென்று கேட்டுக் கொள்கிறேன்.

அடுத்தபடியாக, மூடிய ஆலைகள் பற்றி நானும் தொடர்ந்து சொல்லியிருக்கிறேன். (மணியடிக்கப் பெற்றது) இங்கே ஏற்கெனவே பலரும் சொல்லியிருக்கிறார்கள். மாண்புமிகு முதலமைச்சர் அவர்களும் சொல்லியிருக்கிறார்கள். ஸ்டாண்டர்ட் மோட்டார்ஸைப் பொறுத்த வரையில் ஜுன் மாதத்திலாவது, கடைசியாக, கட்டாயமாக திறப்பதற்குரிய ஏற்பாட்டைச் செய்ய வேண்டும்.

அடுத்து, மதுவிலக்கு சம்பந்தமாக ஏற்கெனவே ஒரு பெட்டிஷன் வந்திருக்கிறது. அதை நான் மாண்புமிகு முதலமைச்சரிடம் கொடுத்து விடுகிறேன். பெரியார் மாவட்டத்தில், பெருந்துறையில் தொடர்ந்து 200, 300 தென்னை மரங்களிலிருந்து கள் இறக்கப்படுகிறது. முதலமைச்சருக்கும் அந்தப் பெட்டிஷன் அனுப்பப்பட்டிக்கிறது. எனக்கும், மாண்புமிகு முதலமைச்சரிடத்தில் சொல்ல வேண்டுமென்று அனுப்பியிருக்கிறார்கள். இந்த மாதிரி சட்ட விரோதமாக, முறைகேடாக நடக்கும் காரியங்களுக்குக் காவல் துறையினரும் ஆதரவாக இருக்கிறார்கள் என்று புகார் வந்திருக்கிறது. இதை மாண்புமிகு முதலமைச்சர் அவர்கள் கவனிக்க வேண்டுமென்று தெரிவித்துக் கொள்கிறேன்.

அடுத்தபடியாக, தொழிலாளர்களுக்கு உள்ள உரிமைகள், தொழிற் சங்கத்தைப் பற்றி ஏற்கெனவே இங்கே சொல்லிவிட்டார்கள். அந்தந்தத் தொழிற்சாலையில் இருப்பவர்கள், இரகசிய வாக்கெடுப்பு மூலம் தாங்கள் விரும்பக்கூடிய தொழிற்சங்கத்தை ஏற்படுத்திக் கொள்வது அல்லது தேர்ந்தெடுப்பது அவர்களுடைய உரிமை. அந்த உரிமை அவர்களுக்கு இருக்க வேண்டும். ஆனால், டி.வி.எஸ். நிர்வாகத்தைப் பொறுத்த வரையில், மே 1 ஆம் தேதி தொழிலாளர்கள் பனகல் பார்க்கில் 3 நாள் தொடர்ந்து பட்டினிப் போராட்டம் நடத்தினார்கள். நான் அது பற்றி விவரம் கேட்டேன். அவர்கள் அங்கு சங்கம் வைக்கக்கூடாது என்று டி.வி.எஸ். நிர்வாகம் சொல்கிறது என்றார்கள்.

புதிதாக ஒரு தொழிலாளர் சங்கத்தில் சேர்ந்துவிட்டதற்காக தொழிலாளர்களை வேலையிலிருந்து நீக்குகிறார்கள் அல்லது வேறு மாநிலங்களுக்கு மாற்றுகிறார்கள். அவர்களுக்கு பல்வேறு இடைஞ்சல் களையும் கொடுமைகளையும் செய்வதாகச் சொல்கிறார்கள்.

நிர்வாகத்திற்கு வேண்டிய 'ஒரு சங்கம் அங்கே இருக்கிறது. அவர்கள் வைத்துள்ள அந்தச் சங்கத்தில் தொழிலாளர்கள் சேரவேண்டுமென்று சொல்கிறார்கள். ஆகவே, தொழிலாளர்களுக்கு உள்ள உரிமையை, தாங்கள் விரும்பும் சங்கத்தை இரகசிய வாக்கெடுப்பு மூலம் தேர்ந்தெடுக்கப்பதற்குரிய உரிமையை வழங்குவதற்கான, நியாயமான முறையை, அதற்குரிய ஏற்பாட்டை மாண்புமிகு முதலமைச்சர் அவர்கள் செய்திட வேண்டுமென்று கேட்டுக் கொள்கிறேன்.

ஏனென்றால், தொழிலாளர்கள் தங்களுடைய கோரிக்கைகளையும், தங்களுக்கு நேரிட்டிருக்கிற கஷ்டங்களையும் எடுத்துச் சொல்லி, அதற்காகப் போராட அவர்களுக்கு உரிய ஒரு ஸ்தாபனம் இருக்க வேண்டும். அதை வைத்தாலே ஆபத்து என்று சொல்லி, அதை எதிர்த்து மிகப் பெரிய கொடுமை செய்கிறார்கள். அதற்கு உதாரணம் டி.வி.எஸ். நிர்வாகம். ஆகவே, அதற்குரிய ஏற்பாட்டை முதலமைச்சர் அவர்கள் செய்ய வேண்டும்.

அடுத்தபடியாக, நம்முடைய மாநிலத்தில் 39 ஆயிரம் ஏரி, குளங்கள் இருக்கின்றன. இந்த 39 ஆயிரம் ஏரி, குளங்களும் இன்றைக்கு மழை, புயல் வந்துவிட்டது என்று சொன்னால் பல குளங்களை அரித்துக் கொண்டு போய்விடும் நிலை இருக்கிறது. இதற்குக் காரணங்கள், முதலாவதாக சரியான பராமரிப்பு இல்லை. சரியான கரை அமைப்புகள் இல்லை. அதற்கு வேண்டிய ஒரு ஏற்பாட்டை விசேஷமாக, தனியாக நிதி ஒதுக்கி அல்லது வேறு வகையிலே நிதிகளைப் பெற்றுச் செய்ய வேண்டும்.

ஐரோப்பியப் பொருளாதாரத் திட்டம் என்று சொல்லி செய்வதெல்லாம் சரியாக இல்லை. முழுமையாக, 39,000 ஏரி, குளங்களையும் சீர் செய்ய வேண்டும். மொத்த நிலங்களில் மூன்றில் ஒரு பகுதிக்கு, ஏறக்குறைய 12 லட்சம் ஹெக்டேர் நிலங்களுக்கு பாசனம் அளிக்கிற அந்த ஏரி குளங்களுக்கு நல்ல முறையில் ஒரு ஏற்பாட்டைச் செய்து, அவற்றைச் சீர் செய்ய வேண்டுமென்று கேட்டுக் கொள்கிறேன் (மணியடிக்கப் பெற்றது).

அடுத்து திருச்சி மாவட்டம், அபிஷேகபுரம் பேரூராட்சியில், அங்கேயுள்ள துப்புரவுத் தொழிலாளர்கள் சங்கம் வேண்டுமென்று சொல்லி, அதற்காக ஒரு கொடி ஏற்றியிருக்கிறார்கள். அதற்காக அவர்கள் கொடுமைக்கு உள்ளாகியிருக்கிறார்கள். சாதாரணமாக உழைக்கிற ஏழை, எளிய மக்கள் தங்களுடைய நியாயமான கோரிக்கைகளுக்காக

ஒன்று சேரக்கூடிய நிலையில், ஒன்று சேரக்கூடாது, சங்கம் வைக்கக் கூடாது என்று சொல்லும் மோசமான நிலையை மாண்புமிகு முதலமைச்சரவர்கள் தடுத்து நிறுத்த வேண்டும். மக்களுக்குள்ள நியாயமான உரிமைகளை வழங்க ஏற்பாடு செய்ய வேண்டுமென்று கேட்டு, தலைவரவர்கள் வற்புறுத்துவதால், முடித்துக் கொள்கிறேன்.

ரெடிமேட் துணிகளும் விற்பனை வரியும்★

மாண்புமிகு பேரவைத் தலைவர் அவர்களே, இந்தப் பொது விற்பனை வரி சம்பந்தமாக ஒன்றிரண்டு கருத்துக்களை மட்டும் சொல்ல முன்வருகிறேன். ஏற்கெனவே தொடர்ந்து இந்த மன்றத்திலே பல்வேறு உறுப்பினர்கள் ஒருமுனை விற்பனை வரியாகக் கொண்டு வரப்பட வேண்டும் என்று சொன்ன நீண்ட நாள் கோரிக்கையை இப்போது நிறைவேற்றியிருக்கின்ற மாண்புமிகு முதலமைச்சர் அவர் களுக்கு நான் நன்றி தெரிவித்துக்கொள்ளக் கடமைப்பட்டிருக்கிறேன்.

அதே நேரத்தில், நான் நிதிநிலை அறிக்கையின் மீது பேசும்போதே ஒன்றிரண்டு கருத்துக்களைச் சொன்னேன். அதிலே முக்கியமான ஒன்று. ரெடிமேட் என்று சொல்லக்கூடிய துணிகளுக்கு - கையினால் தைக்கப்பட்ட, ரெடிமேட் நீங்கலாக உள்ள துணிகள் வரிவிலக்கு என்று சொல்லப்பட்டது. பல மிகப்பெரிய ஜவுளிக் கடைகள் அனைத்துக்குமே இப்போது வரி கிடையாது. ஏனென்றால், எக்சைஸ் டியூட்டியாக, மில் துணிகளாக இருந்தாலும், கைத்தறித் துணிகளாக இருந்தாலும் அதற்கு வரி கிடையாது.

சாதாரணமாக, ஏழை மக்கள், சாதாரண மக்கள் எல்லாம் ரெடிமேடில் தான் துணி வாங்குவது வழக்கமாக இருந்துகொண்டு வருகிறது. அந்த ரெடிமேட் துணிகளை விற்கக்கூடிய சிறு, சிறு கடைகளுக்கெல்லாம், இப்போது 8 சதவிகிதமாக இருந்ததை 5 சதவிகிதமாக ஆக்கப்பட்டதாகச் சொன்னார்கள். ரெடிமேடிலே விற்பனை வரி விலக்கு என்று சொல்லும்போது நானெல்லாம் இது சேர்ந்துதான். என்று நினைத்தேன். இப்போது பல்வேறு இடங்களிலே யிருந்து எனக்கு வரக்கூடிய கடிதங்களிலே, அந்த ரெடிமேட்களுக்கு விற்பனை வரி விலக்கு - கையினால் செய்யப்பட்ட துணி, கையினால் தைக்கப்பட்ட துணிகளுக்குத் தான் வரிவிலக்கே தவிர, ரெடிமேடிற்கு வரி விலக்கு இல்லை என்று சொல்கிறார்கள். ஆகவே, ரெடிமேட் என்று சொன்னால், இன்றைக்கு துணிகள் தைக்கப்பட்டவுடனே ரெடிமேடாக ஆகிவிடுகின்றன. தைக்கப்பட்ட துணிகளைத்தான்

★ சட்டமுன் வடிவுகள் - விற்பனை வரி சம்பந்தமாக 1990 மே 8 அன்று பேசியது.

பெரும்பகுதி மக்கள், சாதாரண ஆட்கள், உழைக்கக்கூடிய மக்கள் துணியை வாங்கித் தைப்பதற்குப் பதிலாக, ரெடிமேடை வாங்கு கிறார்கள்.

ஆகவே, இந்த வரி என்று சொல்லும்போது 20 ரூபாய்க்கு வாங்கினால் ஒரு ரூபாய் அதிகமாக வரி என்று சொல்லக்கூடிய முறையில் அதனுடைய விலை ஒரு ரூபாய் உயர்ந்து விடுகிறது. ஆகவே, ஒவ்வொருவருக்கும் இந்த சாதாரண மக்கள் மீது விழக்கூடிய இந்த வரியை நீக்கவேண்டும் என்ற என்னுடைய ஆலோசனையைத் தெரிவித்துக் கொள்கிறேன்.

இன்றைக்கு பல்வேறு உறுப்பினர்கள் சொல்லியிருக்கிறார்கள். இந்த வரியை விட, இந்த வரியை விதிக்கக்கூடிய அதிகாரிகளுடைய தொல்லைகள் சாதாரண வியாபாரிகளுக்கு மிக்க தொந்தரவை ஏற்படுத்துகிறது. பெரிய வியாபாரிகளைப் பற்றிக் கவலையில்லை. ஏன் என்றால் அவர்கள் அப்படியே அந்த வரியை பில்லில் போட்டு வசூல் செய்து கொண்டு விடுகிறார்கள். அதை முழுமையாக கட்டுகிறார்களா? என்று சொன்னால் அது சந்தேகம் தான். அதிலும் வரியைப் போடாமல் கூட வரிகளை வாங்குகிறார்கள்.

ஆகவே, சாதாரண வியாபாரிகள் இதனால் மிகப் பெரிய தொல்லைகளுக்கு ஆளாகிறார்கள். இப்போது நீங்கி இருக்கிறது. ஒரு முனை வரி என்று சொல்லக்கூடிய காலத்திலே பல்வேறு தொல்லைக்கு ஆளாக வேண்டிய அவசியம் இல்லை. ஆகவே, நான் கேட்டுக் கொள்ளுவது இந்த ரெடிமேடு துணிகளுக்கு விற்பனை வரியிலிருந்து விலக்கு அளிப்பது நியாயமாக ஏழை எளிய மக்களுக்கு உதவியாக இருக்கும். ஆகவே, இந்தக் கருத்தை மட்டும் வற்புறுத்தி அமைகிறேன். வணக்கம்.

பயனாளர்கள் கூடக்கூட
பணியாளர்களையும் அதிகரிக்க வேண்டும்!★

மாண்புமிகு பேரவைத் தலைவரவர்களே, இந்த அவையிலே விவாதத்திலே இருக்கும் மின்சார நிதிநிலை அறிக்கையின் மீது சுருக்கமாக, நேரம் இல்லாத காரணத்தால், ஒரு சில கருத்துக்களைச் சொல்ல முன்வருகிறேன். ஏற்கெனவே என்ன விலை கொடுத்தாவது மின்சாரத்தை நாம் உற்பத்தி செய்ய வேண்டுமென்று, வாங்க வேண்டு மென்று, மாமேதை லெனின் சொன்னதாக சொல்லப்பட்டிருக்கிறது.

★ *மின் வாரியத்தின் நிதிநிலை அறிக்கைகள், துணை நிதிநிலை அறிக்கைகள் மற்றும் திருத்திய மதிப்பீடுகள் மீதான விவாதத்தில் 1990 மே 12 அன்று பேசியது.*

ஆகவே, இன்றைக்கு எல்லாவிதமான தொழில்களுக்கும் மின்சாரம் மிக மிக அவசியமாக இருக்கிறது. இப்போதிருக்கிற உற்பத்தித் தேவையிலே 50 சதவிகிதம்தான் உற்பத்தியாகிறது. அதிகமான உற்பத்திக்கு எந்தெந்த வழிகளில் மின்சார உற்பத்தியைப் பெருக்கலாம் என்பதைப் பற்றி எல்லாம் மின்சார வாரியம் வேண்டிய ஆலோசனைகளைச் செய்து, திட்டமிட வேண்டுமென்று தெரிவித்துக் கொள்கிறேன். அதற்கு வேண்டிய உதவிகளை அரசு செய்ய வேண்டும்.

இப்போது புதிதாக வடசென்னையிலே மின் நிலையம் தொடங்க ஏற்பாடு இருப்பதாகச் சொல்லப்படுகிறது. ஏற்கெனவே நம்முடைய குடியரசுத் தலைவர் அவர்கள் 1-7-1989-ல் அடிக்கல் நாட்டினார்கள். அதனுடைய வேலைகளைத் துரிதப்படுத்த வேண்டும். அதுமட்டுமல்ல. இன்றைக்கு பொதுப் பணித்துறை அமைச்சரவர்களும், மின்சாரத்துறை அமைச்சரவர்களும் ஒருவராகவே இருப்பதால், இந்தப் பணிகளை எல்லாம் வேகப்படுத்தி, மின் உற்பத்தியை - தமிழ்நாட்டுத் தொழில் வளர்ச்சிக்கோ, விவசாயப் பெருக்கத்திற்கோ தேவையான மின் உற்பத்தியை பெருக்க வேண்டிய முயற்சிகளை மேற்கொள்ள வேண்டுமென்று கேட்டுக் கொள்கிறேன்.

சமீப காலமாக நம்முடைய மின்வாரியம் எந்தவிதமான வெட்டும் இல்லாமல் மின்சாரத்தை ஓரளவு சீராகக் கொடுத்துக் கொண்டு வரக் கூடிய அந்த ஏற்பாட்டுக்காக அந்த வாரியத்தைச் சேர்ந்த அத்தனை பேருக்கும் நன்றி சொல்லக் கடமைப்பட்டு இருக்கிறேன். அதே நேரத்தில் இன்றைக்கு நாம் மின்சாரத்தைப் பல்வேறு தொழில்களுக்கு அதிகமாகக் கொடுக்க வேண்டியது இருப்பது மட்டுமல்லாமல், விவசாயத்துக்கு இன்றைக்கு 4.7 லட்சம், ஏறக்குறைய 5 இலட்சம் பம்பு செட்டுகளுக்கு மின்சாரம் பெறுவதற்காக மனுச் செய்துவிட்டு நிலுவையில் 'காத்துக் கொண்டு இருப்போர்' பட்டியலில் இருக்கிறார்கள்.

ஆகவே, இன்றைக்கு வேறு தொழில்கள் என்று சொன்னால் அவைகளை ஜெனரேட்டர் வைத்து நடத்திக் கொள்ளலாம். ஆனால், விவசாயத்திற்கு அப்படிச் செய்ய முடியாது. எனக்கு முன்னால் பேசியவர்கள் சொன்ன மாதிரி வருடத்துக்கு 40 ஆயிரம் மனுக்கள் வருகிறது என்றால், அவர்கள் 10 வருடங்களுக்குக் காத்து இருக்க வேண்டும். ஆகவே, விவசாயத்துக்கு மின்சாரத்தை துரிதமாக முன்னுரிமை அடிப்படையிலே கொடுப்பதற்கு வேண்டிய ஏற்பாட்டைச் செய்ய வேண்டும் என்று தெரிவித்துக் கொள்கிறேன்.

அடுத்து, நெய்வேலியிலே புதிதாக மின்சாரம் உற்பத்தி செய்ய திட்டமிடப்பட்டு இருப்பதாகச் சொல்லப்படுகிறது. நெய்வேலியில்

கிடைக்கிற பழுப்பு நிலக்கரி மூலம் மின்சாரத்தை உற்பத்தி பண்ணும் போது, அதில் நமக்கு எவ்வளவு பங்கு, மத்திய சர்க்காருக்கு எவ்வளவு பங்கு என்பதை முன்கூட்டியே நாம் நிர்ணயம் செய்து கொள்வது சரியாக இருக்கும்.

நமக்கு சிங்கரேணியிலிருந்து வரக்கூடிய நிலக்கரிக்கும், ஒரிசாவிலிருந்து இப்போது வரக்கூடிய நிலக்கரிக்கும் ஏறக்குறைய ஒரு டன்னுக்கு 300 ரூபாய் அதிகமாவதாகச் சொல்லப்படுகிறது. அதனால், நம்முடைய மின்வாரியத்துக்கு நஷ்டம் ஏற்படுகிறது. சிங்கரேணியிலிருந்து வரக்கூடிய நிலக்கரியை அதிகம் பெற முடியுமா என்பதைப் பற்றி நாம் தீவிரமாக முயற்சி செய்ய வேண்டும். இப்போது அங்கே அதிகமாக நிலக்கரி கிடைக்காமல், ஒரிசாவிலிருந்து அல்லது வேறு மாநிலத்திலிருந்து வரக்கூடிய காரணத்தால் நிலக்கரிக்கு ஒரு டன்னுக்கு 300 ரூபாய் அதிகமான செலவு ஏற்படுவதாகச் சொல்லப் படுகிறது.

நெய்வேலியில் எடுக்கிற நிலக்கரிக்கு ராயல்டி பெறுகிறோம். ராயல்டியை நாம் பெறுவதோடு மட்டுமல்லாமல் வருடா வருடம் மின்சாரமும் நமக்குக் கிடைக்கிறது. அவர்கள் நமக்குக் கொடுக்கக்கூடிய மின்சாரத்துக்கு ஒரு ரேட் நிர்ணயம் செய்கிறார்கள். வருடா வருடம் அந்த ரேட் உயர்ந்து கொண்டு போவதாகச் சொல்லப்படுகிறது. எனவே, நான் சொல்ல விரும்புவது என்ன வென்றால், இந்த ரேட்டை 10 ஆண்டு காலத்துக்கு - ராயல்டி வராவிட்டாலும் பரவாயில்லை. 10 ஆண்டு காலத்துக்கு - இந்த ரேட்டில் இந்த விகிதத்தில் தமிழ்நாட்டுக்கு மின்சாரத்தை அவர்கள் கொடுக்க வேண்டும் என்று மத்திய சர்க்காரிடம் ஒரு ஒப்பந்தத்தை நாம் செய்து கொள்வது சரியாக இருக்குமா? என்பதைப் பற்றி நம்முடைய மின்வாரியம் ஆலோசனை செய்ய வேண்டும் என்று தெரிவித்துக் கொள்கிறேன்.

இன்றைக்கு மின்சாரத்தைப் பல்வேறு விதத்தில் காற்றாடி மூலமாக, சூரிய ஒளி மூலமாக எடுக்க முடியும் என்றெல்லாம் சொன்னார்கள். அதற்கு எங்கெங்கு வாய்ப்பு இருக்கிறதோ அங்கேயெல்லாம் அந்தமாதிரி மின் உற்பத்திக்கு வேண்டிய ஏற்பாடுகளைச் செய்ய வேண்டும் என்று நான் தெரிவித்துக் கொள்கிறேன்.

மின்சார வாரியத்தில் பல்வேறு ஆலோசனைகளைச் சொல்வதற்கு, முன்பு ஆலோசனைக் குழு இருந்தது. அப்போது அதிலே கூட நானும் உறுப்பினராக இருந்து இருக்கிறேன். இப்போதும் அந்த ஆலோசனைக் குழு இருக்கிறதா? என்று தெரியவில்லை. ஏனென்றால் மின்சார வாரிய பட்ஜெட் அரசு பட்ஜெட் மாதிரி விவாதிப்பதற்கு மிகப் பெரியதாக

இருக்கிறது. எனவே, அங்கு ஒரு ஆலோசனைக் குழு போட்டு, அவர்களுக்கு ஆலோசனை வழங்குவதற்கு ஏற்பாடு செய்தால் நலமாக இருக்கும் என்று தெரிவித்துக் கொள்கிறேன்.

அடுத்து, பேசின் பிரிட்ஜ். இப்போது நிலக்கரியிலிருந்து மின்சாரம் உற்பத்தி பண்ணுவதற்குப் பதிலாக கேஸ் மூலம் உற்பத்தி பண்ணலாம் என்று சொல்லப்படுகிறது. அப்படி அதை கேஸ் மூலமாக உற்பத்தி செய்யும் காலத்தில், பேசின் பிரிட்ஜில் உள்ள இடம்-நிலக்கரி கொட்டக்கூடிய இடம்-காலி ஆகும்; அந்த இடத்தை வேறு உபயோகத்திற்காகப் பயன்படுத்தலாம். அந்த இடத்திலே நம்முடைய தொழிலாளர்களுக்கு வீடுகட்டிக் கொடுக்க முடியும் அல்லது மின்வாரிய அலுவலகங்கள் தேவையானால் கட்ட ஏற்பாடு செய்யலாம் என்ற யோசனையையும் தெரிவித்துக் கொள்கிறேன்.

இன்றைக்கு மாண்புமிகு முதலமைச்சர் அவர்கள் கொண்டு வந்து இருக்கிற ஒரு புதிய சட்டத்தின் மூலமாக பெண்களுக்கு 30 சதவீத வேலை வாய்ப்பு கொடுக்க வேண்டும் என்று சொல்லப்பட்டு இருக்கிறது. இன்றைக்கு மின்வாரியத்தில் வாரிசுகளுக்கு வேலை என்ற அடிப்படையில் பணியாற்றக் கூடியவர்கள் ஏறக்குறைய 800 பேர் பெண்களாக இருக்கிறார்கள். இன்னும் வாரிசுக்கு வேலை வேண்டும் என்றும், எங்கள் கணவர் இறந்துவிட்டார். எனவே, தங்களுக்கு வேலை வேண்டும் என்றும் கேட்டு வேலை இல்லாத பெண்கள் மனுச் செய்து இருக்கிறார்கள். அவர்களுக்கும் வேலை வாய்ப்புத் தரவேண்டும். சென்ற ஆண்டு சுமார் 400 பேர்களுக்கு வேலை தரப்பட்டதாகச் சொல்லப்படுகிறது. அது பல்வேறு ஆண்களுக்கும், நிலம் கொடுத்தவர்களுக்கும், மற்றவர்களுக்கும் கொடுக்கப்பட்டதாகச் சொல்லப்படுகிறது (மணியடிக்கப் பெற்றது).

சென்ற ஆண்டு ஐ.டி.ஐ. படித்தவர்களுக்கு எல்லாம் வேலை கொடுப்பதாகச் சொல்லப்பட்டது. அது இன்று வரை கொடுக்கப்பட வில்லை. அதற்கு என்ன செய்ய இருக்கிறார்கள் என்று தெரிந்துகொள்ள விரும்புகிறேன்.

கடந்த காலத்தில் மின்வாரியத்தில் 90 ஆயிரம் பேர் வேலை பார்த்தார்கள். கன்சூமர் 30 லட்சம் பேர் இருந்தார்கள். கன்சூமர்கள் இரண்டு மடங்கு உயர்ந்த பிறகு கூட அதே பணியாளர்கள் தான் இன்றைக்கும் இருக்கிறார்கள். எனவே, பணியாளர்களையும் அதிகப்படுத்த வேண்டும் என்று கேட்டுக் கொள்கிறேன்.

மின்வாரியத்தில் கான்ட்ராக்ட் தொழிலாளர்கள் ஏறக்குறைய 15 ஆயிரம் பேர் வேலை செய்கிறார்கள். அவர்கள் அதிக நாட்களாக

டெம்பரவரியாக வேலை செய்து கொண்டிருக்கிறார்கள். அவர்களுக்கு வயது வரம்பு, கல்வித் தகுதி இவைகளையெல்லாம் பாராமல் அவர் களுடைய அனுபவங்களையெல்லாம் ஒரு படிப்பினையாகக் கருதிக் கொண்டு அவர்களுக்கும் நிரந்தரமான வேலை கிடைக்க ஏற்பாடு செய்ய வேண்டும் என்று கேட்டுக் கொள்கிறேன்.

ஆங்கிலேயர் காலத்திலே கையெழுத்துப் போடத் தெரிந்தால் போதும். அவர் ஹெல்ப்பராக ஆகலாம்; ஒயர்மேனாகலாம்; லயன்மேன் ஆகலாம். அதற்குப் பிறகு என்ன செய்தார்கள் என்றால் காங்கிரஸ் ஆட்சியிலே 4ஆவது வகுப்பு வரைக்கும் படித்திருக்க வேண்டுமென்று கொண்டு வந்தார்கள்.

அதற்குப் பிறகு திராவிட முன்னேற்றக் கழக ஆட்சிக் காலத்திலே மாற்றம் இல்லை. அ.தி.மு.க. காலத்தில் ஐ.டி.ஐ. தகுதி பெற்றிருக்க வேண்டும்; வாரிசு என்று சொன்னால் 4ஆவது வகுப்புப் படித்திருக்க வேண்டுமென்று சொல்லப்பட்டது. இப்பொழுது வாரிசுக்குக்கூட எட்டாவது வகுப்புப் படித்திருக்க வேண்டுமென்று சொல்லுகின்ற நிலை வந்திருக்கிறது. வாரிசுதாரர்களுக்கு அந்த கன்டிஷன்களை யெல்லாம் போடாமல் வேலை கொடுப்பதற்கு ஏற்பாட்டைச் செய்ய வேண்டுமென்று கேட்டுக் கொள்கிறேன்.

வருமானத்தைப் பெருக்கக்கூடிய முறையிலே ஸ்லாப் சிஸ்டத்திலே ரேட்டைக் கூட்ட வேண்டும். இன்றைக்குப் பார்த்தீர்கள் என்றால் இரண்டு மாதங்களுக்கு ஒருமுறை இப்பொழுது பில் தயார் செய்கிறார்கள். 500 யூனிட்டுக்கு மேலே உபயோகிக்கக்கூடிய ஏர் கண்டிஷன் வைத்திருக்கக்கூடிய இம்மாதிரி வசதி படைத்தவர்கள் எல்லாம் அதிகமாக ரேட்டைக் கொடுக்கலாம். தப்பு இல்லை. ஆகவே, அவர்களுக்கு இன்றைக்கு ஒரு யூனிட்டுக்கு இரண் ரூபாயாவது - இன்றைக்கு உற்பத்திச் செலவே ஒரு ரூபாய் 30 பைசா. நீங்கள் மலிவான ரேட்டிலே கொடுப்பது நியாயம் இல்லை.

நான் கடந்த காலத்திலே இந்த அவையிலேயே பேசியிருக்கிறேன். மின்சாரத்தை உபயோகிப்பவர்களுக்குச் சாதாரணமாக 50 யூனிட்டுக்கு ஒரு ரேட்; 100 யூனிட்டுக்கு ஒரு ரேட்; 100-க்கு மேலே போகப் போக ஸ்லாப் சிஸ்டத்திலே அதிகமாக 500 யூனிட்டுக்கு மேலே உபயோகிக்கக் கூடியவர்களுக்கு கூடுதல் ரேட்-கூடுதல் கட்டணங்கள் விதிக்கப்பட வேண்டுமென்று தெரிவித்துக் கொள்கிறேன். ஏனென்றால் ஒவ்வொரு வருஷமும் 400 கோடி, 300 கோடி பற்றாக்குறையாக இருக்கக்கூடிய நிலையைப் போக்குவதற்கு இதுதான் சரியான வழியாக இருக்கும். அந்த முறையிலே செய்ய வேண்டுமென்று கேட்டுக் கொள்கிறேன்.

லைன் லாஸ் என்பது மட்டுமல்ல; மின்சாரத் திருட்டும் இன்றைக்குப் பல்வேறு இடங்களிலே நடந்து கொண்டு வருகின்றன. சாதாரண ஆட்கள் திருடுவது இல்லை. ஆகவே, மின்சாரத் திருட்டைக் கண்டுபிடித்து, அந்தத் திருட்டைப் போக்குவதற்கு வேண்டிய நடவடிக்கைகளை எடுக்க வேண்டுமென்று தெரிவித்துக் கொள்கிறேன்.

அரிசனக் காலனிகளுக்கெல்லாம் இப்பொழுது கொடுத்துக் கொண்டிருக்கிறீர்கள். நம்முடைய சட்டமன்ற உறுப்பினர் மணி அவர்கள்கூடச் சொன்னார்கள். அரிசனக் காலனிகளுக்கு முன்னுரிமை கொடுக்கப்பட வேண்டும். பல இடங்களில் இன்றைக்குக் காலனி கட்டப்பட்ட இடங்களுக்கு லைன்கள் போடப்படாமலும், அந்த இடங்களிலே தெரு லைன்கள் போடப்படாமலும் இருக்கின்றது. சில இடங்களில் போடுகிறார்கள். முன்னுரிமை கொடுத்து, காலனி என்று சொன்னால், தாழ்த்தப்பட்டவர்களுடைய காலனிகளுக்கு முன்னுரிமை கொடுத்து வீடுகளுக்கு ஒரு லைட்டும் - இனாம் லைட்டும் - தெரு லைட்டும் போடப்பட வேண்டும் என்ற உத்தரவை மாண்புமிகு அமைச்சரவர்கள் பிறப்பிக்க வேண்டுமென்று கேட்டுக் கொள்கிறேன்.

விவசாயிகளின் பிரச்சினை சம்பந்தமாக கடைசியாகச் சொல்லிக் கொள்ள விரும்புகிறேன். கடந்த காலத்திலே பல்வேறு போராட்டங் களின் காரணமாகப் பல்வேறு கட்டணங்கள் பாக்கி இருக்கின்றன. எங்கள் பக்கத்திலே பல்வேறு கட்டணங்கள் பாக்கி இருந்ததன் காரணமாக, புது கனெக்ஷன் கொடுக்காமல் இருந்தது. பிறகு மாண்புமிகு அமைச்சரவர்களும், சேர்மன் அவர்களும், எல்லோரிடத்திலும் சொன்னதற்குப் பிறகு இப்பொழுதுதான் அந்த இடத்திற்கு புதிய இணைப்புகளெல்லாம் வழங்கப்பட்டு வருகின்றன.

ஆகவே, கடந்தகாலப் பாக்கிகளிலே - ரசீது வைத்து இருக்கிறார்கள்; அதைக் கொண்டுபோய்க் காட்டினால் பாக்கி இல்லை என்று சொல்கிறார்கள். இல்லை என்றால் பாக்கியிருக்கிறது என்று சொல்கிறார்கள். ரசீதைக் கொண்டு போய்க் காட்டினால் ஒப்புக் கொள்கிறார்கள். கணக்குகள் சரியாகப் பல இடங்களிலே இல்லாததன் காரணமாகப் பல்வேறு குழப்படிகள் இருக்கின்றன. ஆகவே, பழைய பாக்கிகளைப் பூராவும் விவசாயிகளுக்கு இருக்கிற பாக்கிகளை எல்லாம் ரத்து செய்து விட்டு, புதிதாக நீங்கள் போட்ட ஏ.சி., டி.சி., 50 ரூபாய் என்று சொல்லக்கூடிய அந்தக் கட்டணத்தைக் கட்டாயம் வசூல் செய்து பழைய பாக்கிகளை ரத்து செய்ய வேண்டுமென்று தெரிவித்துக் கொள்கிறேன்.

புதிதாக இன்றைக்கு மின்சாரம் கேட்கக் கூடிய விவசாயிகளுக்கு, விவசாயத்திற்கு மின்சாரம் கொடுக்க வேண்டும்.

எங்களுடைய புளியங்குளம் என்ற கிராமத்திலே ஒரு பெட்டிஷன் வந்து இருக்கிறது. அந்தக் கிராமத்திலே ஏற்கெனவே 40 விவசாயப் பம்பு செட்டுகள் ஓடாமல், விவசாயப் பயிர்கள் எல்லாம் நாசமாகி விட்டன. மேலிருந்து உத்தரவு வந்திருக்கிறது; உங்கள் பக்கத்திலே பாக்கியிருப்பதன் காரணமாக அவைகளை நாங்கள் சீர்செய்ய முடியாது என்று அவர்கள் சொன்னதாகவும், ஆகவே, இதையெல்லாம் நீங்கள் அமைச்சரிடத்திலே சொல்லி, சீராக, உடனடியாக அதை ரிப்பேர் செய்ய வேண்டுமென்று கேட்டுக்கொண்டு இருப்பதாகவும் ஒரு பெட்டிஷன் வந்திருக்கிறது. பாக்கியிருப்பதற்காகச் செய்யாமல் இருக்கிறது.

ஒரு சில இடங்களிலே சீனியாரிட்டி அடிப்படையிலே போடுவதாக இருந்து, பிறகு அந்த சீனியாரிட்டியை நீக்கிவிட்டு போகிற வழியிலே இருக்கிற பம்புகளுக்குக் கொடுக்கலாம் என்று உத்தரவை மாற்றியதன் காரணமாகப் பல இடங்களிலே தாமதம் ஆகிறது.

ஆகவே, சீனியாரிட்டி அடிப்படையில்-கொடுத்த மனுவின் சீனியாரிட்டி அடிப்படையிலே துரிதமாக இன்றைக்கு நிலுவையிலே இருக்கிற 4,70,000 விவசாயப் பம்பு செட்டுகளுக்கு நான்கைந்து ஆண்டுக்குள்ளாகவாவது மின்னிணைப்பு கொடுத்து விவசாய அபிவிருத்திக்கும், உற்பத்திய பெருக்கத்திற்கும் உதவி செய்ய வேண்டுமென்று கேட்டு, அமர்கிறேன் வணக்கம்.